ವಿಶ್ವಕಥಾಕೋಶ

ಸಂಪುಟ - ೧೭

ಪ್ರಧಾನ ಸಂಪಾದಕ

ನಿರಂಜನ

ತಾತನ ಹುಟ್ಟುಹಬ್ಬ

ಹಾಲೆಂಡ್-ಬೆಲ್ಜಿಯಮ್-ಸ್ವಿಟ್ಜರ್‌ಲೆಂಡ್ ಕಥೆಗಳು

ಅನುವಾದ

ಸಿ. ಎಚ್. ಪ್ರಹ್ಲಾದರಾವ್

ನವಕರ್ನಾಟಕ ಪ್ರಕಾಶನ

ಚಿನ್ನದ ಸಂಭ್ರಮ ೧೯೬೦-೨೦೧೦

TAATANA HUTTU HABBA (Kannada)

An anthology of short stories from Holland, Belgium and Switzerland, being the seventeenth volume of Vishwa Kathaa Kosha, a treasury of world's great short stories in 25 volumes in Kannada. Translated by C. H. Prahlada Rao. Editor-in-Chief : Niranjana. Editors : S. R. Bhat, C. R. Krishna Rao, C. Sitaram. Secretary : R. S. Rajaram.

Second Print : 2011   **Pages : 120**   **Price : ₹ 65**

Paper used for this book : 70 gsm NS Book Printing Light Weight 18.6 Kgs ($\frac{1}{8}$ Demy Size)

ಮೊದಲನೇ ಮುದ್ರಣ : 1982
ಎರಡನೇ ಮುದ್ರಣ   : 2011

ಪ್ರಧಾನ ಸಂಪಾದಕ : ನಿರಂಜನ
ಸಂಪಾದಕರು   : ಎಸ್. ಆರ್. ಭಟ್, ಸಿ. ಆರ್. ಕೃಷ್ಣರಾವ್, ಸಿ. ಸೀತಾರಾಮ್
ಕಾರ್ಯದರ್ಶಿ   : ಆರ್. ಎಸ್. ರಾಜಾರಾಮ್
ಕಲಾ ಸಲಹೆಗಾರರು : ಎಸ್. ರಮೇಶ್, ಕಮಲೇಶ್, ಅಮಿತ್

ಕೃತಿಸ್ವಾಮ್ಯ : ಆಯಾ ಕಥೆಗಳ ಲೇಖಕರದ್ದು / ಲೇಖಕರ ವಾರಸುದಾರರದ್ದು

ಆರ್ಥಿಕ ನೆರವು : ಇನ್ಫೋಸಿಸ್ ಫೌಂಡೇಶನ್, ಬೆಂಗಳೂರು

ಬೆಲೆ : ₹ 65

ಮುಖಚಿತ್ರ : ಎಸ್. ರಮೇಶ್

ಪ್ರಕಾಶಕರು

ನವಕರ್ನಾಟಕ ಪಬ್ಲಿಕೇಷನ್ಸ್ ಪ್ರೈವೇಟ್ ಲಿಮಿಟೆಡ್
ಎಂಬೆಸಿ ಸೆಂಟರ್, ಕ್ರೆಸೆಂಟ್ ರಸ್ತೆ, ಬೆಂಗಳೂರು - 560 001
ದೂರವಾಣಿ : 22203580, 30578022 ಫ್ಯಾಕ್ಸ್ : 30578023
e-mail : navakarnataka@gmail.com
URL : www.navakarnataka.com
http://navakarnataka.blogspot.com

ಶಾಖೆಗಳು
ಗಾಂಧಿನಗರ   ಕೆ. ಎಸ್. ರಾವ್ ರಸ್ತೆ   ರಾಮಸ್ವಾಮಿ ವೃತ್ತ   ಸ್ಟೇಷನ್ ರಸ್ತೆ
ಬೆಂಗಳೂರು-9   ಮಂಗಳೂರು - 1   ಮೈಸೂರು - 24   ಗುಲ್ಬರ್ಗಾ-2
✆ 22251382   ✆ 2441016   ✆ 2424094   ✆ 224302

0203113041   ISBN 978-81-8467-216-9

Printed by R. S. Rajaram at Navakarnataka Printers, No. 167 & 168 10th Main, III Phase, Peenya Industrial Area, Bangalore - 560 058 and published by him for Navakarnataka Publications Private Limited 101, Embassy Centre, Crescent Road, P B 5159, Bangalore - 560 001 (INDIA)

ಅರ್ಪಣೆ

ನಿರಂಜನ
(1924–1991)

ಇವರ ನೆನಪಿಗೆ

3

ಪರಿವಿಡಿ

ಪ್ರಕಾಶಕರ ನುಡಿ

ಕನ್ನಡ ನಾಡು ನುಡಿಗಳಿಗೆ ನಮ್ಮ ಹೆಮ್ಮೆಯ ಕೊಡುಗೆ ವಿಶ್ವಕಥಾ ಕೋಶ. ಶ್ರೀ ನಿರಂಜನರ ಪ್ರಧಾನ ಸಂಪಾದಕತ್ವದಲ್ಲಿ ಹೊರಬರುತ್ತಿರುವ ಈ ಬೃಹತ್ ಸಂಕಲನ ಜಗತ್ತಿನ ಸಾರಸ್ವತ ಭಂಡಾರದ ಒಂದು ಭಾಗವನ್ನು ಕನ್ನಡ ಓದುಗರ ಮುಂದೆ ತಂದಿಡುತ್ತದೆ. ಇದು ಕನ್ನಡದ ಇತ್ತೀಚಿನ ಮಹತ್ವದ ಪ್ರಕಟಣೆಗಳಲ್ಲೊಂದೆಂದು ಸಹೃದಯರಾದ ಕನ್ನಡ ಓದುಗರೂ ವಿಮರ್ಶಕರೂ ಈಗಾಗಲೇ ಹೇಳಿರುವುದು ನಮಗೊಂದು ಸಂತಸದ ವಿಷಯ.

ವಿಶ್ವಕಥಾ ಕೋಶದ 25 ಸಂಪುಟಗಳನ್ನು 1980ರ ಯುಗಾದಿಯಿಂದ ಮೊದಲ್ಗೊಂಡು ಒಟ್ಟು ಆರು ಕಂತುಗಳಲ್ಲಿ ಪ್ರಕಟಿಸಲಾಗುವುದೆಂದು ನಾವು ಹಿಂದೆ ಹೇಳಿದ್ದೆವು. ಅದರಂತೆ ಕಳೆದ ಎರಡು ವರ್ಷಗಳಲ್ಲಿ 16 ಸಂಪುಟಗಳನ್ನು ನಾವು ಬಿಡುಗಡೆ ಮಾಡಿದ್ದೇವೆ.

ಈಗ ಮತ್ತೆ ನಾಲ್ಕು ಸಂಪುಟಗಳನ್ನು ಓದುಗರ ಕೈಗಿಡಲು ನಮಗೆ ಹರ್ಷವೆನಿಸುತ್ತದೆ. ಇವು ಈ ವರ್ಷದ – 1982ರ – ಯುಗಾದಿಯ ಕಾಣಿಕೆ.

ಈ ನಾಲ್ಕರಲ್ಲೊಂದು 'ತಾತನ ಹುಟ್ಟುಹಬ್ಬ.' ಇದರಲ್ಲಿ ಹಾಲೆಂಡ್, ಬೆಲ್ಜಿಯಮ್ ಮತ್ತು ಸ್ವಿಟ್ಜರ್‌ಲೆಂಡ್‌ಗಳ ಕಥಾ ಸಾಹಿತ್ಯದಿಂದ ಆಯ್ದ ಹೃದಯಂಗಮಯವಾದ ಹನ್ನೆರಡು ಕಥೆಗಳಿವೆ. ಇದು ಕಥಾಕೋಶದ ಹದಿನೇಳನೆಯ ಸಂಪುಟ. ಈ ಸಂಪುಟವನ್ನು ಕನ್ನಡಕ್ಕೆ ಅನುವಾದಿಸಿದವರು ಶ್ರೀ ಸಿ. ಎಚ್. ಪ್ರಹ್ಲಾದರಾಯರು.

ಈ ಸಂಪುಟಕ್ಕೆ ಸೊಗಸಾದ ಮುಖಚಿತ್ರವನ್ನು ಬರೆದು ಕೊಟ್ಟವರು ಕಲಾವಿದ ಎಸ್. ರಮೇಶ್. ಹಿಮ್ಮೈ ವಿನ್ಯಾಸ ಶ್ರೀ ಕಮಲೇಶ್ ಅವರದು. ಇದನ್ನು ಉತ್ತಮವಾಗಿ ಮುದ್ರಿಸಿದ ಶ್ರೇಯಸ್ಸು ಜನಶಕ್ತಿ ಮುದ್ರಣಾಲಯದ ನಮ್ಮ ಬಂಧುಗಳಿಗೆ ಸಲ್ಲಬೇಕು. ಇದರ ರಕ್ಷಾಕವಚದ ಮುದ್ರಣ ಕಾರ್ಯವನ್ನು ನಿರ್ವಹಿಸಿದವರು ಶಿವಕಾಶಿಯ ಜೇಯೆಮ್ ಆಫ್‌ಸೆಟ್ ಪ್ರಿಂಟರ್ಸ್ ಅವರು. ಇವರಿಗೆಲ್ಲ ಈ ಸಂದರ್ಭದಲ್ಲಿ ನಮ್ಮ ಹೃತ್ಪೂರ್ವಕ ಕೃತಜ್ಞತೆಗಳು ಸಲ್ಲುತ್ತವೆ.

ಇವರಲ್ಲದೆ ಈ ಸಂಪುಟವನ್ನು ಹೊರತರಲು ಇನ್ನೂ ಅನೇಕ ಮಂದಿ ಮಿತ್ರರು ನಮಗೆ ನೆರವಾಗಿದ್ದಾರೆ. ಸಂಪುಟದ ಕೊನೆಯಲ್ಲಿ

ಅವರಿಗೆ ನಮ್ಮ ವಿಶೇಷ ಕೃತಜ್ಞತೆಗಳನ್ನು ಸಮರ್ಪಿಸಲಾಗಿದೆ.

ಈ ಸಂಪುಟದಲ್ಲಿ ಬಳಸಲಾದ, ಕೃತಿಸ್ವಾಮ್ಯವನ್ನು ಹೊಂದಿರುವ ಎಲ್ಲ ಕಥೆಗಳ ಕರ್ತೃಗಳಿಂದ ಅಥವಾ ಅವರ ವಾರಸುದಾರರಿಂದ ಅವುಗಳ ಪ್ರಕಟನೆಗೆ ಅನುಮತಿ ಪಡೆಯಲು ನಾವು ಆದಷ್ಟು ಪ್ರಯತ್ನಿಸಿದ್ದೇವೆ. ಅವರೆಲ್ಲರಿಗೂ ನಾವು ಋಣಿಗಳು. ಆದರೆ ಒಂದು ವೇಳೆ ಯಾರದಾದರೂ ಅನುಮತಿ ಬಿಟ್ಟು ಹೋಗಿದ್ದರೆ, ಈ ಯೋಜನೆಯ ಮಹತ್ವವನ್ನು ಮನಗಂಡು ಅವರು ನಮ್ಮನ್ನು ಕ್ಷಮಿಸುವರೆಂದು ನಂಬಿದ್ದೇವೆ.

ಈ ಸಲದ ಬಿಡುಗಡೆಯ ನಾಲ್ಕು ಸಂಪುಟಗಳೂ ಸೇರಿ ಕಥಾ ಕೋಶದ 20 ಸಂಪುಟಗಳನ್ನು ವಾಚಕ ವೃಂದದ ಕೈಗಿತ್ತಂತಾಯಿತು. ಇನ್ನು ಉಳಿದಿರುವುದು ಐದು ಸಂಪುಟಗಳು ಮಾತ್ರ. ಅವುಗಳನ್ನು ಮುಂದಿನ ದೀಪಾವಳಿಯಂದು ಪ್ರಕಟಿಸಲಾಗುವುದು.

ಬೆಲೆ ಏರಿಕೆಯ ಇಂದಿನ ದಿನಗಳಲ್ಲಿ ವಿಶ್ವಕಥಾಕೋಶದಂಥ ಬೃಹತ್ ಯೋಜನೆಯ ಪ್ರಕಟನೆ ಕಷ್ಟಸಾಧ್ಯವಾದ ಕಾರ್ಯ. ಆದರೂ ಓದುಗರ ಹಿತ ದೃಷ್ಟಿಯನ್ನು ಗಮನದಲ್ಲಿರಿಸಿಕೊಂಡು ಕಥಾಕೋಶದ ಬೆಲೆಯನ್ನು ನಾವು ಹೆಚ್ಚಿಸಿಲ್ಲ. ಬಿಡಿ ಸಂಪುಟಗಳ ಬೆಲೆ ಹಿಂದಿನಂತೆಯೇ ರೂ. 10–00. 25 ಸಂಪುಟಗಳಿಗೆ ರೂ. 250–00. ಅದೇ ರೀತಿಯಲ್ಲಿ ಇಡೀ ಕೋಶವನ್ನು ಕೊಳ್ಳ ಬಯಸುವವರಿಗೆ ರೂ.50/ರ ರಿಯಾಯಿತಿಯೂ ಇದೆ .'ನವಕರ್ನಾಟಕ ಪಬ್ಲಿಕೇಷನ್ಸ್ (ಪ್ರೈ) ಲಿಮಿಟೆಡ್' – ಈ ಹೆಸರಿಗೆ 200/–ರೂಗಳನ್ನು ಡ್ರಾಫ್ಟ್ ಮೂಲಕ ಇಂದೇ ಕಳುಹಿಸಿಕೊಡಿ. ಈಗ ಪ್ರಕಟವಾಗಿರುವ ಸಂಪುಟಗಳನ್ನು ನಮ್ಮ ವೆಚ್ಚದಲ್ಲಿ ನಿಮ್ಮ ಮನೆ ಬಾಗಿಲಿಗೆ ತಕ್ಷಣ ತಲಪಿಸಲಾಗುವುದು.

ಕೊನೆಯದಾಗಿ ಕಥಾಕೋಶದ ಹಿಂದಿನ ಸಂಪುಟಗಳಿಗೆ ಓದುಗರು ನೀಡಿದ ಆದರದ ಸ್ವಾಗತ ಈ ಸಂಪುಟಗಳಿಗೂ ದೊರೆಯುವುದೆಂದು ನಾವು ನಂಬಿದ್ದೇವೆ.

ಯುಗಾದಿ, 1982 **ಆರ್. ಎಸ್. ರಾಜಾರಾಮ್**
ಬೆಂಗಳೂರು ವ್ಯವಸ್ಥಾಪಕ ನಿರ್ದೇಶಕ
ನವಕರ್ನಾಟಕ ಪಬ್ಲಿಕೇಷನ್ಸ್ (ಪ್ರೈ) ಲಿಮಿಟೆಡ್

ಪ್ರಕಾಶಕರ ನುಡಿ

(ಎರಡನೇ ಮುದ್ರಣ)

ನವಕರ್ನಾಟಕ ಪ್ರಕಾಶನದ 50ರ ಸಂಭ್ರಮದಲ್ಲಿ 'ವಿಶ್ವಕಥಾಕೋಶ'ದ ಇಪ್ಪತ್ತೈದು ಸಂಪುಟಗಳನ್ನು ಪುನರ್ಮುದ್ರಿಸಿ ಓದುಗರ ಕೈಗಿಡುತ್ತಿದ್ದೇವೆ. ಮೂವತ್ತು ವರ್ಷಗಳ ಕಾಲ ಅಲಭ್ಯವಾಗಿದ್ದ ಜಗತ್ತಿನ ಸಾಹಿತ್ಯ ಕಥಾ ಕಣಜ ಬೆಳಕು ಕಾಣುವ ಈ ಸಮಯದಲ್ಲಿ ಈ ಯೋಜನೆಯ ಹೊಣೆ ಹೊತ್ತ ಶ್ರೇಷ್ಠ ಕಥೆಗಾರ, ಸಾಹಿತಿ ನಿರಂಜನರು ನಮ್ಮೊಂದಿಗೆ ಇದ್ದಿದ್ದರೆ, ನವಕರ್ನಾಟಕದ ಚಿನ್ನದ ಹಬ್ಬ ಹೆಚ್ಚು ಅರ್ಥಪೂರ್ಣವಾಗುತ್ತಿತ್ತು. ಈ ಸಂಪುಟಗಳನ್ನು ಅವರಿಗೆ ಅರ್ಪಿಸಿ, ಅವರನ್ನು ನೆನೆಯುತ್ತೇವೆ.

ಸಂಪುಟಗಳನ್ನು ಅನುವಾದಿಸಿ ನೆರವಾದ ಅನೇಕ ಲೇಖಕ ಮಿತ್ರರು ಈ ಮೂರು ದಶಕಗಳಲ್ಲಿ ನಮ್ಮನ್ನು ಅಗಲಿದ್ದಾರೆ. 'ವಿಶ್ವಕಥಾಕೋಶ'ದ ಎಲ್ಲಾ ಅನುವಾದಗಳನ್ನು ಓದಿ, ಪರಿಷ್ಕರಿಸಿ, ಮುದ್ರಣಕ್ಕೆ ಸಿದ್ಧಗೊಳಿಸಿದ ಸಂಪಾದಕರಲ್ಲಿ ಒಬ್ಬರಾದ ಶ್ರೀ ಎಸ್. ಆರ್. ಭಟ್ಟರ ಅಗಲಿಕೆಯ ನೆನಪು ಈ ಸಂದರ್ಭದಲ್ಲಿ ನಮ್ಮನ್ನು ಕಾಡುತ್ತಿದೆ.

ಮೂವತ್ತು ವರ್ಷಗಳ ಹಿಂದೆ 25 ಸಂಪುಟಗಳನ್ನು ರೂ. 250ಕ್ಕೆ ನೀಡಿದ್ದೆವು. ಬೆಲೆಯೇರಿಕೆಯ ಇಂದಿನ ದಿನಗಳಲ್ಲಿ ಮರುಮುದ್ರಿಸಿದಲ್ಲಿ, ಅದರ ಬೆಲೆಯನ್ನು ಎಂಟು-ಹತ್ತು ಪಟ್ಟು ಏರಿಸಬೇಕಾಗಬಹುದು ಎನ್ನುವ ಭೀತಿಯೂ ವಿಳಂಬಕ್ಕೆ ಕಾರಣವಾಯಿತು. ಈ ಸಂದರ್ಭದಲ್ಲಿ ಈ ಸಂಪುಟಗಳನ್ನು ಸುಲಭ ಬೆಲೆಗೆ ನೀಡಲು ನೆರವಾದವರು ಇನ್ಫೋಸಿಸ್ ಫೌಂಡೇಷನ್‌ನ ಅಧ್ಯಕ್ಷೆ ಶ್ರೀಮತಿ ಸುಧಾ ಮೂರ್ತಿಯವರು. ಅವರಿಗೆ ನಾವು ಕೃತಜ್ಞರಾಗಿದ್ದೇವೆ.

ಈ ಯೋಜನೆಯ ಲೇಖಕರು ಈ ಅವಧಿಯಲ್ಲಿ ಸಾಕಷ್ಟು ಹೊಸ ಬರೆಹಗಳನ್ನು ಮಾಡಿದ್ದಾರೆ, ಗೌರವ ಪುರಸ್ಕಾರಗಳಿಗೆ ಪಾತ್ರರಾಗಿದ್ದಾರೆ. ಕೆಲವರು ನಮ್ಮೊಂದಿಗಿಲ್ಲ. ಈ ಎಲ್ಲ ಲೇಖಕರ ಪರಿಚಯಗಳಿಗೆ ಹೊಸ ಸೇರ್ಪಡೆಗಳನ್ನು ಮಾಡಿಕೊಟ್ಟ ಡಾ|| ಆರ್. ಪೂರ್ಣಿಮಾ ಮತ್ತು ಶ್ರೀಮತಿ ರೋಸಿ ಡಿ'ಸೋಜಾ ಅವರ ನೆರವನ್ನು ಸ್ಮರಿಸುತ್ತೇವೆ.

ಮರುಮುದ್ರಣದ ಈ ಕಾರ್ಯದಲ್ಲಿ ನೆರವಾದ ಎಲ್ಲರನ್ನೂ ನೆನೆಯುತ್ತೇವೆ.

ಯುಗಾದಿ, 2011
ಬೆಂಗಳೂರು

ಆರ್. ಎಸ್. ರಾಜಾರಾಮ್
ವ್ಯವಸ್ಥಾಪಕ ನಿರ್ದೇಶಕ, ನವಕರ್ನಾಟಕ ಪ್ರಕಾಶನ

ಪ್ರಸ್ತಾವನೆ

1

ದೇಶದಿಂದ ದೇಶಕ್ಕೆ ವಲಸೆ ಹೋಗುವವರು ತಮ್ಮೊಡನೆ ನೆನಪುಗಳನ್ನು ಒಯ್ಯುತ್ತಾರೆ. ಕೆಲವು ಸಿಹಿ ಕೆಲವು ಕಹಿ. ಕೇಳಲು ಸಿದ್ಧವಿರುವ ಆತಿಥೇಯರೊಡನೆ ಅವನ್ನು ಹಂಚಿಕೊಳ್ಳುತ್ತಾರೆ. ಹೇಳುವುದೆಲ್ಲ ನಿಜವಿರಬೇಕೆಂಬ ನಿಯಮವೇನು ಇಲ್ಲ. ಅದ್ಭುತ ಕಲ್ಪನಾ ಸಾಮರ್ಥ್ಯದ ಅತಿ ಸೂಕ್ಷ್ಮಸಂವೇದನೆಯ ಕೆಲವರು ಸತ್ಯ–ಮಿಥ್ಯಗಳ ನಡುವಿನ ಅಂತರವನ್ನು ಅಳಿಸಬಹುದು. ಶುದ್ಧಾಂಗ ಸುಳ್ಳು 'ಇದು ಸಂಪೂರ್ಣ ನಿಜ' ಎನಿಸುವಷ್ಟು ಸೊಗಸಾಗಿ ವೇಷ ಧರಿಸಬಹುದು.

ಇಂಥದೆಲ್ಲ ಸೃಜನಶೀಲ ಬರೆಹಗಾರರ ಪಾಲಿಗೆ ಗಮ್ಮತ್ತಿನ ಮಸಾಲೆ ಮ್ಹಾಲು. ಡಚ್ಚರಿಂದ ಸ್ಫೂರ್ತಿಪಡೆದು ಅಮೇರಿಕದಲ್ಲಿ ಸೃಷ್ಟಿಯಾದ ಒಂದು ಕಥೆ. 'ರಿಪ್ ವಾನ್ ವಿಂಕ್‌ಲ್' (ರಚನೆ : ಇರ್ವಿಂಗ್); ಇನ್ನೊಂದು, ಡಚ್ಚರ ಕಥೆಯೇ ಎನ್ನುವಂತೆ ನೀಡಲಾದ 'ತಾಯ್ನಾಡನ್ನು ಜಲಸಮಾಧಿಯಿಂದ ರಕ್ಷಿಸಿದ ವೀರ ಬಾಲಕ' (ಬರೆದಾಕೆ : ಮೇರಿ ಮೇಪ್ಸ್ ಡಾಜ್).

...ಭೋರ್ಗರೆಯುವ ಸಮುದ್ರ ಒಳಕ್ಕೆ ಬರದಂತೆ, ಅಲ್ಲಿನ ತಗ್ಗು ಪ್ರದೇಶವನ್ನು ಆವರಿಸದಂತೆ, ತಡೆಗೋಡೆ. ಅದರಲ್ಲೊಂದು ತೂತು ಕಾಣಿಸಿ, ಅದರ ಮೂಲಕ ನೀರು ಜಿನುಗತೊಡಗಿದೆ. ಅದನ್ನು ಕಂಡ ಬಾಲಕನೊಬ್ಬ ತನ್ನ ಬೆರಳನ್ನು ಆ ತೂತಿನೊಳಕ್ಕೆ ತುರುಕಿ, ಗೋಡೆ ಕುಸಿಯದಂತೆ ತಾಯ್ನಾಡು ನೀರು ಪಾಲಾಗದಂತೆ ನೋಡಿಕೊಳ್ಳುತ್ತಾನೆ...

ಮಿಸ್ ಡಾಜ್ 18ನೆಯ ಶತಮಾನದಲ್ಲಿ ಬರೆದ ಈ ಕಥೆಯನ್ನು ಅಂದಿನಂದ ಇಂದಿನವರೆಗೂ ಅಮೆರಿಕಾದ ಮಕ್ಕಳು ಓದುತ್ತ ಬಂದಿದ್ದಾರೆ. ಆದರೆ, ಹಾಲೆಂಡಿನ ಎಳೆಯರು ಓದುವ ಯಾವ ಪುಸ್ತಕದಲ್ಲೂ ಈ ರೀತಿಯ ಕಥೆಯಿಲ್ಲ.

ಅಲ್ಲಿನ ಬಲ್ಲವರು ಹೇಳುತ್ತಾರೆ: "ನಮ್ಮ ದೇಶದಲ್ಲಿ ಇಂಥದ್ದು ನಡದೇ ಇಲ್ಲ." ಜಲ ಎಂಜಿನಿಯರಿಂಗ್ ತಜ್ಞರ ಪ್ರಕಾರ: "ಇದು ಅವೈಜ್ಞಾನಿಕ, ತೂತಿಗೆ ಬೆರಳು ತುರುಕಿ ಸಮುದ್ರದ ದಾಳಿಯನ್ನು ತಡೆಯುವುದು ಸಾಧ್ಯವಿಲ್ಲ."

ಹಾಲೆಂಡಿಗೆ ಬರುವ ಪ್ರವಾಸಿಗರು ಮಾತ್ರ ಮರೆಯದೆ ಕೇಳುತ್ತಾರೆ: "ಆ ಧೀರ ಬಾಲಕನ ಸ್ಮಾರಕವೆಲ್ಲಿ ?"

ಅವರ ಸಮಾಧಾನಕ್ಕೆಂದು ಡಚ್ಚರು ಸಮುದ್ರ ಬದಿಯ ಸ್ಪಾರ್ನ್‌ಡಮ್ ಎಂಬ ಪುಟ್ಟ ಊರಿಲ್ಲಿ ಒಬ್ಬ ಬಾಲಕನ ಪ್ರತಿಮೆ ಇರಿಸಿದ್ದಾರೆ. ಮಾರ್ಗದರ್ಶಿಗಳು ಗಂಭೀರವಾಗಿ, "ನೋಡಿ," ಎನ್ನುತ್ತಾರೆ. "ಹಾಲೆಂಡಿಗೆ ಬಂದದ್ದು ಸಾರ್ಥಕವಾಯ್ತು!" ಎಂದು ಉದ್ಗರಿಸುತ್ತಾರೆ, ಪ್ರವಾಸಿಗರು.

ಹಾಲೋ ಲ್ಯಾಂಡ್ ಹಾಲೆಂಡ್; ಟೊಳ್ಳು ಭೂಮಿ. ಟೊಳ್ಳು ಅಥವಾ ತಗ್ಗು. ಹಾಲೆಂಡಿನಲ್ಲಿ ಸಮುದ್ರ ಮಟ್ಟದಿಂದ 22 ಅಡಿ ತಗ್ಗಿನಲ್ಲಿರುವ ನೆಲವೂ ಇದೆ. ಅದಕ್ಕಾಗಿ ತಡೆಗೋಡೆಗಳು (ದಾಂತೆ ತನ್ನ ಕಾವ್ಯದಲ್ಲಿ ಈ ತಡೆಗೋಡೆಗಳನ್ನು ಹೊಗಳಿದ್ದಾನೆ. ಆಂಗ್ಲ ಕಾದಂಬರಿಕಾರ ಹಾಮಂಡ್ ಇನ್ನೆಸ್‌ನ ಪ್ರಕಾರ, ಚೀನದ ಮಹಾ ಗೋಡೆಯ ನಿರ್ಮಾಣದ ಬಳಿಕ ಮನುಷ್ಯನ ಅತ್ಯಂತ ದೊಡ್ಡ ಸಾಧನೆ ಇದೇ.) ದೇಶದ ಮೂರರಲ್ಲಿ ಒಂದು ಭಾಗ ಸಮುದ್ರ ರಾಜನ ದವಡೆಯಿಂದ ಕಸಿದದ್ದು. 13ನೆಯ ಶತಮಾನದಿಂದ 860 ಗಾಳಿ ಗಿರಣಿಗಳನ್ನು ಬಳಸಿ ತಗ್ಗಿನಿಂದ ನೀರನ್ನೆತ್ತಿ ಸಮುದ್ರಕ್ಕೆ ಸುರಿದಿವೆ. 1814ರಲ್ಲಿ ಹಾಲೆಂಡ್, ಬೆಲ್ಜಿಯಮ್, ಲಕ್ಸೆಂಬರ್ಗ್ ಒಂದಾದಾಗ ಬಂದ ಹೆಸರು ದಿ ನೆದರ್‌ಲೆಂಡ್ಸ್– ಅಧೋಭೂಮಿ. ಹದಿನೈದು ವರ್ಷಗಳ ಬಳಿಕ ಇವು ಬೇರೆ ಬೇರೆಯಾದ ಮೇಲೂ, ಹಾಲೆಂಡ್ ಒಂದನ್ನೇ 'ದಿ ನೆದರ್‌ಲೆಂಡ್ಸ್' ಎಂದು ಕೂಡ ಸಂಬೋಧಿಸುವುದು ಬಳಕೆಯಲ್ಲಿತ್ತು. ಆಂಗ್ಲರು ಜರ್ಮನರನ್ನು ಕರೆಯುವುದು 'ಡೊಯಿಶ್' ಎಂದು. ಜರ್ಮನ್ ಬುಡದಂದ ಪ್ರತ್ಯೇಕ ಕವಲಾಗಿ ಬೆಳೆದವರು – 'ಡಚ್ಚ'ರು. (ಹಾಲೆಂಡಿನ ವಿಸ್ತೀರ್ಣ 15,700 ಚ. ಮೈಲು; ಜನಸಂಖ್ಯೆ ಒಂದೂವರೆ ಕೋಟಿ; ಮುಖ್ಯ ನಗರ 'ಉತ್ತರದ ವೆನಿಸ್' ಎನಿಸಿಕೊಂಡಿರುವ ಆಮ್ಸ್ಟರ್‌ಡಾಮ್; ಆಡಳಿತ ಕೇಂದ್ರವಿರುವುದು 'ದಿ ಹೇಗ್'ನಲ್ಲಿ. ಅಂತರರಾಷ್ಟ್ರಿಯ ನ್ಯಾಯಸ್ಥಾನದ ಪೀಠವೂ ಈ ನಗರದಲ್ಲೇ.)

'ಇದೆಲ್ಲ ಇವತ್ತಿನ, ನಿನ್ನೆ ಮೊನ್ನೆಯ ವಿಷಯ. ನಾವೀಗ ಮೂಲವನ್ನು ಹುಡುಕುತ್ತ ಹಿಂದಕ್ಕೆ–ಬಹಳ ಹಿಂದಕ್ಕೆ ಹೋಗಬೇಕು.

10,000 ವರ್ಷ ಹಿಂದೆ ಕೊನೆಯ ಹಿಮಯುಗ* ಮುಗಿದು

---

* ಕೊನೆಯದು ಎನ್ನುವುದು ಅಷ್ಟು ಸರಿಯೆ? ಇನ್ನೊಮ್ಮೆ ಈ ಭೂಮಿ ಅಥವಾ ಅದರ ಒಂದು ಭಾಗ ಹಿಮಾವೃತವಾಗಲಾರದೆನ್ನುವುದಕ್ಕೆ ಭರವಸೆ ಏನು? ಆದರೆ, ಈವರೆಗಿನ ಹಿಮಯುಗಗಳ ಇತಿಹಾಸದಲ್ಲಿ 10 ಸಾವಿರ ವರ್ಷ ಹಿಂದೆ ಸಂಭವಿಸಿದ್ದೇ ಕಡೆಯದು ಎಂಬುದೇನೋ ನಿಜ.

ಮಂಜಿನ ಪರದೆ ಸರಿದಾಗ ಹಾಲೆಂಡಿನ ಉತ್ತರ ಭಾಗದಲ್ಲಿ ಕಂಡುಬಂದುದು ಬೋಳುನೆಲ ಮತ್ತು ಸವೆದ ಕಲ್ಲುಗಳು. ಆದರೇನಂತೆ ? ಸಮಶೀತೋಷ್ಣ ಹವೆ ಆಹ್ವಾನ ನೀಡಿತು, ಜೀವಿಗಳ ವಲಸೆಗೆ–ವಿಕಾಸಕ್ಕೆ.

ಕ್ರಿಸ್ತಪೂರ್ವ 5000ದ ಹೊತ್ತಿಗೆ ನೈಋತ್ಯ ಏಷ್ಯದಲ್ಲಿ ಜನ ಗೋದಿ ಯವೆ ಬೆಳೆಸುತ್ತಿದ್ದರು. ಪಳಗಿಸಲು ಮೊದಲು ಕುರಿ ಮೇಕೆಗಳು, ಬಳಿಕ ಹಂದಿ ನಾಯಿಗಳು. ಪಶ್ಚಿಮದತ್ತ ಜನರ ನಡಿಗೆ ಆರಂಭವಾಯಿತು. ಒಂದು ಸಾವಿರ ವರ್ಷಗಳ ಪ್ರವಾಸದ ಬಳಿಕ ಆ ಜನ ಹಾಲೆಂಡನ್ನು ತಲಪಿದರು. ನೆಲ ಅಗೆದು ಹೊರತೆಗೆದ ಅವಶೇಷಗಳ ಪ್ರಕಾರ, ಅಲ್ಲಿ ಗ್ರಾಮಜೀವನ ರೂಪುಗೊಂಡಿತು. ಸುಮಾರು 300 ಜನವಸತಿಯ ಹಳ್ಳಿಗಳು. 150 ಅಡಿ ಉದ್ದ 18 ಅಡಿ ಅಗಲದ ಸಮುದಾಯ ಮನೆಗಳು. ಓಕ್ ಮರದ ಗೋಡೆ. ಮಳೆಯಿಂದ ರಕ್ಷಿಸಿಕೊಳ್ಳಲು ತಟಿಕೆ–ಹುಲ್ಲುಗಳ ಇಳಿಜಾರು ಛಾವಣಿ. ಮಧ್ಯದಲ್ಲಿ ಗ್ರಾಮ ಸಭಾಭವನ. ಇದು ಕೂಡೊಕ್ಕಲು. ಸಾಗುವಳಿಯ ಜತೆಗೆ ಒರಟು ಮಡಕೆಗಳನ್ನು ಅವರು ಮಾಡುತ್ತಿದ್ದರು; ಒರಟು ಬಟ್ಟೆಗಳನ್ನು ನೇಯುತಿದ್ದರು.

ಮುಂದೆ ಇತರ ಬುಡಕಟ್ಟುಗಳ ವಲಸೆ. ಇವರು ಜರ್ಮನ್ ಮೂಲದವರು. ಫ್ಲಾಂಡರ್ಸ್ ಪ್ರದೇಶದಲ್ಲಿ ನಿಷ್ಣಾತ ನೇಕಾರರಾಗಿ ಮೆರೆದ ಫ್ರಿಸಿಯರು, ಮತ್ತು ರೋಮನರ ಕೆಳಗೆ ಹೋರಾಡಿದ ಬಟಾವಿಯರು. ಮುಂದಿನ ಶತಮಾನಗಳಲ್ಲಿ ಕ್ರಿಸ್ತ ಧರ್ಮ ರೋಮ್ ಸಾಮ್ರಾಜ್ಯವನ್ನು ಜಯಿಸಿತು. ಹಳೆಯ ನಂಬುಗೆಗಳನ್ನು ಬಿಟ್ಟು ಒಬ್ಬನೇ ದೇವರನ್ನು ಆರಾಧಿಸುವುದು ಯೂರೋಪಿನ ಬಹ್ವಂಶ ಪ್ರದೇಶಗಳ ಪೂಜಾ ವಿಧಾನವಾಯಿತು. ಸಮಾಜದ ಸ್ವರೂಪ ಹೀಗೆ: ಎತ್ತರದಲ್ಲಿ ಪ್ರತಿಷ್ಠಿತರು. ಇದು ವಂಶಪಾರಂಪರ್ಯ ಸ್ಥಾನಮಾನ. ಅವರಿಗೆ ನಿಷ್ಠೆಯಿಂದಿರುವುದಾಗಿ ಪ್ರತಿಜ್ಞೆ ಮಾಡುತ್ತಿದ್ದ ಸ್ವತಂತ್ರ ರೈತರು. ಈ ಏಣಿಯ ಕೆಳ ಹಂತದಲ್ಲಿ ಜೀತದಾಳುಗಳು. ಧರ್ಮಾಧಿಕಾರಿಗಳೇ ಈ ವರ್ಗಗಳ ನಡುವಿನ ಕೊಂಡಿ. ರೈತ ಮದುವೆಯಾಗಬೇಕಾದರೆ ಒಡೆಯನ ಅನುಮತಿ ಅಗತ್ಯ. ಆ ಅನುಮತಿಗಾಗಿ ಹಣ ತೆರಬೇಕು ಇಲ್ಲವೆ ಬಿಟ್ಟಿ ದುಡಿಯಬೇಕು. ಮೀನುಗಾರಿಕೆ ಚರಿತ್ರಪೂರ್ವ ಕಾಲ ದಿಂದಲೂ ರೂಢಿಯಲ್ಲಿದ್ದ ಕಸಬು. ಸಮರ ಸನ್ನಿವೇಶದಲ್ಲಿ ಜೀತದಾಳುಗಳು ಜೀತಯೋಧರೂ ಆಗಬೇಕಾಯಿತು. ಶಾರ್ಲ್‌ಮೇನ್ ಸ್ಥಾಪಿಸಿದ ಫ್ರಾಂಕ್ ಸಾಮ್ರಾಜ್ಯದಲ್ಲಿ ಫ್ರಾನ್ಸ್, ಜರ್ಮನಿ, ಬೆಲ್ಜಿಯಮ್ ಹಾಲೆಂಡ್ ಅಡಕಗೊಂಡವು. ಉತ್ತರದಿಂದ ವೈಕಿಂಗರು ಬಂದರು.

ಮುಂದಿನ ನಾಲ್ಕೈದು ಶತಮಾನಗಳಲ್ಲಿ ಪಟ್ಟಣಗಳು ಬೆಳೆದುವು. ವರ್ತಕ ವರ್ಗ ತಲೆ ಎತ್ತಿತು. ಪಟ್ಟಣಗಳಲ್ಲಿ ಹೆಚ್ಚು ಕಮ್ಮಿ ಸ್ವಾಯತ್ತೆ ಇರುತ್ತಿತ್ತು. ಪ್ರತಿಯೊಂದರಲ್ಲೂ ಎರಡು ರಾಜಕೀಯ ಪಕ್ಷಗಳು ರಚಿತವಾದವು. ಒಂದು, ಕಡಲು ಮೀನು ಪಕ್ಷ; ಇನ್ನೊಂದು, ಗಾಳಪಕ್ಷ.

ಉಕ್ಕೇರಿ ಬಂದ ನೀರು ಲಕ್ಷಾವಧಿ ಎಕರೆ ನೆಲವನ್ನು ಆವರಿಸುತ್ತಿತ್ತು; ಲಕ್ಷಾವಧಿ ಜನರ ಜೀವ ತೆಗೆಯುತ್ತಿತ್ತು. ಇದ್ದ ಪರಿಹಾರವೊಂದೇ ಬಲಿಷ್ಠ ತಡೆಗೋಡೆ. ಅದರ ನಿರ್ಮಾಣ 12ನೆಯ ಶತಮಾನದಲ್ಲಿ ಆರಂಭವಾಯಿತು.

ಹರಿಹಂಚಿಹೋಗಿದ್ದ ನಾಡು. ಅದರ ತುಂಡು ಪಾಳೆಯಗಾರರನ್ನು ಮಣಿಸುವುದು ಆಸ್ಟ್ರಿಯ, ಸ್ಪೇನ್‌ಗಳಂಥ ಪ್ರಬಲ ರಾಷ್ಟ್ರಗಳಿಗೆ ಸುಲಭವಾಯಿತು. ಬಿಡುಗಡೆಯ ಕಲ್ಪನೆಗೆ ಬೆಲೆ ಬರುವುದು ಗುಲಾಮ ಸ್ಥಿತಿಯನ್ನು ಅನುಭವಿಸಿದಾಗಲೇ. ಚಲಾವಣೆಗೆ ಬಂದ ಹೊಸ ಪದಗಳು: ಒಗ್ಗಟ್ಟು, ಸ್ವಾಭಿಮಾನ, ದೇಶಪ್ರೇಮ. ಪರಕೀಯ ಅರಸರು, ರೋಮನ್ ಕ್ಯಾಥಲಿಕರು. ಈ ಪ್ರದೇಶದ ಜನ ಕಾಲ್ವಿನ್ ಪ್ರಚುರಗೊಳಿಸಿದ ನಿಷ್ಠುರ ಪ್ರೊಟೆಸ್ಟಾಂಟ್ ಮತಾನುಯಾಯಿಗಳು. ತಮ್ಮ ಹಿತಕ್ಕೆ ಧಕ್ಕೆಯೊಡ್ಡಿದ್ದ ಸ್ಪೇನಿನ ಅರಸೊತ್ತಿಗೆಯನ್ನು ಇದಿರಿಸಲು ಹಾಲೆಂಡಿನ ಭೂ ಮಾಲಿಕರು ಸಿದ್ಧರಾದರು. ಪ್ರತಿಭಟನೆಯ ಕಿಡಿಗೆ ಧರ್ಮ ತಿದಿಯೊತ್ತಿತು. ಅವರ ನಾಯಕ ವಿಲಿಯಮ್. ಕವಿಯೊಬ್ಬ 'ವಿಲೆಮೆಸ್' ಎಂಬ ಹಾಡು ಬರೆದ. ಅದು ಶ್ರದ್ಧೆ ವಿಶ್ವಾಸ ಆಸೆಗಳಿಗೆ ಅಭಿವ್ಯಕ್ತಿಯಾದ ಹಾಡು. ಮುಂದೆ ಅದೇ ಹಾಲೆಂಡಿನ ರಾಷ್ಟ್ರಗೀತೆಯಾಯಿತು.

ತಾಟಸ್ಥ್ಯ ವಹಿಸಿದ ಬೆಲ್ಜಿಯಮಿನ ನೆಲೆಯಿಂದ ಡಚ್ಚರ ಮೇಲೆ ಸ್ಪೇನಿನ ಯುದ್ಧ. 1568–72ರ ಅವಧಿಯಲ್ಲಿ ಭೀಕರ ಸಮರ ನಡೆದಾಗ ಹಾಲೆಂಡ್ ಸೋಲಲಿಲ್ಲ. ಆದರೆ ಅಷ್ಟು ಸುಲಭವೆ ಬಲಿಷ್ಠ ಸಾಮ್ರಾಜ್ಯದ ಕಪಿಮುಷ್ಟಿಯಿಂದ ಸ್ವಾತಂತ್ರ್ಯವನ್ನು ಕಸಿದುಕೊಳ್ಳುವುದು ? ಬಿಟ್ಟು ಬಿಟ್ಟು 1648ರ ತನಕ 80 ವರ್ಷ ಕಾಲ ಸುದೀರ್ಘ ಹೋರಾಟ ನಡೆಯಿತು. ಸ್ವಾತಂತ್ರ್ಯ ಸಿದ್ಧಿಸಿದ ಬಳಿಕ ಹಾಲೆಂಡ್ ಬರೆದದ್ದು ಬಂಗಾರದ ಅಧ್ಯಾಯವನ್ನು. ಆ ತನಕ ಅದುಮಿದ್ದುದೆಲ್ಲ ರಭಸದಿಂದ ಬಿರಿದು ಅರಳಿತು. ಪ್ರತಿವರ್ಷ ಸಾವಿರ ಹಡಗುಗಳು ನೀರಿಗಿಳಿದುವು. ಡಚ್ ನಾವಿಕರು ಸಾಗರ ಸಂಚಾರಿಗಳಾದರು. ಪೂರ್ವದಲ್ಲಿ ಏಷ್ಯದತ್ತ; ಪಶ್ಚಿಮದಲ್ಲಿ ಅಮೆರಿಕದ ಕಡೆಗೆ. ಮುಂದೆ ನ್ಯೂಯಾರ್ಕ್ ಎಂಬ ಹೆಸರು ಪಡೆದ ನಗರವನ್ನು ಸ್ಥಾಪಿಸಿದವರೇ ಡಚ್ಚರು. ಅವರು ಮೊದಲು ಇಟ್ಟ ಹೆಸರು ನ್ಯೂ ಆಮ್ಸ್ಟರ್‌ಡಾಮ್.

ಫ್ರಾನ್ಸಿನ ಮಹಾಕ್ರಾಂತಿಯ (1789) ಬಳಿಕ ಹಾಲೆಂಡ್ 'ಬಟಾವಿಯ

ಗಣರಾಜ್ಯ' ಎನಿಸಿಕೊಂಡಿತು. ಕ್ರಾಂತಿ ಮಣ್ಣುಗೂಡಿ ನೆಪೋಲಿಯನ್ ಸಮ್ರಾಟನಾದ ಮೇಲೆ, 'ಬಟಾವಿಯ ಗಣರಾಜ್ಯ' ಹೋಗಿ 'ಕಿಂಗ್‌ಡಮ್ ಆಫ್ ಹಾಲೆಂಡ್' ಆಯಿತು. ನೆಪೋಲಿಯನನ ತಮ್ಮ ಹಾಲೆಂಡಿನ 'ಕಿಂಗ್' ಆದ. ಈ ವಿದೇಶೀಯರನ್ನು ಹೊರಹಾಕಿ ಹಾಲೆಂಡ್ 1813ರಲ್ಲಿ ತನ್ನ ಸ್ವಾತಂತ್ರ್ಯವನ್ನು ಮರಳಿ ಪಡೆಯಿತು.

ಹದಿನೇಳನೆಯ ಶತಮಾನದ ಮಧ್ಯಭಾಗದ ವೇಳೆಗೆ ಜಗತ್ತಿನಲ್ಲೇ ಸಾಗರ ಸಾರಿಗೆಯಲ್ಲೂ ವಾಣಿಜ್ಯದಲ್ಲೂ (ಕಡಲ್ಗಳ್ಳತನದಲ್ಲೂ!) ಪ್ರಥಮ ಸ್ಥಾನ ಗಳಿಸಿದ ಹಾಲೆಂಡ್ ಐರೋಪ್ಯ ಆರ್ಥಿಕ ವ್ಯವಸ್ಥೆಯ ಕೇಂದ್ರವೂ ಆಯಿತು. ಶೇರು ಮಾರುಕಟ್ಟೆ, ಸರಕಾರೀ ಲಾಟರಿ, ಅಬಕಾರೀ ಸುಂಕ ಇವೆಲ್ಲ ಡಚ್ಚರ ಕೊಡುಗೆ. ಪಶ್ಚಿಮ ಆಫ್ರಿಕದಿಂದ 900,000 ನೀಗ್ರೋಗಳನ್ನು ಹಿಡಿದೊಯ್ದು ಅಮೆರಿಕದಲ್ಲಿ ಮಾರಿದ ಪ್ರಮುಖರು ಪೋರ್ಚುಗೀಸರು, ಇಂಗ್ಲಿಷರು ಮತ್ತು ಡಚ್ಚರು. ವಿಸ್ತರಿಸುವ ಬಂಡವಾಳದ ಪರ್ಯವಸಾನ ಸಾಮ್ರಾಜ್ಯ ಸ್ಥಾಪನೆಯಲ್ಲಿ. ತಾತಂದಿರ ಕಾಲದಿಂದ ತಾಯ್ನಾಡಿನ ಸ್ವಾತಂತ್ರ್ಯಕ್ಕಾಗಿ ಸಮರ ನಡೆದಿತ್ತು. ಆದರೆ ಮೊಮ್ಮಕ್ಕಳು ಸ್ವತಃ ಇತರರ ಸ್ವಾತಂತ್ರ್ಯವನ್ನು ಕಸಿದರು, ಸಾಮ್ರಾಜ್ಯವನ್ನು ಕಟ್ಟಿದರು! ಆದರೆ, ಬ್ರಿಟಿಷ್ ಸಾಮ್ರಾಜ್ಯಕ್ಕಿದಿರು ಅಮೆರಿಕದ 13 ಪ್ರಾಂತಗಳು ಬಂಡಾಯವೆದ್ದಾಗ, ಡಚ್ಚರು ಅಮೆರಿಕನರಿಗೆ ಸಾಲ ನೀಡಿ ನೆರವಾದರು!

ಮಾರುಕಟ್ಟೆಗಳಿಗಾಗಿ ಪೈಪೋಟಿ ಪ್ರಬಲವಾಯಿತು. 20ನೆಯ ಶತಮಾನದ ಎರಡನೆಯ ದಶಕದಲ್ಲಿ ನಡೆದ ಜಾಗತಿಕ ಮಹಾಯುದ್ಧ ಆ ಸ್ಪರ್ಧೆಯ ತರ್ಕಬದ್ಧ ಅಂತ್ಯ. ಡಚ್ಚರು ತಾಟಸ್ಥ್ಯ ವಹಿಸಿ, ಇದ್ದುದನ್ನು ಉಳಿಸಿಕೊಂಡರು. ದ್ವಿತೀಯ ಲೋಕ ಮಹಾಯುದ್ಧದಲ್ಲಿ ಮಾತ್ರ ಇವರ ತಾಟಸ್ಥ್ಯವನ್ನು ಹಿಟ್ಲರ್ ಪರಿಗಣಿಸಲಿಲ್ಲ. 1940ರಲ್ಲಿ ನಾಜೀ ಪಡೆಗಳು ಹಾಲೆಂಡನ್ನು ಹೊಕ್ಕುವು. ಐದೇ ದಿನಗಳಲ್ಲಿ ಹಾಲೆಂಡ್ ಹಣ್ಣಾಯಿತಾದರೂ, ಪ್ರತಿಭಟನೆ ಮುಂದುವರಿಯಿತು. ರಾಣಿ ವಿಲ್ಹೆಮಿನಾಳಿಂದ (ವಾಸ ಬ್ರಿಟನಿನಲ್ಲಿ) ಕಮ್ಯೂನಿಷ್ಟರ ತನಕ ಎಲ್ಲರೂ ಇಡೀ ಐದು ವರ್ಷ ನಾಜೀಗಳ ನಿದ್ದೆಗೇಡಿಗೆ ಕಾರಣರಾದರು. ನಾಜೀ ಮಾರಣಹೋಮದಲ್ಲಿ ಸತ್ತ ಡಚ್ಚರ ಸಂಖ್ಯೆ 205,000. ಕಂಬಿಕೀಳುವುದಕ್ಕೆ ಮುನ್ನ ನಾಜಿಗಳು ತಡೆಗೋಡೆಗಳನ್ನು ಒಡೆದರು. 1941ರಲ್ಲಿ ಇಂಡೊನೇಷ್ಯದಲ್ಲಿದ್ದ ಡಚ್ ಪ್ರದೇಶಗಳು ಜಪಾನರ ವಶವಾದುವು. 1945ರಲ್ಲಿ ಯುದ್ಧ ಮುಕ್ತಾಯವಾದ ಮೇಲೆ ಕೈಬಿಟ್ಟಿದ್ದ ಪ್ರದೇಶಗಳನ್ನು ಮರಳಿ ಪಡೆಯಲು ಹಾಲೆಂಡ್ ನಿರ್ಧರಿಸಿ ವಿಫಲ ಹೋರಾಟ ನಡೆಸಿತು. ಜಗತ್ತಿನಲ್ಲಿ ಮತ್ತೊಂದು ದೇಶ – ಇಂಡೊನೇಷ್ಯ– 1949ರಲ್ಲಿ ಸ್ವತಂತ್ರವಾಯಿತು. 1962ರಲ್ಲಿ, ವಿಸ್ತಾರದಲ್ಲಿ ಜಪಾನಿಗಿಂತ

ದೊಡ್ಡದಾದ ಡಚ್ ನ್ಯೂ ಗಿನಿ ಸ್ವಾತಂತ್ರ್ಯ ಗಳಿಸಿತು.* 350 ವರ್ಷ ಬಾಳಿದ್ದ ಸಾಮ್ರಾಜ್ಯ ಹೀಗೆ ಅಳಿಯಿತು.

ಹಾಲೆಂಡಿನದು ರಾಜ್ಯಾಂಗಬದ್ಧ ಅರಸೊತ್ತಿಗೆ. ಡಚ್– ಅಧಿಕೃತ ಭಾಷೆ. ಉತ್ತರದ ಮೂಲೆಯಲ್ಲಿ ಫ್ರಿಸಿಯ ಭಾಷೆ ಮಾತನಾಡುವವರೂ ಇದ್ದಾರೆ. ಕೃಷಿ ಆಧಾರಿತ ಉದ್ಯಮಗಳಿವೆ. ವಿದೇಶಗಳಿಂದ ಕಚ್ಚಾ ಸಾಮಗ್ರಿ ತರಿಸಿ ಘನ ಕೈಗಾರಿಕೆಗಳನ್ನು ನಡೆಸುತ್ತಾರೆ. ಹಾಲೆಂಡಿನ ರಾಸಾಯನಿಕ ತಯಾರಿಗಳೂ ವಿದ್ಯುದುಪಕರಣಗಳೂ ಜಗದ್ವಿಖ್ಯಾತ. ನೆದರ್‌ಲೆಂಡ್ಸ್‌ನಲ್ಲಿ ಜನವಸತಿ ನಿಬಿಡ.

* * *

ನವ ಶಿಲಾಯುಗದಲ್ಲಿ – ಕ್ರಿ. ಪೂ. 2500ರಲ್ಲಿ – ಚಕಮಕಿ ಕಲ್ಲನ್ನು ಅಗೆದು ತೆಗೆಯುವ ಗಣಿಗಳು ಬೆಲ್ಜಿಯಮಿನಲ್ಲಿದ್ದುವು. (ಅದೇ ಕಾಲಾವಧಿಯಲ್ಲಿ ಇಂಥ ಗಣಿಗಳಿದ್ದ ಇತರ ಪ್ರದೇಶಗಳು: ದಕ್ಷಿಣ ಫ್ರಾನ್ಸ್, ಡೆನ್‌ಮಾರ್ಕ್ ಮತ್ತು ಪೋಲೆಂಡ್.) ಈ ಗಣಿಗಳಲ್ಲಿ ಕಾರ್ಯ ವಿಧಾನ: ಬಂಡೆಗಳನ್ನು ಬೆಂಕಿಯಿಂದ ಕಾಯಿಸುವುದು. ಕಾವೇರಿದ ಮೇಲೆ ತಣ್ಣೀರೆರಚಿ, ಬಂಡೆ ಸೀಳಿಬಿಡುವಂತೆ ಮಾಡುವುದು. ಈ ಶಿಲೆಯಿಂದ ತಯಾರಿಸಿದ ಕೊಡಲಿಗಳು ಕಾಡು ಕಡಿದು ಕೃಷಿಭೂಮಿ ಪಡೆಯಲು ಕಾರಣವಾದುವು. ಇದು ಕೊಡಲಿ ಕ್ರಾಂತಿ. (ಬೇರೆ ಬೇರೆ ಪ್ರದೇಶಗಳಲ್ಲಿ ಈ ಕೊಡಲಿಗಳು ಮಾರಾಟವಾಗುತ್ತಿದ್ದುವು.) ನೆಲವನ್ನು ಉಳಲು ಮರದ ನೇಗಿಲು. ನೇಗಿಲನ್ನು ಮೊದಲು ಮನುಷ್ಯರು ಎಳೆದರು. ಬಳಿಕ, ಎತ್ತುಗಳು.

ಈ ನೆಲದ ಜನರನ್ನು ಬೆಲ್ಗೀ ಎಂದು ಕರೆದವನು ಸೀಜರ್, ಕ್ರಿಸ್ತ ಪೂರ್ವ ಒಂದನೆಯ ಶತಮಾನದಲ್ಲಿ. ಆತ ಆ ಧೀರರನ್ನು ಗೆದ್ದ. ಬೆಲ್ಗೀ ಜನರಿಂದಲೇ ಪ್ರದೇಶಕ್ಕೆ ಬೆಲ್ಜಿಯಮ್ ಎಂಬ ಹೆಸರು. (ಆಗ್ನೇಯ ಮೂಲೆಯಲ್ಲಿ ಬೆಲ್ಜಿಯಮಿಗೆ ಅಂಟಿಕೊಂಡಿರುವ 999 ಚ. ಮೈಲುಗಳ ಪುಟ್ಟ ದೇಶ ಲಕ್ಸೆಂಬರ್ಗ್ – ಲುಸಿಲಿನ್ ಬರ್‌ಹುಕ್– 'ಪುಟ್ಟ ಕೋಟೆ' – ರೋಮನರು ಕಟ್ಟಿದ್ದು. ಭಾಷೆ: ಫ್ರೆಂಚ್– ಜರ್ಮನ್ ಮಿಶ್ರಿತ ಲಕ್ಸೆಂಬೂರ್ಶ್ವಾ.) ಬೆಲ್ಜಿಯಮ್ ವಿಸ್ತಾರದಲ್ಲಿ

---

* ದಕ್ಷಿಣ ಅಮೆರಿಕದ ವಾಯವ್ಯದಲ್ಲಿರುವ ಕರಿಬಿಯನ್ ಸಮುದ್ರದಲ್ಲಿ ಡಚ್ಚರ ಅಧೀನದಲ್ಲಿ ಮೂರು ಮೂರು ದ್ವೀಪಗಳ ಎರಡು ಗುಂಪುಗಳಿದ್ದುವು. ಒಂದರಿಂದ ಇನ್ನೊಂದಕ್ಕೆ 550 ಮೈಲು ದೂರ, ಇವೇ ಸುರಿನಮ್. ಸುರಿನಮ್‌ಗೆ ಸ್ವಾತಂತ್ರ್ಯ ನೀಡಲು 1973ರಲ್ಲಿ ಹಾಲೆಂಡ್ ನಿರ್ಧರಿಸಿತು. ಹಾಲೆಂಡಿಗೆ ವಲಸೆ ಹೋಗುವ ಅವಕಾಶ ತಪ್ಪುತ್ತದೆಂದು ಸುರಿನಮ್‌ನ ಜನ "ಸ್ವಾತಂತ್ರ್ಯ ಬೇಡ" ಎಂದರು. ಕಡೆಗೆ 1978ರಲ್ಲಿ ಮನಸ್ಸಿಲ್ಲದ ಮನಸ್ಸಿನಿಂದ ಸ್ವತಂತ್ರರಾಗಲು ಒಪ್ಪಿದರು!

(11,779 ಚ. ಮೈಲು) ಚಿಕ್ಕದು; ಜನಸಾಂದ್ರತೆಯಲ್ಲಿ (99,50,000) ದೊಡ್ಡದು. ಬ್ರುಸೆಲ್ಸ್ ರಾಜಧಾನಿ.

ಯೂರೋಪಿನ ರಣಾಂಗಣ ಎಂಬ ಅಡ್ಡ ಹೆಸರಿದೆ ಬೆಲ್ಜಿಯಮಿಗೆ. ಪರಸ್ಪರ ವಿರುದ್ಧ ದಿಕ್ಕಿನಿಂದ ಯಾವ ಸೇನೆಗಳು ದೌಡಾಯಿಸಿದರೂ ಅಲ್ಲೊಂದು ಯುದ್ಧವಾಗಬೇಕು. 10–12ನೇ ಶತಮಾನಗಳಲ್ಲಿ ಪಟ್ಟಣಗಳು ಮೈತಾಳಿದವು. ಬೆಲ್ಜಿಯಮ್ ಒಂದು ರಾಷ್ಟ್ರವೆನಿಸಿತು. ಆ ದೇಶಕ್ಕೆ ಏಕ ರಾಷ್ಟ್ರೀಯ ಭಾಷೆಯಿಲ್ಲ ಎರಡು ಅಧಿಕೃತ ಭಾಷೆಗಳು. ಉತ್ತರದ ಭಾಗದಲ್ಲಿರುವ ಬೆಲ್ಜಿಯನರು ಫ್ಲೆಮಿಶರು; ದಕ್ಷಿಣದವರು ವಲೂನರು. ಫ್ಲೆಮಿಶರು ಮಾತನಾಡುವುದು ಡಚ್ ಭಾಷೆಯನ್ನು, ವಲೂನರು ಫ್ರೆಂಚನ್ನು. ಈ ಭಾಷಾ ವಿಭಜನೆ 5ನೇಯ ಶತಮಾನದಲ್ಲೇ ನಡೆಯಿತು. ವಲೂನರು ನಾಟಕಗಳನ್ನು ಆಡುವುದು ಹಾಲೆಂಡಿಗೆ ಇಷ್ಟವಿರಲಿಲ್ಲ. 1830ರಲ್ಲಿ ಒಂದು ರಾತ್ರಿ ಬ್ರುಸೆಲ್ಸ್‌ನ ರಂಗಮಂದಿರದಲ್ಲಿ ನಾಟಕ ಪ್ರದರ್ಶನ ನಡೆದಿತ್ತು. ಫ್ರೆಂಚರ ವಿರುದ್ಧ ಫ್ಲಾಂಡರ್ಸ್ ಬಂಡೆದ್ದ ಕಥಾವಸ್ತು. ನಟರು ರಂಗದಿಂದಿಳಿದು ಚಾರಿತ್ರಿಕ ಘೋಷಗಳನ್ನು ಕೂಗುತ್ತ ಪ್ರೇಕ್ಷಾಗೃಹ ಸೇರಿದರು. ಪ್ರೇಕ್ಷಕರು ಎದ್ದುನಿಂತು ಧ್ವನಿಗೂಡಿಸಿದರು. ಎಲ್ಲರೂ ಹೊರಬಂದರು. ಈಗ ಹಾಲೆಂಡಿನ ವಿರುದ್ಧ ಘೋಷಗಳು. ನಗರದ ಜನರೆಲ್ಲ ಬೀದಿಗಿಳಿದರು. ಇವರೆಲ್ಲರೂ ಸಿಂಹರೇ. ಪ್ರೊಟೆಸ್ಟಾಂಟ್ ಡಚ್ಚರ ವಿರುದ್ಧ ರೋಮನ್ ಕ್ಯಾಥೊಲಿಕ್ ಬೆಲ್ಜಿಯನರ ಗರ್ಜನೆ. ಪರಿಣಾಮ : ಹಾಲೆಂಡಿನ ಹಿಡಿತದಿಂದ ಮರುವರ್ಷ ಬೆಲ್ಜಿಯಮ್ ಪಾರಾದದ್ದು. 150 ವರ್ಷ ಕಳೆದರೂ ಭಾಷಾ ಘರ್ಷಣೆ ಮಾತ್ರ ಸ್ವತಂತ್ರ ಬೆಲ್ಜಿಯಮಿನ ಆಂತರಿಕ ಸಮಸ್ಯೆಯಾಗಿ ಇನ್ನೂ ಉಳಿದಿದೆ. ವಾಸ್ತವವಾಗಿ ಈ ಘರ್ಷಣೆ ಆರ್ಥಿಕ ಸ್ವರೂಪದ್ದು. ವಲೂನ್ ಆಢ್ಯರು ಫ್ಲೆಮಿಶ್ ಜನರನ್ನು (ಫ್ಲೆಮಿಶ್ ಬಡ ಜನರನ್ನು) ಸುಲಿಯುತ್ತಿದ್ದಾರೆ. ಕೂಲಿಕಾರರು ಬೇಕಾದಾಗ ಜಾಹೀರಾತುಗಳು ಡಚ್ ಭಾಷಾ ಪತ್ರಿಕೆಗಳಲ್ಲಿ ಪ್ರಕಟವಾಗುತ್ತವೆ. ಮ್ಯಾನೇಜರ್ ಹುದ್ದೆಗಳ ಜಾಹೀರಾತು ಪ್ರಕಟಣೆ ಫ್ರೆಂಚ್ ಭಾಷಾ ಪತ್ರಿಕೆಗಳಲ್ಲಿ !

ಪ್ರಾಚೀನ ಫ್ಲೆಮಿಶ್ ನೇಕಾರರ ಕೈಯಲ್ಲಿ, 15ನೇ ಶತಮಾನದಲ್ಲಿ, ಬಟ್ಟೆ ಉದ್ಯಮ ಹಿರಿಮೆ ಸಾಧಿಸಿತು. ಆಂಟ್‌ವರ್ಪ್ ಯೂರೋಪಿನ ಅತಿ ದೊಡ್ಡ ವಾಣಿಜ್ಯ ಕೇಂದ್ರವಾಯಿತು, ನೋಡಿದವರ ಕಣ್ಣನ್ನು ಕುಕ್ಕುವಂತಿತ್ತು, ಇಲ್ಲಿನ ವರ್ತಕರ ಸಿರಿವಂತಿಕೆ.

ಬೆಲ್ಜಿಯಮ್ ಕೆಲ ಕಾಲ ನೆಪೋಲಿಯನನ ಹಿಡಿತದ ಸುಖ ಅನುಭವಿಸಿದ್ದೂ ಉಂಟು.

ಔದ್ಯೋಗಿಕ ಕ್ರಾಂತಿಯ ಕಹಳೆ ಮೊಳಗಿದ ಮೇಲೆ ಬೆಲ್ಜಿಯಮ್

ತುಂಬ ರೈಲು ದಾರಿಗಳ ಜಾಲ ನೆಯ್ದರು. ಫ್ರಾನ್ಸ್ ಇಟಲಿಗಳಲ್ಲೂ ಇಲ್ಲ ಇಂಥ ರೈಲು ಜಾಲ.

19ನೇ ಶತಮಾನದಲ್ಲೊಬ್ಬ ಬಿಳಿಯ ಮನುಷ್ಯ–ಮತಪ್ರಸಾರಕ ಲಿವಿಂಗ್‌ಸ್ಟೋನ್ – ಕರಿಯ ಆಫ್ರಿಕಕ್ಕೆ ಹೋದ. ಎಷ್ಟು ವರ್ಷಗಳಾದರೂ ಮರಳಲಿಲ್ಲ. ಆತನಿಗಾಗಿ ಶೋಧೆ ನಡೆಸಲು ಅಮೆರಿಕದ ಒಂದು ಪತ್ರಿಕೆ 1877ರಲ್ಲಿ ಒಬ್ಬ ಪತ್ರಿಕೋದ್ಯೋಗಿಯನ್ನು ಕಳಿಸಿತು. ಅವನು ಸ್ಟಾನ್ಲಿ. ಬಹಳ ಸುತ್ತಾಡಿದ ಬಳಿಕ ಕಣ್ಣಿಗೆ ಬಿದ್ದ ಬಿಳಿಯನನ್ನು "ಮಿ. ಲಿವಿಂಗ್‌ಸ್ಟೋನ್ ಅಲ್ಲವೆ ?" ಎಂದು ಕೇಳಿದ. ಬೇರೆ ಯಾವ ಬಿಳಿ ವ್ಯಕ್ತಿ ಇರಬೇಕು ಆ ಕಗ್ಗಾಡಿನಲ್ಲಿ ? ಈ ಭೇಟಿಯ ಕಥೆ ವಿವರ ರಂಜಕ ವರದಿಯಾಯಿತು. ಬೆಲ್ಜಿಯಮ್ ಸರಕಾರ ಸ್ಟಾನ್ಲಿಯ ಸೇವೆಯನ್ನು ಪಡೆಯಿತು. ಅಂದರೆ, ಆತನನ್ನು ಕೊಂಡಿತು. ಕೆಲ ಬೆಲ್ಜಿಯಮ್ ಸೈನಿಕರ ಜತೆ ಅವನು ಸುತ್ತಾಡಿದ ಕಾಂಗೋ ಪ್ರದೇಶ ಬೆಲ್ಜಿಯಮಿನ ಅಧೀನವಾಯಿತು. ರಬ್ಬರ್, ಹತ್ತಿ, ಹಸ್ತಿದಂತ, ತಾಮ್ರ, ಬಂಗಾರ, ವಜ್ರ, ಏನಿರಲಿಲ್ಲ ಅಲ್ಲಿ ?

ಮೊದಲ ಲೋಕ ಮಹಾಯುದ್ಧದ ಮೇಲೆ ಕೈಸರನ ಪದತಲದಲ್ಲಿ ಬೆಲ್ಜಿಯಮ್ ಒದ್ದಾಡಿತು. 100,000 ಮನೆಗಳು ನಾಶವಾದುವು; 50,000 ಸೈನಿಕರೂ ನಾಗರಿಕರೂ ಸತ್ತರು. ಆದರೆ ಯುದ್ಧಾ ನಂತರದ ಚೇತರಿಕೆ ಕಷ್ಟವಾಗಲಿಲ್ಲ. ಕಾಂಗೋದ ಬೆನ್ನೇರಿ ಬೆಲ್ಜಿಯಮ್ ಸವಾರಿ ಮಾಡಿತು. ಮುಂದೆ ಕೈಸರನ ಅಪರವತಾರದಂತಿದ್ದ ಹಿಟ್ಲರ್ ಬಂದ. ಹದಿನೆಂಟು ದಿನಗಳ ಬಹಿರಂಗ ಪ್ರತಿಭಟನೆ. ಅನಂತರ ಭೂಗತ ಹೋರಾಟ. ಸಮರದ ಬಳಿಕ ಶಾಂತಿ.

ಆಫ್ರಿಕವೀಗ ಜ್ವಾಲಾಮುಖಿ. ಕೆಲ ವರ್ಷ ಹಿಗ್ಗಾ ಮುಗ್ಗಾ ಮಾಡಿದ ಮೇಲೆ, 1960ರಲ್ಲಿ ಕಾಂಗೋ ಕೈಬಿಟ್ಟಿತು. ಜಾಯ್‌ರೆ ಎಂಬ ನಾಮಧೇಯದೊಡನೆ ಸ್ವತಂತ್ರ ರಾಷ್ಟ್ರಗಳ ಸಾಲಿನಲ್ಲಿ ಅದು ನಿಂತಿತು.

ಹಾಲೆಂಡ್ ಲಕ್ಸೆಂಬರ್ಗ್‌ಗಳ ಜತೆ ಆರ್ಥಿಕ ಒಕ್ಕೂಟದ ಪ್ರಯೋಗ ಹತ್ತು ವರ್ಷ ನಡೆಯಿತು. ಐರೋಪ್ಯ ಮಾರುಕಟ್ಟೆ ಅಸ್ತಿತ್ವಕ್ಕೆ ಬಂದ ಮೇಲೆ, ಬರಿಯ ಮೂವರ ಒಕ್ಕೂಟ ಯಾವ ಗುರುತನ್ನೂ ಉಳಿಸದೆ ಮುಕ್ತಾಯವಾಯಿತು.

ರಾಜ್ಯಾಂಗಬದ್ಧವಾದ ಅರಸೊತ್ತಿಗೆ. ಕೃಷಿಯಲ್ಲಿ, ಹೇರು ಬಂಡಿ ಎಳೆಯುವ ಕುದುರೆಗಳ ಸಾಕಣೆಯಲ್ಲಿ, ಬೆಲ್ಜಿಯಮಿನ ಜನ ನಿಷ್ಣಾತರು.

ಸೆಣಬು ತಯಾರಿಸುತ್ತಾರೆ. ಕಲ್ಲಿದ್ದಲು ಮುಖ್ಯ ಖನಿಜ. ಕೈಗಾರಿಕೋದ್ಯಮಗಳೂ ಇವೆ. ತಮ್ಮನ್ನು ತಾವು ನೋಡಿಕೊಳ್ಳುವ ನಿಲುವುಗನ್ನಡಿಗಳಿಗೆ ಬೆಲ್ಜಿಯಮ್ ಗಾಜನ್ನು ಬಳಸಿದರೇನೇ, ಒಂದು ಹೆಚ್ಚುಗಾರಿಕೆ ಜಗತ್ತಿನ ಧನಾಢ್ಯರಿಗೆ !

* * *

1291. ಸ್ವಿಟ್ಜರ್‌ಲೆಂಡನ್ನು ಆಸ್ಟ್ರಿಯ ಆಳುತ್ತಿತ್ತು. ಸ್ವಿಸ್ ದೇಶಪ್ರೇಮಿ ವಿಲಿಯಂ ಟೆಲ್‌ನನ್ನು ಅರಸನ ಪ್ರತಿನಿಧಿ ಬಂಧಿಸಿದ.

ದೃಶ್ಯ: ದೂರದಲ್ಲಿರುವ ಟೆಲ್‌ನ ಮಗನ ತಲೆಯ ಮೇಲೊಂದು ಸೇಬು.

ಅಧಿಕಾರಿ : "ಖ್ಯಾತ ಬಿಲ್ಗಾರನಲ್ಲವೆ ನೀನು ? ಬಿಡು ಬಾಣ! ಆ ಸೇಬನ್ನು ಎರಡು ಹೋಳು ಮಾಡು !"

ಟೆಲ್ ಬತ್ತಳಿಕೆಯಿಂದ ಎರಡುಬಾಣಗಳನ್ನು ತೆಗೆಯುತ್ತಾನೆ. ಒಂದನ್ನು ಹೆದೆಏರಿಸಿ ಗುರಿ ಇಡುತ್ತಾನೆ. ಸೇಬು ಎರಡು ಹೋಳು !

ಅಧಿಕಾರಿ: "ಎರಡು ಬಾಣ ಯಾಕೆ ತೆಗೆದೆ ?"

ವಿಲಿಯಂ ಟೆಲ್: "ಒಂದು ಸೇಬನ್ನು ಇಬ್ಭಾಗ ಮಾಡುವುದಕ್ಕೆ. ಇನ್ನೊಂದು ಇಗೋ ನಿನಗೆ !"

ಆ ಬಾಣ ಅಧಿಕಾರಿಯ ಎದೆಯನ್ನು ಹೊಗುತ್ತದೆ. ಡೆಲ್ ಮಗನನ್ನು ಕರೆದುಕೊಂಡು ತಪ್ಪಿಸಿಕೊಳ್ಳುತ್ತಾನೆ.

ಇದು ಏಳು ಶತಮಾನಗಳಿಂದ ಸ್ವಿಟ್ಜರ್‌ಲೆಂಡಿನಲ್ಲಿ ಪ್ರಚಲಿತವಿರುವ ದಂತ ಕಥೆ. 'ಬರೇ ಕಲ್ಪಿತ' ಎನ್ನುವವರಿದ್ದಾರೆ. ಆ ಅಭಿಪ್ರಾಯವನ್ನು ಒಪ್ಪುವುದು ಕಷ್ಟ. ಪೀಳಿಗೆಯಿಂದ ಪೀಳಿಗೆಗೆ ಜನತೆಯ ಸ್ಮೃತಿಯಲ್ಲಿ ಕಥೆ ಹರಿದು ಬಂದಿದೆ. ಈಗಲೂ ಪ್ರತಿ ವರ್ಷ 'ವಿನಿಯಂ ಟೆಲ್' ನಾಟಕದ ಉತ್ಸವ ನಡೆಯುತ್ತದೆ.* ಐದು ವರ್ಷಗಳಿಗೊಮ್ಮೆ ರಾಷ್ಟ್ರದ ಶ್ರೇಷ್ಠ ಗುರಿಕಾರನನ್ನು ಆರಿಸಲು ಸ್ಪರ್ಧೆ ನಡೆಯುತ್ತದೆ. ಆ ದೇಶ ರಫ್ತು ಮಾಡುವ ಎಲ್ಲ ವಸ್ತುಗಳ ಲಾಂಛನ ಕೂಡ – ಬಿಲ್ಲು.

ಇಲ್ಲಿಂದ ಹಿನ್ನೋಟ ಇತಿಹಾಸಪೂರ್ವ ಕಾಲಕ್ಕೆ. 50,000 ವರ್ಷ ಹಿಂದೆ ಇಲ್ಲಿನ ಕಣಿವೆಗಳ ಗವಿಗಳಲ್ಲಿ ಮನುಷ್ಯರು ವಾಸವಾಗಿದ್ದರು. ನವ ಶಿಲಾಯುಗದ ಜನರು ಇಲ್ಲಿನ ಹೇರಳ ಸರೋವರಗಳಲ್ಲಿ ಮೀನು ಹಿಡಿಯುತ್ತಿದ್ದರು; ತಟಾಕಗಳ ಜವುಗು ಬದಿಗಳಲ್ಲಿ ಗೂಟಗಳನ್ನು ಹೂತು ಆ ಗೂಟಗಳ ಮೇಲೆ ಗುಡಿಸಲುಗಳನ್ನು ಕಟ್ಟಿ ವಾಸಿಸುತ್ತಿದ್ದರು. ಕಬ್ಬಿಣ ಯುಗದಲ್ಲಿ ಅತ್ತ ಬಂದವರು ಕೆಲ್ಟ್ ಬುಡಕಟ್ಟುಗಳ ಜನರು. ಹೆಲ್ವೆಟಿಯ್ ಆ ಬುಡಕಟ್ಟುಗಳಲ್ಲೊಂದು. ಬಳಿಕ ಜರ್ಮನ್ ಬುಡಕಟ್ಟುಗಳ ಆಗಮನ. ಕ್ರಿ. ಪೂ. 58ರಲ್ಲಿ ಹೆಲ್ವೆಟಿಯ್ ತಮ್ಮ ಜಾನುವಾರುಗಳೊಡನೆ ರೋಮನರ ವಶದಲ್ಲಿದ್ದ ದಕ್ಷಿಣ ಫ್ರಾನ್ಸಿಗೆ ವಲಸೆ ಹೋದರು. ಸೀಜರ್ 8 ದಿನಗಳಲ್ಲಿ 700 ಮೈಲು ಧಾವಿಸಿ

---

* ಈ ನಾಟಕದ ಕರ್ತೃ ಜರ್ಮನಿಯ ಶ್ರೇಷ್ಠ ನಾಟಕಕಾರ ಷಿಲ್ಲರ್ (18ನೇ ಶತಮಾನ). ನೆದರ್‌ಲೆಂಡ್ಸ್‌ನ ಸ್ವಾತಂತ್ರ್ಯ ಹೋರಾಟದ ಇತಿಹಾಸವನ್ನೂ ಆತ ಬರೆದಿದ್ದಾನೆ.

ಜೇನಿವಾಕ್ಕೆ ಬಂದು ಎಲ್ಲ ಬುಡಕಟ್ಟುಗಳಿಗೆ, "ನಿಮ್ಮ ಗುಡ್ಡ ಕಣಿವೆಗಳಲ್ಲೇ ಇರಿ" ಎಂದ. 5ನೇ ಶತಮಾನದ ಆರಂಭದವರೆಗೂ ಆ ಗುಡ್ಡ ಕಣಿವೆಗಳು ರೋಮನರ ವಶದಲ್ಲಿದ್ದುವು. ಆ ಆಳ್ವಿಕೆಯ ಫಲಶ್ರುತಿ: ಅರಮನೆಗಳು, ದೇವಾಲಯಗಳು, ಕ್ರೀಡಾಂಗಣಗಳು ರಸ್ತೆಗಳು. ರೋಮ್‌ನ ಕೋಳಿ ಇಲ್ಲಿ ಮೊಟ್ಟೆ ಇಟ್ಟಿತು. ರೋಮನರು ನಿರ್ಗಮಿಸಿದ ಬಳಿಕ ಜರ್ಮನ್ ಜನರ ಮೇಲಾಡಳಿತ ಆರಂಭವಾಯಿತು. 6ನೇ ಶತಮಾನದಲ್ಲಿ ಬಂತು ಕ್ರಿಸ್ತ ಧರ್ಮ. 768ರಲ್ಲಿ ಈ ಪ್ರದೇಶ ಶಾರ್ಲ್‌ಮೇನನ ಆಧಿಪತ್ಯದ ಒಂದಂಗ ವಾಯಿತು. ಮುಂದೆ 15ನೇ ಶತಮಾನದವರೆಗೂ ಅವರಿವರ ಸೊತ್ತಾಗುವ ದುರ್ದೆಶೆ.

ಸ್ವಿಟ್ಜರ್‌ಲೆಂಡ್ ದೇಶದ ರಚನೆ ಆರಂಭವಾದದ್ದು 13ನೆಯ ಶತಮಾನದ ಅಂತ್ಯದಲದಲ್ಲಿ, ಐತಿಹ್ಯದ ಪ್ರಕಾರ ವಿಲಿಯಂ ಟೆಲ್ ಪ್ರಕರಣದ ಬಳಿಕ. ಟೆಲ್‌ನ ಊರು ಯೂರಿ. ಯೂರಿ, ಸ್ವಿಟ್ಜ್, ಅಂಟರ್ವಾಲ್ಡೆನ್–ಇವು ಜನಸಮುದಾಯಗಳಿದ್ದ ಅರಣ್ಯ ಪ್ರದೇಶ (ಕ್ಯಾಂಟನು)ಗಳು. ಲೂಸೆರ್ನಿ, ಸರೋವರದ ದಡದಲ್ಲಿ ರೂಟ್ಲಿ ಎಂಬಲ್ಲಿ ಅವರೆಲ್ಲ ಸಭೆ ಸೇರಿದರು.* ಪರಕೀಯ ಆಸ್ಟ್ರಿಯನರಿಂದ ಮುಕ್ತರಾಗುವ ಪ್ರತಿಜ್ಞೆ ಕೈಗೊಂಡರು. ಮುಂದಿನ ದಿನಗಳಲ್ಲಿ ಇನ್ನೂ ಐದು ಕ್ಯಾಂಟನುಗಳು ಇವರನ್ನು ಸೇರಿದುವು. 'ಮೇಲಣ ಜರ್ಮನಿಯ ಘಟಕಗಳ ಸಂಯೋಜಿತ ಒಕ್ಕೂಟ' ಎಂಬುದು ಮೊದಲ ಹೆಸರು. ಬಳಿಕ ಮುಖ್ಯ ಘಟಕದ ಹೆಸರೇ ಇಡೀ ಪ್ರದೇಶಕ್ಕೆ, ದೇಶಕ್ಕೆ, ಬಂತು. ಅದೇ ಸ್ವಿಟ್ಜರ್‌ಲೆಂಡ್. ಮತ್ತೆ ಐದು ಘಟಕಗಳು ಸೇರಿದುವು. ಸಂಖ್ಯೆ ಮುಂದೆ 25ಕ್ಕೆ ಏರಿತು. 100 ವರ್ಷ ಹೋರಾಡಿದ ಬಳಿಕ ಸ್ವಿಟ್ಜರ್‌ಲೆಂಡ್ ಸಂಪೂರ್ಣ ಸ್ವಾತಂತ್ರ್ಯ ಸಾಧಿಸಿತು.

ಲೂಥರ್ ಪಂಥ ಸೇರಿದ್ದ ಶ್ರೀಮಂತ ಕಾಲ್ವಿನ್ ಪ್ಯಾರಿಸಿನಿಂದ ಗಡೀಪಾರಾಗಿ ಸ್ವಿಟ್ಜರ್‌ಲೆಂಡಿಗೆ ಬಂದ. ಅವನ ಜತೆಗಾರ ಜ್ವಿಂಗ್ಲಿ. ಕಾಲ್ವಿನ್ ಉಗ್ರ ಮತಪ್ರಸಾರಕ. "ಜನರು ಪ್ರಾರ್ಥನೆಗಾಗಿ ಭಾನುವಾರ ಎರಡು ಸಲ ಇಗರ್ಜಿಗೆ ಹೋಗಬೇಕು. ದಿನವೂ ರಾತ್ರಿ ಒಂಭತ್ತರೊಳಗೆ ಮನೆ ಸೇರಬೇಕು ಇಸ್ಪೀಟಾಟ, ಆಭರಣಾಲಂಕಾರ, ಭೂರಿಭೋಜನ–ಎಲ್ಲ ನಿಷಿದ್ಧ"–ಇದು ಆತ ವಿಧಿಸಿದ ಕಟ್ಟಳೆ.

ಕಾಲ್ವಿನನ ಬಳಿಕ ಧಾರ್ಮಿಕ ವಿಷಯಕ್ಕೆ ಸಂಬಂದಿಸಿ ಕೆಲ

---

* ಈಗಲೂ ವಿದ್ಯಾರ್ಥಿ ದೆಸೆಯಲ್ಲಿ ಸ್ವಿಟ್ಜರ್‌ಲೆಂಡಿನ ಪ್ರತಿಯೊಬ್ಬ ಶಾಲಾ ಬಾಲಕನೂ (ಬಾಲಕಿಯೂ) ಆ ಪವಿತ್ರ ಸ್ಥಳಕ್ಕೆ ಯಾತ್ರೆ ಹೋಗುವುದುಂಟು.

ಕ್ಯಾಂಟನುಗಳಲ್ಲಿ ಅಶಾಂತಿ ಇದ್ದಿತಾದರೂ, ಸ್ವಿಟ್ಜರ್‌ಲೆಂಡ್‌ನ ಸ್ವತಂತ್ರ ನಿಲುಮೆ ಬಲಿಯಿತು.

ಫ್ರೆಂಚ್ ಕ್ರಾಂತಿಯ ಅನಂತರ ಸ್ವಿಸ್ಸರು ರಹಸ್ಯವಾಗಿ ಬೋರ್ಬನ್ ಅರಸು ಮನೆತನಕ್ಕೆ ನೆರವಾದದ್ದುಂಟು ! ಫ್ರೆಂಚ್ ಸೇನೆಗಳು ಸ್ವಿಟ್ಜರ್‌ಲೆಂಡಿಗೆ ಬಂದವು. ನೆಪೋಲಿಯನ್ ಸೋತ ಮೇಲೆ, 1815 ರಲ್ಲಿ ಸ್ವಿಟ್ಜರ್‌ಲೆಂಡ್‌ನ ಗುಡ್ಡ ಕಣಿವೆಗಳಲ್ಲಿ ಸ್ವತಂತ್ರ ಗಾಳಿ ನಿರಾತಂಕವಾಗಿ ಮತ್ತೆ ಬೀಸಿತು.

ಕ್ಯಾಂಟನುಗಳಿಗೆ ಸ್ವಲ್ಪ ಮಟ್ಟಿನ ಸ್ವಾಯತ್ತತೆ ಇದೆ. ಸಾರ್ವತ್ರಿಕ ಮತದಾನದಲ್ಲಿ ಆರಿಸಿದ ರಾಷ್ಟ್ರ ಸಭೆ*. ರಾಜಧಾನಿ ಬರ್ನ್. ಮುಖ್ಯ ನಗರ ಜಿನೀವಾ. ವಿಸ್ತೀರ್ಣ 15,950 ಚದರ ಮೈಲು. ಜನಸಂಖ್ಯೆ 64,28,000. ಬಳಕೆಯ ಭಾಷೆಗಳು ನಾಲ್ಕು. ಇವೆಲ್ಲ ಫ್ರೆಂಚ್, ಜರ್ಮನ್ ಇಟಾಲಿಯನ್ ಭಾಷೆಗಳ ಪ್ರಭೇದಗಳು.

ಹಿಂದಿನ ಚಿತ್ರ: ಮನೆಯ ಮುಂದೆ ಸೆಗಣಿರಾಶಿ ಎತ್ತರವಿದ್ದರೆ ಆ ಗೃಹಸ್ಥ ಸ್ಥಿತಿವಂತ ಎಂದರ್ಥ ("ಮನೆಯೊಳಗೆ ಹೇರಳ ಜಾನುವಾರಗಳಿವೆ"), ಈಗ ಆತ ಎಷ್ಟು ಸ್ಥಿತಿವಂತ ಎಂಬುದನ್ನು ಬ್ಯಾಂಕುಗಳು ಹೇಳುತ್ತವೆ. ಲೋಕದ ಯಾರು ಬೇಕಾದರೂ ಇಲ್ಲಿನ ಬ್ಯಾಂಕುಗಳಲ್ಲಿ ಹಣ ಇಡಬಹುದು. ತಖ್ತೆಗೊಂದು ನಂಬರ್. ಹೆಸರು ವಿಳಾಸ ಕೇಳುವುದಿಲ್ಲ. ನೀವು ಹಣವಿಟ್ಟ ವಿಷಯ ವಿವರ ಯಾರಿಗೂ ದೊರೆಯದು. ರಹಸ್ಯ ರಕ್ಷಣೆ ಸ್ವಿಸ್ ಬ್ಯಾಂಕುಗಳ ಕಾರ್ಯವಿಧಾನ. ಧೂರ್ತ ರಾಜಕಾರಣಿಗಳು, ಕಪ್ಪು ಹಣವುಳ್ಳ ತಾರೆಯರು ಎಲ್ಲರಿಗೂ ಸ್ವಿಸ್ ಬ್ಯಾಂಕುಗಳು ಹಸೆಹಾಸುತ್ತವೆ.

ಸೈನ್ಯವಿಲ್ಲದ ದೇಶ ಸ್ವಿಟ್ಜರ್‌ಲೆಂಡ್. ಯುದ್ಧಗಳಾದಾಗ ಕಟ್ಟುನಿಟ್ಟಾದ ತಾಟಸ್ಥ್ಯ ಪಾಲನೆ. ಯುಕ್ತರಾಷ್ಟ್ರ ಸಂಘದ ಸದಸ್ಯನಾಗಲು ಒಪ್ಪಿಲ್ಲ. ಕಾನೂನಿನ ರೀತ್ಯಾ 20ರಿಂದ 60ರ ತನಕ ಪ್ರತಿಯೊಬ್ಬನೂ ಯೋಧನೇ. 1864ರಲ್ಲಿ ಅಂತರಾಷ್ಟ್ರೀಯ ರೆಡ್ ಕ್ರಾಸ್ ಸಂಸ್ಥೆಯನ್ನು ಸ್ಥಾಪಿಸಿದವನು ಇಲ್ಲಿನ ಡ್ಯುನಾಂಟ್.

ಈ ದೇಶದಲ್ಲಿರುವ ಆಲ್ಪ್ಸ್ ತಪ್ಪಲುಗಳಲ್ಲಿ ಚಳಿಗಾಲದ ವಿಶ್ರಾಂತಿ ಧಾಮಗಳಿವೆ. ಸ್ವಿಸ್ ಆಲ್ಪೈನ್ ಕ್ಲಬ್ಬಿನ ಸದಸ್ಯ ಸಂಖ್ಯೆ 45,000. ಇದ್ದಿಲು, ತೈಲ ಇಲ್ಲದ ಕಾರಣ, ದೊಡ್ಡ ಕೈಗಾರಿಕೋದ್ಯಮಗಳಿಲ್ಲ. ಲೋಹ ಕಾರ್ಯ, ಗಡಿಯಾರ ನಿರ್ಮಾಣ (ರೋಲೆಕ್ಸ್, ಒಮಿಗಾ) ಆಭರಣ ತಯಾರಿಗಳಲ್ಲಿ ಜಾಣರು. ಅಷ್ಟೇ ಕುಶಲರು ಕೃಷಿಯಲ್ಲಿ, ಹೈನುಗಾರಿಕೆಯಲ್ಲಿ. ನಿಮಗೆ ಚಾಕಲೇಟು ಇಷ್ಟವೆ ? ತಿಂದರೆ ತಿನ್ನಬೇಕು ಸ್ವಿಸ್ ಚಾಕಲೇಟನ್ನು !

---

* 1976ರವರೆಗೂ ಮಹಿಳೆಯರಿಗೆ ಮತ ನೀಡುವ ಹಕ್ಕು ಇರಲಿಲ್ಲ !

2

ಸ್ಪೇನಿನ ದಬ್ಬಾಳಿಕೆಯ ವಿರುದ್ಧ ಹೋರಾಟ ಹೂಡಿ, 'ನಿಮಗೆ ಸ್ವಾತಂತ್ರ್ಯ ಬೇಕು !' ಎಂದು ಆಗ್ರಹಿಸಿದ ಡಚ್ ಭೂಮಾಲಿಕರು (ಅವರ ಹಿಂಬಾಲಕರಾಗಿ, ಜನರು) ತಮ್ಮನ್ನು 'ಭಿಕ್ಷುಕರು' ಎಂದು ಕರೆದುಕೊಂಡರು. ಪ್ರತಿಯೊಬ್ಬನ ಕೈಯಲ್ಲಿ ಭಿಕ್ಷಾಪಾತ್ರೆ. ಭಿಕಾರಿಗಳ ಸ್ಥಿತಿಗೆ ಇಳಿಯುವ ತನಕ ಅರಸನಲ್ಲಿ ನಮ್ಮ ನಿಷ್ಠೆ – ಎಂದು ಅದರ ಅರ್ಥ. ಕೆಲ ದೇಶಗಳಲ್ಲಿ ಪ್ರಚಲಿತವಿದ್ದ ಪದ್ಧತಿ ಅದು. ಡಚ್ಚರ ನಾಯಕ ವಿಲಿಯಂ ಅದಕ್ಕೆ ಹೆಚ್ಚಿನ ಆಯಾಮ ನೀಡಿದ. ಆತ ಮೌನಿ. ಮೌನವೇ ಮಾತು.

ಇಂಥ ಪ್ರತೀಕ ಸೃಷ್ಟಿಗೆ ಬೇಡವೆ ಕವಿಕಲ್ಪನೆ ?

ಹೊಲ ಉತ್ತವರು, ದನಗಳ ಸೆಗಣಿ ಬಾಚಿದರು, ದೋಣಿ ನಡೆಸಿದವರು ಹಾಡಿರಲೇಬೇಕು. ಎಷ್ಟೊಂದು ಶತಮಾನಗಳ ಜಾನಪದ ಸಾಹಿತ್ಯ! ವಿಶ್ವದ ಪುಸ್ತಕದಂಗಡಿಗಳಲ್ಲಿ ಅದು ಸಿಗುತ್ತಿಲ್ಲ. ಆದರೂ, ಆ ಸಾಹಿತ್ಯದ ಗುಣಗಾತ್ರ ಊಹಿಸಿಕೊಳ್ಳಲು ಈಗಿನ ಶ್ರೀಮಾನ್ಯರ ಕೊರಳ ದನಿಗೆ ಕಿವಿಗೊಡಬಹುದು.

ಹದಿಮೂರನೆಯ ಶತಮಾನದಲ್ಲಿ ಬೆಲ್ಜಿಯಮಿನ ಜಾನಪದ ಕಥೆಗಳು ಡಚ್ ಭಾಷೆಗೆ ಅನುವಾದಗೊಂಡವು. 1517ರಲ್ಲಿ ಲ್ಯಾಟಿನ್ ಗ್ರೀಕ್ ಹೀಬ್ರೂ ಅಧ್ಯಯನ ಪೀಠ ಸ್ಥಾಪಿಸಲ್ಪಟ್ಟಿತು. ಇದು ತೆರೆದದ್ದು, ಹೊರ ಜಗತ್ತಿನತ್ತ ಬೆಳಕಿಂಡಿಗಳನ್ನು. 1574ರಲ್ಲಿ ಆರಂಭವಾದ ಲೀಡೆನ್ ವಿಶ್ವವಿದ್ಯಾಲಯ ಹಲವು ದೇಶಗಳ ವಿದ್ಯಾಪಿಪಾಸುಗಳಿಗೆ ಸೂಜಿಗಲ್ಲಾಯಿತು. ಮುದ್ರಣ ಯಂತ್ರಗಳು 1500ರ ವೇಳೆಗೆ 183 ಐರೋಪ್ಯ ನಗರಗಳಲ್ಲಿ ಕಾಣಿಸಿಕೊಂಡು, ಅಕ್ಷರಲೋಕದ ಕ್ರಾಂತಿಗೆ ಕಾರಣವಾದುವು. ಯೂರೋಪಿನ ಮೊದಲ ವೃತ್ತಪತ್ರಿಕೆ ಪ್ರಕಟವಾದದ್ದು, ಆಮ್‌ಸ್ಟರ್‌ಡಾಮಿನಲ್ಲಿ, 1620ರಲ್ಲಿ.

ಡಚ್ ವಿದ್ವಾಂಸ ಇರಾಸ್ಮಸ್ (16ನೇ ಶತಮಾನ) ಹೊಸ ಒಡಂಬಡಿಕೆಯ ನೂತನ ಆವೃತ್ತಿಯನ್ನು ಸಿದ್ಧಪಡಿಸಿದ. ಧಾರ್ಮಿಕ ಪಟ್ಟಭದ್ರರನ್ನು ಖಂಡಿಸಿದ ಈತನಿಂದಾಗಿ, ಪುನರುದಯದಲ್ಲಿ ಮಾನವೀಯ ಸೆಲೆ ಬಲವಾಯಿತು. 17ನೆಯ ಶತಮಾನದಲ್ಲಿ ಹಾಲೆಂಡಿನಲ್ಲಿ ಎರಡು ದಶಕಗಳಿದ್ದ ದಕಾರ್ತೆ ಮತ್ತು ಆ ದೇಶದಲ್ಲೇ ನೆಲಸಿದ ಸ್ಪಿನೋಜ ವೈಚಾರಿಕತೆಯ ಬೆಳವಣಿಗೆಗೆ ಕಾರಣರಾದರು. ದೇವರು ಮತ್ತು ಪ್ರಕೃತಿ ಎರಡು ಒಂದೇ ಎಂದ – ಸ್ಪಿನೋಜ.

ಆ ಶತಮಾನದಲ್ಲಿ ಡಚ್ ಗಣರಾಜ್ಯ ವಾಣಿಜ್ಯದಲ್ಲಿ ಆರ್ಥಿಕ ವ್ಯವಹಾರದಲ್ಲಿ ಜಗತ್ತಿನಲ್ಲೇ ಪ್ರಥಮ ಸ್ಥಾನದಲ್ಲಿತ್ತು. ಪರಿಣಾಮ:

ವೈಜ್ಞಾನಿಕ ಕ್ಷೇತ್ರದಲ್ಲಿ ಮುನ್ನಡೆ. ಸಾಹಿತಿಗಳಿಗಲ್ಲವಾದರೂ ಶ್ರೇಷ್ಠ ಚಿತ್ರಕಾರರಿಗೆ ವರ್ತಕರ ಐಸಿರಿ ಉತ್ತೇಜನ ನೀಡಿತು. ದುಡ್ಡಿಗಾಗಿ ವರ್ತಕರ, ಅವರ ಕುಟುಂಬಗಳ ವರ್ಣಚಿತ್ರಗಳನ್ನು ಕಲಾವಿದರು ಬರೆದರು. ಆ ದುಡ್ಡಿನಿಂದ ಕೊಂಡ ಬಣ್ಣ ಕುಂಚಗಳನ್ನು ಬಳಸಿ ಬೇರೆ ಚಿತ್ರಗಳನ್ನೂ ರಚಿಸಿದರು. ಸ್ಪೇನಿನ ವಿರುದ್ಧ ತಮ್ಮ ದೇಶ ಗಳಿಸಿದ ವಿಜಯಗಳೂ ಚಿತ್ರಿತವಾದವು. ಬೈಬಲಿನ ದೃಶ್ಯಗಳಿಗೂ ಗೋಡೆ ಮೈಚಾಚಿತು.

ಈ ಜಗದ್ವಿಖ್ಯಾತರು ರೂಬೆನ್, ರೆಂಬ್ರಾಂಟ್, ವೆರ್ಮೀರ್. ರೆಂಬ್ರಾಂಟ್ 'ನೆರಳುಗಳ ಅರಸು' ಎಂಬ ಕೀರ್ತಿ ಗಳಿಸಿದ.

ಹೀಗೆ ಇನ್ನೂರು ವರ್ಷ ಚಿತ್ರಕಾರರು, ವಾಸ್ತುಶಿಲ್ಪಿಗಳು, ಸಂಗೀತಗಾರರು, ವಿದ್ವಾಂಸರು ಇಡಿಯ ಯೂರೋಪಿನ ದೃಷ್ಟಿಯನ್ನೇ ಹಾಲೆಂಡಿನತ್ತ ಸೆಳೆದರು.

ಪ್ರೊಟೆಸ್ಟಾಂಟ್ ಮತಪ್ರಸಾರ ಬಿರುಸಾಗಿದ್ದ ಅವಧಿಯಲ್ಲಿ ಧಾರ್ಮಿಕ ಸಾಹಿತ್ಯ ವಿಪುಲವಾಯಿತು, 17ನೆಯ ಶತಮಾನ ನೀತಿ ಕಥೆಗಳ ಕಾಲ.

19ನೇ ಶತಮಾನದ ಖ್ಯಾತ ರೊಮ್ಯಾಂಟಿಕ್ ಕವಿ ಟೋಲೆನ್ಸ್. ಆ ಶತಮಾನದ ಕೊನೆಯಲ್ಲಿ ಕ್ಲ್ಯೂಸ್, ವೆರ್ವಿ ಡೆಸ್ಸೆಲರ ಕಾವ್ಯ ಕ್ರಾಂತಿಕಾರಕವಾಯಿತು. ಚಿತ್ರಕಾರ ವಾನ್‌ಗೋ ನರಳಿದ, ಬೆಳಗಿದ. 20ನೆಯ ಶತಮಾನದ ಕಥೆಗಾರ-ಕಾದಂಬರಿಕಾರರು: ಕೌಪೆರಸ್, ಶೆಂಡೆಲ್: ನವ್ಯ ಕವಿಗಳು: ಆಶ್ಚೆರ್‌ಬರ್ಗ್, ಹೂರ್ನಿಕ್; ಸಣ್ಣ ಕಥೆಗಾರರು; ಬೋರ್ಡೆವಿಜ್ಜ್, ವೊಲ್ಕರ್ಸ್, ಎಮ್ಮಾ ವಾನ್ ಬರ್ಗ್, ಹೀಜರ್ ಮಾನ್ಸ್, ಬೀಟ್...

ಫ್ರೆಂಚ್ ಬರೆಹಗಾರ ರೂಸೋನ 'ಎಮಿಲಿ' ಮತ್ತು 'ಸಾಮಾಜಿಕ ಒಪ್ಪಂದ' ಪ್ಯಾರಿಸ್‌ನಲ್ಲಿ ಪ್ರಕಟವಾದ ವರ್ಷವೇ (1762) ಆಮ್ಸಟರ್‌ಡಾಮಿನಲ್ಲೂ ಬೆಳಕು ಕಂಡುವು.

19ನೆಯ ಶತಮಾನದ ಮಧ್ಯದಲ್ಲಿ ಇಂಡೋನೇಷ್ಯದಲ್ಲಿ ಅಧಿಕಾರಿ ಆಗಿದ್ದ ಎಡ್ವರ್ಡ್ ಡವೆಸ್ ಡೆಕ್ಕರ್ ತನ್ನವರು ನಡೆಸುತ್ತಿದ್ದ ಸುಲಿಗೆಯನ್ನು ಸಹಿಸಲಾರದೆ, ರಾಜಿನಾಮೆ ಇತ್ತು, ತಾಯ್ನಾಡಿಗೆ ಮರಳಿದ. 'ಮುಲ್ತಾತುಲಿ' (ಬಹಳ ಯಾತನೆ ಅನುಭವಿಸಿದನು) ಎಂಬ ಕಾವ್ಯನಾಮ ದಲ್ಲಿ ಹರಿತ ಲೇಖನಿಯ ಕಥೆ ಕಾದಂಬರಿಗಳನ್ನು ಬರೆದ.*

ಆಧುನಿಕ ಹಾಲೆಂಡಿನಲ್ಲಿ ಸರಕಾರದ ಬೆಂಬಲವಿರುವ 32 ಮ್ಯೂಸಿಯಮ್‌ಗಳಿವೆ. ಚಿತ್ರಗಳು ಮತ್ತು ಸಂಸ್ಕೃತಿಗೆ ಸಂಬಂಧಿಸಿದ ವಸ್ತುಗಳ 400 ಸಂಗ್ರಹಗಳಿವೆ. ಸಿನಿಮಾ ಜೀವಂತ ಉದ್ಯಮ. 'ಸೈತಾನನ ಇಣಿಕುಪೆಟ್ಟಿಗೆ' ಎಂದು ಮಡಿವಂತರಿಂದ ಬಯ್ಯಿಸಿ

---

* 'ಅಬಿಂದಾ-ಸಯೀದ್' ಸಂಪುಟ ನೋಡಿ.

ಕೊಳ್ಳುವ ಟಿ.ವಿ. (ದೂರದರ್ಶನ) ನಾಟಕಗಳ ಪಾಲಿಗೆ ಕುಠಾರ ಪ್ರಾಯವಾಗಿದೆ. ರಂಗಮಂದಿರಗಳಲ್ಲಿ ಆಗುವ ನಷ್ಟದ ಶೇಕಡಾ 40 ಭಾಗವನ್ನು ಸರಕಾರವೂ ಉಳಿದ 60 ಭಾಗವನ್ನು ನಗರಪಾಲಿಕೆಗಳೂ ತುಂಬಿಕೊಡುತ್ತವೆ.

ಡಚ್ ಭಾಷಾಪ್ರದೇಶ ಪುಟ್ಟದಾದರೂ ವರ್ಷಕ್ಕೆ 400 ಸಾಹಿತ್ಯ ಕೃತಿಗಳು ಪ್ರಕಟವಾಗುತ್ತವೆ. ಡಚ್ ಸಾಹಿತ್ಯ ಮತ್ತು ಇತರ ಭಾಷಾ ಸಾಹಿತ್ಯಗಳ ನಡುವೆ ಭಾಷಾಂತರದ ಮೂಲಕ ಕೊಡು ಕೊಳ್ಳುವಿಕೆಯೂ ನಡೆಯುತ್ತದೆ.

* * *

ಬೆಲ್ಜಿಯಮಿನ ಜಾನಪದ ಸಾಹಿತ್ಯ ಸ್ವಲ್ಪಮಟ್ಟಿಗೆ ಉಳಿದದ್ದು 10ನೆಯ ಶತಮಾನದಲ್ಲಿ, ಕ್ರೈಸ್ತ ಪಾದ್ರಿಗಳು ಆ ಕಥೆಗಳನ್ನು ಸಂಗ್ರಹಿಸಿದ್ದರಿಂದ. ಕಥೆಗಳ ತುಂಬ ತೋಳ, ಕರಡಿ, ಸಿಂಹಗಳು. ವಲೂನರ ಫ್ರೆಂಚ್ ಭಾಷೆಯಲ್ಲಿದ್ದ ಈ ಸಾಹಿತ್ಯ ಫ್ಲೆಮಿಶರ ಡಚ್ ಭಾಷೆಯಲ್ಲೂ 13ನೇ ಶತಮಾನದಲ್ಲಿ ಲಭ್ಯವಾಯಿತು, 15ನೇ ಶತಮಾನ ತುಂಬ ನೀತಿ ನಾಟಕಗಳು. ಮುಖ್ಯ ಪಾತ್ರಗಳು: ಪಂಗನಾಮ ಹಾಕುವ ನರಿ ಮತ್ತು ಶ್ರೀಸಾಮಾನ್ಯ. 1425ರಲ್ಲಿ ಸ್ಥಾಪಿತವಾದ ಲೊವೇನ್ ವಿಶ್ವವಿದ್ಯಾಲಯ ಬೌದ್ಧಿಕ ಪದರಗಳನ್ನು ತೆರೆಯಿತು. ಮೆಕೇಟರ್ ವಿಶ್ವದ ಸಪಾಟು ನಕಾಶೆಯನ್ನು ತಯಾರಿಸಿದ. ವಿಸಾಲಿಯಸ್ ಶರೀರ ರಚನೆಯನ್ನು ನಿಚ್ಚಳಗೊಳಿಸಿದ.

ಹಾಲೆಂಡಿನ ಹಿಡಿತದಿಂದ 1813ರಲ್ಲಿ ಬಿಡುಗಡೆ ಪಡೆದ ಬಳಿಕ ಬೆಲ್ಜಿಯಮಿನಲ್ಲಿ ಸಾಹಿತ್ಯ ಚಟುವಟಿಕೆ ಬಿರುಸಾಯಿತು. ಈ ಚಳವಳಿಯ ಜನಕ ಜಾನ್ಸ್ ವಿಲೆಮ್ಸ್ ಫ್ರಾನ್ಸ್. ಈತ ಫ್ಲೆಮಿಶ್ (ಡಚ್) ಜಾನಪದ ಸಾಹಿತ್ಯದತ್ತ ಬೆಲ್ಜಿಯಮಿನ ಜನರ ಗಮನ ಸೆಳೆದ. ಫ್ಲೆಮಿಶ್ ಭಾಷೆಯಲ್ಲೇ ಸಾಹಿತ್ಯ ಸೃಷ್ಟಿಯಾಗತೊಡಗಿತು.

16–17ನೇ ಶತಮಾನದಲ್ಲಿ ಹಾಲೆಂಡಿನಂತೆ ಬೆಲ್ಜಿಯಮಿನಲ್ಲೂ ಸಂಗೀತ, ಚಿತ್ರಕಲೆ ಜನರ ಮೆಚ್ಚುಗೆಗೆ ಪಾತ್ರವಾದುವು. ರೈತರ ನೋವು ನಲಿವುಗಳನ್ನು ಪಿಯೆತರ್ ಚಿತ್ರಗಳಲ್ಲಿ ಸೆರೆಹಿಡಿದ. ಫ್ಲೆಮಿಶರಾದ ವಾನ್ ಐಕ್ ಸೋದರರು ಮೋಹಕ ನಿಸರ್ಗ ಚಿತ್ರಗಳನ್ನು ಬರೆದರು. ಶ್ರೀಮಂತ ವರ್ತಕರ ಜೀವನ ವಿಧಾನ ಇಟಲಿಯ ಶಿಷ್ಟರದನ್ನು ಮೀರಿಸಿತು.

1839ರಲ್ಲಿ ರಚಿತವಾದ ಶ್ರೇಷ್ಠ ಫ್ಲೆಮಿಶ್ ಕೃತಿಗಳು: ಹೆಂಡ್ರಿಕ್ ಕಾನ್ಷನ್ಸ್ ರಚಿಸಿದ 'ಫ್ಲಾಂಡರ್ಸ್‌ನ ಸಿಂಹ' ಎಂಬ ಒಂದು ಹಾಡು, ಅದೇ ಹೆಸರಿನ ಒಂದು ಕಾದಂಬರಿ. ಹಿಂದೆ 14ನೇ ಶತಮಾನದಲ್ಲಿ ಫ್ರಾನ್ಸಿಗಿದಿರು ಫ್ಲಾಂಡರ್ಸ್ ನಡೆಸಿದ ಹೋರಾಟ ಆ ಕೃತಿಗಳ ವಸ್ತು.

ರಾಟರ್‌ಡಾಮಿನ ಶ್ರೇಷ್ಠ ಶಿಲ್ಪಿ; ಒಸ್ಸಿಪ್ ಜಾಡ್ಕಿನ್.

ಕವಿ ನಾಟಕಕಾರ, ನಿಭಂಧಕಾರ, ಕಥೆಗಾರ ಮೇಟರ್‌ಲಿಂಕ್ 1911ರಲ್ಲಿ ನೊಬೆಲ್ ಕೊರಳ ಪಟ್ಟಿ ಧರಿಸಿದ. ಜಾರ್ಜಸ್ ಸಿಮಿನನ್‌ನ ಕಾದಂಬರಿಗಳು ಮೊದಲು ಪ್ರಸಿದ್ಧಿಗೆ ಬಂದದ್ದು ಬೇರೆ ದೇಶಗಳಲ್ಲಿ. ಬಳಿಕ ಬೆಲ್ಜಿಯಮ್ ಸಹ ತನ್ನ ಆ ಗ್ರಂಥಕರ್ತನನ್ನು ಹೊಗಳಿತು. ಆನ್ನಿ ಫ್ರಾಂಕಳ 'ದಿನಚರಿ' (ಯುದ್ಧ ಕಾಲದಲ್ಲಿ ಬರೆದುದು) ವಿಶ್ವಖ್ಯಾತಿ ಗಳಿಸಿತು. ಕವಿತೆಗಳೂ ಗೀತೆಗಳೂ ಸಾಮಾಜಿಕ ಕಟ್ಟಳೆಗಳನ್ನು ಜರೆದುವು. ಕಳೆದ 19-20ನೇ ಶತಮಾನದಲ್ಲಿ ದೀನದಲಿತರ ವಾಣಿಯಾದವನು ಫ್ಲೆಮಿಶರ ಎಕ್‌ಹೌಂಡ್. 19ನೇ ಶತಮಾನದಲ್ಲಿ ಬೆಲ್ಜಿಯನ್ ಆಧುನಿಕ ಸಾಹಿತ್ಯದ ಸಂಸ್ಥಾಪಕ ನೆನಿಸಿದಾತ ಚಾರ್ಲ್ಸ್ ಡಿಕಾಸ್ಟರ್. ಆದರೆ ಖ್ಯಾತಿ ಮಾತ್ರ ಆತ ಸತ್ತ ಮೇಲೆ ಬಂತು.(ಅವನ ಶ್ರೇಷ್ಠ ಕೃತಿ 'ತಿಲ್ ಉಲೆನ್‌ಸ್ಪೀಗಲ್.')

* * *

ಅತ್ಯಂತ ಆತ್ಮೀಯವಾದ ಭಾಷೆಯೇ ಅಭಿವ್ಯಕ್ತಿಗೆ ಶ್ರೇಷ್ಠ ಮಾಧ್ಯಮ. 16ನೇ ಶತಮಾನದಲ್ಲಿ ಸ್ವಿಟ್ಜರ್‌ಲೆಂಡಿನ ಪೆರಾಸೆಲ್ಸಸ್ ಗಣಿಗಾರರ ಕಾಯಿಲೆಗಳ ಬಗ್ಗೆ ಅಭ್ಯಸಿಸುತ್ತ ಖನಿಜಗಳಲ್ಲಿದ್ದ ಔಷಧೀಯ ಗುಣ ಗಳನ್ನು ಕಂಡುಹಿಡಿದ. ಅದನ್ನು ಕುರಿತು ನಿಬಂಧವನ್ನು ಆತ ಪಂಡಿತ ಲೋಕದ ಲ್ಯಾಟಿನ್ ಭಾಷೆಯಲ್ಲಿ ಬರೆಯಲಿಲ್ಲ. ಬದಲು ಸ್ವಿಸ್-ಜರ್ಮನ್ ಉಪಭಾಷೆಯಲ್ಲಿ ಬರೆದ !

ತಮ್ಮ ದಂತ ಕಥೆಗಳನ್ನು ಕುರಿತು ಸ್ವಿಸ್ ಜನರಿಗಿರುವ ಮೋಹ ವಂತೂ ಲೋಕವಿಖ್ಯಾತ.

18ನೆಯ ಶತಮಾನದಲ್ಲಿ ಇಲ್ಲೊಬ್ಬ ದೊಡ್ಡ ಮನುಷ್ಯನಿದ್ದ- ಪೆಸ್ಟೊಲೆಜ್ಜಿ. 'ನಾಗರಿಕತೆ'ಯ ನಿರ್ಭಂಧಗಳಿಲ್ಲದೆ ಮಕ್ಕಳು ವಿಕಾಸ ಹೊಂದಬೇಕು ಎಂದು ಈತ ಬಯಸಿದ.

ತಲೆಮರೆಸಿಕೊಂಡೋ ಬಹಿರಂಗವಾಗಿಯೋ ಗುಡ್ಡ ಕಣಿವೆಗಳಲ್ಲಿನ ಸ್ವಾತಂತ್ರ್ಯದ ಸವಿಯುಣ್ಣಲು ಎಂಥೆಂಥವರು ಸ್ವಿಟ್ಜರ್‌ಲೆಂಡಿಗೆ ಬರುತ್ತಿದ್ದರು ! ವಾಲ್ಟೇರ್, ಲೆನಿನ್, ಬೈರನ್, ಬ್ರೆಕ್ಟ್, ಥಾಮಸ್‌ಮನ್, ರಿಲ್ಕೆ, ಜೇಮ್ಸ್ ಜಾಯ್ಸ್... ವಿಜ್ಞಾನಿ ಐನ್‌ಸ್ಟೈನ್ ಕೂಡ ಇಲ್ಲೊಂದು ಕಚೇರಿಯಲ್ಲಿ ಪುಟ್ಟ ಉದ್ಯೋಗಿಯಾಗಿದ್ದ... ಕನ್ನಡಕ್ಕೆ ಮಹಾ ನಿಘಂಟನ್ನು ನೀಡಿದ ಕಿಟ್ಟೆಲ್‌ಗೆ ಪ್ರೋತ್ಸಾಹವಿತ್ತ ಬಾಸೆಲ್ ಈ ದೇಶದ ನಗರ. ಮೇರಿ ಶೆಲ್ಲಿ ತನ್ನ ಫ್ರಾಂಕನ್‌ಸ್ಟೀನ್ ಪಾತ್ರವನ್ನು ಸೃಷ್ಟಿಸಿದ್ದು ಜಿನೀವಾದ ಪ್ರಶಾಂತತೆಯಲ್ಲಿ. ಬ್ರಾಹ್ಮ್, ವಾಗ್ನರ್, ಸ್ಟ್ರಾವಿನ್ಸ್ಕಿ, ಹಿಂಡ್‌ಮಿತ್ ಇವರು ಹೊಮ್ಮಿಸಿದ ನಾದಗಳು ಇಲ್ಲಿ ಪ್ರತಿಧ್ವನಿಸಿವೆ. ಚಾರ್ಲಿ ಚಾಪ್ಲಿನ್ ಇಲ್ಲಿಯೇ ಕೊನೆಯ ಉಸಿರೆಳೆದ.

ಸಮೃದ್ಧ ಜಾನಪದ ಕಲೆಗಳು, ಗೀತೆಗಳು, ಹಾಡುಗಳು... ಅಂತೆಯೇ ಆಧುನಿಕ ಅವಧಿಯಲ್ಲೂ ವಿಚಾರವಂತ ಸ್ವಿಸ್ ಬರೆಹಗಾರರೆಂದರು: "ಸೃಜನ ಶೀಲತೆಯ ಬೇರುಗಳಿರುವುದು ನಿಸರ್ಗದಲ್ಲಿ ಮತ್ತು ಇತಿಹಾಸದಲ್ಲಿ; ಸ್ವಿಸ್ ಕಲೆಗೂ ಸಾಹಿತ್ಯಕ್ಕೂ ಇವೇ ಸ್ಫೂರ್ತಿ" – ಈ ಮಾತು ಕೇಳಿ ಬಂದದ್ದು. ಹಿಂದೆ ಕಾಲ್ವಿನನ ಕಾಲದಲ್ಲಿ ನಾಟಕ ಪ್ರದರ್ಶನ ನಿಷಿದ್ಧವಾಗಿದ್ದ ಜಿನೀವಾ ನಗರದಲ್ಲಿ.

19ನೆಯ ಶತಮಾನದಲ್ಲಿ ಕಾದಂಬರಿಕಾರ ಗೊಟ್‌ಫ್ರೈಡ್ ಕೆಲ್ಲರ್. ಆತ ರಚಿಸಿದ್ದು ಸಮುದಾಯಕ್ಕೆ ಬಂಧಿತವಾದ, ಗ್ರಾಮೀಣ ಬದುಕನ್ನು ಚಿತ್ರಿಸುವ ಕಾದಂಬರಿಗಳನ್ನು. ಈ ಸಂಪುಟದ ಕೊನೆಯ ಕಥೆ 'ನರ್ತನದ ದಂತಕಥೆ'ಯೂ ಗೊಟ್‌ಫ್ರೈಡ್ ಕೆಲ್ಲರ್‌ನದು. ಈ ಸ್ವಿಸ್ ಕಥೆಗಾರ ಜರ್ಮನ್ ಭಾಷೆಯಲ್ಲಿ ಬರೆದುದರಿಂದ, 'ಅವನು ನಮ್ಮವನು' ಎನ್ನುತ್ತಾರೆ ಜರ್ಮನರು. ಸ್ವಿಸ್ಸರು ಅಳಬೇಕೊ ? ನಗ ಬೇಕೊ ? ಹಲವು ಮೂಲಬೇರುಗಳು ಪರಸ್ಪರ ಹೆಣೆದುಕೊಂಡಾಗ ಇಂಥ ವಿಸ್ಮಯಗಳು ಅನಿವಾರ್ಯ. ಇದಕ್ಕಾಗಿ ಯುದ್ಧಗಳಾಗದಿದ್ದರೆ ಸಾಕು ! (ಅಂಜಿಕೆ ಬೇಡ. ಮಾರುಕಟ್ಟೆಯೇ ಇಲ್ಲದ ಸಾಹಿತ್ಯಕ್ಕೋಸ್ಕರ ಎಂದೂ ಯುದ್ಧವಾಗುವುದಿಲ್ಲ !)

3

ವಿಶ್ವಕಥಾಕೋಶದ 17ನೆಯ ಸಂಪುಟ 'ತಾತನ ಹುಟ್ಟುಹಬ್ಬ'. ಇದು ಹಾಲೆಂಡ್, ಬೆಲ್ಜಿಯಮ್, ಸ್ವಿಟ್ಜರ್‌ಲೆಂಡ್ ದೇಶಗಳ ಕಥೆಗಳಿಗೆ ಮೀಸಲು. ಹಾಲೆಂಡಿನದು ಏಳು, ಬೆಲ್ಜಿಯಮಿನದು ಮೂರು, ಸ್ವಿಟ್ಜರ್‌ಲೆಂಡಿನದು ಎರಡು–ಹೀಗೆ ಒಟ್ಟು ಹನ್ನೆರಡು ಕಥೆಗಳಿವೆ. ದೇಶಗಳು ಮೂರು, ಭಾಷೆಗಳು ಹಲವು. ಅವನ್ನು ಕುರಿತು ಈಗಾಗಲೇ ಓದಿದ್ದೀರಿ. ಇನ್ನು ಕಥೆಗಳ ವಾಚನ ಹೆಚ್ಚು ರುಚಿಕರವಾಗುತ್ತದೆಂದು ನಂಬಿದ್ದೇನೆ.

ಯುಗಾದಿ, 1982 ನಿರಂಜನ
ಬೆಂಗಳೂರು ಪ್ರಧಾನ ಸಂಪಾದಕ

ಹಾಲೆಂಡ್

ಹೆರ್ಮನ್ ಹೀಜರ್‌ಮಾನ್ಸ್

ತಾತನ ಹುಟ್ಟುಹಬ್ಬ

ಪಾಪ! ಆ ಮನೆತನದಲ್ಲಿ ಒಬ್ಬರಾದರೂ ಮುಂದೆ ಬರಲಿಲ್ಲ. ಆದರೆ ಪ್ರತಿಯೊಬ್ಬರಿಗೂ ಭ್ರಮೆ: ಇದ್ದಕ್ಕಿದ್ದಂತೆ ಅದೃಷ್ಟ ಲಕ್ಷ್ಮಿ ಒಲಿದು ಬೊಕ್ಕಸ ಉಕ್ಕುವುದೆಂದು.

ಮನೆಯ ಹಿರಿಯ ಮಗಳು ಜೆಟ್. ಅವಳ ಸ್ಥಿತಿ ಸ್ವಲ್ಪಮಟ್ಟಿಗೆ ಚೆನ್ನಾಗಿತ್ತು – ಗಂಡ ಆಸ್ಪತ್ರೆ ಸೇರುವವರೆಗೆ. ತಾತನಿಗೆ ಹುಟ್ಟುಹಬ್ಬದ ಉಡುಗೊರೆಯಾಗಿ ನಕಲಿ ಚಿನ್ನದ ಕವಚವಿರುವ ಬೈಬಲ್ ಕೊಡುವ ಆಲೋಚನೆ ಅವಳದು; ಉಳಿದವರು ಸಣ್ಣ ಪುಟ್ಟ ಉಡುಗೊರೆಗಳನ್ನು ಕೊಟ್ಟರೆ ಸಾಕು. ಈ ಯೋಜನೆಗೆ ಅಷ್ಟೇನೂ ಖರ್ಚು ಮಾಡುವ ಅಗತ್ಯವಿರಲಿಲ್ಲ; ಹಾಗೆ ಖರ್ಚು ಮಾಡಿ ತರುವಾಯ ವಿಷಾದಪಡುವ ಸಂಭವವೇ ಇರಲಿಲ್ಲ.

ಡರ್ಕ್ ಅವಳಿಗಿಂತ ಆರು ವರ್ಷ ಕಿರಿಯವನು. ತಾಯಿ ಇನ್ನೂ ಬದುಕಿದ್ದಾಗಲೇ ಮೂವರು ಸೋದರ ಸೋದರಿಯರು ಬೇರೆಯಾಗಿದ್ದರು. ಜೆಟ್ ಸೂಚನೆ ಬಗ್ಗೆ ಡರ್ಕ್ ಆಲೋಚಿಸಿದ. ಒಂದು ವೇಳೆ ನಕಲಿ ಚಿನ್ನದ ಕವಚವಿರುವ ಬೈಬಲ್ ಕೊಟ್ಟರೂ, ಹೆಂಡತಿಯೊಡನೆ ಬಹುಕಾಲ ಓದಿದ ಹಳೆಯ ಬೈಬಲ್ ಬಗ್ಗೆ ತಾತನ ಗೀಳು ಕಡಿಮೆಯಾಗುವುದಿಲ್ಲ. ಅಲ್ಲದೆ ಡರ್ಕ್‌ಗೆ ತನ್ನದೇ ಆದ ಯೋಚನೆಗಳಿದ್ದವು. ಪ್ರತಿಯೊಬ್ಬರಿಗೂ ಅಭಿಪ್ರಾಯ ಸ್ವಾತಂತ್ರ್ಯ ವಿರಲಿಲ್ಲವೆ? ಆದುದರಿಂದ ಇಗರ್ಜಿಯ ಒಳಗೆ ಅನೇಕ ವರ್ಷ ಗಳಿಂದ ಕಾಲಿರಿಸದ ತಾನಂತೂ ಬೈಬಲ್ ಕೊಡುವುದನ್ನು ಒಪ್ಪಲಾರೆ ಎಂದುಕೊಂಡ ಅವನು. ಎಲ್ಲರೂ ಕೂಡಿ ಕೊಡುವ ಉಡುಗೊರೆ ಎಂದಮೇಲೆ ಪ್ರತಿಯೊಬ್ಬರ ಒಪ್ಪಿಗೆ ಬೇಕೇಬೇಕು. ಈಚೆಗೆ ಅಂಗಡಿಯೊಂದರಲ್ಲಿ ಆರಾಮ ಕುರ್ಚಿಯೊಂದನ್ನು ಆತ ನೋಡಿದ್ದ. ಅದರ ಬೆಲೆಯನ್ನು ಶೇ. ಇಪ್ಪತ್ತರಷ್ಟು ಇಳಿಸಲಾಗಿತ್ತು. ಇದಕ್ಕಿಂತ ಯೋಗ್ಯ ಉಡುಗೊರೆ ಸಾಧ್ಯವೆ? ಆರಾಮ ಕುರ್ಚಿ ಯಲ್ಲಿ ಕಡೆಯ ದಿನಗಳನ್ನು ತಾತ ಹಾಯಾಗಿ ಕಳೆಯಬೇ ಕೆಂಬುದು ತಮ್ಮ ಇಚ್ಛೆ ಎಂದು ಭಾಷಣ ಕೊಡುವುದಕ್ಕೂ ಬರುತ್ತದೆ. ಅಲ್ಲದೆ ತಾತ ಕಿಟಕಿಯ ಬಳಿ ಕುಳಿತು ದಿನಪತ್ರಿಕೆ ಓದುತ್ತಿದ್ದ ಅವನ ಈಗಿನ ಆರಾಮ ಕುರ್ಚಿ ಜರ್ಜರಿತವಾಗಿತ್ತು. ಅದರ ಪೀಠದ ಸ್ಪ್ರಿಂಗ್‌ಗಳೆಲ್ಲ ಹೊರಗೆ ಚಾಚಿದ್ದವು.

ಮೇರಿ ಎರಡನೆಯ ಮಗಳು; ಗಂಡನಿಂದ (ಸರ್ಕಾರದ ಖರ್ಚಿನಲ್ಲಿ!) ಬೇರೆಯಾಗಿದ್ದಾಳೆ; ಕೋರ್ಟ್ ತೀರ್ಪು ಬರುವುದರೊಳಗೆ ತನ್ನ ನಾಲ್ಕನೆಯ ಮಗುವನ್ನು ಎದುರು ನೋಡುತ್ತಿದ್ದಾಳೆ. ಅವಳಿಗೆ ಡರ್ಕ್‌ನ ಸೂಚನೆ ಹಿಡಿಸಲಿಲ್ಲ. ಆರಾಮ ಕುರ್ಚಿಯಂತೆ! ಡರ್ಕ್ ಬುರುಡೆಗೆ ಬೇರೆ ಏನು ತಾನೆ ಹೊಳೆದೀತು? ಈಗ ತಾತನಿಗೆ ಸ್ಪ್ರಿಂಗ್ ಹೊರಗೆ ಬಂದ ಆರಾಮ ಕುರ್ಚಿಯಲ್ಲಿ ಕೂಡಲು ಯಾರು ಬಲವಂತ ಮಾಡಿದ್ದಾರೆ? ಅಲ್ಲದೆ ಆರಾಮ ಕುರ್ಚಿಯ ಪೀಠ ಸವೆದದ್ದಕ್ಕೆ ಅದನ್ನು ಸದಾ ಉಪಯೋಗಿಸುತ್ತಿದ್ದ ಅಜ್ಜಿಯೇ ಕಾರಣ ಅಲ್ಲವೆ? ಆ ಮಾತನ್ನು ತಾತನೇ ಎಷ್ಟೋ ಬಾರಿ ಹೇಳಿದ್ದಾನೆ. ತಾತನಿಗೆ ಎಲ್ಲರೂ ಸೇರಿ ಉಡುಗೊರೆ ಕೊಡುವುದಾದರೆ ಅದು ಲಕ್ಷಣವಾಗಿರಬೇಕು – ಬೆಚ್ಚನೆಯ ಕೋಟು, ಮಫ್ಲರ್, ಕೈಚೀಲ, ಮಜಬೂತಾದ ಬೂಟ್ಸು. ಅವು ಉಪಯೋಗಕ್ಕೆ ಬರುತ್ತವೆ, ದುಬಾರಿಯೂ ಅಲ್ಲ.

ಇನ್ನು ಪಿಯೆಟ್ ಹಾಗೂ ಟನ್ಸ್. ಪಾಪ! ಕಳೆದ ಒಂದು ವರ್ಷದಲ್ಲಿ ಸಂಸಾರದ ಖರ್ಚಿಗೆ ಬಿಡಿಕಾಸು ಕೊಡುವುದಿರಲಿ, ಅವರಿಗೇ ತಾತ ಸಹಾಯ ಮಾಡಬೇಕಾಗಿ ಬಂದಿತ್ತು. ಅವರು ಗುಜರಿಗೆ ಕೊಡುತ್ತಿದ್ದ ಭೇಟಿಗಳ ವಿಷಯ ಬಿಡಿ. ಆದರೆ ಅವರದೇ ದೊಡ್ಡ ಗಂಟಲು– ಬೈಬಲ್, ಆರಾಮ ಕುರ್ಚಿ, ಬೆಚ್ಚನೆಯ ಕೋಟು, ಒಂದೊಂದನ್ನೂ ತೆಗಳಿದ್ದೇ ತೆಗಳಿದ್ದು. ಕೈಯಲ್ಲಿ ಬಿಡಿಗಾಸಿಲ್ಲ, ತಾತನ ಕೊಠಡಿಯ ಶೃಂಗಾರವಂತೆ, ದ್ರಾಕ್ಷಿ, ಖರ್ಜೂರ, ಬ್ರಾಂಡಿ, ಜಿನ್ ಅಂತೆ!

ಹೆಂಕ್ ಕಿರಿಯ ಮಗ. ಈಸ್ಟ್ ಇಂಡೀಸ್ ಸೇನೆಯಲ್ಲಿ ಭರ್ತಿಯಾಗಲು ಆತ ಒಪ್ಪಿಗೆ ನೀಡಿದ್ದ. ತನ್ನ ಕೈಗೆ ಬಂದಿದ್ದ ಮುಂಗಡ ಹಣವನ್ನು ಯಾವಾಗಲೋ ಪೋಲು ಮಾಡಿದ್ದ. ಅವನ ಅಭಿಪ್ರಾಯದಂತೆ ತಾತನ ಹುಟ್ಟುಹಬ್ಬಕ್ಕೆ (ಅದಕ್ಕೆ ಕೇವಲ ನಾಲ್ಕೇ ದಿನಗಳು ಉಳಿದಿದ್ದವು) ಯೋಗ್ಯ ಉಡುಗೊರೆ ಮಕ್ಕಳು, ಮೊಮ್ಮಕ್ಕಳು, ಎಲ್ಲರೂ ಒಟ್ಟಾಗಿ ತೆಗೆಯಿಸಿಕೊಂಡ ಗ್ರೂಪ್ ಫೋಟೊ. ಅದು ಎಲ್ಲರಿಗೂ ಇಷ್ಟವಾಗುವಂಥದು – ಈಸ್ಟ್ ಇಂಡಿಸ್‌ಗೆ ಹೋಗಲಿದ್ದ ತನ್ನ ಮಟ್ಟಿಗಂತೂ ಹೇಳಲೇಬೇಕಾಗಿಲ್ಲ.

ಸ್ವಲ್ಪ ಚರ್ಚೆಯ ಅನಂತರ ಈ ಸೂಚನೆ ಮಾರನೆಯ ದಿನ–ಭಾನುವಾರ–ಎಲ್ಲರ ಒಪ್ಪಿಗೆ ಪಡೆಯಿತು. ಸರಿ, ಎಲ್ಲರೂ ಚಿತ್ರ ತೆಗೆಯಿಸಿಕೊಳ್ಳಲು ಹೊರಟರು. ಒಬ್ಬರೂ ಗೈರು ಹಾಜರಾಗಲಿಲ್ಲ! ಆಸ್ಪತ್ರೆಯಿಂದ ಹಿಂದಿನ ರಾತ್ರಿ ಕುರುಚಲು ಗಡ್ಡದೊಡನೆ ಹಿಂತಿರುಗಿದ್ದ ಟೂನ್–ಜೆಟ್ ಗಂಡ–ಸಹ ಹೇಗೋ ಬಂದಿದ್ದ. ನಡುವೆ ಹೆಂಗಸರು–ಮೇರಿ, ಟ್ರೆನ್ಸ್, ಜೆಟ್– ಕುರ್ಚಿಗಳಲ್ಲಿ ಕುಳಿತರು; ಗಂಡಸರು–ಡರ್ಕ್, ಪಿಯೆಟ್, ಹೆಂಕ್, ಟೂನ್– ಹಿಂದೆ ನಿಂತರು; ಎಡ ತುದಿಯಲ್ಲಿ ತನ್ನ ಒಂದೂವರೆ ವರ್ಷದ ಮಗನೊಂದಿಗೆ ಪಿಯೆಟ್, ಬಲತುದಿಯಲ್ಲಿ ತನ್ನ ಹೊಸ ಸಮವಸ್ತ್ರದಲ್ಲಿ ಹೆಂಕ್; ಅವನ ಜತೆಯಲ್ಲಿ ಜೆಟ್‌ಳ ಅಳುಮುಂಜಿ ಮಕ್ಕಳಲ್ಲಿ ಕಡೆಯದು. ಐವರು ಮೊಮ್ಮಕ್ಕಳು ತಮ್ಮ ತಾಯಂದಿರ ಮಂಡಿಗಳಿಗೆ ಒರಗಿ ನೆಲದ ಮೇಲೆ ಕಾಲು ಚಾಚಿದ್ದರು.

ಒಟ್ಟು ಹದಿನಾಲ್ಕು ಮಂದಿ–ದುರದೃಷ್ಟದ ಅಂಕಿಗಿಂತ ಒಂದು ಹೆಚ್ಚು, ಸದ್ಯಃ. ತನ್ನ ಚಿತ್ರಶಾಲೆಯಲ್ಲಿ ಇದಕ್ಕಿಂತ ಸೊಗಸಾದ ಗುಂಪನ್ನು ತಾನು ಕಂಡ ಸಂದರ್ಭಗಳು ಬಹಳ ಅಪರೂಪವೆಂದು ಚಿತ್ರಗ್ರಾಹಕ ಹೇಳಿದ. ಆದರೆ ಅವನ ಕೆಲಸ ಸುಲಭದ್ದಾಗಿರಲಿಲ್ಲ. ಪಿಯೆಟ್ ಕುಮಾರ ಪಿಲ್ಲಿ ಹುಯಿಲಿಡುತ್ತಿದ್ದ–ಅವನಿಗೆ ಆ ಕಪ್ಪು ಮುಸುಕಿನಿಂದ ತಲೆ ಹೊರಗಿಡುತ್ತಿದ್ದ ಉದ್ದ ಕೂದಲಿನ ಈ ವಿಚಿತ್ರ ಆಸಾಮಿಯನ್ನು ನೋಡಿ ಎಲಿಲ್ಲದ ಭಯ. ಪಾಪ! ಮಗುವನ್ನು

ಸಮಾಧಾನಪಡಿಸಲು ಚಿತ್ರಗ್ರಾಹಕ ಬೊಂಬೆಯೊಂದನ್ನು ತನ್ನ ಎತ್ತಿದ ಕೈಯಲ್ಲಿ ಆಡಿಸಿದಾಗ ಅದು ಕಿಟಾರನೆ ಕಿರಿಚಿತು. ಆಗ ಟ್ರೆನ್ಸ್ ತನ್ನ ಸ್ಥಾನ ಬಿಟ್ಟು ಮಗುವನ್ನು ಸಂತೈಸಲು ಹೋದಳು. ಹೀಗೆ ಕಾಲು ಗಂಟೆ ಕಳೆಯಿತು. ಅಂತೂ ಇಂತೂ ಚಿತ್ರ ತೆಗೆಯುವ ಕೆಲಸ ಮುಗಿಯಿತು. ಈಗ ಈವರೆಗೆ ತಡೆಹಿಡಿದ ನಗು ಹೊನಲಾಗಿ ಹರಿಯಿತು. ಎರಡು ಪ್ರಯತ್ನಗಳು ವಿಫಲವಾಗಿದ್ದವು. ಮೊದಲನೆಯದು ಕೆಡಲು ಕಾರಣ ಸಾಂಟ್ಜೆಯ ಸೀನು. ಅದು ಬೇಕಾಗಿಯೇ ಮಾಡಿದಂತಿತ್ತು. ಎರಡನೆಯದು ಕೆಟ್ಟದ್ದು ಮೇರಿಯ ಮಗು ಚಾರ್ಲಿ ಎಲ್ಲ ಮುಗಿಯಿತೆಂದು ಭಾವಿಸಿ, ಅರ್ಧದಲ್ಲಿ ಎದ್ದು ನಿಂತಾಗ – ಜೆಟ್‌ಳ ಮಗು ಜಾನ್ ಅವನನ್ನು ಜಿಗುಟಿತಂತೆ. ಪರಿಣಾಮವಾಗಿ ಇಬ್ಬರ ಕಿವಿಗಳನ್ನೂ ಹಿಂಡಲಾಯಿತು. ಕೊನೆಗೆ ಅವರ ಅಳು ನಿಂತು, ರವಿವಾರದ ತಮ್ಮ ಅತ್ಯುತ್ತಮ ಉಡುಪಿನಲ್ಲಿದ್ದ ಎಲ್ಲರೂ ಜೋಮು ಹಿಡಿದಂತೆ ಕುಳಿತ ಬಳಿಕ ಮೂರನೆಯ ಪ್ರಯತ್ನ ಯಶಸ್ವಿಯಾಯಿತು.

ಚಿತ್ರಗ್ರಾಹಕ ಮುಂದಾಗಿ ನಗದು ಹಣ ಕೇಳಬಹುದೆಂದು ಯಾರೂ ಎಣಿಸಿರಲಿಲ್ಲ. ಆದರೆ ಅವನಿಗೆ ಎದುರಿನ ಔಷಧಿ ಅಂಗಡಿಯಲ್ಲಿ ಕೆಲಸ ಮಾಡುತ್ತಿದ್ದ ಡರ್ಕ್‌ನ ಪರಿಚಯ ಚೆನ್ನಾಗಿತ್ತು. ಹಾಗೆಂದೇ ಅವನು ನಗದು ಹಣಕ್ಕೆ ಹಠ ಹಿಡಿದಿದ್ದು. ಡರ್ಕ್ ಎರಡು ಗಿಲ್ಡರ್‌ಗಳನ್ನು ಅವನಿಗೆ ಮುಂಗಡವಾಗಿ ಕೊಟ್ಟ. ಬುಧವಾರ ಹತ್ತು ಗಂಟೆಗೆ ಸರಿಯಾಗಿ ಚಿತ್ರ ಸಿದ್ಧವಾಗಿರುವುದೆಂದು ಚಿತ್ರಗ್ರಾಹಕ ಆಶ್ವಾಸನೆ ಇತ್ತ.

ಡರ್ಕ್‌ಗೆ ಅನುಮಾನ. ಒಂದು ವೇಳೆ ಚಿತ್ರ ಚೆನ್ನಾಗಿ ಬರದೆ ಹೋದರೆ ! ಪರವಾಗಿಲ್ಲ, ನಿಮ್ಮ ಹಣ ಬೇಡ, ಎಂದು ಚಿತ್ರಗ್ರಾಹಕ ಸಮಾಧಾನ ಹೇಳಿದ. ಸರಿ, ಎಂದು ಡರ್ಕ್ ನಿಟ್ಟುಸಿರುಬಿಟ್ಟ.

ತಾತನಿಗೆ ಈ ವಿಷಯದ ಬಗ್ಗೆ ಒಂದು ಸುಳಿವೂ ಕೊಟ್ಟಿರಲಿಲ್ಲ – ಅಂದರೆ, ನಾಲ್ವರು ಅದರ ಬಗ್ಗೆ ಆ ಸಂಜೆಯೊಳಗೆ ಹೇಳಿದ್ದನ್ನು ಬಿಟ್ಟರೆ. ಜೆಟ್‌ಳ ಮಗ ಜಾನ್ ತನ್ನ ತಂಗಿಯೊಂದಿಗೆ ಅಂದು ಮಧ್ಯಾಹ್ನ ತಾತನ ಬಳಿ ಕ್ಯಾಂಡಿ ಹಾಗೂ ಎರಡು ಸೆಂಟ್ ಗಿಟ್ಟಿಸಲು ಹೋದಾಗ ತಾತನಿಗೆ ಹೇಳಿದ್ದ:

"ತಾತ ! ನಿಮಗೆ ಹುಟ್ಟು ಹಬ್ಬದ ಉಡುಗೊರೆ ಏನು ಬರ್ತದೆ ಅಂತ ನನಗೆ ಗೊತ್ತು. ಅದು ಏನೂಂತ ನೀನು ಊಹಿಸಲಾರೆ !"

ತಾತನಿಗೆ ನಗು ಬಂತು, ಬಾಯೊಳಗಿಂದ ಪೈಪ್ ತೆಗೆದು ಅವನು ಕೇಳಿದ:

"ಅದು ಮುದ್ದಾಗಿದೆ, ಅಲ್ವೆ ಜಾನ್ ?"

"ಊಹುಂ ! ನಾವು ಹೇಳಬಾರದು !"

"ತಿನ್ನುವಂಥದು – ಬಾಯಿಗೆ ರುಚಿಯಾದದ್ದು ?"

"ಥೂ! ಅದನ್ನು ತಿಂದರೆ ನಿನ್ನ ಹೊಟ್ಟೆ ಕೆಡ್ತದೆ !" – ಎಂದ ಜಾನ್ ನಗುತ್ತ.

"ಓದುವಂಥದೆ ?"

"ಬೇಕಾದ್ರೆ ಹಾಗೆ ಅನ್ನಬಹುದು !"

"ಅದರ ಮೇಲೆ ಕೂಡಬಹುದೆ ?"

"ಓಹೊ ! ಬೇಕಾದ್ರೆ ಕೂಡಬಹುದು. ಹಾ ! ಹಾ !"

"ಅಲ್ಲ, ಉಡುವಂಥದೆ ?"

"ಊಹುಂ ! ಅಲ್ಲ ! ಅದನ್ನು ಉಡೋದಕ್ಕೆ ಸಾಧ್ಯವಿಲ್ಲ."

"ಸರಿ ನನ್ನಿಂದ ಊಹಿಸೋದು ಆಗೋದಿಲ್ಲ," ಎಂದು ತಾತ ಮುಗುಳ್ನಕ್ಕ.

ಭಾನುವಾರ ಸಿಕ್ಕುವ ಎರಡು ಸೆಂಟ್ ಮೂರಾಗಬಹುದೆಂಬ ಆಶೆಯಿಂದ ಜಾನ್ ಜೊತೆಗಿದ್ದ ಕಿರಿಯ ಮಗು ತಾತನಿಗೆ ಸಹಾಯವಾಗುವ ಸುಳಿವು ನೀಡಿತು:

"ಅಪ್ಪ, ಅಮ್ಮ, ದೊಡ್ಡಪ್ಪ, ದೊಡ್ಡಮ್ಮ, ಚಿಕ್ಕಪ್ಪ, ಚಿಕ್ಕಮ್ಮ, ನಾವು ಎಲ್ಲ ಒಳ್ಳೆ ಬಟ್ಟೆ ಹಾಕ್ಕೊಂಡು, ಅರ್ಧ ಗಂಟೆ ಹೊತ್ತುತೆಪ್ಪಗೆ ಕುಳಿತ್ಕೊಂಡ್ವಿ."

ಸರಿ ! ಗೊತ್ತಾಯ್ತು! ಅದನ್ನೊಂದು ಚೌಕಟ್ಟಿನೊಳಗೆ ಕೂರಿಸ್ಬಹುದೆ ?" – ತಾತ ತಲೆಯಾಡಿಸುತ್ತಾ ಕೇಳಿದ.

"ಅದನ್ನು ಮಾತ್ರ ಹೇಳೋಹಾಗಿಲ್ಲ."

ಇದಾದ ಒಂದು ಗಂಟೆಯ ತರುವಾಯ ಒಂದು ಗ್ಲಾಸ್ ನೀರಿಗಾಗಿ ಬಂದ ಹೆಂಕ್ ಹೇಳಿದ:

"ಅಪ್ಪ, ಬುಧವಾರ ನಿನಗೊಂದು ಆಶ್ಚರ್ಯ ಕಾದಿದೆ. ನಾನು ಅಂಥದನ್ನು ಈವರೆಗೆ ಕಂಡಿಲ್ಲ. ಹೊಸ ಬೈಬಲ್ ಕೊಡೋಣ ಅಂದ್ಲು ಜೆಟ್; ಆರಾಮ ಕುರ್ಚಿ ಅಂದ ಡರ್ಕ್; ಬೆಚ್ಚನೆ ಕೋಟು ಅಂತ ಮೇರಿ ಹೇಳಿದ್ಲು. ನಾನು ಒಲ್ಲೆ ಅಂದೆ! ನಂಗೊತ್ತು, ಅದು ಯಾವುದೂ ನಿನಗೆ ಇಷ್ಟವಾಗೋದಿಲ್ಲ ಅಂತ. ನಾನು ಹೇಳಿದೆ – ಬೇಡ, ಬುಧವಾರ ಬರ್ಲಿ, ನೀನೇ ನೋಡ್ತಿ! ಮೊದಲೇ ತಿಳಿದರೆ ಅದರಲ್ಲಿ ಮಜ ಇರೋದಿಲ್ಲ."

"ಅದೇನು ಅಂತ ನಾನು ಖಂಡಿತಾ ಊಹಿಸಬಲ್ಲೆ. ಆಗ್ಲೇ ಅದರ ವಾಸನೆ ಬರ್ತ್ತಿದೆ."

"ನೀನು ಊಹಿಸಲಾರೆ – ಹಗಲು ರಾತ್ರಿ ಯೋಚಿಸಿದ್ರೂ."

ಮುದುಕ ಒಂದು ಕ್ಷಣ ಯೋಚಿಸುವವನಂತೆ ತಂಬಾಕಿನ ನೀಲಿ ಹೊಗೆಯ ಮೋಡದ ಮರೆಯಲ್ಲಿ ಕುಳಿತ. ಅಮೇಲೆ ತಟಕ್ಕನೆ ಹೇಳಿದ:

"ಅದು ಚೌಕನಾದ್ದು. ಅದಕ್ಕೆ ಇಪ್ಪತ್ತೆಂಟು ಕಣ್ಣು, ಇಪ್ಪತ್ತೆಂಟು ಕೈ, ಇಪ್ಪತ್ತೆಂಟು ಕಿವಿ, ಹದಿನಾಲ್ಕು ಬಾಯಿ – ನನ್ನ ಬುದ್ಧಿ ಚುರುಕಾಗಿದೆ ಅಲ್ವೆ?"

"ಅಯ್ಯೋ! ಹಾಗಾದ್ರೆ ಗುಟ್ಟು ರಟ್ಟಾಗಿದೆ! ನಿನಗೆ ಸಂತೋಷವೆ, ಅಪ್ಪ?"

"ಮಗು! ನೀನು ದೂರ ಹೋಗ್ತಿದ್ದಿ. ಅದಕ್ಕೆ ಮುಂಚೆ ಎಲ್ಲರೂ ಒಂದು ಚಿತ್ರ ತೆಗೆಸ್ಕೊಳ್ಳಿ ಅಂತ ನಾನೇ ಹೇಳ್ಬೇಕೂಂತ ಇದ್ದೆ. ಆಮೇಲೆ ಒಬ್ಬರ್‍ನೊಬ್ರು ಮತ್ತೆ ನೋಡೋದು ಯಾವಾಗ್ಲೋ!"

ಇದಾದ ಮೇಲೆ ಡರ್ಕ್ ಹಾಗೂ ಜೆಟ್ ತಾತನಿಗೆ ಹುಟ್ಟುಹಬ್ಬದ ಉಡುಗೊರೆ ಬಗ್ಗೆ ಸುಳಿವು ಕೊಡಲು ಯತ್ನಿಸಿ, ಅದು ಆಗಲೇ ತಾತನಿಗೆ ತಿಳಿದುಹೋಗಿದೆ ಎಂದು ಅರಿತು ನಿರಾಶರಾದರು. ಗುಟ್ಟು ಹೇಗೋ ಬಯಲಾಗಿತ್ತು. ಈಗ ಎಲ್ಲರೂ ಅದರ ಬಗ್ಗೆ ಮುಚ್ಚುಮರೆ ಇಲ್ಲದೆ ಮಾತನಾಡಿದರು. ಇಡೀ ಸಂಸಾರದ ಒಟ್ಟು ಚಿತ್ರವೇ ಅತ್ಯುತ್ತಮ ಉಡುಗೊರೆ; ಅದಾದರೆ ಶಾಶ್ವತವಾದುದು, ಪ್ರತಿಯೊಬ್ಬರೂ ಇಷ್ಟಪಡುವಂಥದು. ತಾತನಿಗೆ ದೊಡ್ಡ ಸೈಜಿನ ಚಿತ್ರ ಕಟ್ಟು ಹಾಕಿಸಿ ಕೊಡತಕ್ಕದ್ದು; ಉಳಿದವರಿಗೆ ಸಣ್ಣ ಪ್ರತಿ, ಕಟ್ಟಿಲ್ಲದ್ದು, ಸಾಕು. ಎಲ್ಲರೂ ಕುತೂಹಲದಿಂದ ಚಿತ್ರವನ್ನು ಎದುರು ನೋಡುತ್ತಿದ್ದರು – ಸಣ್ಣವರು, ದೊಡ್ಡವರು ಎಲ್ಲಾ.

ಮಂಗಳವಾರ ರಾತ್ರಿ ಮಲಗಿದ ಮೇಲೆ (ಎಪ್ಪತ್ತರ ಮುದುಕ ತುಂಬ ಹೊತ್ತು ಎದ್ದಿರಲಾರ) ಡರ್ಕ್, ಪಿಯೆಟ್, ಹೆಂಕ್ ಕೂಡಿ ಮನೆಯ ಹಜಾರವನ್ನು ಸೊಗಸಾಗಿ ಅಲಂಕರಿಸಿದರು. ತಳಿರು ತೋರಣಗಳು, ಬಣ್ಣ ಬಣ್ಣದ ಕಾಗದದ ಹೂಗಳು. ಈ ಅಲಂಕಾರ

ನೋಡಿ ಮದುವೆಯೋ ಮುಂಜಿಯೋ ಎಂದು ಭ್ರಮಿಸಬೇಕು. ತಾತನಿಗೆ ದೀರ್ಘಾಯುಸ್ಸನ್ನು ಕೋರುವ ಹರಕೆಯನ್ನು ಟ್ರೆನ್ಸ್ ಬೆಳ್ಳಿ ಅಕ್ಷರಗಳಲ್ಲಿ ಸಿದ್ಧಮಾಡಿದ. 'ನಿಮ್ಮ ಮಕ್ಕಳು ಮತ್ತು ಮೊಮ್ಮಕ್ಕಳೊಂದಿಗೆ ಇನ್ನೂ ಅನೇಕ ವರ್ಷ ಬಾಳುವಂತೆ ದೇವರು ನಿಮ್ಮನ್ನು ಅನುಗ್ರಹಿಸಲಿ' ಎಂಬ ಸಂದೇಶವಿದ್ದ ಈ ಫಲಕವನ್ನು ಹಜಾರದ ಕನ್ನಡಿಯ ಮೇಲ್ಗಡೆ ತೂಗಿಸಲಾಯಿತು. ಅಜ್ಜಿ ಅಸುನೀಗಿದ ಆರಾಮ ಕುರ್ಚಿಯನ್ನೂ ಕಾಗದದ ಹೂಗಳು ಅಲಂಕರಿಸಿದವು.

ತಾತನಿಗೆ ತಾವು ಮಾಡುತ್ತಿರುವ ಕೆಲಸದ ಬಗ್ಗೆ ಸುಳಿವು ಸಿಕ್ಕಬಾರದೆಂದು ಅವರು ಕಾಲುಚೀಲಗಳನ್ನು ಹಾಕಿಕೊಂಡು ಸಪ್ಪಳವಾಗದಂತೆ ನಡೆದರು. ಸದ್ದಾಗಬಾರದೆಂದು ಸುತ್ತಿಗೆ, ಮೊಳೆಗಳ ಬದಲು ಪಿನ್ನುಗಳನ್ನೇ ಉಪಯೋಗಿಸಿದರು. ಜೇಟ್ ಹಾಗೂ ಮೇರಿ ಕೂದಲನ್ನು ಇಳಿಬಿಟ್ಟುಕೊಂಡೇ ಮನೆಗೆ ಹೋಗಬೇಕಾಯಿತು – ಅವರ ತಲೆಗೂದಲನ್ನು ಅಲಂಕರಿಸಿದ್ದ ಎಲ್ಲಾ ಪಿನ್ನುಗಳು ಮನೆಯ ಅಲಂಕಾರಕ್ಕೆ ವಿನಿಯೋಗವಾಗಿದ್ದುವು.

ಹುಟ್ಟುಹಬ್ಬದ ಬೆಳಿಗ್ಗೆ. ಸೂರ್ಯನ ಕಿರಣಗಳು ಪರದೆಗಳ ಮೇಲೆ ಬಿದ್ದು ಅವು ಥಳಥಳಿಸಿದವು; ಕಿಟಕಿಯಲ್ಲಿರಿಸಿದ್ದ ಹೂಗಳು ಸೂರ್ಯನ ರಶ್ಮಿಯ ಸ್ಪರ್ಶಕ್ಕೆ ಪುಳಕ ಗೊಂಡವು. ಹಬ್ಬದ ವಾತಾವರಣ ಸೃಷ್ಟಿಯಾಗಿತ್ತು. ತಳಿರು ತೋರಣಗಳಿಂದ ಅಲಂಕೃತವಾದ ಕೋಣೆ ಈ ಸುಂದರ ಮುಂಜಾನೆಯಂದು ಅತ್ಯಂತ ಶೋಭಾಯಮಾನವಾಗಿ ತೋರುತ್ತಿತ್ತು. ಒಂಭತ್ತು ಗಂಟೆಗೆ ತಾತನಿಗೆ ಹಾಸಿಗೆಯಲ್ಲಿ ಒಂದು ದೊಡ್ಡ ಕಪ್ ಚಹ, ಎರಡು ತುಂಡು ಬ್ರೆಡ್ ಮತ್ತು ಬೆಣ್ಣೆ ಕೊಡಲಾಯಿತು. ಚಿತ್ರಗ್ರಾಹಕ ಹತ್ತು ಗಂಟೆಗೆ ಬರುವವರೆಗೆ ತಾತ ತನ್ನ ಕೊಠಡಿ ಬಿಟ್ಟು ಹೊರಗೆ ಬಾರದಂತೆ ನೋಡಿಕೊಳ್ಳಬೇಕಾಗಿತ್ತು. ಆ ಸಮಯದೊಳಗೆ ಚಿತ್ರವನ್ನು ಮನೆಗೆ ತಲುಪಿಸುವುದಾಗಿ ಚಿತ್ರಗ್ರಾಹಕ ಡರ್ಕ್‌ಗೆ ಮಾತುಕೊಟ್ಟಿದ್ದ. ಅವನ ಮಾತಿನ ಬಗ್ಗೆ ಯಾರಿಗೂ ಸಂದೇಹವಿರಲಿಲ್ಲ.

ಎಲ್ಲರೂ ಒಳ್ಳೆ ಉಡುಪು ಧರಿಸಿದ್ದರು. ಜೆಟ್‌ಳ ಮಗ ಜಾನ್ ತಾತನಿಗೆ ಶುಭ ಕೋರುವ ಕವನವನ್ನು ಅಭ್ಯಸಿಸುವುದರಲ್ಲಿ ತೊಡಗಿದ್ದ. ತಾತ ಅತ್ತಿಂದಿತ್ತ ಓಡಾಡುವ ಸದ್ದು ಕೇಳಿಸುತ್ತಿತ್ತು. ಇನ್ನೂ ಎಷ್ಟು ಹೊತ್ತು ಬೇಕು – ಎಂದು ಬೇರೆ ತಾತ ಹೇಳಿಕಳಿಸಿದ್ದ!

ಹತ್ತು ಹೊಡೆಯುವುದಕ್ಕೂ ಡರ್ಕ್ ಪ್ರವೇಶಿಸುವುದಕ್ಕೂ ಸರಿಹೋಯಿತು. ಆದರೆ ಅವನ ಕೈ ಬರಿದಾಗಿತ್ತು; ಮೋರೆ ಸಪ್ಪಗಿತ್ತು.

"ಚಿತ್ರ ಎಲ್ಲಿ?" ಎಂದು ಜೇಟ್ ಕೇಳಿದಳು. ಅವಳ ದನಿಯಲ್ಲಿ ಕಾತರ ತುಂಬಿತ್ತು.

ಮೇರಿ ಕೇಳಿದಳು:

"ಅದು ನಿನ್ನೊಂದಿಗಿಲ್ವೆ? ಮಹರಾಯ, ಸದ್ಯ ಬಾಯಿ ಬಿಡು! ಯಾಕೆ ಹಾಗೆ ಮೂಕನಂತೆ ನಿಂತಿದ್ದೀ?"

ಡರ್ಕ್ ಕೈ ಮುಷ್ಟಿ ಕಟ್ಟಿ ಗುಡುಗಿದ: "ಥತ್! ಅಯೋಗ್ಯ ಬಡ್ಡಿ ಮಗ! ಚಿತ್ರವೇನೋ ಬಂದಿದೆ, ಆದರೆ ಜತೆಯಲ್ಲಿ ಬಿಲ್ ಬಂದಿದೆ. ನಗದು ದುಡ್ಡು ಕೊಟ್ಟು ತೊಗೊಬೇಕಂತೆ!"

"ದುಡ್ಡು ಕೊಟ್ಟು ತೊಗೋಬೇಕು!"

"ಹೂಂ. ನನಗೆ ಕೊಟ್ಟ ಮಾತಿಗೆ ತಪ್ಪಿದ್ದಾನೆ. ಅವನ ಹಲ್ಲು...ನಾನು ಹಣ ಕೊಡೋದಿಲ್ಲಾ ಅನ್ನೋ ಹಾಗೆ!"

"ಹಾಗಾದರೆ ಯಾಕೆ ನೀನು ಕೊಡ್ಲಿಲ್ಲ?" ಎಂದು ಟ್ರೆನ್ಸ್ ಮುಗ್ಧವಾಗಿ ಕೇಳಿದಳು. ತನ್ನ ಪಾಲಿನ ಹಣವನ್ನು ಚಿತ್ರ ನೋಡಿದ ಮೇಲೇ ಕೊಡುವುದೆಂದು ಮೊದಲೇ

ತೀರ್ಮಾನಿಸಿದ್ದಳು ಆಕೆ. ಅನಂತರ ಅವಳೆಂದಳು:

"ನಮ್ಮ ನಮ್ಮ ಪಾಲು ಕೊಡೋದಕ್ಕೆ ನಾವೆಲ್ಲ ಸಿದ್ಧ!"

ಅದಕ್ಕೆ ಡರ್ಕ್ ಸಿಟ್ಟಿನಿಂದ ಉತ್ತರಿಸಿದ:

"ಎಂಥ ಮಾತು ನಿಂದು!" ಅಷ್ಟೊಂದು ದುಡ್ಡನ್ನು ಜೇಬ್ನಲ್ಲಿ ಇಟ್ಕೊಂಡು ಯಾರಾದ್ರೂ ಅಲೀತಾರಾ? ಅಥವಾ ಔಷಧಿ ಅಂಗಡಿಯ ಗಲ್ಲಾ ಪೆಟ್ಟಿಗೆಯಿಂದ ತೆಗೆದುಕೊಡಬೇಕಾಗಿತ್ತೊ!"

ಟ್ರಿನ್ಸ್ ಸಮಾಧಾನಪಡಿಸಲು ಪ್ರಯತ್ನಿಸುತ್ತ ಹೇಳಿದಳು:

"ಹಾಗಲ್ಲಪ್ಪಾ. ಚಿತ್ರ ನೋಡಿ ಚೆನ್ನಾಗಿದ್ರೆ ದುಡ್ಡು ಕೊಡಿ ಅಂತ ಅವನೇ ಹೇಳಲಿಲ್ವೆ? ದುಡ್ಡು ಕೊಟ್ಟು ಚಿತ್ರ ತೊಗೋಳ್ಳಿಂತ ಈಗ ಅನ್ನೋದು ಯಾವ ನ್ಯಾಯ? ಕಣ್ಮುಚ್ಚಿ ಕಣ್ಣು ಬಿಡೋದ್ರಲ್ಲಿ ದುಡ್ಡು ತಾ ಅಂದ್ರೆ ಹೇಗಪ್ಪಾ!"

ದುಡ್ಡಿನ ಚಿಂತೆ ಇಲ್ಲದ ಪಿಯೆಟ್, "ಚಿತ್ರ ನೋಡಿದರೆ ಎಲ್ಲರಿಗೂ ಆಶ್ಚರ್ಯ ಆಗೋದು ಖಂಡಿತ!" ಎಂದ.

ಆಗ ಹೆಂಕ್ ಪ್ರವೇಶಿಸಿದ. "ಚಿತ್ರ ಎಲ್ಲಿ?" ಎಂದು ಗಾಂಭೀರ್ಯದಿಂದ ಕೇಳಿದ. ಉಡುಗೊರೆಯ ಆಲೋಚನೆ ತನ್ನದು, ತನ್ನ ಪಾಲಿನ ಹಣ ಕೊಟ್ಟಾಗಿದೆ, ಎಂಬ ಗತ್ತು ಅವನ ದನಿಯಲ್ಲಿತ್ತು.

"ತೆಪ್ಪಗೆ ಕೈಕಟ್ಟಿ ಕೂತ್ಕೊಬೇಕು, ಅಷ್ಟೆ. ಆ ಕದೀಮ ಚಿತ್ರಗ್ರಾಹಕ ದುಡ್ಡು ಕೊಟ್ಟರೇ ಚಿತ್ರ ಕೊಡೋದು ಅಂತ ಹೇಳಿ ಕಳುಹಿಸಿದ್ದಾನೆ," ಎಂದಳು ಜೆಟ್.

"ಅಂ?"

"ಅಂ ನೂ ಇಲ್ಲ ಈಂ ನೂ ಇಲ್ಲ. ಅದಕ್ಕೆ ಕೊಡಬೇಕಾದ ಇಪ್ಪತ್ತೇಳೂವರೆ ನನ್ನ ಹತ್ತಿರ ಇರಲಿಲ್ಲ; ಆದ್ದರಿಂದ ಚಿತ್ರವನ್ನು ತಂದ ಆಳು ಅದನ್ನು ಹಾಗೆಯೇ ಹಿಂದಕ್ಕೆ ತೆಗೆದುಕೊಂಡು ಹೋದ" ಎಂದು ಡರ್ಕ್ ನಿಷ್ಠೂರವಾಗಿ ಹೇಳಿದ.

"ಅಯ್ಯೋ ದೇವರೆ! ನಿನಗೆ ಚಿತ್ರಗ್ರಾಹಕನ ಪರಿಚಯ ಇದೆ ಅಂತ ಅಂದ್ಕೊಂಡಿದ್ದೆ. ಎಲ್ಲ ವ್ಯವಸ್ಥೆ ಮಾಡಿದ್ದು ನೀನೇ ಅಲ್ವೇ?" ಎಂದು ಹೆಂಕ್ ನುಡಿದ.

ಅದಕ್ಕೆ ಡರ್ಕ್ ಸಿಡಿಮಿಡಿಗುಟ್ಟಿದ:

"ಕೊಡು ಅಂತ ನಾನು ಬಲವಂತ ಮಾಡ್ಲೆ? ಅವನನ್ನು ಸ್ವತಃ ನೋಡೋದಕ್ಕೆ ನಾನು ಹೋದಾಗ ಆಸಾಮಿ ಇರ್ಲಿಲ್ಲ; ಮಧ್ಯಾಹ್ನದವರೆಗೆ ಬರೋದಿಲ್ವಂತೆ. ಎಲ್ರೂ ತಮ್ಮ ತಮ್ಮ ದುಡ್ಡು ಕೊಟ್ಟಿದ್ರೆ ನಾನು ಈ ಪೇಚಿನಲ್ಲಿ ಸಿಗ್ತಿರ್ಲಿಲ್ಲ."

"ಈ ಮಾತು ಬಿಡಪ್ಪ. ನೀನು ಪ್ರಯತ್ನ ಮಾಡಿದ್ದಿದ್ರೆ..." ಎಂದು ಹೆಂಕ್ ಅರ್ಧದಲ್ಲಿ ನಿಲ್ಲಿಸಿದ.

"ನಿನ್ನ ದೊಡ್ಡಸ್ತಿಕೆ ಸಾಕು! ಆರಾಮ ಕುರ್ಚಿ ತೊಗೊಂಡಿದ್ರೆ ಹೀಗಾಗ್ತಿರ್ಲಿಲ್ಲ; ನಾವು ನೋಡದ ಸಾಮಾನು ಕೊಳ್ಳೋದೂಂದ್ರೆ ಈ ಫಜೀತಿ" ಎಂದು ಡರ್ಕ್ ತನ್ನ ಸಿಟ್ಟನ್ನು ಹೊರಗೆಡಹಿದ.

ಈ ಕದನ ನಡೆಯುತ್ತಿದ್ದಂತೆ ಬಾಗಿಲು ತೆರೆದ ಶಬ್ದವಾಯಿತು – ಓ! ತಾತನ ಪ್ರವೇಶ! ಮೂರುನಾಲ್ಕು ಸಲ ಕೂಗಿ, ಯಾವಾಗ ಬರ್ಲಿ? ಏನು ಈ ಗಲಾಟೆ? ಅಂತ ಕೇಳಿದ್ನಂತೆ!

"ನೀವು ನನ್ನನ್ನು ಮರೆತಂತೆ ಕಾಣಿಸ್ತು. ಅದಕ್ಕೆ ನಾನೇ ಬಂದೆ!" ಎಂದು ತಾತ ನಕ್ಕ.

ತಾತ ನುಣ್ಣಗೆ ಮುಖಕ್ಷೌರ ಮಾಡಿಕೊಂಡು, ಬಿಳಿ ಟೈ ಧರಿಸಿದ್ದ. ಚಹದ ಜೊತೆ ಜಾನ್

ಕಳುಹಿಸಿದ್ದ ತನ್ನ ಮೊದಲ ಉಡುಗೊರೆಯಾದ ಹೊಸ ಪೈಪ್ ಕೈಯಲ್ಲಿತ್ತು. ಮನೆಯ ಅಲಂಕಾರ ನೋಡಿ ತಾತನ ಕಣ್ಣು ಹನಿಗೂಡಿತು.

ತಾತನ ಸುಕ್ಕುಗಟ್ಟಿದ ಗಲ್ಲಕ್ಕೆ ಮುತ್ತಿಟ್ಟು ಜೆಟ್ ಹುಟ್ಟು ಹಬ್ಬದ ಶುಭಾಶಯ ಹೇಳಿದಳು.

ಅನಂತರ ಅಲಂಕರಿಸಿದ್ದ ಆರಾಮ ಕರ್ಚಿಯಲ್ಲಿ ಕುಳಿತು ಕನ್ನಡಿಯ ಮೇಲಣ ಫಲಕದಲ್ಲಿ ಬೆಳ್ಳಿ ಅಕ್ಷರಗಳಲ್ಲಿ ಕೆತ್ತಲಾಗಿದ್ದ ಹಾರೈಕೆಯನ್ನು ತಾತ ಓದುತ್ತಿದ್ದಾಗ, ಎಲ್ಲರೂ ಒಬ್ಬೊಬ್ಬರಾಗಿ ಅವನಿಗೆ ಶುಭಾಶಯ ಕೋರಿದರು. ತುಂಬಿದ ಹೃದಯದಿಂದ ತಾತ ತನ್ನ ಕೃತಜ್ಞತೆ ತಿಳಿಸಿದ. ಆಮೇಲೆ ಉಡುಗೊರೆ ಎಲ್ಲಿ ಎಂಬಂತೆ ಅತ್ತ ಇತ್ತ ನೋಡಿದ. ಒಮ್ಮೆಲೆ ಆರು ಕಂಠಗಳು ದುರಂತ ಕತೆಯನ್ನು ಪಠಿಸಿ, ಚಿತ್ರಗ್ರಾಹಕನ ಅಸಭ್ಯತೆಯನ್ನು ಖಂಡಿಸಿದವು.

ಆದರೆ ಸಂಜೆಗೆ ಆನಂದ ಮರಳಿತು: ತನ್ನ ಮಕ್ಕಳು ಮೊಮ್ಮಕ್ಕಳು ಅಷ್ಟೊಂದು ಪ್ರೀತಿಯಿಂದ ಕೊಡಬೇಕೆಂದಿದ್ದ ಚಿತ್ರಕ್ಕೆ ತಾತನೇ ಹಣ ಕೊಟ್ಟು ಅವರೆಲ್ಲರ ನಿರಾಶೆಯನ್ನು ದೂರ ಮಾಡಿದ.

○ ಜಸ್ಟಸ್ ವಾನ್ ಎಫೆನ್

ಚಂಡಿ ಹೆಂಡತಿಯನ್ನು ದಾರಿಗೆ ತರುವುದು ಹೇಗೆ?

ಪ್ರಿಯ ವಾಚಕ ಮಹಾಶಯ ! ಈಚೆಗೆ ನನ್ನ ಆತ್ಮೀಯ ಗೆಳೆಯನೊಬ್ಬನಿಂದ ತನ್ನ ಮನೆಗೆ ಬರಲು ನನಗೆ ಆಹ್ವಾನ ಬಂತು. ಅವನ ಮನೆಯ ಬಾಗಿಲ ಮುಂದೆ ನಾನು ನಿಂತಂತೆ, ಯಾವುದೊ ಹಗಲುಗನಸಿನಲ್ಲಿ ಕ್ಷಣ ಕಾಲ ಮೈಮರೆತೆ. ಬರೆಹಗಾರರು ಹೀಗೆ ಅನ್ಯಮನಸ್ಕರಾಗುವುದು ಅಪರೂಪವೇನಲ್ಲ; ಅದು ಕವಿ ಕುಲವನ್ನು ಕಾಡುವ ದೌರ್ಬಲ್ಯ. ಹೀಗೆ ಅನ್ಯಮನಸ್ಕ ನಾಗಿದ್ದ ನನ್ನಿಂದ ಅಜಾಗರೂಕತೆಯ ಒಂದು ಕೆಲಸ ನಡೆದು ಅದಕ್ಕಾಗಿ ನಾನು ಪರಿತಪಿಸುವಂತಾಯಿತು. ಬಾಗಿಲು ತೆರೆಯಿತು: ನಾನು ನನ್ನ ಪಾದವನ್ನು ಅದಕ್ಕಾಗಿಯೇ ಇರಿಸಿದ್ದ ಕಾಲೊರಸಿಯ ಬದಲು, ಸ್ವಚ್ಛವಾಗಿ ತೊಳೆದ ಅಮೃತಶಿಲೆಯ ನೆಲದ ಮೇಲೆ ಇರಿಸಿದೆ. ಆದರೆ, ಹಿಂದಿರುಗಿ ನಾನು ನಡೆದ ಹೆಜ್ಜೆಯ ಗುರುತುಗಳನ್ನು ನೋಡಿದಾಗ, ಸೊಗಸಾದ ಚಿತ್ರದ ಮೇಲೆ ಮೂಡಿದ ಮಸಿಯ ಗುರುತುಗಳಂತೆ ಅವು ಕಂಡು, ನನಗೆ ಕೂಡಲೇ ನನ್ನ ತಪ್ಪಿನ ಅರಿವಾಯಿತು. ನನ್ನ ಬೂಟು ಕೆಸರಿನಿಂದ ತುಂಬಿದ್ದು ನೆನಪಾಗಿ, ತತ್‌ಕ್ಷಣ ಅದನ್ನು ಒರೆಸಿದೆ. ಆದರೆ ಅಪಚಾರ ನಡೆದುಹೋಗಿತ್ತು. ನನ್ನ ಬಗ್ಗೆ ನನಗೇ ಅಸಮಾಧಾನವಾಯಿತು. ಇನ್ನೊಬ್ಬರು ಮಾಡಿದ ಒಳ್ಳೆಯ ಕೆಲಸವನ್ನು ಯಾರೇ ಆಗಲಿ ಕೆಡಿಸ ಬಾರದೆಂಬುದು ನನ್ನ ಮತ. ಅದು ಅಸಭ್ಯತೆ. ಅಲ್ಲದೆ ಸಭ್ಯ ವರ್ತನೆಗೆ ಖರ್ಚೇನಾದರೂ ಉಂಟೆ?

ನನ್ನ ದುಷ್ಕರ್ಮ ತನ್ನ ಗಮನಕ್ಕೆ ಬಂತೆಂಬುದನ್ನು ಮನೆಯ ಒಡತಿ ನನಗೆ ನೆನಪು ಮಾಡಿಕೊಟ್ಟಿದ್ದು ಹೀಗೆ. ಅವಳು ಸ್ವಲ್ಪ ಹೊತ್ತು ತನಗೆ ತಾನೇ ಗೊಣಗಿ, ಬಳಿಕ, ನನಗೆ ಕೇಳಿಸುವಂತೆ, "ಕ್ಯಾಟ್ರಿನ್, ಬೇಗ ಒರೆಸೋ ಬಟ್ಟೆ ತಗೊಂಡ್ಬಾ!" ಎಂದು ದೊಡ್ಡ ದನಿಯಲ್ಲಿ ಕೂಗಿದಳು. ಆದರೂ ಆಕೆ ನನ್ನನ್ನು ಸ್ವಾಗತಿಸಿ ತನ್ನ ಪತಿಯ ಬಳಿಗೆ ಕರೆದೊಯ್ದುಳು. ಅವಳ ವರ್ತನೆಯಲ್ಲಿ ಸಭ್ಯತೆ ಇತ್ತು, ನಿಜ ; ಆದರೆ ಅದು ಕರ್ತವ್ಯ ಎನ್ನುವ ಭಾವನೆ ಎದ್ದು ಕಾಣುತ್ತಿತ್ತು. ಊಟದ ಕೊಠಡಿ ತುಂಬ ಅಚ್ಚುಕಟ್ಟಾಗಿತ್ತು. ಮೇಜಿನ ಮೇಲೆ ಮಂಜಿನಂತೆ ಶುಭ್ರವಾದ ಬಟ್ಟೆ ಹಾಸಿತ್ತು. ಅದು ನನ್ನನ್ನು ಕಂಡು ಮುಗುಳ್ನಕ್ಕಂತೆ ಭಾಸವಾಯಿತು.

ನಮ್ಮ ಉಪಹಾರ ನಡೆಯಿತು. ನನ್ನ ಮಿತ್ರ ಒಂದು ಗ್ಲಾಸ್ ಬಿಳಿ ವೈನ್ ಇತ್ತು, "ಇದು ಸೊಗಸಾದ ಬರ್ಜ್‌ರ್ಯಾಕ್, ಸೇವಿಸು," ಎಂದ. ಅದರ ಸಿಹಿ ನನಗೆ ಅಸಹ್ಯವೆನಿಸಿತು: ನಾನು ಎಷ್ಟೇ ಎಚ್ಚರ ವಹಿಸಿದರೂ ನನ್ನ ಮಿತ್ರನಿಗೆ ನನ್ನ ಪೇಚಾಟ ತಿಳಿಯಿತು. ನನ್ನ ಮಿತ್ರ "ಎಲ್ಲಿ, ಕೆಂಪು ವೈನ್ ತಾ ! ರಾಯರಿಗೆ ಅದು ಹೆಚ್ಚು ಇಷ್ಟವಾಗ್ಬಹುದು," ಎಂದು ಆಳಿಗೆ ಸೂಚನೆ ಇತ್ತ.

ಕೆಂಪು ವೈನ್ ಎಂಬ ಶಬ್ದಗಳನ್ನು ಕೇಳಿ ಮನೆಯೊಡತಿ ಗಲಿಬಿಲಿಗೊಂಡಳು. ನಾನು ಮಾತನಾಡುವ ಮೊದಲೇ ಅವಳು ತನ್ನ ಗಂಡನಿಗೆ ಹೇಳಿದಳು :

"ಪ್ರಿಯತಮ, ರಾಯರಿಗೆ ಬಹುಶಃ ಮೊಸೆಲ್ ಅಥವಾ ರ್ಹೆನಿಶ್ ಪ್ರಿಯವಾಗಿರಬಹುದು. ನಮ್ಮಲ್ಲಿ ಒಳ್ಳೆ ಪುರಾತನ ರ್ಹೆನಿಶ್ ಇದೆ."

ಅನಂತರ ನನ್ನ ಕಡೆ ತಿರುಗಿ, "ನೀವು ಅದನ್ನು ಸೇವಿಸಿ ನೋಡಿ ! ಎಂಥ ರುಚಿ !" ಎಂದಳು.

ಅವಳು ತನ್ನ ಮಾತನ್ನು ಪೂರೈಸುವಷ್ಟರಲ್ಲಿ ಪೊಂಟಾಕ್ ವೈನ್ ಮೇಜಿನ ಮೇಲಿತ್ತು. ನನ್ನ ಸ್ನೇಹಿತ ನನಗಾಗಿ ಅದನ್ನು ಒಂದು ಗ್ಲಾಸ್‌ನಲ್ಲಿ ಸುರಿದ; ಆಮೇಲೆ ಒಂದರ ಹಿಂದೆ ಒಂದು. ಈ ಹಿಂದೆ ಅಷ್ಟು ಒಳ್ಳೆ ವೈನ್ ಕುಡಿದ ನೆನಪಿಲ್ಲ; ಅಥವಾ ಅಷ್ಟು ಕಳವಳದಿಂದ ಗ್ಲಾಸ್ ಬರಿದು ಮಾಡಿದ ನೆನಪೂ ಇಲ್ಲ. ನಾನು ಮೊದಲು ಮಾಡಿದ ಅಪರಾಧವಷ್ಟೇ ಅಲ್ಲ ನನ್ನ ಕಳವಳಕ್ಕೆ ಕಾರಣ. ಶ್ರೀಮತಿಯವರ ಕಣ್ಣು ನನ್ನ ಕೈಯ ಮೇಲೆ ನೆಟ್ಟಿತ್ತು. ಒಂದೊಂದು ಬಾರಿ ಗ್ಲಾಸ್ ಎತ್ತಿಕೊಂಡಾಗಲೂ ನನ್ನ ಕಳವಳ ಹೆಚ್ಚುತ್ತಿತ್ತು. ಎಲ್ಲಿ ಒಂದು ತೊಟ್ಟು ವೈನ್ ಬಿದ್ದು ಮೇಜಿನ ಮೇಲೆ ಹಾಸಿದ ಶುಭ್ರ ಬಿಳಿ ಬಟ್ಟೆ ಕೆಡುವುದೊ ಎಂದು ಪ್ರತಿ ಸಲ ಗ್ಲಾಸನ್ನು ಇಡುವಾಗಲೂ ಅತ್ಯಂತ ಜಾಗರೂಕನಾಗುತ್ತಿದ್ದೆ.

ನನ್ನ ಸ್ನೇಹಿತ ಹಾಗಲ್ಲ. ನನ್ನೊಡನೆ ಗಂಭೀರ ಚರ್ಚೆಯಲ್ಲಿ ತೊಡಗಿದ ಅವನು ಯಾವ ಎಚ್ಚರವನ್ನೂ ವಹಿಸುತ್ತಿರಲಿಲ್ಲ. ಅವನು ವೈನ್ ಸುರಿಯುವಾಗ ಆಗೊಮ್ಮೆ ಈಗೊಮ್ಮೆ ಒಂದೊಂದು ತೊಟ್ಟು ಬಟ್ಟೆಯ ಮೇಲೆ ಬೀಳುತ್ತಿತ್ತು. ಹಾಗೆ ಪ್ರತಿಯೊಂದು ತೊಟ್ಟು ಬಿದ್ದುದನ್ನೂ ಗಮನಿಸುತ್ತಿದ್ದ ಶ್ರೀಮತಿಯವರ ಮುಖ ನೋವಿನಿಂದ ಹಿಂಡುತ್ತಿತ್ತು : ಯಾರೊ ಚಿವುಟಿದ ಹಾಗೆ, ಮುಳ್ಳಿನಿಂದ ಚುಚ್ಚಿದ ಹಾಗೆ.

ಒಂದು ತೊಟ್ಟು ವೈನ್ ಬಿದ್ದುದೇ ತಡ ಮನೆಯೊಡತಿ ಅದರ ಮೇಲೆ ಉಪ್ಪನ್ನು ಉದುರಿಸುತ್ತಿದ್ದಳು. ಆದರೆ ನನ್ನ ಸ್ನೇಹಿತನ ಅಜಾಗರೂಕ ವರ್ತನೆ ಅವಳ ಸಹನೆಯನ್ನು ಕೆಡಿಸಿತು. ಸ್ವಲ್ಪ ಸಿಡುಕಿನಿಂದಲೇ ಆಕೆ ತನ್ನ ಪತಿಗೆ ಎಚ್ಚರಿಕೆ ನೀಡಿದಳು:

"ನೀನು ಮಾಡೋ ಕೆಲಸದ ಬಗ್ಗೆ ಗಮನವಿರಲಿ ! ಹಾಗೆ ವೈನ್ ತುಳಕಿಸಬೇಡ !"

ಅವನು ತನ್ನ ತಪ್ಪನ್ನು ಒಪ್ಪಿಕೊಂಡ:

"ಆಗಲಿ ಮರಿ ! ಅದು ಆಕಸ್ಮಿಕವಾಗಿ ಆಯಿತು. ಇನ್ನು ಹುಷಾರಾಗಿರ್‍ತೇನೆ"

ಆದರೆ ಆದದ್ದೇ ಬೇರೆ. ತುಂಬಿದ ಗ್ಲಾಸ್‌ಗೆ ವೈನ್ ಸೀಸೆ ತಗಲಿ, ಒಮ್ಮೆ ಸವಿಯುವಷ್ಟು ವೈನ್ ಅದರಿಂದ ಹೊರಚೆಲ್ಲಿತು. ಶ್ರೀಮತಿಯವರಿಗೆ ತಡೆದುಕೊಳ್ಳಲು ಆಗಲಿಲ್ಲ. ಅವಳ ಕಣ್ಣುಗಳಲ್ಲಿ ನೀರು ಬರುವುದು ಬಾಕಿ.

ಅವಳು ಸಿಡುಕಿನಿಂದ ಅಬ್ಬರಿಸಿದಳು: "ನೀನು ನನ್ನನ್ನು ಕಾಡಲೆಂದೇ ಹೀಗೆ ಮಾಡ್ತಿದ್ದಿಯೆ. ನನ್ನ ಬಳಿ ಇರೋ ಅತ್ಯುತ್ತಮ ಬಟ್ಟೆ ಅಂದರೆ ಇದು. ಆಗಲಿ. ಇನ್ನು ಮೇಲೆ ನಿನಗಿಷ್ಟ ಬಂದಂತೆ ಅತಿಥಿಗಳನ್ನು ಕರೆ. ನಾನು ಮಾತ್ರ ಅವರಿಗೆ ತಕ್ಕಂತೆ ಮೇಜಿನ ಅಲಂಕಾರ ಮಾಡ್ತೇನೆ, ಅಷ್ಟೆ!"

ಅಷ್ಟರಿಂದ ಅವಳಿಗೆ ಸಮಾಧಾನವಾಗಲಿಲ್ಲ. ಪುನಃ ಪುನಃ ಅದೇ ಅರ್ಥ ಬರುವಂತೆ ಬೇರೆಬೇರೆ ಮಾತುಗಳಲ್ಲಿ ತನ್ನ ಅಭಿಪ್ರಾಯ ವ್ಯಕ್ತಪಡಿಸಿದಳು. ಅದೊಂದು ಮಾತಿನ ಪ್ರವಾಹ, ಅನ್ನಿ. ಸಿಟ್ಟುಬಂದ ಹೆಂಡತಿಯೊಬ್ಬಳು ಒಂದೇ ವಿಷಯವನ್ನು ಹತ್ತು ರೀತಿಗಳಲ್ಲಿ ಹೇಳುವ ವಾಚಾಳಿತನ.

ನನ್ನ ಸ್ನೇಹಿತ ತಾಳ್ಮೆಯಿಂದ ಅವಳಾಡಿದ ಮಾತುಗಳನ್ನು ಕೇಳುತ್ತಿದ್ದ. ಅಮೇಲೆ, ಅವಳ ಮುಖವನ್ನೇ ದೃಷ್ಟಿಸುತ್ತ, ಸ್ವಲ್ಪವೂ ವಿಚಲನಾಗದೆ, ವೈನ್ ಸೀಸೆಯನ್ನು ತೆಗೆದುಕೊಂಡು, ಅದರೊಳಗಿದ್ದ ವೈನನ್ನು ಮೇಜಿನ ಮೇಲೆಲ್ಲ ಸುರಿದ. ತನಗೆ ಸಮಾಧಾನವಾದ ಮೇಲೆ ಸೀಸೆಯನ್ನು ಕೆಳಗಿಟ್ಟ. ಈ ದೃಶ್ಯವನ್ನು ಕಂಡ ಅವನ ಶ್ರೀಮತಿ ಮೂಕಳಾಗಿ ಕೂತಿದ್ದಳು– ಸಿಡಿಲು ಬಡಿದವಳ ಹಾಗೆ. ಆತ ಸೀಸೆಯನ್ನು ಇಟ್ಟುದೇ ತಡ, ಆಕೆ ಚಂಡಿಯಾದಳು. ಅವಳ ಕಣ್ಣುಗಳು ಕಿಡಿ ಕಾರುತ್ತಿದ್ದವು. ತನ್ನ ಗಂಡನ ಕತ್ತನ್ನು ಹಿಸುಕುವಳೋ ಎನ್ನುವಂತಿತ್ತು ಅವಳ ಅವತಾರ!

"ಏನು ಈ ಅವಾಂತರ? ಮತ್ತೆ ಇನ್ನೇನು ಮಾಡಬೇಕೆಂದಿದ್ದಿ ? ಇದೇನು ಹುಚ್ಚೊ, ದೆವ್ವದ ಚೇಷ್ಟೆಯೊ?"

ಇಷ್ಟು ಹೇಳಿ ಆಕೆ ತನ್ನ ಆರಾಮ ಕುರ್ಚಿಯಲ್ಲಿ ಕುಸಿದಳು. ಕಣ್ಣೀರು, ಅಳು. ಈ ಬಿರುಗಾಳಿಯಲ್ಲಿ ನನ್ನ ಸ್ನೇಹಿತ ಶಾಂತವಾಗಿ ಕೂತಿದ್ದ . ತುಟಿ ಪಿಟ್ ಎನ್ನದೆ ತನ್ನ ಹೆಂಡತಿಯ ಮುಖವನ್ನೇ ದೃಷ್ಟಿಸಿದ. ಬಿರುಗಾಳಿ ಸ್ವಲ್ಪ ಶಾಂತವಾಗಿ, ಆಕೆ ತನ್ನ ಕೊಠಡಿಗೆ ತೆರಳುವವಳಿದ್ದಳು. ಆಗ ಆತ ಅವಳನ್ನು ತಡೆದು , ತನ್ನ ಪಕ್ಕದಲ್ಲಿ ಕೂಡಲು ಆಜ್ಞೆ ಮಾಡಿದ. ಅದು ತನ್ನ ಹಕ್ಕು, ಅದನ್ನು ಚಲಾಯಿಸುವ ಅಪೇಕ್ಷೆ ಬಂದಿದೆ, ಎನ್ನುವಂತಿತ್ತು– ಅವನ ದನಿ. ಪ್ರತಿಭಟನೆಯ ಯತ್ನ ವಿಫಲವಾಗಿ, ಮನೆಯೊಡತಿ ತೆಪ್ಪನೆ ಕೂತಳು. ಅವಳನ್ನು ಉದ್ದೇಶಿಸಿ, ದನಿಯನ್ನು ಎತ್ತರಿಸದೆ, ನನ್ನ ಸ್ನೇಹಿತ ಗಂಭೀರವಾಗಿ ನುಡಿದ:

ಇಲ್ನೋಡು ಮರಿ, ಈ ರಂಪ ನನ್ನ ಗೆಳೆಯನ ಎದುರು ನಡೀತಲ್ಲಾ ಅಂತ ನನಗೆ ವಿಷಾದವೆನಿಸ್ತದೆ. ನನ್ನ ಅಥವಾ ನಿನ್ನ ಸಲುವಾಗಿ ಅಲ್ಲ–ಅವನ ಸಲುವಾಗಿ. ಯಾಕಂದ್ರೆ ಅವನು ತುಂಬ ಸರಳ, ಮುಗ್ಧ. ನಮ್ಮ ಅತಿಥಿಯಾಗಿ ಇದೇ ಮೊದಲ ಬಾರಿಗೆ ಬಂದ ಅವನಿಗೆ ರುಚಿಯಾದ ವೈನ್ ಬದಲು ಕಹಿಯಾದ ವಿಷ ಹೀರುವ ಪ್ರಸಂಗ ಒದಗಿತಲ್ಲಾ ಅಂತ ನನಗೆ ದುಃಖ. ನಾನು ಗಮನಿಸ್ತಲೇ ಬಂದಿದ್ದೇನೆ: ನಮ್ಮ ಮದುವೆ ಇತ್ತೀಚೆಗೆ ಆಗಿದ್ದರೂ, ಸಣ್ಣಪುಟ್ಟ ವಿಷಯಗಳಲ್ಲೆಲ್ಲಾ ಆಕ್ಷೇಪ ಎತ್ತೋ ನಿನ್ನ ಚಾಳಿ, ನನ್ನ ಅಧಿಕಾರವನ್ನು ಮೊಟಕು ಮಾಡೋ ಪ್ರವೃತ್ತಿ. ಈವರೆಗೆ ನಾನು ತೆಪ್ಪಗಿದ್ದೆ – ನಿನ್ನ ಉದ್ಧಟತನ ಎಲ್ಲಿಯವರೆಗೆ ಹೋದೀತು ಅಂತ ನೋಡೋದಕ್ಕೆ. ನನ್ನ ಮನಸ್ಸಿನಲ್ಲಿರೋದನ್ನು ಬಿಚ್ಚಿ ಹೇಳಲು ಒಂದು ಅವಕಾಶಕ್ಕಾಗಿ ಕಾಯುತ್ತಿದ್ದೆ. ಈ ಮಾತನ್ನು ಚೆನ್ನಾಗಿ ತಿಳಿ. ನೀನು ಮೇಜನ್ನು ಎಷ್ಟೇ ಚೆನ್ನಾಗಿ ಅಲಂಕರಿಸು, (ಹೀಗೆ ಚೆನ್ನಾಗಿ ಅಲಂಕರಿಸಬೇಕು ಅನ್ನೋದು ನನ್ನ ಇಚ್ಛೆ) ನಾನಾಗಲೀ ನನ್ನ ಸ್ನೇಹಿತರಾಗಲೀ ಯಾವ ಭಯವೂ ಇಲ್ಲದೆ ನಮಗೆ ಇಷ್ಟವಾದ ವೈನನ್ನೇ ಕುಡೀತೇವೆ. ಎಳೇ ಮಗುವನ್ನು ತರಾಟೆಗೆ ತೆಗೆದುಕೊಳ್ಳೋ ಹಾಗೆ ನೀನು ನಡೆದುಕೊಂಡುದೇ ಆದರೆ, ಇಂದು ನಡೆದದ್ದು ಪುನಃ ಪುನಃ ನಡೀತದೆ. ನಿನ್ನ ನಡತೆ ಮರ್ಯಾದಸ್ಥ ಗೃಹಿಣಿಯೊಬ್ಬಳಿಗೆ ಹೇಳಿಸಿದ್ದಲ್ಲ; ಅದು ಸಂತೆಪೇಟೆಯ ಹೆಂಗಸರಿಗೆ ಸರಿ. ನಿನಗೆ ಮನಸೋತು ನಿನ್ನ ಪ್ರೀತಿಯನ್ನು ಸಂಪಾದಿಸೋದಕ್ಕೆ ಪ್ರಯತ್ನಿಸ್ತಿದ್ದ ಕಾಲದಲ್ಲೂ, ಅದಕ್ಕೋಸ್ಕರ ನಾನು ಕಪಟ

ವಿಧಾನಗಳನ್ನು ಉಪಯೋಗಿಸಿರ್ಲಿಲ್ಲ, ನನ್ನ ಪ್ರಾಮಾಣಿಕತೆ ಮತ್ತು ವಿವೇಕಗಳ ಹೊರತು ಉಳಿದೆಲ್ಲವನ್ನೂ ನಿನಗಾಗಿ ನಾನು ತ್ಯಾಗ ಮಾಡಿದ್ದೇನೆ. ಹೇಡಿತನದಿಂದ ನಿನ್ನನ್ನು ಅಪ್ರಾಮಾಣಿಕವಾಗಿ ಹೊಗಳಿ ನಿನ್ನ ಪ್ರೀತಿಯನ್ನು ಬೇಗ ಪಡೆಯೋದಕ್ಕಿಂತ ಈ ರೀತಿ ನಿಧಾನವಾಗಿ ಅದನ್ನು ಗಳಿಸೋದು ಹೆಚ್ಚು ಉತ್ತಮ ಅಂತ ನನಗೆ ತೋರಿತ್ತು. ಆದುದರಿಂದ, ಪ್ರಿಯ ಪತ್ನಿ, ನಿನ್ನ ಕೋಪ ತಾಪ, ಸಿಟ್ಟು ಸೆಡವುಗಳಿಗೆ ನಾನು ಹೊಣೆಯಲ್ಲ. ಅವನ್ನು ಅನುಭವಿಸೋ ಇಚ್ಛೆ ನನಗಿಲ್ಲ. ಒಬ್ಬ ಗಂಡ ತನ್ನ ಹೆಂಡತಿಯನ್ನು ನ್ಯಾಯವಾಗಿ ಸಂತೋಷಪಡಿಸುವಂತೆ ನಾನು ನಡೆದುಕೊಳ್ಳಬಲ್ಲೆ. ಆದರೆ ನನ್ನ ಹಕ್ಕುಗಳನ್ನು ನಿನ್ನ ಕಾಲ ಕಸವಾಗಲು ಬಿಡಲೊಲ್ಲೆ, ದೇವರ ಸಾಕ್ಷಿ ಅವು ನನ್ನವು; ನನ್ನವಾಗಿಯೇ ಉಳೀತವೆ. ಈ ಮನೆಯ ಯಜಮಾನ ನಾನು, ಅದನ್ನು ಸರಿಯಾಗಿ ತಿಳಿ; ಈ ಮಾತನ್ನು ಮದುವೆಗೆ ಮೊದಲೇ ಹೇಳಿದ್ದೆ. ಶ್ರೀಮತಿಯವರಿಗೆ ಈ ಮಾತು ರುಚಿಸೋದಿಲ್ವೆ? ನನ್ನ ಹಕ್ಕು ಯಾವುದು, ನಿನ್ನ ಕರ್ತವ್ಯ ಯಾವುದು, ಇದನ್ನು ಅರ್ಥ ಮಾಡಿಕೊಳ್ಳೋ ಅಷ್ಟು ವಿವೇಕ ನಿನ್ನಲ್ಲಿಲ್ವೆ? ನನ್ನ ಮಾತು ನಿನಗೆ ಪಥ್ಯವಾಗದಿದ್ದರೆ, ಉಳಿದಿರೋದು ಒಂದೇ ದಾರಿ. ನಿನ್ನ ಮೇಲೆ ನನಗಿರೋ ನೈಜ ಪ್ರೇಮದಿಂದಾಗಿ ಅದರಿಂದಾಗಿ ನನಗೆ ಅಪಾರ ನೋವು ಉಂಟಾಗಬಹುದು. ಆದರೆ ಬಹಳ ತಡವಾಗಿ ಮಾಡೋದಕ್ಕಿಂತ ಸರಿಯಾದ ಸಮಯದಲ್ಲಿ ಅದನ್ನು ಕೈಗೊಳ್ಳೋದು ಒಳ್ಳೆಯದು. ಯಾಕೆಂದರೆ ಬದುಕು ದುಃಖಮಯವಾದಾಗ ಅದರಿಂದ ಬಿಡುಗಡೆ ಪಡೆಯೋದಕ್ಕೆ ಯಾವ ಸಾಧನವೂ ಅತಿ ಕಹಿಯಾಗಲಾರದು. ಆದಕಾರಣ ನೀನು ತಂದ ಬಳುವಳಿ, ಉಡುಗೊರೆ, ಎಲ್ಲ ತೆಗೆದುಕೊಂಡು ನಿಮ್ಮ ತಂದೆ ತಾಯಿಯರ ಬಳಿ ವಾಪಸು ಹೋಗು. ಅವರಾದರೂ ನಿನ್ನ ಹಠಮಾರಿತನವನ್ನು ಸಹಿಸುವರೇನೊ ನೋಡು."

ಈ ಮಾತುಗಳನ್ನಾಡುವಾಗ ನನ್ನ ಸ್ನೇಹಿತನ ಕಣ್ಣುಗಳಿಂದ ಎರಡು ಹನಿ ಕಣ್ಣೀರು ಉದುರಿತು. ಅವನ ತರುಣ ಹೆಂಡತಿಯ ಮುಖದಲ್ಲಿ ಕೋಮಲ ಭಾವನೆಗಳು ಮೂಡುವುದನ್ನು ಕಂಡೆ. ಕಡೆಗೆ ಅವಳ ಕಣ್ಣುಗಳು ತುಂಬಿದವು – ಅಲ್ಲಿದ್ದುದು ಕೋಪದ ಕಣ್ಣೀರಲ್ಲ, ಪಶ್ಚಾತ್ತಾಪದ ಕಣ್ಣೀರು. ಪ್ರೀತಿ ಉಕ್ಕಿತು. ತನ್ನ ಗಂಡನನ್ನು ಅಪ್ಪಿ, ಅವಳು ಕಣ್ಣೀರು ಕರೆದಳು. ಅವಳ ಕಣ್ಣೀರು ಅವನ ಕಣ್ಣೀರಲ್ಲಿ ಬೆರೆಯಿತು.

ಅವನ ಕಾಲ ಬಳಿ ಅವಳು ಕುಳಿತಳು. ಅವನು ಅವಳನ್ನು ಹಿಡಿದೆತ್ತಿದ. ಅವಳು ಪುನಃ ಅವನನ್ನು ಅಪ್ಪಿಕೊಂಡಳು. ಆಮೇಲೆ ಬಿಕ್ಕಳಿಸುತ್ತಾ, ಹೀಗೆ ನುಡಿದಳು:

"ನಾನು ನಿನ್ನನ್ನು ಬಿಟ್ಟುಹೋಗುವುದೆ? ನಾನು! ಅದರ ಬದಲು ನಿನ್ನ ಕೈಯಲ್ಲಿ ಸಾಯೋದೇ ಮೇಲು. ನಿನ್ನ ಪ್ರೀತಿಗೆ ನಾನು ಯೋಗ್ಯಳಲ್ಲ; ನನ್ನ ತಪ್ಪು ಅವಿವೇಕದಿಂದ ಆದದ್ದು. ನೀನು ಹೇಳಿದ ಒಂದೊಂದು ಮಾತೂ ಸರಿ. ಈ ಮನೆಯ ಯಜಮಾನ ನೀನು. ಇನ್ನು ಮುಂದೆ ನಿನಗೆ ವಿಧೇಯಳಾಗಿ ನಡೆಯೋದೇ ನನ್ನ ಧರ್ಮ ಅಂತ ತಿಳೀತೇನೆ. ನಾನು ನಿನ್ನ ಹೆಂಡತಿಯಷ್ಟೇ ಅಲ್ಲ; ನಾನೊಬ್ಬ ಶತಮೂರ್ಖಳು, ಆತ್ಮ ಸಂಯಮವಿಲ್ಲದ ಅವಿವೇಕಿ; ಇನ್ನು ಮುಂದೆ ವಿವೇಕದಿಂದ ನಡೆದುಕೊಳ್ಳೋ ಆಸೆ ಇರುವವಳು ; ನಿನ್ನ ಮಾತಿಗೆ ಬಗ್ಗಿ ನಡೆಯುವ ಆಶ್ವಾಸನೆ ಕೊಡುವವಳು. ದೇವರ ಸಾಕ್ಷಿ, ನನ್ನನ್ನು ನಂಬು. ನಿನ್ನ ಮೃದು ಹೃದಯದಲ್ಲಿ ನನ್ನ ಬಗ್ಗೆ ಇರೋ ಅಸಮಾಧಾನವನ್ನು ತೊಡೆದುಹಾಕು. ನಾನು ಪಶ್ಚಾತ್ತಾಪದಿಂದ ಹಾಕಿದ ಕಣ್ಣೀರು ನಿನ್ನ ಸಿಟ್ಟನ್ನು ಕರಗಿಸಲಿ. ಇನ್ನೊಂದು ಮಾತು. ನನ್ನ

ಸಣ್ಣ ತಪ್ಪುಗಳನ್ನು ಕಡೆಗಣಿಸಿ ನೀನು ದೊಡ್ಡ ತಪ್ಪು ಮಾಡ್ತಿದ್ದಿ. ನಿನ್ನ ತಾಳ್ಮೆಗೆ ಅರ್ಹಳಾಗೋ ಅಷ್ಟು ವಿವೇಕ ನನ್ನಲ್ಲಿಲ್ಲ. ಆದ್ದರಿಂದ ಇನ್ನು ಮುಂದೆ ನನ್ನ ಒಂದು ಸಣ್ಣ ತಪ್ಪನ್ನು ಸಹ ನೀನು ಮನ್ನಿಸಕೂಡದು. ಯಾಕೆಂದರೆ ಅದು ದೊಡ್ಡ ತಪ್ಪಿಗೆ ಎಡೆ ಕೊಡಬಹುದು." ಅನಂತರ ನನ್ನ ಕಡೆ ತಿರುಗಿ ಆಕೆ ಹೇಳಿದಳು:

"ಅಯ್ಯಾ ನಿಮ್ಮ ಮುಖವನ್ನು ನಾನು ನೋಡಲಾರೆ. ನನ್ನಿಂದ ತೀವ್ರ ಅಪಚಾರವಾಗಿದೆ. ನಾನು ಕ್ಷಮೆಗೆ ಅನರ್ಹಳು. ನಿಮ್ಮ ಒಳ್ಳೆಯತನಕ್ಕಾಗಿ, ನಿಮ್ಮ ಸ್ನೇಹಿತರಾದ ನನ್ನ ಗಂಡನ ಸಲುವಾಗಿ, ನನ್ನನ್ನು ಕ್ಷಮಿಸಿ. ಅವರಿಗೆ ನಿಮ್ಮ ಬಗ್ಗೆ ತುಂಬ ಆದರವಿದೆ. ನಾನು ಅವಿವೇಕಿಯಂತೆ ನಡೆದುಕೊಂಡೆ, ನಿಜ; ಆದರೆ ನನ್ನನ್ನು ಮೂರ್ಖಳು ಅಂತ ದಯೆ ಇಟ್ಟು ತಿಳಿಯಬೇಡಿ. ಇದು ನನ್ನ ಸವಿನಯ ಪ್ರಾರ್ಥನೆ. ನನ್ನ ಪತಿರಾಯರಿಗೂ ಇದು ಇಷ್ಟವಾಗ್ತದೆ. ನೀವು ಆಗಾಗ್ಗೆ ಬನ್ನಿ; ಇಷ್ಟವಾದಾಗಲೆಲ್ಲಾ ಬನ್ನಿ; ನಿಮಗೆ ಸದಾ ಸುಸ್ವಾಗತ; ನಮ್ಮ ಮೇಜು ನಿಮಗಾಗಿ ಯಾವಾಗಲೂ ಕಾದಿರ್ತದೆ. ಇನ್ನು ಮುಂದೆ ಈ ಮನೆಯಲ್ಲಿ ಉಂಟಾಗಲಿರುವ ಪರಿವರ್ತನೆಯನ್ನು ನೋಡಲು ನಿರಾಕರಿಸಬೇಡಿ."

ಇಷ್ಟು ಹೇಳಿ ಅವಳು ಮತ್ತೆ ತನ್ನ ಪತಿಯನ್ನು ಅಪ್ಪಿಕೊಂಡು, ಮಿಂಚಿನಂತೆ ಮಾಯವಾದಳು, ಕೊಠಡಿಯಿಂದ ಶುಭ್ರ ಬಟ್ಟೆಯನ್ನು ತಂದು ಮೇಜಿನ ಮೇಲೆ ಹರವಿದಳು; ಕೆಟ್ಟುಹೋದ ಬಟ್ಟೆಯನ್ನು ನಿಕೃಷ್ಟ ಎಂಬಂತೆ ಮೂಲೆಯಲ್ಲಿ ಎಸೆದಳು. ಫಲಾಹಾರ ಮುಂದುವರಿದಂತೆ ಮತ್ತೆ ಗಂಡಹೆಂಡಿರಲ್ಲಿ ವಾಗ್ವಾದ ಬೆಳೆಯಿತು. ಆದರೆ ಅದರ ರೀತಿ ಭಿನ್ನವಾಗಿತ್ತು. ಗಂಡ, ತಾನು ದುಡುಕಿದೆನೆಂದೂ ಹೆಂಡತಿ ಅವನು ಮಾಡಿದುದು ಉಚಿತವಾದುದೆಂದೂ ಮತ್ತಷ್ಟು ಕ್ಷಮೆ ಅವಳನ್ನು ಕೆಡಿಸುತ್ತಿತ್ತೆಂದೂ ವಾದಿಸಿದರು.

ಇಬ್ಬರಲ್ಲೂ ಒಂದು ಮಾತಿನ ಬಗ್ಗೆ ಒಮ್ಮತವಿತ್ತು. ಇಂದಿನಂಥ ಸಂತೋಷದ ದಿನವನ್ನಾಗಲಿ, ಅಸಂತೋಷದ ದಿನವನ್ನಾಗಲಿ ಅವರು ಈವರೆಗೆ ಕಂಡಿರಲಿಲ್ಲ!

ಹೀಗೆ ದುರಂತ ಸುಖಾಂತವಾಗಿ ಪರಿಣಮಿಸಿತು. ಅನಂತರ ನಾನು ಪ್ರತಿದಿನ ಅವರ ಮನೆಗೆ ಹೋಗಿಬರುತ್ತಿದ್ದೇನೆ. ನನ್ನ ಸ್ನೇಹಿತನ ಪುಟ್ಟ ಹೆಂಡತಿಯ ಸಭ್ಯ ವರ್ತನೆಯನ್ನು ಕಂಡು ಸಂತೋಷಪಟ್ಟಿದ್ದೇನೆ. ಗಂಡನ ಇಚ್ಛೆಗೆ ಬಾಗಿ ನಡೆಯುವುದು ಅವಳಿಗೆ ಹೆಮ್ಮೆ ಎಂದು ತೋರುತ್ತದೆ – ಬೇರೆ ಹೆಂಗಸರಿಗೆ ತಮ್ಮ ಅಧಿಕಾರ ಚಲಾಯಿಸುವುದೇ ಹೆಮ್ಮೆ ಎನಿಸುವಂತೆ. ವಾಚಕ ಮಹಾಶಯ, ಈ ಘಟನೆಯನ್ನು ನಿಮಗೆ ತಿಳಿಸಬೇಕೆಂದು ಆಗ್ರಹಪಡಿಸಿದವಳು ಅವಳೇ. ಅವಳ ಇಚ್ಛೆಯಾದರೂ ಇಷ್ಟೆ: ಈ ಕಥೆಯ ನೀತಿಯನ್ನು ಅವಿವೇಕಿ ಹೆಂಗಸರು ಅರಿತು ತಮ್ಮ ಸುಖವನ್ನು ಕರ್ತವ್ಯದ ಪರಿಪಾಲನೆಯಲ್ಲಿ ಕಂಡುಕೊಳ್ಳಲಿ ಎಂಬುದು.

○ ನಿಕೊಲಸ್ ಬೀಟ್ಸ್

ಕೀಸ್ಜೆ ಹೇಳಿದ ಕಥೆ

ನನಗೆ ಕೀಸ್ಜೆಯ ಪರಿಚಯ ಅದದ್ದು ಸ್ವಾಸ್ಟೋಕ್ ಕುಟುಂಬದೊಡನೆ ನಾನು ಮೂರು ದಿನ ಕಳೆದಾಗ. ನಾನು ಹೊರಗೆ ಏನಾದರೂ ಕೊಳ್ಳಲು ಹೊರಟಾಗ ಕೀಸ್ಜೆ ನನ್ನ ಸಂಗಡ ಬರುತ್ತಿದ್ದ. ಮುದುಕ; ಸಹಜವಾಗಿ ತುಂಬ ಮಾತನಾಡುತ್ತಿದ್ದ. ನಾನೂ ಅಷ್ಟೆ, ಅನ್ನಿ. ಅಂತೂ ನಾವಿಬ್ಬರೂ ಹರಟದ ವಿಷಯವೇ ಇರಲಿಲ್ಲ.

ಕೀಸ್ಜೆ ಸರಳ ಮನುಷ್ಯ; ಪ್ರಾಮಾಣಿಕ; ಒಳ್ಳೆಯವನು. ಅವನಿಗೆ ತನ್ನ ತಂದೆಯ ಬಗ್ಗೆ ಮಾಸಿದ ನೆನಪು. ಅವನಿಗೆ ನೆನಪಿರುವುದು ಇಷ್ಟು, ಅವನ ತಂದೆಯ ಉದ್ಯೋಗ ಬ್ರಶ್ ತಯಾರಿಸುವುದು; ಅವನ ಬಳಿ ಅಗಲವಾದ ಬೆಳ್ಳಿ ಪಟ್ಟಿಯುಳ್ಳ ಷೂಸ್ ಇತ್ತು. ಉಳಿದ ನೆನಪೆಂದರೆ ತಂದೆಯ ಸಾವು – ತಂದೆಯ ಶವಪೆಟ್ಟಿಗೆಯ ಹಿಂದೆ ಕರಿ ಹ್ಯಾಟು ಬಿಳಿ ಟೈಯಲ್ಲಿ ಅವನು ಹಿಂಬಾಲಿಸಿದ್ದು, ಮನೆಗೆ ಬಂದ ಮೇಲೆ ಕನ್ನಡಿಯ ಮೇಲೆ ಕಪ್ಪು ಬಟ್ಟೆ ಇಳಿಬಿದ್ದುದು, ತನಗೆ ಇಷ್ಟ ಬಂದಷ್ಟು ಬ್ರೆಡ್ ತುಣುಕುಗಳನ್ನು ತಿನ್ನಲು ಅನುಮತಿ ದೊರಕಿದುದು, ಅವನ ಅತ್ತೆಯೊಬ್ಬಳು ಮಿತಿಮೀರಿ ಬಿಳಿ ವೈನ್ ಕುಡಿದ ನಂತರ ಮಾವ ಅವಳಿಗೆ ಬೈದು "ಇನ್ನೊಂದು ತೊಟ್ಟು ಸಿಕ್ಕರೆ ಕೇಳು !" ಎಂದು ಹೇಳಿದುದು.

ತನ್ನ ತಾಯಿಯ ವಿಷಯ ಅವನಿಗೆ ಏನೂ ಗೊತ್ತಿರಲಿಲ್ಲ, ಆತನನ್ನು ಅವನ ಮಾವ – ಸ್ಥೂಲಕಾಯದ ಆಸಾಮಿ– ಅನಾಥಾಶ್ರಮಕ್ಕೆ ಸೇರಿಸಿದ್ದ. ಅಕ್ಷರ ಬರೆಯುವುದನ್ನು ಕಲಿತ ಮೇಲೆ, ಅವನನ್ನು ಮರಕೆಲಸಕ್ಕೆ ಹಾಕಿದ್ದರು. ಆನಂತರ ಆ ಕೆಲಸ ಅವನ ಕೈಯಿಂದ ಆಗದೆಂದು ಔಷಧಿ ಮಾರುವ ಅಂಗಡಿಗೆ ಸೇರಿಸಿದ್ದರು, ಅವನ ಕೆಲಸವೆಂದರೆ ಸೀಸೆಗಳನ್ನು ತೊಳೆಯುವುದು, ಚೂರ್ಣ ಅರೆಯುವುದು: ಇದರಲ್ಲಿ ಅಂಥ ಭವಿಷ್ಯವೇನೂ ಇರಲಿಲ್ಲ. ಅಂತೂ ಹದಿನೈದು ವರ್ಷಗಳು ಹೀಗೆ ಕಳೆದಿದ್ದವು. ಆದರೆ ಅವನಿಗೆ ಓದಲು ಬರುತ್ತಿದ್ದುದು ಅಷ್ಟಕ್ಕಷ್ಟೆ. ಪರಿಣಾಮವಾಗಿ ಒಂದು ಸಲ ಅವನು ಮಲಶೋಧಕ ಚೂರ್ಣವನ್ನು ಬಲಸಾಧಕ ಚೂರ್ಣವೆಂದು ಅದಲು ಬದಲು

ಮಾಡಿದ. ಅದನ್ನು ಪಡೆದ ಗ್ರಾಹಕರು ಮರುದಿನ ಗೋಳಿಟ್ಟರು. ಅದರೊಂದಿಗೇ ಆ ಅಧ್ಯಾಯವೂ ಮುಗಿದಿತ್ತು. ಮುಂದೆ ಒಂದು ಕಛೇರಿಯಲ್ಲಿ ಜವಾನನ ಕೆಲಸ ಸಿಕ್ಕಿತ್ತು. ತರುವಾಯ ಅನೇಕ ಮಹಾಶಯರ ಕೈಯಾಳಾಗಿ ಕೆಲಸ ಮಾಡಿದ್ದ: ಅವರಲ್ಲಿ ಕೆಲವರು ಸತ್ತುಹೋಗಿದ್ದರು, ಮತ್ತೆ ಕೆಲವರು ದಿವಾಳಿಯಾಗಿದ್ದರು. ಅನಂತರ ಫ್ರೆಡರಿಕ್‌ಸ್ಕಾರ್ಡ್‌ನಲ್ಲಿದ್ದ ಧರ್ಮಶಾಲೆಗೆ ಸೇರಿಸುವ ಪ್ರಸ್ತಾಪ ಬಂತು. ಆದರೆ ವಯಸ್ಸು ಮೀರಿದ್ದ ಕಾರಣ, ಅವನನ್ನು ಅನಾಥಾಶ್ರಮದಿದ ಶ್ರಮಧಾಮಕ್ಕೆ ಸ್ಥಳಾಂತರಿಸಿದ್ದರು. ಈಗ ವೃದ್ಧಾಪ್ಯದಲ್ಲಿ ಬೂಟ್ಸ್ ಒರೆಸುವುದು, ಬಟ್ಟೆ ಒಗೆಯುವುದು, ವೃತ್ತ ಪತ್ರಿಕೆಯನ್ನು ಒಬ್ಬರಿಂದ ಒಬ್ಬರಿಗೆ ಒಯ್ಯುವುದು – ಇವೇ ಮೊದಲಾದ ಸಣ್ಣ ಪುಟ್ಟ ಕೆಲಸಗಳನ್ನು ಮಾಡಲು ನನ್ನ ಮಾವ ಮತ್ತು ಇತರ ಕೆಲವರು ಅವನನ್ನೂ ನೇಮಿಸಿಕೊಂಡಿದ್ದರು. ಅವನ ಬಗ್ಗೆ ನನ್ನ ಮಾವನ ತೀರ್ಪು: "ಅವನು ಮುಂದೆ ಬಾರದಿರಲು ಕಾರಣ ಅವನ ಹುಂಬತನ, ಇತರರನ್ನು ಕಂಡರೆ ಮಿತಿ ಮೀರಿದ ಭಯ."

ಹಿರಿಯ ಪೀಟರ್ ಸ್ವಾಸ್ಟೋಕ್‌ನ ಮನೆಯ ಹಿಂಭಾಗದಲ್ಲಿ ಎರಡು ಕೊಠಡಿಗಳಿದ್ದವು. ಪಕ್ಕದ ಮನೆಯನ್ನು ದಾಟಿದ್ದ ಒಂದು ಕೊಠಡಿಗೆ ದೊಡ್ಡ ಕಿಟಿಕಿ ಇತ್ತು. ಅದರ ಹಿಂದೆ ಅಡುಗೆಮನೆ. ಇನ್ನೊಂದು ಕೊಠಡಿ ಸಣ್ಣ ತೋಟಕ್ಕೆ ಸೇರಿದಂತಿತ್ತು; ಅದನ್ನು ತೋಟದ ಕೊಠಡಿ ಎಂದು ಕರೆಯುತ್ತಿದ್ದರು. ತೋಟಕ್ಕೆ ಪ್ರವೇಶಿಸುವ ಬಾಗಿಲನ್ನು ದಾಟಿದ ತಕ್ಷಣ ಅರಿಶಿನ ಬಣ್ಣದ ಫ್ಲೇಮಿಶ್ ಇಟ್ಟಿಗೆಯ ಕಿರುದಾರಿ ಸಿಕ್ಕುತ್ತಿತ್ತು. ಅದರ ಎರಡೂ ಬದಿಗೆ ನೀಲಿ ಇಟ್ಟಿಗೆಯ ಸಾಲು ಜೋಡಿಸಲಾಗಿತ್ತು. ಅದರ ತರುವಾಯ ಅತ್ತೆಯ ಉದ್ಯಾನ. ಅಲ್ಲಿ ಒಂದು ದೊಡ್ಡ ಸೇಬಿನ ಮರ; ಹತ್ತು ಹನ್ನೆರಡು ಗುಲಾಬಿ ತಾಣಗಳು; ಅವುಗಳ ಸುತ್ತ ವಸಂತದಲ್ಲಿ ಹೂ ಬಿಡುವ ಹಳದಿ ಕ್ರೋಕಸ್; ಅಷ್ಟೇಕೆ, ಬಗೆ ಬಗೆಯ ಹೂ ಗಿಡಗಳು, ಬಳ್ಳಿಗಳು, ಹಣ್ಣಿನ ಮರಗಳು, ಹುಲ್ಲು ಬೆಳೆಯುವ ಕಡೆ ಕೆಂಪು – ಬಿಳಿ ಡೇಸಿ, ಸೀಗ್ರಾಸ್. ಆಸ್ಟರ್, ಡಾಲಿಯಾ ಕಣ್ಣು ಸೆಳೆಯುತ್ತಿದ್ದವು. ಹಿಂದೆ ಹಸಿರು ಬಣ್ಣ ತೊಡೆದ ಬೇಸಿಗೆ ಗೃಹವಿತ್ತು. ಅದರ ಎದುರು ಕಾರ್ಖಾನೆ. ಅದಕ್ಕೆ ಸೇರಿದ ಶೆಡ್. ಅದರ ಮುಂದೆ ಇದ್ದ ಅಂಗಳವೇ ಕೀಸ್ಜೆ ಕೆಲಸ ಮಾಡುವ ಸ್ಥಳ. ಅದನ್ನು ಕಂಬಿಯಿಂದ ಭದ್ರಪಡಿಸಲಾಗಿತ್ತು.

ಒಂದು ಶನಿವಾರ ಬೆಳಿಗ್ಗೆ ಬಿಸಿಲಿಗೆ ಮೈ ಒಡ್ಡುವ ಅಪೇಕ್ಷೆಯಿಂದ ಕಂಕುಳಲ್ಲಿ ಪುಸ್ತಕವಿಟ್ಟುಕೊಂಡು ನಾನು ಬೇಸಿಗೆ ಗೃಹಕ್ಕೆ ಹೋದೆ. ಆದರೆ ಪುಸ್ತಕವನ್ನು ಮಾತ್ರ ನಾನು ಯಾಕೆ ತೆರೆಯಲಿಲ್ಲ ಎಂಬುದು ಸದ್ಯದಲ್ಲೇ ನಿಮಗೆ ತಿಳಿಯುತ್ತದೆ.

ಕರವಸ್ತ್ರದಿಂದ ಧೂಳು ಒರೆಸಿ ಆಸನದಲ್ಲಿ ಕೂತು, ಒಮ್ಮೆ ಸುತ್ತ ಕಣ್ಣಾಡಿಸಿ, ನನ್ನ ಅತ್ತೆ ಮಾವ ಎಷ್ಟು ಚೆನ್ನಾಗಿ ಎಲ್ಲದಕ್ಕೂ ಬಣ್ಣ ಹಾಕಿಸಿದ್ದಾರೆಂದು ನಾನು ಸಂತಸಗೊಂಡೆ. ಅಷ್ಟರಲ್ಲಿ ಹಿಂಬಾಗಿಲು ತೆರೆಯಿತು; ಕೀಸ್ಜೆ ಪ್ರತ್ಯಕ್ಷವಾದ. ಪಾಪ, ತಾನು ತಲಪಬೇಕಾದ ಜಾಗವನ್ನು ಸೇರಲು ಇಡೀ ತೋಟದ ಉದ್ದಕ್ಕೂ ಅವನು ಹಾದು ಹೋಗಬೇಕಾಗಿತ್ತು; ಸಾಲದ್ದಕ್ಕೆ ಅವನ ಬೆನ್ನ ಮೇಲೆ ಎಪ್ಪತ್ತು ವರ್ಷಗಳ ಭಾರವಿತ್ತು. ಇದರಿಂದಾಗಿ ಅವನನ್ನು ಗಮನಿಸಲು ಸಾಕಷ್ಟು ಸಮಯ ದೊರೆತುದರಿಂದ ಅವನಿಗೆ ಏನೋ ಆಗಿದೆ ಎಂದು ಕೂಡಲೇ ನನಗೆ ತಿಳಿಯಿತು. ಮೊದಲನೆಯದಾಗಿ ದಾರಿ ಬದಿಯ ಕಲ್ಲು ತಾಕಿ ಅವನು ಮುಗ್ಗರಿಸುವವನಿದ್ದ: ದಿನಾಲೂ ಅದನ್ನು ದಾಟುವವನು ಇಂದು ಎಡವಿದ್ದರಲ್ಲಿ ಮಹತ್ವ ಕಂಡಿತು. ಎರಡನೆಯದಾಗಿ ಅವನು ಹೆಗಲ ಮೇಲೆ ಹೊತ್ತಿದ್ದ ಮಾವನ ಭಾನುವಾರದ ಉಡುಪು ಜಾರಿಬಿದ್ದು ಮರಳಲ್ಲಿ ಹೊರಳುತ್ತಿತ್ತು. ಅನಂತರ ಸೇಬಿನಮರ ದಾಟುವಷ್ಟರಲ್ಲಿ

ಅವನ ಕೈಯಲ್ಲಿದ್ದ ಬ್ರಶ್ ಎರಡು ಸಲ ಬಿತ್ತು.

ಅವನು ಹತ್ತಿರ ಬಂದಾಗ ಅವನ ಮುಖ ಬಿಳುಪೇರಿದ್ದು ಕಂಡಿತು. ಗಡ್ಡದ ಕಡೆ ಗಮನ ಕೊಟ್ಟಿರಲಿಲ್ಲವೆಂಬುದು ಸ್ಪಷ್ಟವಾಗಿತ್ತು. ಅವನ ಮುಖ ಮ್ಲಾನವಾಗಿತ್ತು; ಕಣ್ಣುಗಳು ಕಾಂತಿಹೀನ ವಾಗಿದ್ದವು; ಸೊಗಸಾದ ದಿನ, ಸರ್, ಎಂದು ಎಂದಿನಂತೆ ಹೇಳುವ ಉತ್ಸಾಹವಿರಲಿಲ್ಲ. ಮಾತಿಲ್ಲದೆ, ತನ್ನ ಹ್ಯಾಟನ್ನು ಎತ್ತಿ, ಆತ ಅಂಗಳದತ್ತ ಧಾವಿಸಿದ. ನೀಳವಾದ ಉಸಿರು ಬಿಟ್ಟು ತನ್ನ ಕೋಟನ್ನು ಕಳಚಿದಾಗ, ಅವನ ಕೃಶ ದೇಹ, ಬಾಗಿದ ಆಕೃತಿ ಗೋಚರವಾದವು. ಒಳ ಅಂಗಿಯ ಜೇಬಿನಲ್ಲಿದ್ದ ಹೊಗೆಸೊಪ್ಪಿನ ಕೆಂಪು ಪೆಟ್ಟಿಗೆಯನ್ನು ಮುಟ್ಟುವ ಗೋಜಿಗೆ ಹೋಗದೆ ಅವನು ಮತ್ತೊಂದು ಬಾರಿ ನೀಳವಾದ ಉಸಿರು ಬಿಟ್ಟು ಮಾವನ ದೊಡ್ಡ ಕೋಟನ್ನು ಗೂಟಕ್ಕೆ ತಗಲುಹಾಕಿದ. ಇನ್ನೂ ನೀಳವಾದ ಉಸಿರನ್ನು ಬಿಟ್ಟು, ಯಾವುದೋ ಆಲೋಚನೆಯಲ್ಲಿ ತನ್ಮಯನಾದವನಂತೆ, ಕೈಯೊಳಗಿದ್ದ ಬ್ರಶ್ಶಿನಿಂದ ಕೋಟನ್ನು ಕೆಲವು ನಿಮಿಷ ಕಾಲ ಯದ್ವಾತದ್ವಾ ತಿಕ್ಕಿದ. ಅನಂತರ ಸರಿಯಾದ ರೀತಿಯಲ್ಲಿ ಬ್ರಶ್ ಮಾಡತೊಡಗಿದ.

"ಏನು ಸಮಾಚಾರ, ಕೀಸ್ಜೆ? ಏನೋ ಪ್ರಮಾದ ನಡೆದಂತಿದೆ," ಎಂದು ನಾನು ಕೇಳಿದೆ. ಕೀಸ್ಜೆ ಮಾತ್ರ ಬ್ರಶ್ ಮಾಡುತ್ತಲೇ ಇದ್ದ. ಅವನ ಕಿವಿ ಸ್ವಲ್ಪ ಮಂದ.

ಕನಿಕರದಿಂದ ಆಡಿದ ಮಾತನ್ನು ಪುನಃ ಹೇಳಬೇಕಾದಾಗ, ಅದೇ ಮಾತನ್ನು ಉಚ್ಚರಿಸುವುದು ಕಷ್ಟ. ಆದ್ದರಿಂದ ನಾನು ಆಸನದಿಂದ ಎದ್ದು, ಅವನ ಬಳಿ ಹೋಗಿ, ಸ್ವಲ್ಪ ಗಟ್ಟಿಯಾಗಿ ಕೇಳಿದೆ:

"ಕೀಸ್ಜೆ, ಏನು ಸಮಾಚಾರ?"

ಕೀಸ್ಜೆ ಬೆಚ್ಚಿದ. ನನ್ನನ್ನೇ ದೃಷ್ಟಿಸಿ ನೋಡಿದ. ಆಮೇಲೆ ಮಾವನ ಕೋಟನ್ನು ಬ್ರಶ್‌ನಿಂದ ಸ್ವಚ್ಛ ಮಾಡುವುದರಲ್ಲಿ ಪುನಃ ನಿರತನಾದ. ಒಂದು ಹನಿ ಕಣ್ಣೀರು ಅವನ ಗಲ್ಲದ ಮೇಲೆ ಉರುಳಿತು.

"ಇದೇನು ಕೀಸ್ಜೆ! ಕಣ್ಣಲ್ಲಿ ನೀರು!"

ಕಣ್ಣೀರನ್ನು ತನ್ನ ತೋಳಿನಿಂದ ಒರೆಸಿಕೊಳ್ಳುತ್ತ ಕೀಸ್ಜೆ ಎಂದ:

"ಗಾಳಿ ತುಂಬ ಹರಿತವಾಗಿದೆ, ಹಿಲ್ಡ್‌ಬ್ರಾಂಡ್ ಸಾಹೇಬರೆ."

"ಇದೇನು ಮಾತು, ಕೀಸ್ಜೆ! ಗಾಳಿ ಎಲ್ಲಿ ಹರಿತವಾಗಿದೆ? ಏನೋ ನಡೆದಿದೆ. ಇರಲಿ, ಹೇಳು ಮಹರಾಯ! ವೃತ್ತಪತ್ರಿಕೆ ಕಳೆದುಹೋಗಿದೆಯೇ?"

ಕೀಸ್ಜೆ ತಲೆ ಅಲ್ಲಾಡಿಸಿದ. ಬ್ರಶ್‌ನಿಂದ ಉಜ್ಜುವುದನ್ನು ಜೋರು ಮಾಡಿದ.

ನಾನು ಸಾಂತ್ವನದ ಮಾತಾಡಿದೆ. ಈ ವಯಸ್ಸಿನಲ್ಲಿ ದುಃಖವನ್ನು ಹತ್ತಿಕ್ಕುವುದು ಒಳ್ಳೆಯದಲ್ಲ ಎಂದೆ. ನನ್ನಿಂದ ಏನಾದರೂ ಸಹಾಯ ಸಾಧ್ಯವೆ ಎಂದು ಕೇಳಿದೆ. ಗೆಳೆಯ ಎಂದು ಸಂಬೋಧಿಸಿದೆ.

ಗೆಳೆಯ ಎಂಬ ಶಬ್ದ ಕೇಳಿ, ನಂಬುಗೆ ಬಾರದವನಂತೆ ಅವನು ನನ್ನನ್ನೇ ದೃಷ್ಟಿಸಿದ. ಪ್ರಾಯಶಃ ಆ ಶಬ್ದವನ್ನು ತನ್ನ ಅರುವತ್ತೊಂಭತ್ತು ವರ್ಷಗಳಲ್ಲಿ ಅವನು ಕೇಳಿರಲಾರ. ಕ್ಷೀಣವಾದ ನಗೆ – ಅದರ ಹಿಂದೆ ಅವ್ಯಕ್ತವಾದ ಕಾತರವಿತ್ತು. ಅವನ ಕಣ್ಣುಗಳು ಮಿಂಚಿ, ಮತ್ತೆ ಕಳೆಗುಂದಿದವು.

ನಾನು ನಿನ್ನಲ್ಲಿ ವಿಶ್ವಾಸವಿರಿಸುತ್ತೇನೆ ಎಂದು ಅವನ ಇಡೀ ಮುಖ ಹೇಳುತ್ತಿತ್ತು. ಆದರೆ ಅವನ ತುಟಿಗಳು, "ಸ್ವಾಮಿ, ದಯೆ ಇಟ್ಟು ಕೇಳಿ. ನಿಮಗೆ ಸಣ್ಣ ಕ್ಲಾಸ್‌ಜೆ ಗೊತ್ತೆ?" ಎಂದು ಕೇಳಿದವು.

ನಿಕೊಲಸ್ ನನ್ನ ಗೆಳೆಯ. ಅವನ ಬಗ್ಗೆ ನನಗೆ ತುಂಬ ಗೌರವವಿದೆ. ಅವನು ಎತ್ತರವಾದ ಚೆಲುವಾದ ಹುಡುಗ. ಕೀಸ್ಜೆ ಅವನ ಬಗ್ಗೆ ಆಡುತ್ತಿದ್ದನೆ? ಅವರಿಬ್ಬರ ಭೇಟಿ ಆಕಸ್ಮಿಕವಾಗಿ ಆಗಿರಬಹುದು. ಆದರೂ ಕೀಸ್ಜೆಯ ದುಃಖಕ್ಕೆ ನಿಕೊಲಸ್ ಕಾರಣನಾಗಿರಲಾರ ಎನಿಸಿತು. ಆದ್ದರಿಂದ "ಸಣ್ಣ ಕ್ಲಾಸ್‌ಜೆ ಯಾರೋ ತೀಳೀದು;" ಎಂದೆ.

ಅದಕ್ಕೆ ಕೀಸ್ಜೆ ಹೇಳಿದ:

"ಅವನನ್ನು ನಿಮಗೆ ಪೀಟರ್ ತೋರಿಸಿಲ್ವೆ? ಇಡೀ ಊರಿಗೇ ಸಣ್ಣ ಕ್ಲಾಸ್‌ಜೆ ಗೊತ್ತು. ಅವನಿಗೆ ಸಾಕಷ್ಟು ದುಡ್ಡು ಸಿಗ್ತದೆ."

"ಅದು ಸರಿ. ಅವನು ಎಂಥ ವ್ಯಕ್ತಿ?" ಎಂದು ನಾನು ಕೇಳಿದೆ.

"ವ್ಯಕ್ತಿ! ಆ ಕುಳ್ಳ ಒಬ್ಬ ವ್ಯಕ್ತಿಯೆ? ಅವನನ್ನು ಹಿಡಿದುಕೊಂಡು ಒಂದು ಸಂಚಾರಿ ಪ್ರದರ್ಶನ ನಡೆಸ್ಬಹುದು. ಆದರೆ ಆತ ತುಂಬ ನೀಚ ಮನುಷ್ಯ. ನಾನು ಅವನನ್ನು ಚೆನ್ನಾಗಿ ಬಲ್ಲೆ."

ಇನ್ನಷ್ಟು ವಿವರವಾಗಿ ಹೇಳಿದ್ದರೆ ಆಗುತ್ತಿತ್ತು ಎನಿಸಿತು, ನನಗೆ.

ಒಂದೆರಡು ನಿಮಿಷ ತಡೆದು ಕೀಸ್ಜೆ ಮತ್ತೆ ಹೇಳಿದ:

"ಅವನು ಶ್ರಮಧಾಮಕ್ಕೆ ಸೇರಿದವನು. ಬೀದಿಯಲ್ಲಿ ಮೂರ್ಖನಂತೆ ತಿರುಗಾಡ್ತಾನೆ. ತನ್ನ ಗೂನಿನಿಂದ ಅವನು ಕಾಸು ಸಂಪಾದಿಸ್ತಾನೆ. ಶಾಲೆಯ ಹುಡುಗರು ಕಾಸು ಕೊಟ್ಟು ಅವನನ್ನು ಕುಣಿಸ್ತಾರೆ. ಅವನು ಮಂಗನಂತೆ ಕುಣೀತಾನೆ. ತನ್ನ ಗೂನನ್ನು ಒಂದಕ್ಕೆರಡರಷ್ಟು ಉಬ್ಬಿಸ್ತಾನೆ."

ಇಷ್ಟು ಹೇಳಿ, "ನನಗೆ ಗೂನಿಲ್ಲ, ಸ್ವಾಮಿ," ಎಂದು ಕೀಸ್ಜೆ ನಿಟ್ಟುಸಿರು ಬಿಟ್ಟ.

ನನಗೆ ಈಗ ಅರ್ಥವಾಯಿತು. ಕೀಸ್ಜೆಯ ಅಸೂಯೆ ಗೂನಿನ ಬಗ್ಗೆ ಅಲ್ಲ; ಅವನು ಸಂಪಾದಿಸುತ್ತಿದ್ದ ಕಾಸಿನ ಬಗ್ಗೆ.

ಕೀಸ್ಜೆ ಖಿನ್ನಸ್ವರದಲ್ಲಿ ಮುಂದುವರಿಸಿದ:

"ದೇವರು ನನಗೂ ಒಂದು ಗೂನು ಕೊಡಬಾರದಿತ್ತೆ! ನನಗೆ ಕೆಲಸ ಮಾಡೋದು ತಪ್ಪಿತ್ತು. ನನಗೆ ಸುಖವಾಗಿ ಕಾಸು ಗಿಟ್ತಿತ್ತು; ಹುಡುಗರನ್ನು ನಗಿಸ್ತಿದ್ದೆ..."

ತನಗೆ ಗೊತ್ತಿಲ್ಲದೆ ಕೀಸ್ಜೆ ಒಂಭತ್ತು ಗಿಲ್ಡರ್ ಬೆಲೆಯ ಕೋಟನ್ನು ಅಪಾಯಕಾರಿಯಾಗಿ ಬ್ರಶ್‌ನಿಂದ ಉಜ್ಜುತ್ತಿದ್ದ.

"ಆದರೆ ನಾನು ಕುಡೀತಿರ್ಲಿಲ್ಲ" ಎಂದು ತನ್ನ ದನಿ ಬದಲಾಯಿಸಿ ಇದ್ದಕ್ಕಿದ್ದಂತೆ ಅವನು ಹೇಳಿದ. ಅನಂತರ ಕೋಟನ್ನು ಮಡಿಸುತ್ತಾ, ಆ ಮಾತನ್ನೇ ಹಿಂದು ಮುಂದು ಮಾಡಿ, ಆತ ನುಡಿದ: "ಕುಡೀತಿರ್ಲಿಲ್ಲ– ನಾನು."

ನಾನೆಂದೆ:

ಕೀಸ್ಜೆ, ಸ್ವಲ್ಪಹೊತ್ತಿಗೆ ಮುಂಚೆ ನೀನು ದುಃಖಿತನಾಗಿದ್ದೆ. ಈಗ ಕುಪಿತನಾಗಿದ್ದಿ. ನನ್ನ ಮಟ್ಟಿಗೆ ನಿನ್ನ ದುಃಖಿತ ನೋಟವೇ ಚೆಂದ."

ಮತ್ತೆ ಅವನ ಕಣ್ಣುಗಳು ಹನಿಗೂಡಿದವು. ತನ್ನ ಬಡಕಲು ಕೈಗಳನ್ನು ಅವನು ನನ್ನತ್ತ ಚಾಚಿದ. ಅಷ್ಟರಲ್ಲೇ, ನಾಚಿಕೆಯಿಂದ ಅವನ್ನು ಹಿಂತೆಗೆದುಕೊಳ್ಳಲು ಬಯಸಿದ. ಆದರೆ ನಾನು ಅವನ ಹಸ್ತಗಳನ್ನು ಭದ್ರವಾಗಿ ಹಿಡಿದು, ಅವನಿಗೆ ಪ್ರೋತ್ಸಾಹ ನೀಡುವಂತೆ ಅವುಗಳನ್ನು ಕುಲುಕಿದೆ. ಬಳಿಕ ಅವನೆಂದ:

"ನಿಮಗೆ ಅರ್ಥವಾಗದು, ಸ್ವಾಮಿ. ನನಗೆ ಸಿಟ್ಟಿಗಿಂತ ದುಃಖವೇ ಹೆಚ್ಚಾಗಿದೆ. ಸಣ್ಣ

ಕ್ಲಾಸ್‌ಜೆ ನನ್ನನ್ನು ಅಪಮಾನಿಸಿದ್ದಾನೆ, ನೀಚ! ಅವನು ಹುಚ್ಚ ಅಂತ ಜನ ಅನ್ಕೊಂಡಿದ್ದಾರೆ; ಅಲ್ಲ, ಅವನು ನೀಚ!"

ನಾನೊಂದು ಮಡಚುವ ಮೇಜನ್ನು ಎತ್ತಿಟ್ಟು, ಕೀಸ್ಜೆಗೆ ಅದರ ಮೇಲೆ ಕುಳಿತುಕೊಳ್ಳಲು ಹೇಳಿದೆ. "ಈಗ ಏನಾಯಿತೂಂತ ಹೇಳು," ಎಂದೆ.

"ಅದರಿಂದ ಯಾವ ಪ್ರಯೋಜನವೂ ಇಲ್ಲ. ಆದರೂ, ಬೇರೆ ಯಾರಿಗೂ ನೀವು ತಿಳಿಸೋದಿಲ್ಲ ಅಂತಾದ್ರೆ ಹೇಳ್ತೇನೆ. ನೀವು ಆ ಧಾಮ ನೋಡಿದ್ದೀರಲ್ಲಾ?"

"ಯಾವ ಧಾಮ?"

"ಅದೇ ಶ್ರಮಧಾಮ."

"ಹೀಗೇ ದಾರಿಯಲ್ಲಿ ಹೋಗುವಾಗ ನೋಡಿದ್ದೇನೆ."

"ಅದೊಂದು ಅಸಹ್ಯ ಜಾಗ, ಅಲ್ವೆ? ಕೆಂಪು ಬಾಗಿಲುಗಳು, ಕಿಟಿಕಿಗಳು; ಒಳಗೂ ಕೆಂಪು; ಅಲ್ಲದೆ ಕತ್ತಲು. ಅಲ್ಲಿರೋ ನಾವು ಬಡವರು: ಎಲ್ರೂ ಸಮನಾಗಿ ಬಡವರು. ಇಗರ್ಜಿಯ ಅಂಗಳದಲ್ಲಿ ಹೇಗೊ ಹಾಗೆ. ನಾವು ಕೆಲವರು ಪುಡಿಗಾಸು ಸಂಪಾದಿಸ್ತೇವೆ, ಆದ್ರೆ ಅದ್ರಿಂದ ನಮಗೇನೂ ಪ್ರಯೋಜನವಿಲ್ಲ. ನಮ್ಮ ಸಂಪಾದನೆಯನ್ನು ಫಾದರ್ ಕೈಗೆ ಕೊಡ್ತೇವೆ. ಅವರು ನಮಗೆ ವಾರಕ್ಕಿಷ್ಟು ಅಂತ ಜೇಬುಗಾಸು ಕೊಡ್ತಾರೆ. ಇದೆಲ್ಲ ಸರಿ; ತಪ್ಪು ಅನ್ನೋದಿಲ್ಲ. ನಾನು ಮುದುಕನಾದ ಮೇಲೆ ಸಂಪಾದಿಸೋದಿಲ್ಲ; ಆದರೂ ನನ್ನ ಜೇಬುಗಾಸು ಭದ್ರ."

ಇಷ್ಟು ಹೇಳಿ, ಕೀಸ್ಜೆ ತನ್ನ ಜೇಬಿನಿಂದ ಒಂದು ಕೆಂಪು ಕರವಸ್ತ್ರ ತೆಗೆದು, ತನ್ನ ತಂಬಾಕಿನ ಪೆಟ್ಟಿಗೆಯನ್ನು ತಟ್ಟುತ್ತಾ ಅಂದ:

"ನೋಡಿ ಇದನ್ನೆಲ್ಲ ಜೇಬುಗಾಸ್ನಲ್ಲಿ ತೊಗೊಂಡೆ."

ಅರವತ್ತೊಂಭತ್ತರ ಮುದುಕನ ಬಾಯಲ್ಲಿ 'ನಾನು ಮುದುಕನಾದ ಮೇಲೆ' ಎನ್ನುವ ಮಾತು ಬಂದದ್ದು ಕರುಣಾಜನಕವೆನಿಸಿತು.

ತನ್ನ ಮಾತನ್ನು ಕೀಸ್ಜೆ ಮುಂದುವರಿಸಿದ:

"ಕ್ಲಾಸ್‌ಜೆಗೂ ಜೇಬುಗಾಸು ಸಿಗ್ತದೆ. ಅವನು ಮಾಡೋದೇನು? ಅವರಿವರ ಮನೆ ಮುಂದೆ ಬೆಳೆದಿರೋ ಕಳೆ ಕೀಳೋದು, ಅಷ್ಟೆ. ತಾನು ಹುಚ್ಚ ಅಂತ ನಟನೆ ಮಾಡ್ತಾನೆ. ತನ್ನ ಗೂನು ಕುಣಿಸಿ ಕಾಸು ಗಿಟ್ಟಿಸ್ತಾನೆ. ಆಮೇಲೆ ಅವನು ಎಲ್ಲಿಗೆ ಹೋಗ್ತಾನೇಂತ ಗೊತ್ತೆ?"

"ಇಲ್ಲ, ಕೀಸ್ಜೆ," ಎಂದು ನಾನು ತಲೆ ಅಲ್ಲಾಡಿಸಿದೆ.

"ಅವನು ಹೋಗೋದು ಕುಡಿಯೋದಕ್ಕೆ; ಹ್ಯಾಜಿಲಾನ್‌ನಲ್ಲಿ ಒಂದು ಹೋಟೆಲ್ ಇದೆ. ಅಲ್ಲಿ ಒಂದು ಗ್ಲಾಸ್ ಕುಡೀತಾನೆ. ಒಮ್ಮೊಮ್ಮೆ ಅವನು ಎರಡು, ಮೂರು ಗ್ಲಾಸ್ ಕುಡಿಯೋದೂ ಉಂಟು."

"ಆದರೆ ಧಾಮಕ್ಕೆ ಆತ ವಾಪಸ್ಸು ಬಂದಾಗ ಅದು ಗೊತ್ತಾಗೋದಿಲ್ವೆ?"

"ಅವನು ಆಡೋ ಆಟ ಒಂದೇ ಎರಡೇ! ಬಾಯೊಳಗೆ ತಂಬಾಕು ತುಂಬ್ಕೋತಾನೆ; ಇಲ್ಲವೆ ಔಷಧದ ಅಂಗಡಿಯಿಂದ ಒಂದು ತುಂಡು ಕಿತ್ತಳೆ – ಸಿಪ್ಪೆ ತೊಗೋತಾನೆ. ಒಂದೊಂದು ಸಲ ಫಾದರ್ ಪತ್ತೆ ಹಚ್ತಾರೆ. ಆಗ ಕಾಲಿಗೆ ಮರದ ತುಂಡು ಕಟ್ತಾರೆ: ಹೊಡೆಯೋ ವಯಸ್ಸು ದಾಟಿದೆ; ಅಲ್ದೆ ಗೂನಿನ ಮೇಲೆ ಬಾರಿಸೋದಕ್ಕೆ ಆಗೋಲ್ಲ: ಕಾಲಿಗೆ ಮರದ ತುಂಡು ಕಟ್ದಾಗ ಅವನೇನು ಮಾಡ್ತಾನೆ ಗೊತ್ತೆ? ಮಕ್ಕಳಿಗೆ ಹೇಳ್ತಾನೆ; 'ಮರಿಗಳೇ, ಚುಪ್! ಕ್ಲಾಸ್‌ಜೆ ತಂಟೆಕೋರ! ಎಂಜಲುಬುರುಕ! ಅವನ ಕಾಸನ್ನು ಫಾದರ್ ತೊಗೊಂಡಿದ್ದಾರೆ!' ಗೊತ್ತಾಯ್ತೋ

ಸರ್, ನಿಮಗೆ – ಹೀಗೆ ಹೇಳಿ ಆತ ಇನ್ನಷ್ಟು ಕಾಸು ಸಂಪಾದಿಸ್ತಾನೆ."

"ಓಹೋ, ಗೊತ್ತಾಯ್ತು."

ಮಾವನ ಬೂಟನ್ನು ಕೀಸ್ಜೆ ಎತ್ತಿಕೊಂಡ. ಆದರೆ ತಕ್ಷಣ ಅದನ್ನು ಕೆಳಗಿಟ್ಟು ಮತ್ತೆ ಹೇಳಿದ:

"ಅದು ಅವನಿಗೆ ಬಿಟ್ಟಿದ್ದು. ನನಗೂ ಅದಕ್ಕೂ ಸಂಬಂಧವಿಲ್ಲ. ಆದರೆ ಅವನು ನನ್ನನ್ನು ಯಾಕೆ ಪೀಡಿಸ್ಬೇಕು ? ಏನ್ಮಾಡ್ದಾ ಗೊತ್ತಾ ? ಹೇಳ್ತೀನೆ. ನನ್ಹತ್ರ ದುಡ್ಡಿತ್ತು, ತುಂಬಾ – ಹನ್ನೆರಡು ಗಿಲ್ಡರ್ !"

"ಅಷ್ಟೊಂದು ! ಎಲ್ಲಿಂದ ಬಂತು ?"

"ನ್ಯಾಯವಾಗಿ; ಬೆವರು ಸುರಿಸಿ ಸಂಪಾದಿಸಿದ್ದು; ನಾನು ಔಷಧದ ಅಂಗಡೀಲಿ ಕೆಲಸ ಮಾಡ್ತಿದ್ದಾಗ ಉಳಿಸಿದ್ದು. ದೂರದ ಗಿರಾಕಿಗಳಿಗೆ ಔಷಧ ತಲಪಿಸೋದಕ್ಕೆ ಹೋದಾಗ, 'ಪಾಪ ! ಎರಡು ಪೆನ್ನಿ ಕೊಟ್ಟು ಕಳ್ಸು' ಅಂತ ಬಕ್ಷೀಸು ಕೊಡ್ತಿದ್ರು. ಅದನ್ನೆಲ್ಲ ಕೂಡ್ಸಿ ಹನ್ನೆರಡು ಗಿಲ್ಡರ್ ಆದದ್ದು... ಶ್ರಮಧಾಮದಲ್ಲಿ ನಾವು ಹಣ ಇಟ್ಕೊಬಾರ್ದು ಅಂತ ನಿಯಮ ಇದೆ. ಅದಕ್ಕೆ ಯಾರಿಗೂ ಕಾಣದ ಹಾಗೆ ಬಚ್ಚಿಟ್ಕೊಂಡಿದ್ದೆ– ಹೃದಯದ ಬಳಿ."

"ಈ ಹಣ ಯಾಕೆ ಉಳ್ಸಿದೆ ? ಉಪಯೋಗಿಸೋದಕ್ಕೊ ಅಥವಾ ಚಪಲಕ್ಕೊ ?"

"ಸ್ವಾಮಿ, ಇದು ಶ್ರೀಮಂತರಿಗೆ ತಿಳಿಯೋದಿಲ್ಲ. ಹಾಗೆಯೇ ಧಾಮದ ಪಾಲಕರಿಗೂ. ಅವರಿಗೆ ಅದರ ಅಗತ್ಯವಿಲ್ಲ. ಅವರಿಗೆ ಎಲ್ಲಾ ಚೆನ್ನಾಗಿ ನಡೀತದೆ – ಬದುಕಿರ್ಲಿ, ಸಾಯ್ಲಿ. ಕೇಳಿ. ಈಗ ಎಲ್ಲಾ ಸರಿಯಾಗಿದೆ. ನಾವು, ಪಾಲಕರು ಸರಿಯಾಗಿದ್ದೇವೆ. ಹೊತ್ತು ಹೊತ್ತಿಗೆ ಊಟ. ಆಗೊಂದು ಈಗೊಂದು ಹಬ್ಬ ಅಂತ ಭಕ್ಷ್ಯ. ನಡೀತದೆ, ಹೀಗೇ, ಆದ್ರೆ ಪ್ರತಿಯೊಬ್ಬರೂ ಯೋಚಿಸ್ಲೇಬೇಕು – ನಾನು ಒಂದು ದಿನ ಸಾಯ್ತೇನೆ, ಆಗ ಏನು ? ಅನ್ನೋದನ್ನ ಯೋಚಿಸ್ಬೇಕು."

"ಕೀಸ್ಜೆ! ಸತ್ತ ಮೇಲೆ ನಿನಗೆ ಒಳ್ಳೇದೇ ಆಗ್ತದೆ; ಚಿಂತಿಸ್ಬೇಡ."

"ನೀವು ಸ್ವರ್ಗದ ವಿಷಯ ಹೇಳ್ತಿದೀರಿ. ಅದಲ್ಲ; ನಾನು ಯೋಚಿಸ್ತಿರೋದು ಬೇರೆ. ನನ್ನ ಶವದ ಅಲಂಕಾರದ ಬಗ್ಗೆ."

"ಶವದ ಅಲಂಕಾರ? ಎಂಥ ಮಾತು ಕೀಸ್ಜೆ!"

"ಹೌದು, ಸ್ವಾಮಿ, ನಾವು ಸತ್ತ ಬಳಿಕ ಒಣ ಹುಲ್ಲಿನ ಮೇಲೆ ಮಲಗಿಸ್ತಾರೆ. ಶವವಸ್ತ್ರವನ್ನು ಶ್ರಮಧಾಮದಿಂದ ತರಿಸ್ತಾರೆ. ಈಗಲೂ ನಮ್ಮ ಹೊಸ ಬಟ್ಟೆ ಬರೆ ಅಲ್ಲಿಂದ ಬರ್ತವೆ. ಏನು ವ್ಯತ್ಯಾಸ? ಕಡೆಗೆ ಇಗರ್ಜಿಯ ಅಂಗಳದಲ್ಲಿ ಗುಂಡಿಯಲ್ಲಿ ಮಲಗಿಸ್ತಾರೆ. ನನಗೆ ಅದು ಇಷ್ಟವಿಲ್ಲ. ನಾನು ಸತ್ತ ಮೇಲೆ ನನಗೆ ಶ್ರಮಧಾಮದ ವಸ್ತ್ರ ತೊಡೋದು ಬೇಕಿಲ್ಲ!"

ಕೀಸ್ಜೆ ಸ್ವಲ್ಪ ಹೊತ್ತು ಸುಮ್ಮನಿದ್ದ. ಅವನ ಕಣ್ಣುಗಳಲ್ಲಿ ಮತ್ತೆ ನೀರಾಡಿತು. ಅನಂತರ ಅವನೆಂದ:

"ಹೇಗೆ ಹೇಳಬೇಕೋ ನನಗೆ ತಿಳೀದು. ನಮ್ಮ ತಂದೆಯಂತೆ ನಾನು ಶವಪೆಟ್ಟಿಗೆಯಲ್ಲಿ ನನ್ನದೇ ಉಡುಪಿನಲ್ಲಿ ಮಲಗ್ಬೇಕು ಅಂತ ನನ್ನ ಇಷ್ಟ. ನಾನು ಎಂದೂ ನನ್ನದು ಅನ್ನೋ ಅಂಗಿಯನ್ನು ತೊಡ್ಲಿಲ್ಲ. ನಾನು ತೊಡುವ ಕಡೇ ಅಂಗಿಯಾದರೂ ನನ್ನದೇ ಆಗ್ಬೇಕು ಅಂತ ನನ್ನ ಇಚ್ಛೆ."

ನನ್ನ ಮನಸ್ಸು ಕರಗಿತು. ಭೂಮಿಯ ಸಕಲ ಸಂಪತ್ತು ಶ್ರೀಮಂತರಿಗೆ ಸೇರಿದೆ. ಈ ಬಡವ ಎಲ್ಲವನ್ನೂ ಸಹಿಸಿಕೊಂಡ – ಕಳಪೆ ಆಹಾರ, ಕಲ್ಲಿನಂಥ ಹಾಸಿಗೆ, ಕಡೆಯವರೆಗೆ

ಮೈಮುರಿಯುವ ಕೆಲಸ. ಅವನಿಗೆ ತನ್ನದೆನ್ನುವ ಮನೆ ಇಲ್ಲ; ತನ್ನದೆಂಬ ಗೋರಿಯೂ ಇಲ್ಲ. ಅವನ ಬಯಕೆ: ತನ್ನದೇ ಆದ ಪ್ರೇತವಸ್ತ್ರ.

ಅವನು ಗದ್ಗದ ಧ್ವನಿಯಲ್ಲಿ ಮುಂದುವರಿಸಿದ:

"ನಿಮಗೆ ಈಗ ತಿಳಿದೀತು ಸರ್, ನಾನು ಆ ಹನ್ನೆರಡು ಗಿಲ್ಡರ್ ಕೂಡಿಟ್ಟದ್ದು ಈ ಉದ್ದೇಶದಿಂದ. ಅದು ಹೆಚ್ಚೆಂದು ತೋರಬಹುದು – ನಾನು ಇನ್ನೂ ಕೂಡಿಡಬಯಸಿದ್ದೆ. ನನ್ನ ಅಂತಿಮ ಸಂಸ್ಕಾರ ಚೆನ್ನಾಗಿ ನಡೀಬೇಕು ಅಂತ ನನ್ನ ಆಶೆ. ನನಗೆ ಅಂದಾಜು ತಿಳೀದು– ನಾನು ಅಂದುಕೊಂಡದ್ದು ಹೀಗೆ. ವಸ್ತ್ರಕ್ಕೆ ನಾಲ್ಕು ಗಿಲ್ಡರ್. ಗೋರಿಯಲ್ಲಿ ಇಳಿಸುವವರಿಗೆ ಎರಡು ಗಿಲ್ಡರ್. ಹೊರುವವರಿಗೆ ತಲಾ ಹತ್ತು ಹೆನ್ನಿ– ಅವರು ಹನ್ನೆರಡು ಜನರಿರ್ತಾರೆ. ಅದು ಯೋಗ್ಯ ವ್ಯವಸ್ಥೆಯಲ್ಲವೆ? ಔಷಧದ ಅಂಗಡಿಯ ನೌಕರ ಕಾಗದದಲ್ಲಿ ಗುರ್ತು ಮಾಡಿಕೊಟ್ಟಿದ್ದ. ಅದೇ ಕಾಗದದಲ್ಲಿ ಹಣವನ್ನು ಸುತ್ತಿ ಒಂದು ಚರ್ಮದ ಚೀಲದಲ್ಲಿಟ್ಟಿದ್ದೆ. ಮೂವತ್ತು ವರ್ಷ ನನ್ನ ಎದೆಯ ಬಳಿ ಇಟ್ಟುಕೊಂಡು ಓಡಾಡಿದ್ದೇನೆ. ಈಗ ಅದು ನನ್ನ ಕೈಬಿಟ್ಟು ಹೋಗಿದೆ...!"

"ಕ್ಲಾಸ್‌ಜೆ ಅಪಹರಿಸಿದನೋ ಹೇಗೆ?"

ತನ್ನ ಕಡೆಯ ಮಾತುಗಳ ಗುಂಗಿನಿಂದ ಎಚ್ಚತ್ತು ಕೀಸ್ಜೆ ತಟಕ್ಕನೆ "ಇಲ್ಲ" ಎಂದ. ಬಳಿಕ ವಿವರಿಸಿದ:

"ಇಲ್ಲ, ಆದರೆ ಅವನಿಗೆ ಈಗ ಗುಟ್ಟು ಗೊತ್ತಾಗಿದೆ. ಅವನ ಮಂಚ ನನ್ನ ಮಂಚದ ಪಕ್ಕದಲ್ಲಿದೆ. ಅವನಿಗೆ ಹೇಗೆ ತೀಳಿತೋ ಕಾಣೆ– ನಾನು ಬಟ್ಟೆ ಬದಲಿಸುವಾಗ ನೋಡಿದ್ನೋ, ನಾನು ಕಾಯಿಲೆ ಬಿದ್ದಾಗ ಕಂಡನೋ, ಅಥವಾ ನಾನು ಕನವರಿಸಿದುದನ್ನು ಕೇಳಿದ್ನೋ– ಆ ದೇವರೇ ಬಲ್ಲ. ನಾನು ಕನವರಿಸಿದ್ದೇ ನಿಜವಿರ್ಬಹುದು, ನಾನು ಯಾವಾಗಲೂ ಅದೇ ಕನಸು ಕಾಣ್ತಿದ್ದೆ. ನಿಮಗೆ ನೆನಪಿರಬಹುದು, ಕಳೆದ ಮಂಗಳವಾರ ಬೆಳಿಗ್ಗೆ ಬಿಡದೆ ಮಳೆ ಸುರೀತು. ಕ್ಲಾಸ್‌ಜೆಗೆ ಅಂದು ಒಂದು ಸೆಂಟ್ ಸಂಪಾದನೆ ಇಲ್ಲ. ಅಂಥ ಮಳೆಯಲ್ಲಿ ಮಕ್ಕಳೆಲ್ಲಿ ಹೊರಗೆ ಬರ್ತಾರೆ? ಅವನ ಜೇಬುಗಾಸು ಮುಗಿದಿತ್ತು. ಕುಡೀಲಿಕ್ಕೆ ಹೋಗೋ ಗೀಳು ಬಂತು. ಊಟದ ತರುವಾಯ ನನ್ನಲ್ಲಿ 'ಕೀಸ್‌ಜೆ, ಆರು ಸೆಂಟ್ ಕೊಡು' ಅಂತ ಕೇಳಿದ. ನಾನೆಂದೆ, 'ಕ್ಲಾಸ್‌ಜೆ, ನಾನು ಕೊಡೋದಿಲ್ಲ; ನೀನು ಕುಡಿದು ಅದನ್ನು ಹಾಳು ಮಾಡ್ತಿ.' ತನಗೆ ಬೇಕೇ ಬೇಕು ಅಂತ ಅವನ ಹಠ; ಕೊಡೋದಿಲ್ಲ ಅಂತ ನನ್ನ ಹಠ. ಆಗ ಅವನೆಂದ – 'ನೀನು ಕೊಡದೇ ಇದ್ರೆ, ನಿನ್ನ ಅಂಗಿಯೊಳಗೆ ಏನಿದೆ ಅನ್ನೋದನ್ನ ಫಾದರ್‌ಗೆ ತಿಳಿಸ್ತೀನಿ.'

"ನಾನು ಪ್ರೇತದಂತೆ ಬೆಳ್ಳಗಾದೆ. ಕ್ಲಾಸ್‌ಜೆಗೆ ಆರು ಸೆಂಟ್ ತೆತ್ತು, 'ನೀನೊಬ್ಬ ಕದೀಮ' ಎಂದೆ. ಅದರಿಂದ ಅವನಿಗೆ ಸಿಟ್ಟು ಬಂತೋ ಹೇಳಲಾರೆ. ಅಂತೂ ನಿನ್ನೆ ಚೆನ್ನಾಗಿ ಕುಡಿದಿದ್ದ. ಅವನ ಕಾಲಿಗೆ ಮರದ ತುಂಡನ್ನು ಬಿಗಿದಾಗ ಹುಚ್ಚನಂತೆ ಹಾಡಿದ– 'ಕೀಸ್ಜೆ ಹತ್ರ ದುಡ್ಡಿದೆ; ಅಂಗಿ ಒಳಗೆ ದುಡ್ಡಿದೆ.'

"ನಾನು ಧಾಮಕ್ಕೆ ಹಿಂತಿರುಗಿದ ಮೇಲೆ ಈ ಕಥೆ ತಿಳಿಯಿತು. ನನ್ನ ಜೀವ ಹಾರಿ ಹೋದಂತಾಯಿತು. ಗಂಡಸರ ವಾರ್ಡ್‌ನಲ್ಲಿ ನಾವು ಬೆತ್ತಲಾದೆವು. ಕ್ಲಾಸ್‌ಜೆ ಅಲ್ಲಿ ಕತ್ತೆಯಂತೆ ಗೊರಕೆ ಹೊಡೀತಾ ಬಿದ್ದಿದ್ದ. ಎಲ್ಲರೂ ಮಲಗಿದ ಮೇಲೆ, ಹುಲ್ಲಿನಲ್ಲಿ ಬಚ್ಚಿಡಲು ಹಣದ ಚೀಲವನ್ನು ಹೊರ ತೆಗೆದೆ. ಆದರೆ ಅದೇ ಸಮಯಕ್ಕೆ ಬಾಗಿಲು ತೆರೆದು, ಕೈಯಲ್ಲಿ ಕಂದೀಲು ಹಿಡಿದ ಫಾದರ್ ಪ್ರವೇಶಿಸಿದರು. ಹಾಸಿಗೆಯಲ್ಲಿ ಬಿದ್ದುಕೊಂಡೆ, ಆದರೆ ಹಣದ ಚೀಲ

ಕೈಯಲ್ಲಿತ್ತು. ಕಂದೀಲನ್ನು ನಾನು ಹುಚ್ಚನಂತೆ ನೋಡ್ತಿದ್ದೆ. ಫಾದರ್ ಇಟ್ಟ ಒಂದೊಂದು ಹೆಜ್ಜೆಯೂ ನನ್ನ ಎದೆಯ ಮೇಲೆ ತುಳಿದಂತೆ ಭಾಸವಾಯಿತು.

"ಫಾದರ್ ನನ್ನ ಬಳಿ ಬಂದು 'ಕೀಸ್‌ಜೆ, ನಿನ್ನ ಬಳಿ ಹಣವಿದೆ; ಧಾಮದಲ್ಲಿ ಹಣ ಬಚ್ಚಿಡೋದು ತಪ್ಪು ಅಂತ ನಿನಗೆ ಗೊತ್ತಿದೆ' ಎಂದು ಹೇಳಿ ನನ್ನ ಕೈಯಿಂದ ಹಣದ ಚೀಲವನ್ನು ಕಸಿದರು. ಅದು ನನ್ನ ಶವ ವಸ್ತ್ರದ ಹಣ – ಎಂದು ಕೂಗಿದೆ, ಹಾಸಿಗೆಯಲ್ಲಿ ಉರುಳಿದೆ, ಪ್ರಯೋಜನವಾಗಲಿಲ್ಲ. ದುಡ್ಡನ್ನು ಎಣಿಸುತ್ತಾ, ಇದನ್ನು ಜೋಪಾನ ಮಾಡ್ತೀವಿ ಎಂದರು ಫಾದರ್. ಮೂವತ್ತು ವರ್ಷಗಳ ಕೆಳಗೆ ಚೀಲದಲ್ಲಿ ದುಡ್ಡಿಟ್ಟು ಹೊಲಿದಲಾಗಾಯ್ತು ಅದನ್ನು ನಾನು ಕಣ್ಣಲ್ಲಿ ನೋಡಿರ್‍ಲಿಲ್ಲ. ನನ್ನ ಅಂತ್ಯಕ್ರಿಯೆಗಾಗಿ ಉಳಿಸಿದ ಮೀಸಲು ಹಣ! ನಾನು ಗೋಳಾಡಿದೆ. ನಾನು ಆ ಹಣವನ್ನು ಅಂತ್ಯಕ್ರಿಯೆಗಲ್ಲದೆ ಬೇರೆ ಯಾವುದಕ್ಕೂ ಮುರಿಸೋದಿಲ್ಲ ಅಂತ ಆಣೆ ಇಟ್ಟೆ. ನಾವು ಜೋಪಾನ ಮಾಡ್ತೀವಿ, ಯೋಚನೆ ಮಾಡ್ಬೇಡಾಂತ ಫಾದರ್ ದುಡ್ಡು ಹಾಗೂ ಕಂದೀಲಿನೊಡನೆ ಹೊರಟುಹೋದರು. ನಾನು ಕೂಗಿದೆ. 'ಕ್ಲಾಸ್‌ಜೆ ನಿಮಗೆ ತಿಳಿಸಿದ್ದು ಯಾಕೇಂದ್ರೆ–' ಆದರೆ ಹೇಳಿ ಏನು ಪ್ರಯೋಜನ? ಕ್ಲಾಸ್‌ಜೆ ಕುಡುಕ ಅಂತ ಹೇಳಿದ ಮಾತ್ರಕ್ಕೆ ನನ್ನ ಹಣ ವಾಪಸು ಬಾರದು. ರಾತ್ರಿ ಎರಡು ರೆಪ್ಪೆ ಒಂದು ಮಾಡಿಲ್ಲ. ಇದು ಭಯಂಕರ!"

ಅವನನ್ನು ಸಮಾಧಾನಗೊಳಿಸಲು ನಾನೆಂದೆ:

"ಪಾಲಕರ ಜತೆ ನಾನು ಮಾತಾಡಿದರೆ ಹೇಗೆ?"

"ಬೇಡ!" ಎಂದ ಕೀಸ್ಜೆ. ಅವನ ಕೈ ಅಂಗಿಯೊಳಗಿತ್ತು – ಹಣವಿದೆಯೋ ಎಂದು ತಡಕುವಂತೆ. "ಹೋಗಬೇಕಾದ ಹಣ ಹೋಯಿತು. ಅದು ನಮ್ಮ ಧಾಮದಷ್ಟು ಪುರಾತನ ನಿಯಮ; ಇನ್ನು ಧಾಮವೋ– ಅದು ಪ್ರಪಂಚದಷ್ಟು ಪುರಾತನ."

"ಇದು ತುಂಬ ಕೆಟ್ಟದು. ಅದರಲ್ಲೂ.."

ಕೀಸ್ಜೆ ನನ್ನನ್ನು ಅರ್ಧದಲ್ಲೇ ತಡೆದು ಹೇಳಿದ:

"ತುಂಬ ಕೆಟ್ಟದು? ಊಹುಂ! ಹಾಗನ್ನೋದು ಸರಿಯಲ್ಲ. ನನ್ನ ಹಾಗೆ ಹಿಂದೆಯೂ ಬಡವರಿರಲಿಲ್ವೆ? ನನ್ನ ಹಾಗೆ ಅವರೂ ಶ್ರಮಧಾಮಕ್ಕೆ ಬಂದು ಅಲ್ಲಿ ಉಂಡು, ಧಾಮದ ಖರ್ಚಿನಲ್ಲೇ ಗೋರಿ ಸೇರ್‍ಲಿಲ್ವೆ? ಆದರೆ ನನ್ನ ದಫನ ಮಾತ್ರ ನನ್ನ ಖರ್ಚಿನಲ್ಲೇ ಆಗ್ಬೇಕು, ಅದರ ಹಣವನ್ನು ನಾನೇ ಕೈಯಾರ ಕೊಡ್ಬೇಕು ಅಂತ ಬಯಸಿದೆ. ಅದು ನನ್ನ ಜೀವನದ ಕನಸಾಗಿತ್ತು; ಅದಕ್ಕೇ ಹಣವನ್ನು ಹೃದಯಕ್ಕೆ ಸಮೀಪವಾಗಿ ಇಟ್ಟುಕೊಳ್ತಿದ್ದೆ. ಕ್ಲಾಸ್‌ಜೆಗೆ ಗೊತ್ತೊ ಇಲ್ಲವೋ: ನಾನು ಈಗ ಸತ್ತಂತೇ!"

ನಾನು ಹೇಳಿದೆ:

"ಕೀಸ್ಜೆ, ನನ್ನ ಮಾತು ಕೇಳು. ನಿನ್ನ ಹಣ ನಿನಗೆ ಬರಬೇಕಾದ್ದು ನ್ಯಾಯ. ಅದನ್ನು ಕೊಡಿಸ್ತೇನೆ. ನನ್ನಾಣೆಗೂ ನಾನು ಮಾವನಲ್ಲಿ ಮಾತಾಡ್ತೇನೆ. ಅವರಿಗೆ ಫಾದರ್ ಗೊತ್ತು. ನಿನ್ನಂಥ ವೃದ್ಧನಿಗಾಗಿ, ಪ್ರಾಮಾಣಿಕ ಮನುಷ್ಯನಿಗಾಗಿ, ಆರಕ್ಕೆ ಹೆಚ್ಚದ ಮೂರಕ್ಕೆ ತಗ್ಗದ ಮನುಷ್ಯನಿಗಾಗಿ, ಅವರು ಒಮ್ಮೆ ನಿಯಮವನ್ನು ಮುರಿದಾರು. ಕೀಸ್ಜೆ, ಇದನ್ನು ನಂಬು, ನಿನ್ನ ಹಣ ನಿನಗೆ ವಾಪಸು ಬರ್ತದೆ."

"ಹೌದಾ? ನಿಜವಾಗ್ಲೂ?" ಕೀಸ್ಜೆ ಕಣ್ಣೊರೆಸಿಕೊಂಡ. ಅವನ ಮುಖ ಮತ್ತೆ ಗೆಲುವಾಯಿತು. ಅವನು ನನ್ನ ಹಸ್ತವನ್ನು ಕುಲುಕಿದ.

ಅನಂತರ, ಇದಕ್ಕೆ ಪ್ರತಿಯಾಗಿ ನನ್ನನ್ನು ಸಂತೋಷಪಡಿಸಲು ಅವನು ಕೇಳಿದ:

"ನಿಮ್ಮ ಬೂಟ್ಸನ್ನು ನಾನು ಚೆನ್ನಾಗಿ ಒರೆಸ್ತಾ ಇದ್ದೇನಾ ?"

"ಸೊಗಸಾಗಿ !" ಎಂದು ನಾನು ಉತ್ತರಿಸಿದೆ.

"ಕೋಟು? ಸರಿಯಾಗಿಲ್ಲದಿದ್ದಲ್ಲಿ ನಿರ್ದಾಕ್ಷಿಣ್ಯವಾಗಿ ತಿಳಿಸಿ, ಸರ್."

"ಆಗಲಿ" ಎಂದು ಹೇಳಿ ನಾನು ಮನೆಯೊಳಗೆ ಹೋದೆ. ಒಂದು ಕೈಯಲ್ಲಿ ಪೀಟರ್‌ನ ಬೂಟ್, ಇನ್ನೊಂದು ಕೈಯಲ್ಲಿ ಬ್ರಶ್ ಹಿಡಿದು, ಕೀಸ್ಜೆ ನನ್ನನ್ನು ಹಿಂಬಾಲಿಸಿದ. "ದಯವಿಟ್ಟು ನೀವು ತಪ್ಪು ತಿಳಿಯೋದಿಲ್ಲ ಅಂತಾದ್ರೆ ಒಂದು ಮಾತು ಕೇಳ್ಬಹುದೇ, ಸರ್?" ಎಂದು ಬಿನ್ನವಿಸಿಕೊಂಡ.

"ಓಹೊ! ಕೇಳು!" ಎಂದೆ.

"ನೀವು ಪಾಲಕರ ಹತ್ತಿರ ಹೋದರೆ, ಇದೊಂದೂ ನಿಮಗೆ ಗೊತ್ತಿಲ್ಲದವರ ಹಾಗೆ ಇರೋದಕ್ಕೆ ಸಾಧ್ಯವೆ?"

"ಸಾಧ್ಯ. ಮಾತು ಕೊಡ್ತೇನೆ."

ನಾನು ಮಾವನೊಡನೆ ಮಾತಾಡಿದೆ. ಶ್ರಮಧಾಮದ ಪಾಲಕರು ವಿಶೇಷ ಸಭೆ ಸೇರಿ, ಮೊದಲು ಕೀಸ್ಜೆ, ಆಮೇಲೆ ಫಾದರ್, ಇಬ್ಬರನ್ನೂ ಪ್ರತ್ಯೇಕವಾಗಿ ಕರೆಸಿ, ಅವರು ಹೇಳುವುದನ್ನು ಕೇಳಿದರು. ಅಧ್ಯಕ್ಷರು ತೀರ್ಪನ್ನು ಸದಸ್ಯರಿಗೂ, ಸದಸ್ಯರು ತೀರ್ಪನ್ನು ಅಧ್ಯಕ್ಷರಿಗೂ, ಬಿಟ್ಟುಕೊಟ್ಟರು. ಈ ಆಟಕ್ಕೆ ಕೊನೆಯಿಲ್ಲವೆಂದು ಅರಿತ ಅಧ್ಯಕ್ಷ ಕಡೆಗೆ ತನ್ನ ಅಭಿಪ್ರಾಯವನ್ನು ನೀಡಿದ: ಒಂದು ದೃಷ್ಟಿಯಲ್ಲಿ ಕೀಸ್ಜೆಗೆ ಹಣ ಹಿಂದಿರುಗಿಸುವುದು ಸರಿ; ಆತ ಮಾದರಿ ವ್ಯಕ್ತಿಯಾಗಿ ನಡೆದುಕೊಂಡಿದ್ದ; ತನ್ನ ಹಣವನ್ನು ಆತ ಕೋಶಾಧಿಕಾರಿಯಷ್ಟೇ ಜೋಪಾನವಾಗಿ ಸಾಯುವವರೆಗೆ ಇಟ್ಟುಕೊಳ್ಳಬಲ್ಲ – (ಹೀಗೆಂದಾಗ ಕೋಶಾಧಿಕಾರಿ ತಲೆಬಾಗಿ ಕೃತಜ್ಞತೆ ಸೂಚಿಸಿದ) ಇನ್ನೊಂದು ದೃಷ್ಟಿಯಿಂದ ಹಣ ಕೋಶಾಧಿಕಾರಿಯ ಬಳಿಯೇ ಇರುವುದು ಮೇಲು; ಕೀಸ್ಜೆಯಷ್ಟೇ ಜಾಗರೂಕತೆಯಿಂದ ಆತ ಅದನ್ನು ಇರಿಸಿಕೊಳ್ಳುವುದು ಮಾತ್ರವಲ್ಲ; ತನ್ನ ಹಣ ತನ್ನ ಬಳಿ ಮಾತ್ರ ಜೋಪಾನವಾಗಿರಬಲ್ಲದು ಎಂಬ ಕೀಸ್ಜೆಯ ತಪ್ಪು ಕಲ್ಪನೆಗೆ ಪುಷ್ಟಿ ದೊರೆಯುವುದು ತಪ್ಪುತ್ತದೆ, ಕೀಸ್ಜೆಯ ಇಷ್ಟದ ಪ್ರಕಾರ ಹಣದ ವಿನಿಯೋಗವೂ ಆಗುತ್ತದೆ. ಆದ್ದರಿಂದ ಇದೇ ತನ್ನ ಸಲಹೆಯೆಂದೂ ಅಧ್ಯಕ್ಷ ಸೂಚಿಸಿದ.

ಆದರೆ ಕಾರ್ಯದರ್ಶಿಯು ಅಧ್ಯಕ್ಷರ ಈ ಸಲಹೆ ಇಬ್ಬಗೆಯದಾಗಿದ್ದು ಇದರಿಂದ ಸಮಸ್ಯೆ ಬಗೆಹರಿಯದೆಂದೂ, ಅದರ ಇತ್ಯರ್ಥ ಆಗಬೇಕಾದ್ದು ಅನಿವಾರ್ಯವೆಂದೂ ಆಕ್ಷೇಪವೆತ್ತಿದ. ಆಗ ಕೋಶಾಧಿಕಾರಿ ಹಣವನ್ನು ಕೀಸ್ಜೆಗೆ ಹಿಂದಿರುಗಿಸಲು ಒಪ್ಪಿಗೆ ಸೂಚಿಸಿದ. ಈ ಸೂಚನೆ ಸರ್ವಾನುಮತ ಪಡೆಯಿತು.

ಮತ್ತೆ ಎರಡು ವರ್ಷ ಕೀಸ್ಜೆ ತನ್ನ ಹಣವನ್ನು ಹೃದಯಕ್ಕೆ ಸಮೀಪವಾಗಿ ಇಟ್ಟುಕೊಂಡು ಓಡಾಡಿದ. ಕಳೆದ ವರ್ಷ ಆ ಊರಿನ ಇಗರ್ಜಿಯ ಅಂಗಳಕ್ಕೆ ಭೇಟಿ ಇತ್ತಾಗ ನನಗನಿಸಿತು– ಇಲ್ಲಿ ಬಡಜನರನ್ನು ಹೂಳುವ ಜಾಗದಲ್ಲಿ ಒಬ್ಬ ಬಡವ ತನ್ನ ಸಾವಿನ ಖರ್ಚನ್ನು ತಾನೇ ವಹಿಸಿಕೊಂಡ ತೃಪ್ತಿಯಿಂದ ಸುಖವಾಗಿ ಮಲಗಿದ್ದಾನೆ, ನನ್ನ ನೆರವಿನಿಂದ.

ಕಡೆಯ ಕ್ಷಣದಲ್ಲಿ ಈ ಹಿಲ್ಡೆಬ್ರಾಂಡ್‌ನ – ನನ್ನ – ಬಗ್ಗೆ ಅವನು ಯೋಚಿಸಿರಬಹುದೆ?

○ ಮಾರ್ಟೆನ್ ಮಾರ್ಟೆನ್ಸ್

ಜಾತ್ರೆ–ಪ್ರೇಮಿ

ಆನೆಕ್ ಪೀಟರ್ಸ್ ದಿನದ ಕೆಲಸ ಮುಗಿಸಿ, ಬಾಗಿಲಲ್ಲಿ ನಿಂತಳು: ನಿನ್ನೆ, ಇಂದು, ನಾಳೆ – ಯಾವ ಬದಲಾವಣೆಯೂ ಇಲ್ಲದೆ ಗಡಿಯಾರದಂತೆ ಅವಳ ಬದುಕು ಸುತ್ತುತ್ತಿತ್ತು. ಆದರೆ ಅವಳು ಶೀಲವತಿಯಾಗಿದ್ದಳು; ಅದು ಅವಳಿಗೆ ಗೊತ್ತು. ಬೇಸರ ತರಿಸುವ ನಿತ್ಯಚರ್ಯದಲ್ಲಿ ಅವಳ ಮನಸ್ಸನ್ನು ಬೆಳಗುತ್ತಿದ್ದ ಒಂದೇ ಒಂದು ಸಂಗತಿಯೆಂದರೆ ಅದು. ಅವಳು ತನ್ನ ತಂದೆಯನ್ನು ಕಳೆದುಕೊಂಡು ಏಳು ವರ್ಷಗಳಾಗಿದ್ದವು. ಹೆಂಡತಿಯನ್ನು ಕಳೆದುಕೊಂಡ ದೊಡ್ಡಪ್ಪನ ಮನೆ ಸೇರಿದ್ದಳು. ಹಳ್ಳಿಯಲ್ಲಿ ದೊಡ್ಡಪ್ಪ ಜಿಪುಣನೆಂದು ಖ್ಯಾತನಾಗಿದ್ದ. ಪೀಟ್ ಪೀಟರ್ಸ್ ಎಂದು ಯಾರೂ ಹೇಳುತ್ತಿರಲಿಲ್ಲ; ಅವನನ್ನು ಜಿಪುಣ ಪೀಟರ್ಸ್ ಎಂದೇ ಕರೆಯುತ್ತಿದ್ದರು. ಯಾವಾಗಲೂ ತಾಯಿಯ ಗೋರಿಯ ಮೇಲೆ ಆಣೆ ಇಡುತ್ತಿದ್ದ ಕಾರಣ 'ತಾಯಿ ಗೋರಿ ಪೀಟರ್ಸ್' ಎಂಬ ಅಡ್ಡ ಹೆಸರೂ ಅವನಿಗೆ ಬಂದಿತ್ತು. ಆನೆಕ್‌ಳಿಗೆ ತನ್ನ ತಾಯಿಯ ನೆನಪಿರಲಿಲ್ಲ; ತಂದೆ ಕುಡಿಯುತ್ತಿದ್ದ ನೆನಪು ಉಳಿದಿತ್ತು. ದೊಡ್ಡಪ್ಪನ ಮನೆಗೆ ಬಂದಾಗ ಅವಳಿಗೆ ಹದಿನಾಲ್ಕು ವರ್ಷ. ಅದಕ್ಕೆ ಮೊದಲು ಅವಳಿಗೆ ಇದ್ದ ಅನುಭವವೆಂದರೆ ತಂದೆಯ ಮನೆಯ ಆಡಳಿತ ನೋಡಿಕೊಳ್ಳುವುದು. ತಂದೆ ಬಯ್ಯುತ್ತಿದ್ದುದೇ ಹೆಚ್ಚು; ಎಂದಾದರೊಂದು ದಿನ ಪ್ರೀತಿಯ ಮಾತಾಡುತ್ತಿದ್ದ. ದೊಡ್ಡಪ್ಪ ಅದೂ ಇಲ್ಲ, ಇದೂ ಇಲ್ಲ, ಮುಂಜಾನೆಯಿಂದ ಸಂಜೆಯವರೆಗೆ ಗೊಣಗುಟ್ಟುವುದೊಂದೇ ಕೆಲಸ. ಒಂದು ದೃಷ್ಟಿಯಿಂದ ದೊಡ್ಡಪ್ಪ ಗೌರವಕ್ಕೆ ಅರ್ಹ. ಮೂರು ಕಾಸಿಲ್ಲದವರ ಮಧ್ಯೆ ಚಿಲ್ಲರೆ ವ್ಯಾಪಾರಿಯಾಗಿ ಮುಂದೆ ಬಂದವನು. ದುಡಿಮೆ ಮತ್ತು ಸುಳ್ಳುಗಳೇ ಅವನಲ್ಲಿದ್ದ ಬಂಡವಾಳ. ಸುಳ್ಳು ಹೇಳುವುದರಲ್ಲಿ ಆತ ನಿಸ್ಸೀಮ: ತನ್ನ ಸರಕುಗಳನ್ನು ಬಣ್ಣಿಸುವಾಗ ಅವನು ತನ್ನ ಸೋದರಿಯ ಗೋರಿಯ ಮೇಲೆ ಆಣೆ ಇಟ್ಟು ಹಸಿ ಸುಳ್ಳು ಹೇಳುತ್ತಿದ್ದ. ಇದರಿಂದ ದೇವರಿಗಾಗಲೀ ಆತ್ಮಸಾಕ್ಷಿಗಾಗಲೀ ದ್ರೋಹವಿರಲಿಲ್ಲ: ಕಾರಣ, ಅವನಿಗೆ ಸೋದರಿಯೇ ಇರಲಿಲ್ಲ! ತಾಯಿಯ ಗೋರಿಯ ಮೇಲೆ ಆಣೆ ಇಟ್ಟಾಗ ಮಾತ್ರ ಅವನ

ಮಾತು ವಿಶ್ವಾಸಾರ್ಹವೆಂದು ಎಲ್ಲರಿಗೂ ತಿಳಿದಿತ್ತು. ಈ ಕಾರಣದಿಂದಲೇ ಅವನಿಗೆ ಅಡ್ಡ ಹೆಸರು ಬಂದದ್ದು. ಮಧ್ಯ ವಯಸ್ಸಿನಲ್ಲಿ ಅವನು ಮಕ್ಕಳಿಲ್ಲದ ಒಬ್ಬ ವಿಧವೆಯನ್ನು ಮದುವೆಯಾಗಿ, ಸ್ವಲ್ಪ ಸಮಯದೊಳಗೆ ಅವಳನ್ನು ಕಳೆದುಕೊಂಡಿದ್ದ; ಅವಳ ಮೂಲಕ ಅವನಿಗೆ ಸ್ವಲ್ಪ ಹಣ ಬಂದಿತ್ತು. ಅನಂತರ ಅವನು ತನ್ನ ಚಿಕ್ಕ ವಹಿವಾಟನ್ನು ಬಿಟ್ಟುಕೊಟ್ಟು, ಬೇರೇನೂ ಮಾಡದೆ, ಅದಷ್ಟು ಕಡಿಮೆ ಖರ್ಚಿನಲ್ಲಿ ಜೀವಿಸತೊಡಗಿದ. ಆದರೆ ಸುಳ್ಳು ಹೇಳುವುದನ್ನು ಮಾತ್ರ ಆತ ಬಿಟ್ಟುಕೊಡಲಿಲ್ಲ. ಹಿಂದೆ ಲಾಭಕ್ಕಾಗಿ ಸಟೆಯಾಡುತ್ತಿದ್ದರೆ, ಈಗ ವಿನೋದಕ್ಕಾಗಿ ಹಾಗೆ ಮಾಡುತ್ತಿದ್ದ. ಅವನ ಇನ್ನೊಂದು ಹವ್ಯಾಸ ಗೊಣಗುವುದು. ಗೊಣಗುವುದಕ್ಕೆ ಯಾವ ಕಾರಣದ ಅಗತ್ಯವೂ ಇರಲಿಲ್ಲ. ಸರ್ಕಾರ, ಹವಾ, ಆನೆಕ್-ಯಾವುದೋ ಒಂದು ಸಾಕು, ಬೆಳಗಿನಿಂದ ಸಂಜೆವರೆಗೆ ಕಾಲ ಕಳೆಯಲು. ಹಳ್ಳಿಯಲ್ಲಿ ಅವನು ಕಟ್ಟು ಕತೆಗಳನ್ನು ಕಟ್ಟುತ್ತಿದ್ದ, ನಿರಪರಾಧಿಗಳನ್ನು ಪೇಚಿಗೀಡುಮಾಡುತ್ತಿದ್ದ; ಏಪ್ರಿಲ್ ಮೂರ್ಖರ ಆಟವನ್ನು ವರ್ಷವೆಲ್ಲಾ ಆಡುತ್ತಿದ್ದ. ಇದರಲ್ಲಿ ಅವನಿಗೆ ತುಂಬ ಮೋಜು.

ಗೊಣಗಲು ಅವನಿಗೆ ಒಂದು ಚಿಕ್ಕ ಕಾರಣವೂ ಸಿಕ್ಕಬಾರದೆಂದು ಆನೆಕ್ ಬೆಳಗ್ಗೆಯಿಂದ ಸಂಜೆಯವರೆಗೆ ತುಂಬ ಮುತುವರ್ಜಿಯಿಂದ ದುಡಿಯುತ್ತಿದ್ದಳು. ಆದರೆ ಆಕೆ ವಹಿಸುತ್ತಿದ್ದ ಶ್ರಮ ನಿರರ್ಥಕ. ಓದು ಬರಹ ಬಾರದಿದ್ದರೂ ಅವಳಿಗೆ ಸೂಕ್ಷ್ಮಾಭಿರುಚಿಯಿತ್ತು. ಅವಳು ಕಿಟಕಿಯಲ್ಲಿ ಹೂವಿನ ಕುಂಡಗಳನ್ನು ಇಡುತ್ತಿದ್ದಳು. ಆದರೆ ಬೀದಿಯಲ್ಲಿ ಓಡಾಡುವ ಹುಡುಗಿಯರು ಕಾಣಿಸುತ್ತಿರಲಿಲ್ಲವೆಂದು ದೊಡ್ಡಪ್ಪನಿಗೆ ಗೊಣಗಲು ಅದು ವಸ್ತುವಾಗುತ್ತಿತ್ತು.

ಅಲ್ಲ ಹುಡುಗರು ಎಂದು ತಿದ್ದಿಕೊಳ್ಳುವಾಗ ಅವನಿಗೆ ಖುಷಿ. "ಹುಡುಗರು ಈ ಕಡೆ ಇಣುಕಿ ಸಹ ನೋಡೋದಿಲ್ಲ ಆನೆಕ್, ಹೊಸ್ತಿಲು ದಾಟೋದಿರ್‍ಲಿ," ಎನ್ನುತ್ತಿದ್ದ ಅವನು. ಅವನಿಗೆ ಗೊತ್ತಿದ್ದುದು ಕೆಲವೇ ಹಾಸ್ಯೋಕ್ತಿಗಳು; ಅವನ್ನೇ ಪುನಃ ಪುನಃ ಆಡುತ್ತಿದ್ದ. "ನಿನ್ನನ್ನು ಜಾತ್ರೆಗೆ ಕರೆದುಕೊಂಡು ಹೋಗಲು ಯಾರೂ ಬರಲಿಲ್ಲ," ಎಂದು ಹೇಳುತ್ತಿದ್ದ. ಈವರೆಗೆ ಅದನ್ನು ಎಷ್ಟು ಸಲ ಹೇಳಿದ್ದನೋ!

ಈ ಸಂಜೆ ಮತ್ತೆ ಅದೇ ವಿಷಯದ ಬಗ್ಗೆ ಆತ ಗೊಣಗಿದ್ದ. ಅವಳನ್ನು ತನ್ನ ಕೈಗಳಿಂದ ಕೊಂಡುಹೋಗಲು ಎಂದೂ ಯಾವ ಗಂಡಸೂ ಬರಲಾರನೆಂದು ದೂರಿದ್ದ. ಟ್ರೂಡಾಗೆ ಮದುವೆಯ ನಿಶ್ಚಯವಾಗಿತ್ತು: ಅದೂ ಎಂಥ ಸುಂದರ ಯುವಕನೊಡನೆ! ಆದರೆ ಆನೆಕ್ ಕಡೆ ನೋಡುವವರು ಕೂಡ ಯಾರಿದ್ದರು? ಯಾರಾದರೂ ಇದ್ದರೆ ಅದು ಆ ಕುರುಡು ಭಿಕ್ಷುಕ ಜಾನ್ ಸೀಮೆನ್!

ಇದರಿಂದಾಗಿ ತನ್ನ ದೊಡ್ಡಪ್ಪನಿಗೆ ಒಬ್ಬ ಕೆಲಸದಾಕೆಯನ್ನು ಇಟ್ಟುಕೊಳ್ಳುವುದು ತಪ್ಪಿತೆಂದಾಗಲಿ ಅಥವಾ ಭಿಕ್ಷೆ ನೀಡದ ತಮ್ಮ ಮನೆ ಬಾಗಿಲಿನ ಸಮೀಪಕ್ಕೆ ಸಹ ಜಾನ್ ಸೀಮೆನ್ ಎಂದೂ ಸುಳಿಯುತ್ತಿರಲಿಲ್ಲವೆಂದಾಗಲಿ ಅವಳು ಉತ್ತರಿಸಿರಲಿಲ್ಲ. ಬದಲು, ಅವಳು ಹೊರಗೆ ಬಂದಿದ್ದಳು. ಅಲ್ಲಿ ಸೆಕೆಗಾಲದ ಮೊದಲ ದಿನಗಳ ಮುಸ್ಸಂಜೆಯ ಬೆಳಕಿನಡಿಯಲ್ಲಿ ನಿಂತು, ಬೈಗುಬಣ್ಣದ ಬಾನು ಎಷ್ಟು ಶುಭ್ರವೂ ಸ್ತಬ್ಧವೂ ಆಗಿದೆಯೆಂದೂ ಆಕೆ ಯೋಚಿಸಿದಳು.

ಹೌದು, ಟ್ರೂಡಾಗೆ ಮದುವೆ ಗೊತ್ತಾಗಿತ್ತು. ಚೆಲುವ ಹೆರ್ಮನ್ ರೀಸ್ ಜೊತೆಗೆ. ಅವನು ಹಿಂದೆ ಇಂಡೀಸ್‌ನಲ್ಲಿ ಕಾರ್ಪೊರಲ್ ಆಗಿದ್ದ. ಅವಳ ತಾಯಿ ಪೀಟರ್‌ನ ಮಡಿದ ಹೆಂಡತಿಯ ಶ್ರೀಮಂತ ಸೋದರಿ; ತಂದೆ ಹೋಟೆಲ್ ಒಂದರ ಮಾಲಿಕ. ಹೆಸರು ಬ್ಯಾಟ್ಸಿ. ಆತ ಯಾವಾಗಲೂ ತನ್ನ ಖಜಾನೆಯ ಬೀಗದ ಕೈಗೊಂಚಲನ್ನು ಝಣಝಣ ಆಡಿಸುತ್ತಿದ್ದ.

ನ್ಯಾಯವಾದ ಸಂಪಾದನೆ ಇದ್ದ ಯಾರು ತಾನೆ ಭಾನುವಾರ ಇಗರ್ಜಿಗೆ ಹೋಗುವಾಗ ಟ್ರೂಡಾ ಧರಿಸುವಂಥ ಭವ್ಯ ಉಡುಪು ಉಡುವುದು ಸಾಧ್ಯ? ಬಡ ಪೀಟರ್‌ನ ತಮ್ಮನ ಮಗಳಾಗಿದ್ದ ಬಡ ಆನೆಕ್ ಬಗ್ಗೆ ಟ್ರೂಡಾಗೆ ಹಿಡಿಸದಷ್ಟು ತಿರಸ್ಕಾರ. ಅದು ಅವಳ ತಾಯಿ ಅವಳಿಗೆ ಕಲಿಸಿದ್ದ ಪಾಠ; ಅದನ್ನು ಅವಳು ಚೆನ್ನಾಗಿ ಕಲಿತಿದ್ದಳು. ಶ್ರೀಮತಿ ಬ್ಯಾಟ್ಸಿ ಹೇಳಿದ್ದಳು: "'ತಾಯಿ ಗೋರಿ'ಯನ್ನು ನಾವು ಗೌರವದಿಂದ ಕಾಣೋದು ಮೇಲು; ಅವನು ತನ್ನ ಗೋರಿ ಸೇರಿದಾಗ ನನಗೆ ಲಾಭ ಉಂಟು."

ಅದನ್ನು ಕೇಳಿದ ಹೋಟೆಲಿನ ಒಡೆಯ, "ಹಾಗಾದರೆ ಆ ಶುಭದಿನ ಬೇಗನೆ ಬರಲಪ್ಪ" ಎಂದಿದ್ದ.

ಶ್ರೀಮತಿ ಬ್ಯಾಟ್ಸಿ ಆನೆಕ್ ಬಗ್ಗೆ ಕೊನೆ ನಿರ್ಣಯ ಹೇಳಿದ್ದಳು: "ಅವಳು ಯಾವ ಲೆಕ್ಕಕ್ಕೂ ಇಲ್ಲ." ಟ್ರೂಡಾ ಮಗುವಾಗಿದ್ದಾಗ ಆನೆಕ್ ತನ್ನ ಸೋದರ ಸಂಬಂಧಿಯೆ ಎಂದು ಕೇಳಿದ್ದಕ್ಕೆ ಶ್ರೀಮತಿ ಬ್ಯಾಟ್ಸಿ ಅವಳ ಕಪಾಳಕ್ಕೆ ಬಿಗಿದಿದ್ದಳು.

ಇಂಥ ಟ್ರೂಡಾಗೆ ಮದುವೆಯ ನಿಶ್ಚಯವಾದ ಮೇಲೆ ಕೇಳಬೇಕಾದ್ದೇ ಇರಲಿಲ್ಲ. ಹುಡುಗಿಯಾದ ದಿನಗಳಿಂದಲೂ ಟ್ರೂಡಾ ಆನೆಕ್‌ಳನ್ನು ಗೋಳು ಹುಯ್ದುಕೊಂಡಿದ್ದಳು. ಎರಡು ವರ್ಷ ಕಿರಿಯಳಾದರೂ ಆಕೆ ಹೃಷ್ಟಪುಷ್ಟವಾಗಿದ್ದಳು; ಆನೆಕ್‌ಳಾದರೋ ಬಡಕಲು. ಅವಳನ್ನು ಚಿವುಟುವುದು, ಗದರಿಸುವುದು, ಅಣಕಿಸುವುದು ಇವಳ ಪರಿಪಾಠ. ಈಗ ವಿಜಯದ ಗಳಿಗೆ: ಕೇಳುವುದೇನಿದೆ? ಟ್ರೂಡಾ ಯಾವಾಗಲೂ ಮೆರೆದಿದ್ದಳು; ಸುಖ, ಸಂತೋಷ, ಯಶಸ್ಸು ಅವಳ ಪಾಲಿಗಿತ್ತು; ಭಾನುವಾರವೇನು, ಇತರ ದಿನಗಳಲ್ಲೂ ತನ್ನ ತಂದೆಯ ಕೋಚುಗಾಡಿಯಲ್ಲಿ ಅವಳು ಸವಾರಿ ಬೆಳೆಸುತ್ತಿದ್ದಳು.

ಇನ್ನು ಮದುವೆ ನಿಶ್ಚಯದಂಥ ಅಪೂರ್ವ ಸಂಗತಿಯಂತೂ ಆನೆಕ್‌ಳ ಪಾಲಿಗೆ ಕನಸಿನ ಆಚೆಯ ಮಾತು. ಸಾಧಾರಣ ಹುಡುಗಿಯರಲ್ಲಿ ಹುಡುಗರು ತೋರಿಸುವ ಆಸಕ್ತಿ ಅವಳಿಗೆ ಲಭ್ಯವಾಗಿದ್ದರೂ ಸಾಕು, ಅವಳು ಸಂತುಷ್ಟಳಾಗುತ್ತಿದ್ದಳು. ಆದರೆ ಅವಳೊಂದಿಗೆ ಜೊತೆಗೂಡಲು, ತಿರುಗಾಡಿ ಬರಲು, ಕಿಟಕಿಯ ಬಳಿ ನಿಂತು ಹರಟಲು, ಯಾರೂ ಮುಂದೆ ಬಂದುದಿಲ್ಲ. ಅವಳ ರೂಪು ಸಾದಾ; ಬಡವಳು; ಸಂಕೋಚದ ಸ್ವಭಾವ. ಅವಳ ತಂದೆ ತಾಯಿ ನಿಜವಾಗಿಯೂ ಕಾನೂನು ಪ್ರಕಾರ ಮದುವೆಯಾಗಿದ್ದರೇ ಎಂದು ಜನ ಶಂಕಿಸುತ್ತಿದ್ದರು. ಅವಳ ಅದೃಷ್ಟವೆಂದರೆ ಈ ಮಾತನ್ನು ದೊಡ್ಡಪ್ಪ ಪದೇ ಪದೇ ಅಲ್ಲಗಳೆಯುತ್ತಿದ್ದುದು.

ತನಗೊಬ್ಬ ಪ್ರಣಯಿ ಇರಬಾರದಿತ್ತೆ, ಅದೂ ಜಾತ್ರೆಯ ಕಾಲದಲ್ಲಿ ಎಂದು ಅವಳಿಗೆ ಅನ್ನಿಸಿತು. ಓವರ್‌ಸ್ಟಡ್‌ನಲ್ಲಿ ನಡೆಯುವ ಜಾತ್ರೆಗೆ ಹುಡುಗಿಯರೊಡನೆ ಹುಡುಗರು ಹೋಗುತ್ತಾರೆ; ಒಬ್ಬ ಹುಡುಗ ತನ್ನನ್ನು ಕರೆದುಕೊಂಡು ಹೋದರೆ ಎಷ್ಟು ಚೆನ್ನು! ಈ ಜಾತ್ರೆ ಆ ಸೀಮೆಗೇ ಹೆಸರುವಾಸಿ. ಹಳ್ಳಿ ಹಳ್ಳಿಗಳಿಂದ ರೈತರು ಬರುತ್ತಾರೆ. ಎಂಥ ಜಾತ್ರೆ! ಕಣ್ಣಿಗೆ, ಕಿವಿಗೆ ಹಬ್ಬ; ಹಣ ಪೋಲು ಮಾಡುವವರಿಗೆ ಸ್ವರ್ಣ ಅವಕಾಶ. ಅಲ್ಲಿಗೆ ಜತೆಗೂಡಿ ಹೋಗುವುದು ವಾಡಿಕೆ: ಜಾತ್ರೆಯ ಸಮಯದಲ್ಲಿ ಒಂಟಿತನ ಶಾಪ. ಒಮ್ಮೆ ಹೋಗಿ ಬಂದರೆ ಸಾಕು! ತಾನು ಹೋಗಿದ್ದೇನೆ ಎನ್ನಲು ಬರುತ್ತದೆ. ವರ್ಷವೆಲ್ಲಾ ಅದೇ ಮಾತಾಡಲು ಬಂದೀತು. ದೊಡ್ಡಪ್ಪ ಎಂದೂ ಕರೆದುಕೊಂಡು ಹೋದುದಿಲ್ಲ; ತನಗೆ ಒಂಟಿಯಾಗಿ ಹೋಗಲು ಬಿಡ. "ನೀನು ಹೋಗಬೇಡ ಎನ್ನುವುದಿಲ್ಲ, ಆದರೆ ಒಂಟಿಯಾಗಿ, ಉಹುಂ! ಮೊದಲು ನಿನ್ನ ಜತೆ ಬರುವ ಪ್ರೇಮಿಯನ್ನು ಪಡೆ! ಹ್ಹಾಹ್ಹಾ!" ಎಂದು ಗೇಲಿಮಾಡುತ್ತಿದ್ದ.

ಹೀಗೆಲ್ಲ ಯೋಚಿಸುತ್ತ ಬಾಗಿಲ ಬಳಿ ಅವಳು ನಿಂತಿದ್ದಾಗ, ಸ್ವಲ್ಪ ಮುಂದೆ ಇದ್ದ ತನ್ನ ಮನೆಗೆ ಹೋಗುವ ದಾರಿಯಲ್ಲಿ ಟ್ರೂಡಾಳ ಸವಾರಿ ಬಂತು. ಜತೆಯಲ್ಲಿ ಅವಳ ಪ್ರಿಯಕರ ಹೆರ್ಮನ್ ರೀಸ್ ಬೇಸರದ ಭಾವ ತಳೆದು ನಡೆಯುತ್ತಿದ್ದ. ಇಬ್ಬರ ನಡುವೆ ಜಗಳವಾಗಿತ್ತೊ? ಆ ಭಾವನೆಯೊಡನೆ ಆನೆಕ್‌ಳ ಪುಟ್ಟ ಹೃದಯ ಸಂತಸದಿಂದ ಉಬ್ಬಿತು. ಆದರೆ ಟ್ರೂಡಾ ಅದಕ್ಕೆ ತಕ್ಷಣ ತಣ್ಣೀರೆರಚಿದಳು. ತನ್ನ ಸೋಮಾರಿ ಪ್ರಿಯತಮನ ಬಗ್ಗೆ ಅಸಂತೋಷ ತಾಳಿದ್ದ ಅವಳ ಹೃದಯ ಸಿಡುಕಿನಿಂದ ತುಂಬಿತ್ತು. ಅವಳು ಆನೆಕ್‌ಳ ಮುಂದೆ ಥಟ್ಟನೆ ನಿಂತು ಕೇಳಿದಳು:

"ಏನೇ ಆನೆಕ್, ಈ ವರ್ಷದ ಜಾತ್ರೆಗೆ ನೀನು ಹೋಗ್ತೀಯ? ಅದು ಎಂದಿಗಿಂತ್ಲೂ ಚೆನ್ನಾಗಿರ್ತದೆ ಅಂತ ಹೇಳ್ತಾರೆ."

"ಹೋದರೂ ಹೋದೆ," ಎಂದು ಆನೆಕ್ ಧೈರ್ಯವಾಗಿ ಹೇಳಿದಳು.

"ನಿಜವಾಗ್ಲೂ! ಯಾರ ಜತೆ?"

"ತಿಳ್ಕೋಬೇಕೂಂತ ನಿನಗೆ ತುಂಬ ಕುತೂಹಲ, ಅಲ್ವೆ!"

"ನಂಗೇನಾಗ್ಬೇಕು! ಯಾರ ಜತೆ ಯಾರು ಹೋದ್ರೆಷ್ಟು, ಬಿಟ್ರೆಷ್ಟು. ಸದ್ಯಃ, ಹೆರ್ಮನ್ ಜತೆ ಹೋಗ್ದೇ ಇದ್ರೆ ಸಾಕು! ಜತೇಲಿ ಹೋಗ್ಲಿಕ್ಕೆ ಪ್ರೇಮಿ ಅಂತ ಒಬ್ಬ ಬೇಕಲ್ಲಾ? ಅಥವಾ ದೊಡ್ಡಪ್ಪ ಕರ್ಕೊಂಡು ಹೋಗ್ತಾನೊ!"

ಮುಖ ತಿರುಗಿಸಿ, ಆನೆಕ್ ಅವಳಿಗೆ ವಿದಾಯ ಹೇಳಿದಳು. ಆದರೆ ಟ್ರೂಡಾ ಅವಳ ಬೆನ್ನ ಹಿಂದೆ ಮತ್ತೊ ಒಂದು ವಾಗ್ಬಾಣ ಹರಿಸಿದಳು:

"ಅಥವಾ ಕುರುಡು ಭಿಕ್ಷುಕ ಸೀಮೆನ್ ಜತೆ ಹೋಗ್ತೀಯೊ! ನಾನೇನಾದ್ರೂ ನೀನಾಗಿದ್ರೆ, ಬಾಡ್ಗೆ ಕೊಟ್ಟು ಒಬ್ಬ ಪ್ರೇಮೀನ್ನ ಕರ್ಕೊಂಡು ಹೋಗ್ತಿದ್ದೆ!"

ತನ್ನ ಹಾಸ್ಯಕ್ಕೆ ತಾನೇ ನಕ್ಕು ಟ್ರೂಡಾ ಮುಂದೆ ನಡೆದಳು; ಅವಳ ಪ್ರೇಮಿ ಅವಳನ್ನು ಹಿಂಬಾಲಿಸಿದ. ಅವಳು ಹೋಗುವುದನ್ನೇ ಆನೆಕ್ ನೋಡುತ್ತಾ ನಿಂತಳು.

"ಎಂಥ ಪಶುವೇ ನೀನು!" ಎಂದು ತನ್ನ ಚಿಗುರು ಮೀಸೆಯ ಮೇಲೆ ಕೈಯಾಡಿಸುತ್ತ ಹೆರ್ಮನ್ ಹೇಳಿದ.

ಟ್ರೂಡಾ ಮತ್ತೆ ನಕ್ಕಳು. "ಬಾಡಿಗೆ ಪ್ರೇಮಿಯೊಡನೆ ಯಾಕೆ ಹೋಗ್ಬಾರ್ದು ಅವಳು? ಎಷ್ಟು ಜನ ಹೋಗಿಲ್ಲ! ಪಾಪ! ದೊಡ್ಡಪ್ಪ ಅವಳಿಗೆ ಕಾಸು ಕೊಡಬೇಕಲ್ಲ!"

ಅದಕ್ಕೆ ಹೆರ್ಮನ್ ಮತ್ತಷ್ಟು ಬೇಸರದಿಂದ ನುಡಿದ:

"ನೀನೊಂದು ಪಶು, ನಿನ್ನಂಥ ಜಗಳಗಂಟಿಗಿಂತ ಅವಳ ಜತೆ ಹೋದ್ರೆ ಎಷ್ಟೋ ಚೆನ್ನ. ಹೇಗಿದಾಳೆ– ತೆಳ್ಳಗೆ, ಕಣ್ಣು ಕಂದು ಬಣ್ಣ, ಜತೆಗೆ ಸಾಧು!"

ಟ್ರೂಡಾ ಕೋಪದಿಂದ ಸಿಡಿಮಿಡಿಗುಟ್ಟಿದಳು.

"ಮಾತು ಜಾಸ್ತಿಯಾಯಿತು! ಬೇಕಾದರೆ ನೀನೇ ಅವಳ ಜತೆ ಹೋಗು! ಆದ್ರೆ ಬಾಡಿಗೆ ಜಾಸ್ತಿ ಕೇಳ್ಬೇಡ– ಅವಳು ಬಡವಿ. ಅವಳ ಜತೆ ಹೋಗೋವ್ನು ನಿರ್ಗತಿಕನಾಗಿರ್ಬೇಕು!"

"ನೀನು ಪಶು" ಎಂದು ಹೆರ್ಮನ್ ಮತ್ತೆ ಅದೇ ಮಾತು ಹೇಳಿದ. ಅವನಿಗೆ ಹೆಚ್ಚು ಯೋಚನೆ ಮಾಡುವ ಶಕ್ತಿಯಿರಲಿಲ್ಲ.

ಟ್ರೂಡಾ ಇದ್ದಕ್ಕಿದ್ದಂತೆ ತಿರುಗಿ ಅವನ ಕಪಾಳಕ್ಕೆ ಛಟೀರನೆ ಬಿಗಿದಳು. ಮಾಜಿ ಕಾರ್ಪೊರಲ್ ಮಹಾಶಯ ನೆಟ್ಟಗೆ ನಿಂತ. ಅವನ ಬಿಳಿ ಕೆನ್ನೆಯ ಮೇಲೆ ಅವಳ ಕೈಬೆರಳಿನ ಗುರುತು ಕೆಂಪಗೆ ಎದ್ದು ಕಾಣಿಸುತ್ತಿತ್ತು. ಅವನ ಮುಖವಿಡೀ ಆರಕ್ತವಾಯಿತು. ಅವನೆಂದ:

"ನಾನು ಎಂದೂ ಹೆಂಗಸಿನ ಮೇಲೆ ಕೈ ಮಾಡೋದಿಲ್ಲ."

ಅನಂತರ ಆಕೆಗೆ ಸಲಾಮು ಮಾಡಿ ಆತ ನಿರ್ಗಮಿಸಿದ.

* * *

ಇಷ್ಟರಲ್ಲಿ ಆನೆಕ್ ಮನೆಯೊಳಗೆ ಹೋಗಿದ್ದಳು. ನಿಧಾನವಾಗಿ, ಆಲೋಚನೆಯಲ್ಲಿ ಮಗ್ನಳಾಗಿ ಅವಳು ನಡೆದಿದ್ದಳು. ಟ್ರೂಡಾ ಬಗ್ಗೆ ಅವಳಿಗೆ ದ್ವೇಷವಿರಲಿಲ್ಲ. ಟ್ರೂಡಾಗೆ ನಿಜವಾಗಿಯೂ ಕೇಡು ಬಯಸುವುದು ಅವಳಿಂದ ಸಾಧ್ಯವಿರಲಿಲ್ಲ. ಆದರೆ ಟ್ರೂಡಾ ಬ್ಯಾಟ್ಸಿಯಂತೆ ಅವಳಲ್ಲಿ ಅಂಜಿಕೆ ಮತ್ತು ಅಸಹ್ಯತೆಗಳನ್ನು ಉಂಟುಮಾಡುತ್ತಿದ್ದ ವ್ಯಕ್ತಿ ಇಡೀ ಜಗತ್ತಿನಲ್ಲಿ ಬೇರಾರೂ ಇರಲಿಲ್ಲ. ಅವಳು ಮನೆಯೊಳಗೆ ಪ್ರವೇಶಿಸಿದಾಗ ದೊಡ್ಡಪ್ಪ ಕೇಳಿದ.

"ಯಾರು ಟ್ರೂಡಾನಾ – ಅವಳ ಪ್ರಿಯಕರನೊಂದಿಗೆ? ಕಿಟಿಕಿಯಿಂದ ಸರಿಯಾಗಿ ಕಾಣಿಸ್ಲಿಲ್ಲ, ನಿನ್ನ ಹಾಳು ಹೂ ಕುಂಡಗಳಿಂದ."

ಅವಳು ದೊಡ್ಡಪ್ಪನಿಗೆ ಒಂದು ಗ್ಲಾಸ್ ಬ್ರಾಂದಿ ಬೆರೆಸಿ ಕೊಡಲು ಹೋದಳು. ಜೂನ್–ಸೆಪ್ಟೆಂಬರ್‌ನಲ್ಲಿ ತಣ್ಣೀರು ಬೆರೆಸಬೇಕು; ಸೆಪ್ಟೆಂಬರ್ – ಜೂನ್‌ನಲ್ಲಿ ಬಿಸಿ ನೀರು ಬೆರೆಸಬೇಕು! ಕಳೆದ ಆರು ವರ್ಷ ಪ್ರತಿ ರಾತ್ರಿ ಅದು ರೂಢಿಯಾಗಿತ್ತು. ಹೇಗೆ ಮಾಡಿದರೂ ಆಕ್ಷೇಪ ತಪ್ಪುತ್ತಿರಲಿಲ್ಲ. ಆದರೆ ಅವಳು ಒಮ್ಮೆ ಅನಾರೋಗ್ಯದಿಂದಾಗಿ ಕೆಲವು ದಿನ ಹಾಸಿಗೆ ಹಿಡಿದಿದ್ದಾಗ ಆತ ಗೊಣಗುತ್ತಲೇ ನಿನ್ನಷ್ಟು ಚೆನ್ನಾಗಿ ಯಾರೂ ಬೆರೆಸಲಾರರು ಎಂದು ಹೇಳಿದ್ದ. ಈಗ ಅವನು ತನ್ನ ಮಾತು ಮುಂದುವರಿಸಿದ:

"ಓ! ಎಂಥ ಚೆಲುವ ಅವನು! ಇಂಡೀಸ್‌ನಲ್ಲಿ ಅವನು ಪ್ರೇಯಸಿಯರನ್ನು ತೆಂಗಿನಕಾಯಿಗಳಂತೆ ಉದುರಿಸಿದ್ದರಲ್ಲಿ ಆಶ್ಚರ್ಯವಿಲ್ಲ."

ಆನೆಕ್ ಕೇಳಿದಳು: "ಅವನು ಅಂಥ ಕೆಟ್ಟವನೆ?"

"ಎಂಥ ಮೂರ್ಖ ಪ್ರಶ್ನೆ! ನೀನು ತೋಟದಲ್ಲಿ ಅಲೆದು, ಗೋಡೆ ಹೂಗಳನ್ನು ಮೂಸಿ ನೋಡ್ತೀಯಲ್ಲ, ಅದೇನು ಕೆಟ್ಟದೇ? ಅವುಗಳಿಂದ ಮತ್ತೇನು ಪ್ರಯೋಜನ? ಆದ್ರೆ ಅವನು ಆಘ್ರಾಣಿಸಿದ್ದು ಗೋಡೆ ಹೂಗಳನ್ನಲ್ಲ, ಅದು ಮಾತ್ರ ಖಂಡಿತ. ಆನೆಕ್, ನೀನಿದ್ದೀಯಾ ನೋಡು ನೀನು ಗೋಡೆ ಹೂ!"

ಅವಳು ಉತ್ತರ ಕೊಡಲಿಲ್ಲ. ಅವನ ಹಾಸಿಗೆಯನ್ನು ಸರಿಮಾಡಿದಳು. ಒಳ್ಳೆ ಅಸಹ್ಯ ಮುದುಕ! ರಾತ್ರಿಯ ಈ ಕೆಲಸ ಅವಳಿಗೆ ಇತರ ಎಲ್ಲ ಕೆಲಸಗಳಿಗಿಂತ ಅಸಹ್ಯವೆನಿಸಿತು. ಅಟ್ಟಕ್ಕೆ ಹೋಗಿ – ಪ್ರತಿವರ್ಷ ಅದಕ್ಕೆ ಸುಣ್ಣ ಬಳಿಯುವುದು ಅವಳ ಕೆಲಸ – ಅವಳು ನಿಧಾನವಾಗಿ ಉಡುಪು ಕಳಚಿದಳು. "ಎಂಥ ಹುಚ್ಚು!" ಎಂದು ತನ್ನ ತಲೆಯನ್ನು ಹೊಕ್ಕ ಆಲೋಚನೆಯನ್ನು ಓಡಿಸಲು ಯತ್ನಿಸಿದಳು. ಆದರೆ ಎಷ್ಟು ಪ್ರಯತ್ನಿಸಿದರೂ ಆ ಯೋಚನೆ ರಾತ್ರಿಯಲ್ಲಿ ಮಾತ್ರವಲ್ಲ, ಮರುದಿನ ಬೆಳಿಗ್ಗೆ ಕೂಡ ಅವಳನ್ನು ಮತ್ತೆ ಮತ್ತೆ ಕಾಡಿತು. ಯಾಕೆಂದರೆ ಅದು ನನಸಾಗಲು ಸಾಧ್ಯವಿಲ್ಲದ ಹುಚ್ಚು ಕನಸಾಗಿರಲಿಲ್ಲ. ಬೇರೆ ಹುಡುಗಿಯರು ಹಾಗೆ ಮಾಡಿದ್ದರು.

ಮಾರನೆಯ ದಿನ ಮಧ್ಯಾಹ್ನ ಆನೆಕ್ ಒಗೆಯುವ ಬಟ್ಟೆಗಳೊಡನೆ ಹೊಳೆಗೆ ಹೋಗುವ ದಾರಿಯಲ್ಲಿ ಮತ್ತೆ ಟ್ರೂಡಾಳನ್ನು ಸಂಧಿಸಿದಳು. ಹೋಟೆಲ್‌ನ ಬಳಿ ದೊಡ್ಡ ಚೆಸ್ಟ್‌ನಟ್ ಮರದ ಕೆಳಗೆ ಗೆಳತಿಯರೊಂದಿಗೆ ಅವಳು ಹಾಯಾಗಿ ಕೂತಿದ್ದಳು. ಅವರೆಲ್ಲ ಖೊಳ್ಳೆಂದು ನಗುತ್ತಿದ್ದರು. ಹೊ! ಹೊ! ಹೊ! ಎಂಬ ನಗೆಯ ಅಲೆ ಮಾತಿನ ಮೇಲೆ ಎದ್ದು ಬಂತು– ಅದು ಟ್ರೂಡಾಳ ಸೋದರ ಸಂಬಂಧಿ ಟೋನಿಯದು. ಅಲ್ಲಿ ಹೆರ್ಮನ್ ಸಹ ಇದ್ದ. "ನನ್ನನ್ನು

ಕ್ಷಮಿಸು," ಎಂದು ಟ್ರೂಡಾ ಬೆಳಿಗ್ಗೆ ಕೇಳಿದ್ದಕ್ಕೆ, "ಆ ಮಾತು ಬಿಡು; ಬೇರೆ ಮಾತು ಆಡೋಣ," ಎಂದಿದ್ದ ಅವನು.

"ಆನೆಕ್", ಎಂದು ಟ್ರೂಡಾ ಕೂಗಿದಳು.

ಆನೆಕ್ ಬಿಳಿಚಿಕೊಂಡಳು. ಆದರೆ "ಇದು ಶುಭ ಸೂಚನೆ!" ಎಂದು ಅಂದುಕೊಂಡಳು. ಯಾಕೆಂದರೆ ಬಾಡಿಗೆ ಪ್ರೇಮಿಗಳ ಬಗ್ಗೆ ಟ್ರೂಡಾಳ ಜತೆ ತಾನಾಗಿ ಮಾತು ತೆಗೆಯಬಾರದೆಂದು ಅವಳು ಮೂರ್ಖ ನಿರ್ಣಯ ಮಾಡಿದ್ದಳು. ಆದರೆ ಈಗ ಅವಳೇ ಆ ಮಾತು ಎತ್ತಿದರೆ...

ಹೊಳೆಯ ಬದಿಯಿಂದ ಚೆಸ್ಟ್‌ನಟ್ ಮರದ ನೆರಳಿಗೆ ಆನೆಕ್ ಕೈಯಲ್ಲಿ ಬಕೆಟ್ ಹಿಡಿದು ಬಂದಳು. ಬಿಸಿಲಲ್ಲಿ ಕೆಲಸ ಮಾಡಿ ಸುಸ್ತಾಗಿದ್ದಳು. ಟ್ರೂಡಾ ಹಾಗೂ ಅವಳ ಜತೆಗಾರರೂ ಲಲ್ಲೆಯಲ್ಲಿ ತೊಡಗಿದ್ದರು. ಆ ಗುಂಪಿನ ನಡುವೆ ಒಂದು ಬುಟ್ಟಿ ತುಂಬ ಚೆರ್ರಿ ಹಣ್ಣುಗಳಿದ್ದವು.

ಟ್ರೂಡಾ ಕೇಳಿದಳು:

"ಗೊತ್ತು ಮಾಡಿಕೊಂಡೆಯೋ ಹೇಗೆ? ಕೋರಿ, ಸೂಸಿಗೆ ನಿನ್ನ ವಿಷಯಾನೇ ಹೇಳ್ತಿದ್ದೆ; ಅದೇ, ಬಾಡಿಗೆ ಪ್ರೇಮಿ ವಿಷಯ."

"ಜಾಹೀರಾತು ಹಾಕಿಸ್ತಾಳೇನು?" ಎಂದು ಕೋರಿ ಕೇಳಿದಳು – ಅವಳು ಬಾಲ್ಯದಿಂದ ಟ್ರೂಡಾಳ ಪ್ರಮುಖ ಗೆಳತಿ. ಈಗ ಟೋನಿ ಅವಳಲ್ಲಿ ಆಸಕ್ತನಾಗಿದ್ದ.

"ಅಯ್ಯೋ ಪೆದ್ದಿ!" ಎಂದು ಟ್ರೂಡಾ ಮುಂದುವರಿಸಿದಳು. "ಬೇರೆ ಹುಡುಗಿಯರಂತೆ ಅವಳು ಕೂಡಾ ಮುದುಕಿ ನೆಲ್ ಟ್ರಾಪ್ಸ್ ಬಳಿ ಹೋಗ್ತಾಳೆ – ಓವರ್‌ಸ್ವಾಡ್‌ನ ವೀವರ್ಸ್ ರಸ್ತೆಯಲ್ಲಿ. ಸ್ವಂತ ಪ್ರೇಮಿ ಇಲ್ಲದ ಹುಡುಗಿಯರು ಬಾಡಿಗೆಗೆ ಪ್ರೇಮಿಗಳನ್ನು ಗೊತ್ತುಮಾಡಿ ಕೊಳ್ಳೋದು ಅಲ್ಲೇ." ಟ್ರೂಡಾ ತನ್ನ ಬಲಿತ ತೋಳುಗಳನ್ನು ಮಡಿಸಿ, ಜಯದ ಉತ್ಸಾಹದಲ್ಲಿ ಆನೆಕ್‌ಳಿಂದ ಹೆರ್ಮನ್ ಕಡೆಗೆ ದೃಷ್ಟಿ ಬದಲಿಸಿದಳು. "ವೀವರ್ಸ್ ರಸ್ತೆಯಲ್ಲಿ ನೆಲ್ ಟ್ರಾಪ್ಸ್ ಹತ್ತಿರ ಹೋಗು," ಎಂದಳು.

"ಎಲ್ಲ ಸುಳ್ಳು! ನನ್ನನ್ನು ಪೀಡ್ಸೋಕೆ ಹೇಳ್ತಿರೋದು," ಎಂದು ಆನೆಕ್ ಮರುನುಡಿದರೂ, ಅವಳ ಕಣ್ಣುಗಳಲ್ಲಿ ಮೂಡಿದ ಹೊಳಪನ್ನು ಕೆಲವರು ಗುರುತಿಸಿದರು.

"ಅದು ನಿಜ, ಎರಡು ವರ್ಷಗಳ ಹಿಂದೆ ಒಬ್ಬ ಹುಡುಗಿ ಒಂದು ಫ್ಲಾರಿನ್ ಬಾಡಿಗೆಗೆ ಒಬ್ಬ ಪ್ರೇಮಿಯನ್ನು ಗೊತ್ತುಮಾಡಿಕೊಂಡಳು, ಅವನು ಒಂದು ಫ್ಲಾರಿನ್ ತೆಗೆದುಕೊಂಡ; ಮನರಂಜನೆ, ಮೆರಿ–ಗೋ–ರೌಂಡ್, ತಿನ್ನೋದು– ಕುಡಿಯೋದು ಎಲ್ಲ ಬಿಟ್ಟಿ." ಎಂದು ಟೋನಿ ಡಂಡರ್ ಹೇಳಿದ.

ಆನೆಕ್ ಕುತೂಹಲದಿಂದ ಕೇಳಿದಳು; "ಆತ ಅವಳನ್ನು ಸರಿಯಾಗಿ ಕಂಡನೋ? ಕೇವಲ ಅವಳ ಜತೆಗಾರನಾಗಿದ್ದು, ಅವಳು ಇಷ್ಟಪಟ್ಟಾಗ ಮನೆಗೆ ಹೋಗಲು ಬಿಟ್ಟನೋ?"

"ಅವಳ ಮನಸ್ಸೊಪ್ಪುವಂತೆ ನಡೆದುಕೊಂಡಿರ್ಬೇಕು. ಅದರಲ್ಲಿ ಸಂಶಯವಿಲ್ಲ,' ಎಂದು ಟೋನಿ ಅಸಹಜವಾಗಿ ನಕ್ಕ. ಕೋರಿಯೂ ನಕ್ಕಳು. ಸೂಸಿ ಚೆರ್ರಿ ಹಣ್ಣುಗಳನ್ನು ತಿನ್ನುತ್ತಾ, ಅದರ ಬೀಜಗಳನ್ನು ಆನೆಕ್‌ಳ ಬಕೆಟ್ ಒಳಗೆ ಎಸೆಯುವುದರಲ್ಲಿ ನಿರತಳಾಗಿದ್ದಳು.

"ನಾನು ಒಂದು ಮಾತನ್ನೂ ನಂಬೋದಿಲ್ಲ. ಎಲ್ಲಾ ಕಟ್ಟುಕಥೆ," ಎಂದು ಆನೆಕ್ ಹೇಳಿದಳು. ಉಳಿದ ಹುಡುಗಿಯರು ಅವಳನ್ನು ಅಣಕಿಸಿದರು.

ಹೆರ್ಮನ್ ರೀಸ್ ಒಂದು ಮುಷ್ಟಿ ಹಣ್ಣು ತೆಗೆದುಕೊಂಡು ಅವಳ ಬಕೆಟ್‌ನಲ್ಲಿ ಹಾಕಿ, "ತಿನ್ನು; ಚೆನ್ನಾಗಿದೆ," ಎಂದ.

ಆನೆಕ್‌ಳ ಹೃದಯ ತುಂಬಿತ್ತು. ಅವಳು ಉತ್ತರ ಹೇಳುವ ಸ್ಥಿತಿಯಲ್ಲಿರಲಿಲ್ಲ. ಮೆಲ್ಲನೆ ಮನೆಯ ಕಡೆ ನಡೆದಳು.

"ಅವಳು ಪ್ರಯತ್ನ ಮಾಡ್ತಾಳೆ, ನಂಗೊತ್ತು." ಎಂದು ಟ್ರೂಡಾ ಹೇಳಿದಳು.

"ಸುಮ್ನಿರು, ಪೆದ್ದಿ," ಎಂದು ಇತರರು ಅಲ್ಲಗಳೆದರು.

"ನನ್ಮಾತು ಕೇಳಿ. ಅವಳು ಪ್ರಯತ್ನ ಮಾಡೇ ಮಾಡ್ತಾಳೆ. ಹಳ್ಳಿಗಳಿಂದ ರೈತರು ಬರ್ತಾರಲ್ಲ ಗುರುವಾರ, ಆವತ್ತು- ನೋಡ್ಕೊಳ್ಳಿ, ಹೆರ್ಮನ್, ನೀನು ಮದರ್ ಟ್ರಾಪ್ಸ್ ಜತೆ ಗೊತ್ಮಾಡ್ಕೊ, ಆನೆಕ್ ನಿನ್ನ ಜತೆ ಹೋಗೋ ಹಾಗೆ."

"ಏನಂದಿ! ಉಹುಂ! ನಾನು ನಿಂಜತೆ," ಎಂದ ಹೆರ್ಮನ್.

"ಪೆದ್ದ! ಅದು ಸರಿ. ಮೊದಲು ಆನೆಕ್ ಜತೆ. ಸರ್ಕಸ್‌ಗೆ ಕರೆದ್ಕೊಂಡು ಹೋಗು. ಒಂದು ಕಡೆ ನೀವು ಕೂಡಿ, ನಾವೆಲ್ಲ ಆಮೇಲೆ ಬರ್ತೇವೆ. ಇನ್ನೊಂದು ಕಡೆ ಕೂಡ್ತೇವೆ. ಆಮೇಲೆ ಏನಾದ್ರೂ ಸಬೂಬು ಹೇಳಿ, ನನ್ನ ಪಕ್ಕ ಕೂತ್ಕೊ, ಪ್ರೇಮಿಗಾಗಿ ಬಾಡಿಗೆ ತೆತ್ತ ಆನೆಕ್..."

ಟೋನಿ ಹೊ! ಹೊ! ಹೊ! ಎಂದು ನಕ್ಕ. ಇತರರೂ ಪಕ್ಕೆ ನೋಯುವಂತೆ ಬಿದ್ದು ಬಿದ್ದು ನಕ್ಕರು.

"ಎಂಥಾ ತಮಾಷೆಯಾಗಿರ್ತದೆ!" ಟ್ರೂಡಾ ಅರಚಿದಳು.

'ಇದು ತೀರ ನೀಚತನ," ಎಂದ ಹೆರ್ಮನ್.

"ಮೂರ್ಖನಂತೆ ಆಡಬೇಡ" ಎಂದು ಟೋನಿ ಪ್ರತಿಭಟಿಸಿದ.

"ಸರಿಯಪ್ಪ! ಆದರೆ ನಾನು ನಿನ್ನಂಥ ಮಹಾ ಮೂರ್ಖ ಮಾತ್ರ ಆಗಲಾರೆ," ಎಂದ ಹೆರ್ಮನ್.

ಟ್ರೂಡಾ ಮಧ್ಯ ಪ್ರವೇಶಿಸಿ ನುಡಿದಳು:

"ಸಾಕು, ಸುಮ್ಮಗಿರಿ, ಈಗ ನಾವು ಆಡೋ ನಾಟಕದ ಬಗ್ಗೆ ಯೋಚಿಸೋಣ. ಒಂದೆರಡು ದಿನಗಳಲ್ಲಿ ಅದು ಸಿದ್ಧವಾಗ್ಬೇಕು."

ಹೆರ್ಮನ್ ಎದ್ದು ನಿಂತು ಕೈಕಾಲುಗಳನ್ನು ಚಾಚುತ್ತ ಹೇಳಿದ:

"ನಾಳೆ ನೋಡೋಣ. ಹಣ್ಣುಗಳೆಲ್ಲಾ ಮುಗಿದವು. ನಾನು ಮನೆಗೆ ಹೋಗ್ತೀನಿ ಕೆಲ್ಸ ಇದೆ."

ಅವನ ಮಾತು ಕೇಳಿ ಎಲ್ಲರೂ ನಕ್ಕರು: ಎಲ್ಲರಿಗೂ ತಿಳಿದ ವಿಷಯ- ಹೆರ್ಮನ್‌ಗೆ ಯಾವ ಕೆಲಸವೂ ಇರಲಿಲ್ಲ- ಕಾರ್ಪೊರಲ್ ಹುದ್ದೆಯಿಂದ ಬರುತ್ತಿದ್ದ ಪೆನ್‌ಶನ್ ಖರ್ಚಿನಲ್ಲಿ ಸುಮ್ಮನೆ ಅಲೆದಾಡುವುದನ್ನು ಬಿಟ್ಟು.

"ನಾನೂ ಬರ್ತೇನೆ," ಎಂದು ಟೋನಿಯೂ ಎದ್ದ.

"ಕೆಲ್ಸ ಅಂದ್ರೆ ಜಿನ್ ಕುಡಿಯೋದು," ಎಂದು ಟ್ರೂಡಾ ತಿರಸ್ಕಾರದಿಂದ ನುಡಿದಳು. "ಇಲ್ಲೇ ಹೋಗಿ ನಮ್ಮ ತಂದೆಯವರ ಜಿನ್ ಕುಡಿ."

"ಅದರ ಬೆಲೆ ಒಂದಕ್ಕೆರಡು," ಎಂದ ಹೆರ್ಮನ್.

"ನಾನು ಕೊಟ್ಟರೆ ಅದಕ್ಕೆ ಬೆಲೆ ಇರೋದಿಲ್ಲ."

"ನೀನು ಕೊಟ್ಟರೆ ಅದು ತುಂಬ ಪ್ರಿಯವಾಗ್ತದೆ," ಎಂದು ಹೆರ್ಮನ್ ತನ್ನ ಹಾಸ್ಯಕ್ಕೆ ತಾನೇ ನಕ್ಕ.

ಅವನು ಜಾಗ ಬಿಟ್ಟು ಹೊರಟ. ಈಚೆಗೆ ಅವನಿಗೆ ಟ್ರೂಡಾಳ ಮಾತು ಬೇಸರ ತರುತ್ತಿತ್ತು. ಅವನೇನೂ ಒಳ್ಳೆಯ ಮನುಷ್ಯನಾಗಿರಲಿಲ್ಲ; ತನಗೆ ಒಳ್ಳೆಯವಳು ಸಿಕ್ಕಬೇಕೆಂದೂ ಆವನಿಗಿರಲಿಲ್ಲ. ಆದರೆ ಎಂಥ ನೀಚ ಮನುಷ್ಯನೂ ತನಗೆ ಸಿಕ್ಕುವ ಹೆಣ್ಣಿನಲ್ಲಿ ಮಾರ್ದವತೆಯನ್ನು ಅಪೇಕ್ಷಿಸುತ್ತಾನೆ.

ಅವನೊಡನೆ ಹೆಜ್ಜೆ ಇಡುತ್ತಿದ್ದ ಟೋನಿ ಎಂದ:

"ನಾನು ಮದುವೆಯಾದರೆ ಟ್ರೂಡಾಳಂಥ ಹೆಣ್ಣನ್ನು ಮಾತ್ರ ಖಂಡಿತ ಮದುವೆಯಾಗಲಾರೆ."

"ಕೋರಿ ಏನು ಅವಳಿಗಿಂತ ಕಡಿಮೆಯೇ?" ಎಂದು ಹೆರ್ಮನ್ ಮೊನಚಾಗಿ ಹೇಳಿದ.

ಟೋನಿ ತನ್ನ ಹಲ್ಲುಗಳನ್ನು ತೋರಿಸಿದ. "ಕೋರಿಯನ್ನು ಮದುವೆಯಾಗಲು ಯಾರು ಕಾದಿದ್ದಾರೆ! ಮದುವೆ ಬೇರೆ. ಪ್ರೇಮ ಬೇರೆ. ಜಾತ್ರೆ ವರ್ಷಕ್ಕೊಂದು ಸಲ ಬರ್ತದೆ; ಮದುವೆ ಜೀವನದಲ್ಲಿ ಒಂದೇ ಸಲ ಬರೋದು.

"ನಿಜ." ಎಂದು ಹೆರ್ಮನ್. ಅವನ ಮನಸ್ಸು ದೂರದ ಇಂಡೀಸ್‌ನಲ್ಲಿತ್ತು. ಅಲ್ಲಿ ವಿವಾಹದ ಬಂಧನ ಸುಲಭವಾಗಿ ಕಡಿಯುತ್ತಿತ್ತು.

ಟೋನಿ ಮುಂದುವರಿಸಿದ: " ಜನ ಹೇಳೋ ಹಾಗೆ ಅವಳ ಹತ್ರ ದುಡ್ಡೂ ಇಲ್ಲ."

"ಏನು!" ಎಂದು ಹೆರ್ಮನ್ ಕೇಳಿದ, ಕನಸಿನಿಂದ ಎಚ್ಚರವಾದವನಂತೆ.

" ಹೌದು ಅವಳ ಹತ್ರ ದುಡ್ಡಿಲ್ಲ– ನಂಗೊತ್ತಿರೋದು ಬೇರೆಯವರಿಗೆ ಗೊತ್ತಿಲ್ಲ."

"ಬಾ, ಒಂದು ಗುಟುಕು ಕುಡಿಯೋಣ," ಎಂದು ಟೋನಿಯನ್ನು ಕರೆದ, ಹೆರ್ಮನ್.

"ಅದಕ್ಕೇನಂತೆ, ನಡಿ; ದುಡ್ಡು ನೀನು ಕೊಡ್ಬೇಕು. ಈಗ ಕೇಳು, ಹೇಳ್ತೀನಿ. ರೈಲಿನಲ್ಲಿ ಓವರ್‌ಸ್ಟಾಡ್‌ಗೆ ಹೋಗು. ರಿಜಿಸ್ಟ್ರಾರ್ ಕಛೇರಿಯಲ್ಲಿ ವಿಚಾರಿಸು, ಹೋದ ಗುರುವಾರ ಯಾರ ಆಸ್ತಿಯನ್ನು ಭೋಗ್ಯಕ್ಕೆ ಮಾಡಲಾಯಿತು ಅಂತ. ಬ್ಯಾಟ್ಸಿ ಮಾವ ತಂದೆ ಹತ್ರ ಬಂದಾಗ, 'ಉಹುಂ, ಆಗಲ್ಲ. ಕಾಳಿನ ವ್ಯಾಪಾರದಲ್ಲಿ ಜೂಜಾಡೋ ಜನಗಳಿಗೆ ನಾನು ಸಾಲ ಕೊಡೋದಿಲ್ಲ' ಅಂದ್ರು.

"ಓಹೋ !" ಎಂದು ಉದ್ಗರಿಸಿದ ಹೆರ್ಮನ್, ಬಳಿಕ ಹೇಳಿದ.

"ಆದರೆ ಪೀಟ್ ಮಾವ ಇದ್ದಾನಲ್ಲ, ಅವನು ಸತ್ತ ಮೇಲೆ ಅವನ ಆಸ್ತಿ ಸೇರೋದು ಟ್ರೂಡಾಗೆ."

"ಅವಳ ಹೆಸರಿಗೆ ಬಿಟ್ರೆ! ಅವನು ಬಿಡೋದು ಆನೆಕ್‌ಗೆ ಅಂತ ಅವನೇ ಅಂತಾನೆ."

"ಅವನು ಅಪ್ಪಟ ಸುಳ್ಳುಗಾರ. ಅವನ ಮಾತ್ನಲ್ಲಿ ಹುಳಿ ಇಲ್ಲ, ಉಪ್ಪಿಲ್ಲ. ತನಗೆ ಇಷ್ಟ ಬಂದವರ ಹೆಸರಿಗೆ ಬಿಡೋ ಸ್ವಾತಂತ್ರ್ಯ ಅವನಿಗಿದೆ ಅನ್ನೋದೇ ಅನುಮಾನ."

"ಸರಿ ಅವನಿಗೆ ಒಂದು ಗುಟುಕು ಕುಡಿಸಿ, ತಾಯಿ ಗೋರಿಯ ಆಣೆ ಇಟ್ಟು ಹೇಳಿಸಿದರೆ ಆಯ್ತು. ನಡಿ !"

ಅವನಿರುವ ಜಾಗಕ್ಕೆ ಇಬ್ಬರೂ ಹೊರಟರು,

ಹೆರ್ಮನ್ ಕೇಳಿದ– "ಟ್ರೂಡಾ ನಿನಗೇನು ಮಾಡಿದಳು ?"

"ಮಾಡೋದು ? ಅವಳೇನು ಮಾಡ್ತಾಳೆ, ಪಾಪ ! ಅವಳಿಗೆ ಬೇಕಾದ ಹಾಗೆ ಬೇಕಾದಷ್ಟು ಜಾತ್ರೆ ಪ್ರಿಯತಮರು ಯಾವಾಗಲೂ ಸಿಗ್ತಾರೋ ನೋಡೋಣ. ಒಬ್ಬ ಮೂಳ ಮೂಳನೇ, ಆದರೆ ಏನೂ ಇಲ್ದೆ ಇರೋದಕ್ಕಿಂತ ಮೂಳ ವಾಸಿ."

"ಹಾಗೋ !" ಎಂದು ಹೆರ್ಮನ್ ತಿರಸ್ಕಾರದಿಂದ ಹೇಳಿದ. "ಅದು ಹಿಂದಿನ ವರ್ಷದ ಕಥೆ, ಹಾಗಾದರೆ."

ಅವರಿಗೆ ಪೀಟ್ ಸಿಕ್ಕಿ ಹೊಸದಾಗಿ ಕೊಂಡ ತಂಬಾಕನ್ನು ಆತ ಪೈಪ್‌ನಲ್ಲಿ ತುಂಬುತ್ತಿದ್ದ. "ಅವಳು ಒಳ್ಳೆ ಹುಡುಗಿ," ಎಂದು ಶಿಫಾರಸು ಮಾಡಿದ. ಅವನ ಕಣ್ಣಲ್ಲಿ ತುಂಟ ನಗೆ ಮಿಂಚಿ ಮಾಯವಾಯಿತು.

ಸ್ವಲ್ಪ ಸಮಯದ ಬಳಿಕ ಪಾನಗೃಹದಲ್ಲಿ ತನ್ನ ಪ್ರಿಯವಾದ ಮೂಲೆಯಲ್ಲಿ ತನ್ನ ಪ್ರಿಯವಾದ ಆಸನದ ಮೇಲೆ ಸುಖವಾಗಿ ಕುಳಿತು ಪೀಟ್ ಹೇಳಿದ:

"ನನ್ನ ಬಳಿ ಇರುವ ಒಂದೊಂದು ಪೆನ್ನಿಯನ್ನೂ ಅವಳಿಗೇ ಬಿಡ್ತೇನೆ, ನನ್ನ ಸೋದರಿಯ ಗೋರಿಯ ಆಣೆ." ಮಗಳ ಕೈಹಿಡಿಯಲು ಪ್ರಿಯತಮರು ಸಾಲುಗಟ್ಟಿ ಬರುವ ಕನಸು ಕಂಡ ಅವನು. ಅವನಿಗೆ ಅಂಥ ಕನ್ಯಾರ್ಥಿಗಳು ಬೇಕಾಗಿದ್ದರು– ಅವರನ್ನು ಮನೆಬಾಗಿಲಿನಿಂದ ಓಡಿಸಿ ಆನಂದಿಸುವುದಕ್ಕಾಗಿ. ಯುವಕರು ಮತ್ತೆರಡು ಗ್ಲಾಸ್ ಜಿನ್ ತರಿಸಿ ಇನ್ನಷ್ಟು ಕುಡಿ ಎಂದು ಅವನನ್ನು ಪ್ರೋತ್ಸಾಹಿಸಿದರು. ಗ್ಲಾಸನ್ನೆತ್ತಿ ತಲೆತೂಗಿಸುತ್ತಾ ಅವನೆಂದ:

"ಹೌದು, ನನ್ನ ಒಂದೊಂದು ಪೆನ್ನಿಯೂ ಅವಳಿಗೆ. ನನ್ನ ತಾಯಿಯ ಗೋರಿಯ ಆಣೆ."

ಹೆರ್ಮನ್ ಹೊರಡಲು ಎದ್ದು ನಿಂತು, "ನಿಲ್ಲಿಸು ನಿನ್ನ ತಾಯಿಯ ಗೋರಿಯ ಆಣೆಯನ್ನು" ಎಂದ.

* * *

ಇತ್ತ ಬಕೆಟ್‌ನ ಪಕ್ಕದಲ್ಲಿ ನಿಂತಿದ್ದಂತೆಯೇ ಆನೆಕ್ ಆಲೋಚನೆಯಲ್ಲಿ ತೊಡಗಿದಳು. ಅವಳಿಗೆ ಅಪಮಾನ ಸಹಿಸುವುದು ಅಸಾಧ್ಯವೆನಿಸಿತು: ಸ್ವಂತ ಪ್ರೇಮಿಯ ಮಾತು ಹೋಗಲಿ, ಜಾತ್ರೆಗೆ ಕರೆದುಕೊಂಡು ಹೋಗಲು ಬಾಡಿಗೆ ಪ್ರೇಮಿಯೂ ಸಿಕ್ಕದ ಹುಡುಗಿ ಎಂಬ ಕ್ರೂರ ಅಪಹಾಸ್ಯದಿಂದ ಅವಳಿಗೆ ಅಪಾರ ನೋವಾಗಿತ್ತು. ಅವಳಿಗಿಂತ ಹೆಚ್ಚು ಧೈರ್ಯವಿದ್ದ ಹುಡುಗಿಯರು ಒಂಟಿಯಾಗಿ ಜಾತ್ರೆಗೆ ಹೋಗಿ, ಅಲ್ಲಿ ಪ್ರೇಮಿಗಳನ್ನು ಪತ್ತೆ ಮಾಡುತ್ತಿದ್ದರು. ಆದರೆ ಹಾಗೆ ಯೋಚನೆ ಮಾಡಿದಾಗ ಅವಳ ಎದೆ ನಡುಗಿತು. ಅದಕ್ಕೆ ಬದಲಾಗಿ ಮರ್ಯಾದೆಯ ಒಡನಾಟಕ್ಕೆ ಮರ್ಯಾದೆಯಿಂದ ಬಾಡಿಗೆ ಕೊಟ್ಟು ಒಬ್ಬನನ್ನು ಪಡೆಯುವುದೇ ಲೇಸೆಂದು ಅವಳಿಗೆ ತೋರಿತು. ತನಗೆ ತಾನೇ "ವೀವರ್ಸ್ ರಸ್ತೆ, ನೆಲ್ ಟ್ರಾಪ್ಸ್" ಎಂದು ಅವಳು ಹೇಳಿಕೊಂಡಳು ಓವರ್‌ಸ್ವಾಡ್‌ನಂಥ ದೊಡ್ಡ ನಗರದಲ್ಲಿ ಯಾರು ಗುರುತಿಸುತ್ತಾರೆ? ತನ್ನ ಇಚ್ಛೆಯನ್ನು ಟ್ರೂಡಾ ಮತ್ತೆ ಅವಳ ಗೆಳತಿಯರ ಮುಂದೆ ತೋರಗೊಡದ ತನ್ನ ಜಾಣ್ಮೆಯನ್ನು ತಾನೇ ಮೆಚ್ಚಿಕೊಂಡಳು. ಗುರುವಾರವೇ ಸರಿಯಾದ ದಿನ– ಅಂದು ದೂರ ದೂರದಿಂದ ಹಳ್ಳಿಗರು ಬರುತ್ತಾರೆ, ಹಬ್ಬದ ವಾತಾವರಣವಿರುತ್ತದೆ. ಅಂದು ಪೀಟ್ ದೊಡ್ಡಪ್ಪ ಮಡಿದ ತನ್ನ ಹೆಂಡತಿಯ ಹಣದ ಮೇಲೆ ಮೂರು ತಿಂಗಳಿಗೊಮ್ಮೆ ತನಗೆ ದೊರೆಯುತ್ತಿದ್ದ ಬಡ್ಡಿಯ ಹಣವನ್ನು ಪಡೆಯಲು ರಾಟರ್‌ಡಾಮ್‌ಗೆ ಹೋಗುತ್ತಾನೆ; ಹಿಂದಿರುಗಿ ಬರುವುದು ಮಧ್ಯರಾತ್ರಿಗೆ. ಹಣದ ಜೋಪಾನಕ್ಕಾಗಿ ಕುಡಿಯದೆ, ಅವನ ಮನಸ್ಥಿತಿ ನ್ಯಾಯಮೂರ್ತಿಯ ಮನಸ್ಥಿತಿಯಂತೆ ತಿಳಿಯಾಗಿರುತ್ತದೆ. ನನ್ನ ಜಾತ್ರೆಯ ಮೋಜು ಹೀಗೆ, ಎಂದು ಅವನು ಹೇಳುವುದು ರೂಢಿ.

ಹುಂ, ಎರಡು ಟಿಕೆಟ್‌ನೊಡನೆ ಸರ್ಕಸ್‌ಗೆ ಹೋಗಿ, ಎಲ್ಲರಿಗೆ ಕಾಣುವಂತೆ ಕೂಡಬೇಕು; ಮುಖ್ಯವಾಗಿ ಟ್ರೂಡಾಳಿಗೆ ಕಾಣಿಸಿಕೊಳ್ಳಬೇಕು; ಅವಳಿಗೆ ಅರ್ಥವಾಗಬೇಕು, ತಾನು ಮನಸ್ಸು ಮಾಡಿದರೆ ಜಾತ್ರೆಗೆ ಹೋಗಬಲ್ಲಳು; ಅವಳ ಜತೆಯವರಿಗಿಂತ ಉತ್ತಮರೊಂದಿಗೆ! ತನ್ನ ವಿಜಯವನ್ನು ಊಹಿಸಿ ಅವಳ ಹೃದಯ ಉಬ್ಬಿತು. ತನ್ನ ಬಳಿ ಇದ್ದ ಫ್ಲಾರಿನ್‌ಗಳನ್ನು ಅವಳು ಇಪ್ಪತ್ತನೆಯ ಸಲ ಎಣಿಸಿದಳು. ಸಾಕು ಎಂದು ಅವಳಿಗೆ ತೋರಿತು.

ಎರಡು ದಿನಗಳ ತರುವಾಯ, ಗುರುವಾರ, ಹಿಂದಿನ ರಾತ್ರಿ ನಿದ್ರೆ ಇಲ್ಲದಿದ್ದರೂ ಅವಳು ಬೆಳಿಗ್ಗೆ ಎಂದಿನಂತೆ ಬೇಗ ಎದ್ದಳು. ತನ್ನ ಕೆಲಸಗಳನ್ನು ತ್ವರೆಯಿಂದ ಮಾಡಿದುದನ್ನು

ನೋಡಿದರೆ ಇಡೀ ದಿನ ಅವಳದಲ್ಲ ಎನ್ನುವಂತಿತ್ತು. ದೊಡ್ಡಪ್ಪನ ಭಾನುವಾರದ ಉಡುಪನ್ನು ತೂಗುಹಾಕಿದಳು; ಅವಳು ನಡುಗುವ ಕೈಯಿಂದ ಬ್ರಶ್ ಮಾಡುತ್ತಿದ್ದಂತೇ ಕರಿ ಹ್ಯಾಟ್ ಬಿತ್ತು.

"ಪೆದ್ದಿ!" ಎಂದು ಪೀಟ್ ಅರಚಿದ; ಅವನು ಯಾವಾಗಲೂ ಅಷ್ಟೇ ಹೇಳುತ್ತಿದ್ದುದು. ತನ್ನ ತಂದೆಯ ಬಾಯಲ್ಲಿ ಬಯ್ಗುಳ ಹೊನಲಾಗಿ ಹರಿಯುತ್ತಿತ್ತು. ಇದಕ್ಕಿಂತ ಅದೇ ಮೇಲಾಗಿತ್ತೆಂದು ಅವಳು ಒಮ್ಮೊಮ್ಮೆ ಯೋಚಿಸುತ್ತಿದ್ದಳು.

"ನಾನು ನಡುರಾತ್ರಿವರೆಗೆ ಬರೋದಿಲ್ಲ," ಎಂದ ಪೀಟ್ ದೊಡ್ಡಪ್ಪ. ಅವಳಿಗೆ ಅದು ಗೊತ್ತಿತ್ತು. ಮೂರು ತಿಂಗಳಿಗೊಮ್ಮೆ ಬರುತ್ತಿದ್ದ ಈ ಪ್ರಯಾಣ ಮುದುಕನ ಪಾಲಿಗೆ ಅಪಾರ ತೃಪ್ತಿ ನೀಡುತ್ತಿತ್ತು. ಅವನು ಮನೆಯಿಂದ ಹೊರಡುವುದನ್ನು ಆಕೆ ನೋಡಿದಳು; ಸಾಲು ಮರದ ರಸ್ತೆಯಲ್ಲಿ ತನ್ನ ಆಕೃತಿಗೆ ಮಿತಿಮೀರಿದ ಕೊಡೆಯನ್ನು ಹಿಡಿದು ಹೋಗುತ್ತಿದ್ದ ದೊಡ್ಡಪ್ಪ ಬೆದರುಬೊಂಬೆಯಂತೆ ಕಾಣಿಸುತ್ತಿದ್ದ.

ಮಧ್ಯಾಹ್ನ ಏನೂ ಕೆಲಸವಿಲ್ಲದೆ ತನಗೆ ಇಷ್ಟವಾದ ಬಟ್ಟೆ ಹೊಲಿಯುವ ಕೆಲಸಕ್ಕೆ ಅವಳು ಕೈ ಹಾಕಿದಳು. ವೇಳೆ ಎಷ್ಟು ನಿಧಾನವಾಗಿ ಸಾಗುತ್ತಿದೆ ಎನಿಸಿತು. ಅನಂತರ ಅವಳು ತುಂಬ ಜಾಗರೂಕತೆಯಿಂದ ಉಡುಪು ಧರಿಸಿದಳು: ಕಪ್ಪು ಹಸಿರು ಗೌನು; ಬಿಳಿ ಟೊಪ್ಪಿಗೆಯಲ್ಲಿ ತನ್ನ ತಾಯಿಯ ಬಂಗಾರದ ಪಿನ್ನುಗಳನ್ನು ಚುಚ್ಚಿದಳು. ಏಳು ಗಂಟೆ: ಜುಲೈ ತಿಂಗಳ ರಮ್ಯ ಸಂಜೆಯಲ್ಲಿ ಮನೆಯನ್ನು ಭದ್ರಪಡಿಸಿ, ಅವಳು ಸವಾರಿ ಹೊರಟಳು.

ಸ್ಟೇಶನ್ ಒಂದು ಮೈಲಿ ದೂರವಿತ್ತು; ಮುಂದೆ ತೆರೆದ ರಸ್ತೆ. ಎಲ್ಲಿ ಯಾರು ನೋಡುತ್ತಾರೋ ಎಂದು ಬಳಸು ಹಾದಿ ಹಿಡಿದು ಪೊದೆಗಳ ರಕ್ಷಣೆ ಪಡೆದು ಎರಡು ಮೈಲಿ ಹಾದು ಅವಳು ಸ್ಟೇಶನ್ ಸೇರಿದಳು. ಅದು ಬಿಕೋ ಎನ್ನುತ್ತಿತ್ತು. ಜಾತ್ರೆಗೆ ಹೋಗುವವರು ಬೆಳಿಗ್ಗೆಯೇ ಹೋಗಿದ್ದರು. ತಮ್ಮ ಮನೆಯ ಕಿಟಕಿಯ ಮುಂದೆ ಗುಂಪು ಗುಂಪಾಗಿ ಜನ ಉತ್ಸಾಹದಿಂದ ಹೋಗುವುದನ್ನು ಆಕೆ ನೋಡಿದ್ದಳು. ಅಂತೂ ಯಾರ ಕಣ್ಣಿಗೂ ಬೀಳದೆ ಅವಳು ಓವರ್‌ಸ್ಟಾಡ್ ತಲಪಿದಳು.

ಓವರ್‌ಸ್ಟಾಡ್ ಸ್ಟೇಶನ್‌ನಲ್ಲಿ ಗದ್ದಲ. ಜಾತ್ರೆಯ ಸಂಭ್ರಮ ಬರುವ ರೈಲುಗಳಿಗೆ ಸ್ವಾಗತ ಹೇಳುತ್ತಿತ್ತು. ಸುಡುವ ಮೇಣದ ವಾಸನೆ ನಗರವನ್ನು ಆವರಿಸಿತ್ತು. ಸೂರ್ಯಾಸ್ತದ ಸಮಯ. ಬಾನಿನಲ್ಲಿ ಒಂಟಿ ನಕ್ಷತ್ರ ಕಾಣಿಸುತ್ತಿತ್ತು. ದೂರದ ಮಾರ್ಕೆಟ್ ಮೇಲೆ ದೀಪ ಉರಿಯುತ್ತಿತ್ತು.

ಆನೆಕ್ ಆ ದಿಕ್ಕನ್ನು ಬಿಟ್ಟು ವೀವರ್ಸ್ ರಸ್ತೆಯಲ್ಲಿ ಹೆಸರುಗಳನ್ನು ನಿರುಕಿಸುತ್ತಾ ನಿಧಾನವಾಗಿ ಸಾಗಿದಳು. ಹಾಲೆಂಡ್‌ನಲ್ಲಿ ಮನೆಯ ಬಾಗಿಲ ಮೇಲೆ ಹೆಸರು ಬರೆಯುವುದು ಸಂಪ್ರದಾಯ.

ರಸ್ತೆ ನಿಜಕ್ಕೂ ಒಂದು ಓಣಿ; ಕಿರಿದು; ಅದರ ನಿಶ್ಶಬ್ದತೆ ಗಾಬರಿ ಉಂಟುಮಾಡುತ್ತಿತ್ತು. ಒಂದು ದೊಡ್ಡ ಮನೆಯ ಮುಂದೆ ಒಂದು ಮಗು ಆಡುತ್ತಿತ್ತು. ಅದು ಒಳಗೆ ಹೋಗಲೆಂದು ಅವಳು ಆಶಿಸಿದಳು.

"ಇಲ್ಲೇನು ಮಾಡ್ತಿದ್ದಿ, ಚಿನ್ನ? ಈ ಹೊತ್ತು ನೀನಿರಬೇಕಾದ್ದು ಜಾತ್ರೆಯಲ್ಲಿ," ಎಂದು ಅವಳ ಹಿಂದಿನಿಂದ ಒಂದು ಮಧುರ ಧ್ವನಿ ನುಡಿಯಿತು. ಅವಳು ಗಾಬರಿಯಲ್ಲಿ ತಿರುಗಿ ನೋಡಿದಳು. ಎತ್ತರದ ಆಳು; ಗಡ್ಡ ಆ ಮುಖಕ್ಕಿಂತ ಇನ್ನೊಂದು ಮುಖಕ್ಕೆ ಹೊಂದುವಂತಿತ್ತು; ಮುಖ ಒರಟಾಗಿತ್ತು.

"ನಡಿ, ನಾನೇ ಜತೆಗೆ ಬರ್ತೇನೆ," ಎಂದ ಆತ, ಆನೆಕ್ ಉತ್ತರ ನೀಡದುದನ್ನು ಕಂಡು.

ಹೀಗೆ ಪರಿಚಯವಿಲ್ಲದ, ಯಾರೂ ಶಿಫಾರಸು ಮಾಡದ ವ್ಯಕ್ತಿಯೊಡನೆ ಹೋಗುವ ಆಲೋಚನೆ ಅವಳ ಎದೆಯನ್ನು ನಡುಗಿಸಿತು. ಅವಳು "ಉಹುಂ, ಉಹುಂ," ಎಂದು ಬಡಬಡಿಸಿ, "ನೀವು ದಯಮಾಡಿಸಿ. ನಾನು ಸ್ನೇಹಿತೆಯನ್ನು ಕಾಣಲು ಬಂದಿದ್ದೇನೆ." ಎಂದಳು. ಆತನೋ, ಹಿಂದಕ್ಕೆ ಸರಿದು, ನಕ್ಕ.

"ಪ್ರಾಯಶಃ ನಿಮ್ಮ ಸ್ನೇಹಿತೆ ಅಲ್ಲಿದ್ದಾಳೆ," ಎಂದು ಎರಡು ದೊಡ್ಡ ಮನೆಗಳ ಮಧ್ಯೆ ಇದ್ದ ಸಣ್ಣ ಮನೆಯನ್ನು ಆತ ತೋರಿಸಿದ. ಅದು ನಾಚಿ ಅವಿತಂತೆ ಇತ್ತು. ಅದರ ಬಾಗಿಲು ಕಿರಿದಾಗಿತ್ತು. ಕಿಟಿಕಿ ಕಣ್ಣು ಮಿಟುಕಿಸುತ್ತಿತ್ತು. ಆತ ಹೋಗುವುದಕ್ಕೇ ಅವಳು ಕಾದಿದ್ದಳು. ಅವನು ಮೂಲೆಯಲ್ಲಿ ತಿರುಗಿದುದನ್ನು ಖಚಿತ ಮಾಡಿಕೊಂಡಳು. ಅವಳಿಗೆ ಒಂದು ಕ್ಷಣ ಸ್ಟೇಶನ್‌ಗೆ ಹಿಂದಿರುಗುವುದೇ ಒಳಿತೆನಿಸಿತು; ಅಳುವಂತಾಯಿತು; ಗಾಬರಿಯಾಯಿತು; ರಸ್ತೆಯ ಕಡೆ ಕೆಲವು ಹೆಜ್ಜೆ ಇಟ್ಟಳು. ಆದರೆ ಇದ್ದಕ್ಕಿದ್ದಂತೆ ಹುಚ್ಚು ಧೈರ್ಯ ಬಂದು, ಕೈಗೊಂಡ ಕೆಲಸ ಮಾಡಿಯೇ ತೀರಬೇಕೆಂದು ಅವಳು ನಿರ್ಧರಿಸಿದಳು. ಆ ವ್ಯಕ್ತಿ ತೋರಿಸಿದ ಸಣ್ಣ ಮನೆಗೆ ಹೋಗಿ, ಧೈರ್ಯವಾಗಿ ಕರೆಗಂಟೆಯ ಗುಂಡಿಯನ್ನು ಒತ್ತಿದಳು. ಓರ್ವ ವೃದ್ಧೆ ಬಾಗಿಲು ತೆರೆದಳು.

"ನೆಲ್ ಟ್ರಾಪ್ಸ್ ಮನೆ ಎಲ್ಲಿದೆ?" ಎಂದು ಆನೆಕ್ ಕೇಳಿದಳು.

"ಇದೇ, ನನ್ನ ಚಿನ್ನ; ಒಳಗೆ ಬಾ," ಎಂದು ಮುದುಕಿ ಹೇಳಿದಳು.

ಆನೆಕ್ ಅವಳ ಹಿಂದೆ ಒಳಗೆ ಹೋದಳು. ಮುಗ್ಧ ಹುಡುಗಿಯರಿಗೆ ಒದಗುವ ಅಪಾಯಗಳು ಅವಳಿಗೆ ತಿಳಿಯದು.

"ನೆಲ್ ಟ್ರಾಪ್ಸ್‌ನಿಂದ ಏನಾಗಬೇಕು?" ಮುದುಕಿ ಆನೆಕ್‌ಳನ್ನು ತಲೆಯಿಂದ ಕಾಲಿನವರೆಗೆ ಪರೀಕ್ಷಿಸಿದಳು. ಓ, ಸಾಧಾರಣ ಎನ್ನುವ ಅಸಡ್ಡೆಯ ಭಾವನೆ ಅವಳ ಮುಖದಲ್ಲಿ ಕಾಣಿಸಿತು.

ಆನೆಕ್‌ಗೆ ಏನು ಹೇಳಬೇಕೋ ತೋಚದೆ ತಡವರಿಸಿದಳು. ಅವಳ ಮುಖ ಕೆಂಪೇರಿತು. ಅವಳು ತೊದಲಿದಳು:

"ನಾನು... ನಾನು ... ನಾನು... ಕೇಳಿದ್ದೆ– ನನ್ನ ತಿಳಿವಳಿಕೆಯಂತೆ ಇಲ್ಲಿ..."

"ನಿನಗೆ ಯಾರೋ ತಪ್ಪು ಸುದ್ದಿ ಹೇಳಿದ್ದಾರೆ," ಎಂದಳು ಮುದುಕಿ.

"ಇಲ್ಲ; ನಮ್ಮ ಹಳ್ಳಿಯ ಒಬ್ಬ ಹುಡುಗಿಗೆ ಸಿಕ್ಕಿತಂತೆ." ಎಂದು ತನ್ನ ಅಗತ್ಯತೆಯ ಅರಿವಾಗಿ ಆನೆಕ್ ಧೈರ್ಯದಿಂದ ಪಟ್ಟು ಹಿಡಿದಳು.

"ಓ ! ಜಾತ್ರೆಗೆ ಹೋಗಲು ಜತೆಗಾರ ಬೇಕೊ !" ಎಂದು ಮುದುಕಿ ಉದ್ಗರಿಸಿದಳು.

ಅವಳು ಬೀರಿದ ಅರ್ಥವತ್ತಾದ ಓರೆ ನೋಟದಿಂದ ಆನೆಕ್ ತಲೆ ತಗ್ಗಿಸಿದಳು.

"ನೀನು ಸರಿಯಾದ ಸ್ಥಳಕ್ಕೆ ಬಂದಿದ್ದೀ. ನಿನಗೆ ಎಂಥ ಜತೆಗಾರ ಬೇಕು? ಕಪ್ಪೋ, ಕೆಂಪೋ ? ಎಷ್ಟು ಕೊಡಬಲ್ಲೆ ?"

"ಉಹುಂ !" ಎಂದಳು ಆನೆಕ್.

"ನನ್ನ ಶುಲ್ಕ ಐವತ್ತು ಸೆಂಟ್; ಕೊಡೆ ಬೇಕಾದರೆ ಎಪ್ಪತ್ತೈದು."

ಆನೆಕ್ ಕಣ್ಣೆತ್ತಿ, "ಕೊಡೆ ಯಾಕೆ ?" ಎಂದು ಕೇಳಿದಳು.

"ಅದು ಯಾವಾಗಲೂ ಹಾಗೆ; ನನ್ನ ತಾಯಿಯ ಕಾಲದಿಂದಲೂ; ಕೊಡೆ ಎಂದರೆ ಗೌರವ; ಉನ್ನತ ವರ್ಗ. ಅದು ಎಲ್ಲರಿಗೂ ಗೊತ್ತು; ಏನೂ ಬದಲಾಗಿಲ್ಲ, ಬೆಲೆಯೊಂದು ಬಿಟ್ಟರೆ. ಕಾಲ ಕೆಟ್ಟಿದೆ. ಹುಡುಗಿಯರಿಗೆ ಧೈರ್ಯ ಬಂದಿದೆ: ಜತೆಗಾರನನ್ನು ಹುಡುಕಿಕೊಡು ಹೋಗ್ತಾರೆ."

"ಸರಿ, ನನಗೆ ಕೊಡೆಯೇ ಇರಲಿ !" ಎಂದಳು ಆನೆಕ್. ನೆಲ್ ಟ್ರಾಪ್ಸ್ ಹೊರಕ್ಕೆ ಹೋದಳು;

ಅಭ್ಯಾಸದಿಂದ ಬಾಗಿಲಿಗೆ ಬೀಗ ಹಾಕಿದಳು. ಆನೆಕ್‌ಳ ಮುಗ್ಧ ಹೃದಯ ಹೊರ ಜಗತ್ತಿನ ಅಪಾಯದ ಅಸ್ಪಷ್ಟ ಅರಿವಿನಿಂದ ಆಗ ತಲ್ಲಣಿಸಿತು. ಅವಳು ಭಯದಿಂದ ಕಿರಿಚಿಕೊಂಡಳು:

"ನನ್ನನ್ನು ಹೊರಗೆ ಹೋಗಲು ಬಿಡು!"

ಆ ಮುದುಕಿ ತಕ್ಷಣ ಅವಳ ಮುಂದೆ ಪ್ರತ್ಯಕ್ಷವಾಗಿ ತಿರಸ್ಕಾರದಿಂದ ನುಡಿದಳು:

"ಏಯ್! ನೀನೊಬ್ಬಳು ಬುದ್ಧಿ ಇಲ್ಲದವಳು! ನೀನು ಮಹಾ ಸುಂದರಿ ಅಂತ ತಿಳಿದೆಯೋ ಹೇಗೆ?" ಆನೆಕ್‌ಗೆ ಅರ್ಥ ಮಸುಕಾಗಿ ಹೊಳೆದು, ತನ್ನ ಮನಸ್ಸಿನಲ್ಲಿ ಅಳಿಸಲಾಗದ ಕಲೆ ಉಳಿದಂತೆ ಭಾಸವಾಯಿತು.

ಹುಡುಗಿಯ ಗಾಬರಿಯನ್ನು ನೋಡಿ ಮುದುಕಿ ಸ್ವಲ್ಪ ಮೃದುವಾಗಿ ಮಾತನಾಡಿದಳು:

"ಒಳ್ಳೆ ಕರಿಗಡ್ಡವಿರುವ ಪ್ರಿಯತಮ ಸಿಕ್ಕರೆ ಹೇಗೆ? ಗಡ್ಡ ಎಂದರೆ ಹೆಚ್ಚು ಗೌರವ. ಶುಲ್ಕ ಸ್ವಲ್ಪ ಹೆಚ್ಚಾಗ್ತದೆ."

ಈ ಮೊದಲು ನೋಡಿದ ವ್ಯಕ್ತಿಯ ನೆನಪಾಗಿ, "ಉಹುಂ ! ಗಡ್ಡ ಬೇಡ," ಎಂದು ಆನೆಕ್ ತೊದಲಿದಳು.

ಮುದುಕಿಗೆ ಸಹನೆ ತಪ್ಪಿತು. "ನಾನೇನು ಪೆಟ್ಟಿಗೆಯಲ್ಲಿ ಪ್ರೇಮಿಗಳನ್ನು ಕೂಡಿಟ್ಟಿದ್ದೇನೆ ಅಂತ ತಿಳಿದೆಯೋ ಏನು ? ನೀನು ಬೆಳಿಗ್ಗೆ ಬಂದಿದ್ದರೆ, ಅರ್ಧ ಡಜನ್ ಪ್ರೇಮಿಗಳನ್ನು ತೋರಿಸ್ತಿದ್ದೆ, ನಿನಗೆ ಆರಿಸೋಕೆ. ನನಗೆ ಗಡ್ಡವೇ ಇಷ್ಟ. ಬಕ್ಕತಲೆ. ದೊಡ್ಡ ಗಡ್ಡ."

"ಸರಿ, ಸರಿ, ಬಕ್ಕತಲೆಯೇ ಆಗಲಿ," ಎಂದು ಆನೆಕ್ ಆತುರವಾಗಿ ಹೇಳಿದಳು– ಅಂತೂ ತಾನು ನೋಡಿದ ವ್ಯಕ್ತಿಯಲ್ಲದಿದ್ದರೆ ಸಾಕು.

ಮುದುಕಿ ಹೊರಕ್ಕೆ ಹೋದಳು, ಬಾಗಿಲನ್ನು ಭದ್ರಗೊಳಿಸದೆ, ಮತ್ತೆ ರಸ್ತೆಯಲ್ಲಿದ್ದ ವ್ಯಕ್ತಿಯೊಡನೆ ಬಂದಳು.

ಆನೆಕ್‌ಗೆ ಈ ವ್ಯಕ್ತಿ ಬೇಡ ಎನ್ನುವ ಧೈರ್ಯವಾಗಲಿಲ್ಲ, ನೆಲ್ ಟ್ರಾಪ್ಸ್ ತನ್ನ ನಿರ್ಣಯವನ್ನು ತಿಳಿಸಿದಳು. "ಜಾತ್ರೆಗೆ ಜತೆಯಾಗಿ ಹೋಗಿ ! ಒಳ್ಳೇ ಜೋಡಿ !" ಆನಂತರ ಅವಳು ಆನೆಕ್‌ಳನ್ನು ಹೊರಗೆ ತಳ್ಳಿ ಹೇಳಿದಳು.

"ಚಿನ್ನಾ, ನನ್ನ ಫ್ಲಾರಿನ್ ! ಹೌದು, ಅದು ಸರಿ. ಮತ್ತೆ ನಾಳೆ ಬಂದು ಹೇಳು– ಜಾತ್ರೆಯಲ್ಲಿ ನೀನು ಕಳೆದ ಸವಿಗಳಿಗೆಗಳ ಬಗ್ಗೆ."

ಆನೆಕ್‌ಳ ಹಿಂದೆ ಬಾಗಿಲು ಮುಚ್ಚಿತು. ಒಳಗೆ ಕತ್ತಲೆಯಿತ್ತು. ಹೊರಗೂ ಅಷ್ಟೆ. ಅಪರಿಚಿತ ಗೊಗ್ಗರ ದನಿಯಲ್ಲಿ ಅವಳನ್ನು ಮಾತಾಡಿಸಿದ:

"ಬಾ, ಹೋಗೋಣ. ಜಾತ್ರೆಯಲ್ಲಿ ಸಂತೋಷವಾಗಿ ಕಾಲ ಕಳೆಯೋಣ. ನಾನು ಒಳ್ಳೆಯವನು ಅಂತ ನಿನಗೇ ತಿಳೀತದೆ. ಬಂಗಾರದಂತೆ ಚೊಕ್ಕ; ಮುತ್ತಿನಂಥ ಮಾತು !"

ಸ್ವಲ್ಪ ಧೈರ್ಯ ಬಂದು, ಆನೆಕ್ ಮಾತಿಲ್ಲದೆ ಅವನ ಸಂಗಡ ನಡೆದಳು. ಅವರು ಜಾತ್ರೆಯ ಸ್ಥಳಕ್ಕೆ ಬಂದರು. ಈ ವಿಹಾರ ಇದುವರೆಗೆ ಅವಳಿಗೆ ಅಷ್ಟೊಂದು ಸಂತೋಷದಾಯಕವಾಗಿ ಪರಿಣಮಿಸಿರಲಿಲ್ಲ. ಅವಳು ಅಂದುಕೊಂಡಿದ್ದದ್ದೇ ಬೇರೆ. ನಿಜ ಹೇಳುವುದಾದರೆ ಅವಳಿಗೆ ಅಳು ಬರುವಂತಾಗುತ್ತಿತ್ತು.

ಆದರೆ ಈ ನಿರಾಶೆಯ ಭಾವ ಬಹಳ ಹೊತ್ತು ಉಳಿಯಲಿಲ್ಲ. ಒಳಕ್ಕೆ ಹೋದಂತೆ ದೃಶ್ಯ ಬದಲಾಯಿಸಿತು. ಜಾತ್ರೆಯ ಮುಖ್ಯ ಆಕರ್ಷಣೆಯಾಗಿದ್ದ ಜಾನುವಾರು ಸಂತೆ, ಇದು ನೋಡಲೇ ಬೇಕಾದ್ದು ಎಂಬ ಭಾವನೆಯನ್ನು ಮೂಡಿಸುತ್ತಿತ್ತು. ಸಹಸ್ರ ದೀಪಗಳ ಬೆಳಕು

ಸೇರಿ ಅಲ್ಲಿ ಬೆಳಕಿನ ಸರೋವರವೇ ಸೃಷ್ಟಿಯಾದಂತಿತ್ತು. ಕಣ್ಣಿನಂತೆ ಕಿವಿಗೂ ಹಬ್ಬ! ಒಂದು ಕಡೆ ಬ್ಯಾಂಡ್ ಸದ್ದು; ಇನ್ನೊಂದು ಕಡೆ ಸಂಗೀತ; ಕೂಗಾಟ, ಚೀರಾಟ; ವಿವಿಧ ಪ್ರಾಣಿಗಳನ್ನು ಅನುಕರಿಸಿ ಶಬ್ದಗಳು. ಓಹ್! ಅಲ್ಲಿ ನೆರೆದಿದ್ದ ರೈತ ಜನರು ಕುಣಿದು ಕುಪ್ಪಳಿಸುತ್ತಿದ್ದರು. ಒಬ್ಬರನ್ನೊಬ್ಬರು ನೂಕುತ್ತಿದ್ದರು, ಎಳೆಯುತ್ತಿದ್ದರು. ಇನ್ನು ಕುಡಿದವರ ವಿಷಯ ಹೇಳುವುದೇ ಬೇಡ. ಕಣ್ಣು ಕೋರೈಸುವ ಅಲಂಕೃತ ಅಂಗಡಿಗಳು. ಜಾತ್ರೆಗೆ ಬಂದ ಗಂಡಸರು ಹೆಂಗಸರು ಪ್ರದರ್ಶಿಸುತ್ತಿದ್ದ ಉಡುಪುಗಳೇನು, ಒಡವೆಗಳೇನು! ಯಾವುದನ್ನು ನೋಡಬೇಕು, ಯಾವುದನ್ನು ಬಿಡಬೇಕು- ಎಂಬ ಭ್ರಮೆ. ಎಲ್ಲೆಲ್ಲೂ ಕಾಣಿಸುತ್ತಿದ್ದ ನೆದರ್‌ಲ್ಯಾಂಡ್ಸ್‌ನ ಬಾಲಕಿ ರಾಣಿಯ ಮುಗ್ಧ ಚಿತ್ರ ಮನಸ್ಸನ್ನು ಸೆರೆಹಿಡಿಯುತ್ತಿತ್ತು.

ಆನೆಕ್‌ಗೆ ಚಿಕ್ಕಂದಿನಲ್ಲಿ ತಂದೆಯ ಜತೆ ಕಂಡ ದೃಶ್ಯಗಳ ನೆನಪು ಮರಳಿತು. ಆದರೂ ತಾನು ಅಂದುಕೊಂಡುದಕ್ಕೂ ಈಗ ಕಂಡುದಕ್ಕೂ ತುಂಬ ವ್ಯತ್ಯಾಸವಿದೆ ಎನಿಸಿತು. ಎಲ್ಲಾ ಸದ್ದು ಗದ್ದಲ, ಸಾಮಾನ್ಯ. ಇತರರಿಗೆ ಕಾಣುತ್ತಿದ್ದ ಆ ಆನಂದದ ಜಗತ್ತೆಲ್ಲಿ? ಸರಿ, ಈವರೆಗೆ ತನ್ನನ್ನು ಯಾರೂ ಯಾಕೆ ಕರೆದುಕೊಂಡು ಹೋಗಿರಲಿಲ್ಲ ಮತ್ತು ತಾನು ಎಲ್ಲ ಹುಡುಗಿಯರಂತಲ್ಲ ಎಂದು ಜನ ಯಾಕೆ ಆಡಿಕೊಳ್ಳುತ್ತಿದ್ದರು ಎಂದು ಈಗ ಅವಳಿಗೆ ತಿಳಿಯಿತು.

ಅವಳ ಜತೆಗಾರ ಕೇಳಿದ:

"ನಿನಗೆ ಯಾವುದನ್ನು ನೋಡಲು ಇಷ್ಟ? ಎರಡು ತಲೆಯ ಕರು ಇದೆ- ಅದರ ಒಂದು ತಲೆ ಹಂದೀದು..."

ಆನೆಕ್ ಉತ್ತರಿಸಿದಳು: "ಮೊದಲು ಸರ್ಕಸ್‌ಗೆ ಹೋಗೋಣ!"

"ಹಾಗೇ ಆಗಲಿ. ಈಗ ಸಮಯ ಸಾಕಷ್ಟು ಮೀರಿದೆ. ಸರ್ಕಸ್ ನೋಡಿದ ಮೇಲೆ ಬೇರೆ ನೋಟದ ಮಾತು."

ಅವರು ಸರ್ಕಸ್‌ಗೆ ಹೋದರು – ಅವಳೇ ಹಣ ಕೊಟ್ಟಳು. ಕತ್ತಲು ಬೆಳಕಿನ ಕಿರುದಾರಿಯಲ್ಲಿ ನಡೆದು ಖಾಲಿ ಇದ್ದ ಆಸನಗಳಲ್ಲಿ ಕುಳಿತರು. ಅವಳು ಕಂಡ ಮೊದಲ ದೃಶ್ಯ: ಎದುರಿಗೆ ಟ್ರೂಡಾ ತನ್ನ ಸಂಗಡಿಗರೊಂದಿಗೆ! ಪಕ್ಕದಲ್ಲಿ ಒಂದು ಆಸನ ಖಾಲಿ ಇತ್ತು. ಇದರೊಂದಿಗೇ, ತನ್ನ ಆಸನದಲ್ಲಿ ಕುಳಿತುಕೊಳ್ಳಲು ತಿರುಗಿದಾಗ ಅವಳಿಗೆ ಇನ್ನೊಂದು ಆಘಾತ ಕಾದಿತ್ತು. ತಡೆಹಿಡಿಯಲು ಯತ್ನಿಸಿದರೂ ಅವಳ ಬಾಯಿಯಿಂದ ಆಶ್ಚರ್ಯದ ಉದ್ಗಾರವೊಂದು ಹೊರಬಿತ್ತು. ನೂಕುನುಗ್ಗಲಿನಲ್ಲಿ ಅವಳ ಜತೆಗಾರ ತನ್ನ ಗಡ್ಡ ಮತ್ತು ಹೊದೆಹುಬ್ಬುಗಳನ್ನು ಕಳೆದುಕೊಂಡಿದ್ದ. ಅವಳ ಹಿಂದೆ ಈಗ ನಗುತ್ತ ನಿಂತುಕೊಂಡಿದ್ದ ವ್ಯಕ್ತಿ ಬೇರಾರೂ ಆಗಿರಲಿಲ್ಲ – ಚೆಲುವ ಹೆರ್ಮನ್! ಅವನೆಂದ:

"ಹುಶ್. ದಿಗಿಲು ಬೀಳ್ಬೇಡ. ಏನೂ ಮೋಸವಾಗಿಲ್ಲ. ಇದು ಕೇವಲ ತಮಾಷೆ!"

ವೇಷ ಬದಲಾಯಿಸುವ ಸಂಗತಿ ಅವಳಿಗೆ ತಿಳಿಯದು. ತಮಾಷೆಯ ವಿಷಯವೂ ಅಷ್ಟೆ. ಒಟ್ಟಿನಲ್ಲಿ ತಾನು ಬಾಡಿಗೆಗೆ ಪ್ರೇಮಿಯನ್ನು ಕರೆದು ತರುವ ಸಂಗತಿ ಅವರಿಗೆ ಮೊದಲೇ ಗೊತ್ತಿತ್ತು! ಅವಳು ತನ್ನ ಆಸನದಲ್ಲಿ ನಿಶ್ಶಬ್ದವಾಗಿ ಮುಸಿ ಮುಸಿ ಅತ್ತಳು.

" ಉಹುಂ! ಬೇಡ! ಬೇರೆಯವರು ನೋಡ್ತಾರೆ," ಎಂದ ಹೆರ್ಮನ್, ಅವಳು ಅಳು ನಿಲ್ಲಿಸಿದಳು. ಅವನು ಮುಂದುವರಿಸಿದ:

"ಅಲ್ಲದೆ ನೀನು ಅಳೋದನ್ನು ನೋಡಿದ್ರೆ ನನಗೂ ಕಸಿವಿಸಿಯಾಗ್ತದೆ ಆದ್ದರಿಂದ ಕಾಲವನ್ನು ತಮಾಷೆಯಾಗಿ ಕಳೆಯೋಣ, ಈಗ ಸರ್ಕಸ್ ಆಟ ಶುರುವಾಗ್ತದೆ."

ಸರ್ಕಸ್ ಆರಂಭವಾಯಿತು. ಇಬ್ಬರು ವಿದೂಷಕರು ಕಾಣಿಸಿಕೊಂಡರು. ಹೆರ್ಮನ್ನನ ಮನಸ್ಸು ಸರ್ಕಸ್‌ನಲ್ಲಿ ನಾಟಿತು. ಆನೆಕ್‌ಳ ಮನಸ್ಸು ಟ್ರೂಡಾ ಕಡೆ ಹರಿಯಿತು. ಅವರು ತನ್ನ ವಿಷಯ ಆಡಿಕೊಳ್ಳುತ್ತಿದ್ದಾರೆ, ಮತ್ತಿನ್ನೇನು ಎಂದು ಅವಳು ಯೋಚಿಸಿದಳು.

ಸರ್ಕಸ್ ಮುಂದುವರಿಯಿತು. ಟ್ರೂಡಾಳ ಸಂಗಡಿಗರು ಗಲಾಟೆ ಮಾಡುತ್ತಲೇ ಇದ್ದರು. ಟ್ರೂಡಾ ಅದೇನೋ ಸಂಜ್ಞೆ ಮಾಡುತ್ತಿದ್ದಳು. ಟೋನಿ ಬಂದು ಹೆರ್ಮನ್‌ಗೆ ಪಿಸುಮಾತಿನಲ್ಲಿ ಏನೋ ಹೇಳಿದ. "ಹಾಳಾಗಿ ಹೋಗು !" ಎಂದು ಹೆರ್ಮನ್ ಉತ್ತರ ಕೊಟ್ಟದ್ದು ಆನೆಕ್‌ಗೆ ಕೇಳಿಸಿತು.

ಆನೆಕ್ ಮುಗ್ಧ ಹುಡುಗಿಯಾಗಿದ್ದರೂ ಅವಳಿಗೆ ಸಂದರ್ಭ ಅರ್ಥವಾಯಿತು. ಟ್ರೂಡಾ ತನ್ನ ಪ್ರಿಯತಮನನ್ನು ಆಹ್ವಾನಿಸುತ್ತಿದ್ದಳು !

ಹೆರ್ಮನ್‌ಗೆ ಆನೆಕ್ ಮೆಲ್ಲನೆ ಹೇಳಿದಳು: "ಟ್ರೂಡಾ ಕರೀತಿದಾಳೆ."

ಅದಕ್ಕೆ ಅವನೆಂದ: "ಕರದ್ರೆ ಕರೀಲಿ."

"ನೀನು ಹೋಗೋದೇ ಸರಿ."

"ಸರಿ ಅನ್ನೋದನ್ನು ನಾನು ಮಾಡೋದೇ ಅಪರೂಪ !"

"ಈಗಲಾದ್ರೂ ಮಾಡೋದಕ್ಕೆ ಪ್ರಾರಂಭಿಸ್ಬಹುದಲ್ಲ ?"

"ನಿನಗೆ ಗೊತ್ತೆ, ನಾನೀಗ ಅದನ್ನೇ ಪ್ರಾರಂಭಿಸ್ತಿದ್ದೇನೆ ಅಂತ ನನಗೆ ಕಾಣ್ತದೆ."

"ಓಹ್, ಆ ಕುದುರೆ ಎಷ್ಟೆತ್ತರಕ್ಕೆ ನೆಗೆಯಿತು !"

"ಅದರಿಂದ ನಿನಗೆ ಭಯವಾಯಿತೆ ?"

"ಇಲ್ಲ? ಒಮ್ಮೆ ಹೌಹಾರಿದೆ ಅಷ್ಟೆ. ಕುದುರೆಗಳ ಭಯ ನನಗಿಲ್ಲ."

"ಹೌದೇ? ನೀನು ಬಹಳ ಅಂಜುಬುರುಕಿ ಅಂತ ನಾನು ತಿಳಿದಿದ್ದೆ ಟ್ರೂಡಾ ಹಾಗೆ ಹೇಳ್ತಾಳೆ."

"ಇರ್ಬಹುದು. ನನ್ನನ್ನು ಹಿಂಸಿಸೋದಕ್ಕೆ ಬಯಸೋ ಅಂಥ ಯಾವುದನ್ನು ಕಂಡರೂ ನನಗೆ ಭಯವಾಗ್ತದೆ."

"ಅದಕ್ಕೆಲ್ಲ ಹೆದರಿಕೊಳ್ಬೇಡ ಪುಟ್ಟ ಆನೆಕ್. ಅದೋ, ಟ್ರೂಡಾ ಇತ್ತ ನೋಡಿ ಗೋಣು ಅಲ್ಲಾಡಿಸ್ತಿದ್ದಾಳೆ. ಹೂಂ, ಗೋಣು ಹಾಕು ಟ್ರೂಡಾ, ಗೋಣು ಹಾಕು. ಅದಕ್ಕೆ ಪ್ರತಿಯಾಗಿ ನೀನೂ ಅವಳತ್ತ ತಲೆಯಾಡಿಸು ಆನೆಕ್. ಇದು ನಿನ್ನ ವಿಜಯದ ಗಳಿಗೆ. ಸಮಯ ಮೀರೋದಕ್ಕೆ ಮುಂಚೆ ಅದರ ರುಚಿಯನ್ನು ಸವಿದು ಸಂತೋಷಿಸು.

"ಯಾವ ವಿಜಯ?"– ಆನೆಕ್ ಕೇಳಿದಳು.

ಹೆರ್ಮನ್ ಅವಳತ್ತ ನೋಡಿ ನಕ್ಕು ನುಡಿದ:

'ನಿಜವಾಗಿಯೂ ನಿನಗೆ ಅಷ್ಟೂ ಊಹಿಸೋದಕ್ಕಾಗೋದಿಲ್ವೆ?"

ಆನೆಕ್ ಊಹಿಸಿದಳು. ಯಾವುದೊ ಕಾರಣದಿಂದ ಹೆರ್ಮನ್– ಈ ಗಳಿಗೆಯ ಮನ್ಮಥ– ಟ್ರೂಡಾಳನ್ನು ಅವಳ ಗೆಳತಿಯರ ಮುಂದೆ ಬಹಿರಂಗವಾಗಿ ಮೂದಲಿಸಿ ಎಲ್ಲರಿಗೂ ಕಾಣುವಂತೆ ತನ್ನ ಕಡೆ ಒಲವನ್ನು ತೋರಿಸಿದ್ದ. ಅವಳಿಗಾಗಿ ಆತ ಒಂದು ಗ್ಲಾಸ್ ಲೆಮನೇಡ್ ಕೊಂಡ– ಹಣ ಕೊಡಲು ಅವಳಿಗೆ ಬಿಡಲಿಲ್ಲ. ಅವಳತ್ತ ವಾಲಿ, ಅವನು ತನ್ನ ಚಿಗುರು ಮೀಸೆ ತಿರುಗಿಸುವುದನ್ನು ಬೇರೆ ಹುಡುಗಿಯರು ನೋಡಿದರು. ಆನೆಕ್‌ಳ ವಿಜಯ ಸಂಪೂರ್ಣವಾಗಿತ್ತು! ಅವಳು ಹಸನ್ಮುಖಿಯಾದಳು. ಅವನು ಒಳ್ಳೆಯವನು ಎಂದುಕೊಂಡಳು. ಸರ್ಕಸ್ ಆಟ ಮುಗಿದ ಬಳಿಕ ಅವನು ಆನೆಕ್‌ಗೆ ತನ್ನ ತೋಳನ್ನು ನೀಡಿದ. ಈಗಾಗಲೇ

ಅಪಮಾನದಿಂದ ಕಮರಿದ್ದ ಟ್ರೂಡಾಳ ಕಡೆ ತಿರುಗಿ ನೋಡದೆ, ತಾನು ಮೆಚ್ಚಿದ ಆನೆಕ್‌ಳೊಡನೆ ಹೆಜ್ಜೆ ಹಾಕಿದ.

ಇಬ್ಬರೂ ಸುತ್ತಾಡಿದರು. ಆನೆಕ್‌ಗೆ ಇಷ್ಟವಾದ ಇತರ ಪ್ರದರ್ಶನಗಳನ್ನು ನೋಡಿದರು. ಹೆರ್ಮನ್ ಬೇಸರದಿಂದ ಆಕಳಿಸಿದ. ಆದರೆ ಬೇಡ ಎನ್ನಲಿಲ್ಲ.

ನಂತರ ಅವಳನ್ನು ತಿಂಡಿ ತಿನ್ನಲು ಆಹ್ವಾನಿಸಿದ. ಅವನು ಏಕಾಂತ ಸ್ಥಳವನ್ನು ಅಪೇಕ್ಷಿಸಿದ. ಉಹುಂ! ಎಂದಳು ಆನೆಕ್. ಜನರ ಮಧ್ಯೆ ಇರೋಣ ಎಂದಳು. ನಾವು ಏಕಾಂತದಲ್ಲಿರಬೇಡವೆ ಎಂದು ಆತ ಕೇಳಿದ್ದಕ್ಕೆ, ಅವಳು ಬೇಡ ಎಂದು ತಲೆ ಅಲ್ಲಾಡಿಸಿದಳು. ತುಂಬ ಹೊತ್ತು ಇಬ್ಬರೂ ಮಾತಾಡಲಿಲ್ಲ. ತಿಂಡಿಯನ್ನು ತಿಂದರು.

ಕೊನೆಗೆ ಹೆರ್ಮನ್ನನೇ ಮೌನವನ್ನು ಮುರಿದು ಹೇಳಿದ.

"ಜಾತ್ರೆಗೆ ಬರಲು ನೀನು ಸರಿಯಾದ ಜೋಡಿಯಲ್ಲ."

ಆದರೆ ಮರುಕ್ಷಣದಲ್ಲಿ ಆತ ತನ್ನ ಧಾಟಿಯನ್ನು ಸಂಪೂರ್ಣ ಬದಲಾಯಿಸಿದ. ದನಿಯಲ್ಲಿ ಮಾರ್ದವತೆಯನ್ನು ತೋರಿಸಿದ. ಆನೆಕ್ ಬಗ್ಗೆ ಕನಿಕರ, ಸ್ನೇಹ, ಮೆಚ್ಚುಗೆ ವ್ಯಕ್ತಪಡಿಸಿದ. ಟ್ರೂಡಾಳ ಒರಟುತನವನ್ನು ಹಳಿದ. ಟ್ರೂಡಾಳ ಜತೆ ಮದುವೆಯ ನಿಶ್ಚಯವಾಗಿರಲಿಲ್ಲ; ಅದೊಂದು ನಾಟಕ; ತನ್ನ ಉದ್ದೇಶ ಅವಳಿಗಿಂತ ಒಳ್ಳೆಯವಳಾದ ಆನೆಕ್‌ಳನ್ನು ಪಡೆಯುವುದಾಗಿತ್ತು– ಈ ಸಂಗೀತ ಸುಧೆಯನ್ನು ಆನೆಕ್‌ಳ ಕಿವಿಯಲ್ಲಿ ತುಂಬಿದ. ಆ ಜನ ಜಂಗುಳಿಯ ಮಧ್ಯೆ ಅವರು ಏಕಾಂತವನ್ನು ಸೃಷ್ಟಿಸಿದ್ದರು. ಇಬ್ಬರ ತಲೆ ಬಾಗಿ, ಪಿಸುಮಾತಿನಲ್ಲಿ ಸಂಭಾಷಣೆ ಸಾಗಿತ್ತು. ಆನೆಕ್ ತಲೆ ಎತ್ತಿದಳು. ಅವಳ ಕಣ್ಣುಗಳಲ್ಲಿ ಆನಂದವಿತ್ತು– ಹೆಣ್ಣಿನ ಕಣ್ಣಲ್ಲಿ ಒಮ್ಮೆ ಮಾತ್ರ ಕಾಣಿಸುವ ಆನಂದ. ಹೆರ್ಮನ್ ಬಗ್ಗೆ ಅವಳಲ್ಲಿ ವಿಶ್ವಾಸ ಮೂಡಿತ್ತು.

"ನಾನು ಮನೆಗೆ ಹೋಗ್ಬೇಕು," ಎಂದಳು ಅವಳು. ಈಗ? ಈಗ ತಾನೇ ತಮ್ಮ ಮೋಜು ಆರಂಭವಾಗಿದೆ, ಎಂದು ಹೆರ್ಮನ್ ವಿರೋಧಿಸಿದ. ಆದರೆ ತಾನು ಸ್ಟೇಶನ್‌ಗೆ ಹೋಗಬೇಕು, ಅದೂ ಒಂಟಿಯಾಗಿ, ಎಂದು ಅವಳು ಹಠ ಹಿಡಿದಳು. ಆತ ಅವನ ತುಟಿಗಳಿಂದ ತಪ್ಪಿಸಿ ಕೊಂಡು ಬಂದ ಕೀಳು ಮಾತು ಅವಳನ್ನು ನೋಯಿಸಿತು. ಆದರೆ ಅದು ಅಪ್ರಿಯವೆನಿಸಲಿಲ್ಲ. ಯಾಕೆಂದರೆ ಹಿಂದೆ ತನ್ನನ್ನು ಪ್ರೀತಿಸುತ್ತಿದ್ದ ಒಬ್ಬನೇ ಒಬ್ಬ ವ್ಯಕ್ತಿ ಹೇಗೆ ಕೆಟ್ಟ ಮಾತುಗಳಿಂದ ತನ್ನನ್ನು ಸದಾ ಬಯ್ಯುತ್ತಲೂ ಇದ್ದನೆಂಬುದನ್ನು ಅದು ಅವಳ ನೆನಪಿಗೆ ತಂದಿತು.

ಅವನ ಆಕ್ಷೇಪ, ಪ್ರಾರ್ಥನೆ ಅವಳ ನಿರ್ಧಾರವನ್ನು ಬದಲಿಸಲಿಲ್ಲ. ಗುಡ್ ನೈಟ್! ಎಂದು ಹೇಳಿ, ಅವಳು ಕತ್ತಲೆಯಲ್ಲಿ ಕರಗಿಹೋದಳು.

ಅವಳು ಓಡಿದಳು. ಮನಸ್ಸು ಆನಂದದಿಂದ ತುಂಬಿತ್ತು. ತಾನು ಸಾಧಿಸಿದ ವಿಜಯ ಮರೆತುಹೋಗಿತ್ತು. ಸ್ಟೇಶನ್‌ನಲ್ಲಿ ರೈಲಿನ ಬಗ್ಗೆ ವಿಚಾರಿಸಿದಳು– ಅವರು ನಕ್ಕರು. ರೈಲು ಹೋಗಿ ಇಪ್ಪತ್ತು ನಿಮಿಷವಾಗಿತ್ತು. ಮನೆಯಿಂದ ಹೊರಟ ಮೇಲೆ ಮೊದಲ ಸಲ ಆಕೆ ಗಡಿಯಾರವನ್ನು ನೋಡಿದಳು.

ಈಗ ಬರಲಿರುವ ಒಂದೇ ರೈಲು ತಮ್ಮ ಹಳ್ಳಿಯಲ್ಲಿ ನಿಲ್ಲದು. ಮಧ್ಯರಾತ್ರಿಯಲ್ಲಿ ಅವಳು ಒಂಟಿಯಾಗಿ ಆರು ಮೈಲಿ ನಡೆಯಬೇಕು. ಮನೆಯ ಬೀಗದ ಕೈ ತನ್ನ ಜೇಬಲ್ಲಿತ್ತು. ಅವಳಿಗಾಗಿ ಪೀಟ್ ದೊಡ್ಡಪ್ಪ ಒಂದು ಗಂಟೆ ಕಾಲ ಕಾಯಬೇಕು! ಹೆರ್ಮನ್‌ಗೆ ಹೊತ್ತು ಮೀರುತ್ತಿದ್ದುದು ತಿಳಿದಿತ್ತೆ? ಇರಲಾರದು, ಅವನು ಒಳ್ಳೆಯವನು. ಅವನಲ್ಲಿ ಪ್ರೇಮ ಅಂಕುರಿಸುವುದೆಂದು ತನಗೆ ಗೊತ್ತಿತ್ತು. ಪೀಟ್ ದೊಡ್ಡಪ್ಪನ ಅನುಮತಿ ಪಡೆದು ಅವನು ತನ್ನ

ಕೈಹಿಡಿಯಬೇಕು. ದೊಡ್ಡಪ್ಪನಿಗೂ ತಾನು ಬೇಗ ಮದುವೆಯಾಗಬೇಕೆಂಬ ಅಪೇಕ್ಷೆ ಇತ್ತು. ಅವನು ಖಂಡಿತ ಅಡ್ಡಿ ಬರುವುದಿಲ್ಲ. ಹೆರ್ಮನ್ ಎಷ್ಟು ಉದಾತ್ತವಾಗಿ ಮಾತನಾಡಿದ್ದ! ಅವಳ ಹೃದಯ ಅವನ ಬಗ್ಗೆ ಮೆಚ್ಚುಗೆಯಿಂದ ತುಂಬಿತ್ತು.

ಇನ್ನೊಂದು ಸ್ಟೇಶನ್‌ನಲ್ಲಿ ಇಳಿದು, ಅವಳು ಮನೆಯ ಕಡೆ ಧಾವಿಸಿದಳು. ಆಕಾಶದಲ್ಲಿ ಚಂದ್ರ ಬೆಳಗುತ್ತಿದ್ದ. ಸುತ್ತ ಶಾಂತಿ ನೆಲಸಿತ್ತು. ಸಂಜೆಯ ಸದ್ದು ಗದ್ದಲ ಗತಕಾಲದ ನೆನಪಾಗಿ ಕಂಡಿತು. ಹೆರ್ಮನ್ – ಓ ಹೆರ್ಮನ್! ಅವಳ ಮನಸ್ಸಿನ ತುಂಬ ಹೆರ್ಮನ್ ಆಡಿದ ಮಾತೇ! ನಮ್ಮ ಈ ಪುಟ್ಟ ಹೃದಯ ಸ್ವರ್ಗ ಲೋಕದಷ್ಟೇ ಅನಂತವಾದದ್ದಲ್ಲವೆ? ಇಲ್ಲದಿದ್ದರೆ ಒಂದು ಗಂಟೆ ಕಾಲ ಇಡೀ ಸ್ವರ್ಗವನ್ನು ಸೆರೆಹಿಡಿಯಲು ಅದಕ್ಕೆ ಹೇಗೆ ತಾನೇ ಸಾಧ್ಯವಾಗುತ್ತಿತ್ತು?

ಆಕೆ ಮನೆಯನ್ನು ಸಮೀಪಿಸುತ್ತಿದ್ದಂತೆ ಅತ್ತಿಂದಿತ್ತ ಇತ್ತಿಂದತ್ತ ಹೆಜ್ಜೆ ಹಾಕುತ್ತಿದ್ದ ದೊಡ್ಡಪ್ಪನ ಆಕೃತಿ ಕಂಡಿತು. ಅವನ ರುದ್ರಾವತಾರವನ್ನು ಅವಳು ಊಹಿಸಿದಳು. ಈವರೆಗೆ ದೊಡ್ಡಪ್ಪನ ಬಗ್ಗೆ ಆಲೋಚಿಸಲು ಸಮಯ ಸಿಕ್ಕಿರಲಿಲ್ಲ.

ಅವಳು ಹತ್ತಿರ ಸಮೀಪಿಸುತ್ತಲೇ ದೊಡ್ಡಪ್ಪ "ಗಯ್ಯಾಳಿ" ಎಂದು ಬಯ್ದ. ಆಮೇಲೆ ಇನ್ನೂ ಕೆಟ್ಟ ಬಯ್ಗಳು. ಆ ಬೆಳದಿಂಗಳಲ್ಲಿ ದೊಡ್ಡ ಛತ್ರಿ, ಎತ್ತರದ ಹ್ಯಾಟ್‌ನಲ್ಲಿ ದೊಡ್ಡಪ್ಪನ ರೂಪ ವಿಕಾರವಾಗಿ ಕಂಡಿತು.

ಅವನ ಬಯ್ಗಳು ಹೊರಗೆ ಕೇಳಿಸದಿರಲಿ ಎಂದು ಅವಳು ತ್ವರೆಯಿಂದ ಬಾಗಿಲನ್ನು ತೆರೆದಳು. ಇಬ್ಬರೂ ಒಳಗೆ ಸೇರಿದ ಮೇಲೆ ಅವಳಿಗೆ ಸಮಾಧಾನವಾಯಿತು. ದೊಡ್ಡಪ್ಪನ ಕೋಪದ ಬಿರುಗಾಳಿಯನ್ನು ಅವಳು ಶಾಂತವಾಗಿ ಎದುರಿಸಿದಳು. ಈವರೆಗೆ ದೊಡ್ಡಪ್ಪನ ಗೊಣಗಾಟ ಮಾತ್ರ ಕೇಳಿದ್ದಳು; ಬಯ್ದುದು ಇದೇ ಮೊದಲು. ಆದರೆ ಇದಕ್ಕಿಂತ ಹಿಂದೆ ತನ್ನನ್ನು ಬಯ್ಯಲು ಆಕೆ ಅವನಿಗೆ ಅವಕಾಶವನ್ನೇ ಕೊಟ್ಟಿರಲಿಲ್ಲ.

"ಸಿಕ್ಕಿ ಬಿದ್ದೆ ಕಳ್ಳಿ! ನಿನ್ನ ಮುದ್ದು ಮುಖ, ನಯವಿನಯ ಬರೀ ಠಕ್ಕು! ನಿನಗೆ ಇಷ್ಟಬಂದ ದಾರಿಯಲ್ಲಿ ಹೋಗು! ಆದರೆ ನನ್ನ ಮನೆ ಬಾಗಿಲಿಗೆ ನಿನ್ನ ಪಿಳ್ಳೆಗಳನ್ನು ಮಾತ್ರ ತರಬೇಡ!"

ಅವಳ ಹೃದಯ ಆ ಕ್ಷಣದಲ್ಲಿ ಕಲ್ಲಾಯಿತು. ದೊಡ್ಡಪ್ಪನನ್ನು ಧೈರ್ಯವಾಗಿ ಎದುರಿಸಿ ಅವಳು, "ರೈಲು ತಪ್ಪಿತು, ಕ್ಷಮಿಸಿ" ಎಂದಳು.

"ಸರಿ, ಅವನು ನಿನ್ನನ್ನು ಒಬ್ಬಳೇ ಬರಲು ಬಿಟ್ಟನೋ?" ಎಂದು ಸ್ವಲ್ಪ ಮೆದುವಾಗಿ, ಆದರೂ ತಿರಸ್ಕಾರದಿಂದ ಪೀಟ್ ಕೇಳಿದ.

"ನಾನು ಹೋದದ್ದು ಒಬ್ಬಳೇ. ಹೆರ್ಮನ್ ರೀಸ್ ಸಿಕ್ಕ. ಅವನೂ ಒಬ್ಬನೇ ಇದ್ದ, ನಾವು ಜತೆಯಾಗಿ ಸರ್ಕಸ್‌ಗೆ ಹೋದ್ವಿ."

"ನಿಜ್ವಾಗ್ಲೂ? ಅಷ್ಟೇನಾ?"

ಆನೆಕ್‌ಳ ರೀತಿ ಮತ್ತು ದನಿ ಈಗ ಮೃದುವಾಯಿತು. ಅವಳೆಂದಳು:

"ಅವನು ನನ್ನ ಪ್ರೀತಿಸ್ತಾನೆ– ಹಾಗಂತ ಅವನೇ ನಂಗೆ ಹೇಳ್ದ. ಈ ವಿಷಯಾನ್ನ ತುಂಬ ದಿನಗಳಿಂದ ಯೋಚಿಸ್ತಿದ್ನಂತೆ. ನಿನ್ನ ಅನುಮತಿ ಕೇಳೋಕೆ ಬರ್‍ತಾನೆ."

ದೊಡ್ಡಪ್ಪ ಕೂತು, ಹೊಟ್ಟೆ ಹುಣ್ಣಾಗುವಂತೆ ನಕ್ಕ.

"ಅವನು ತುಂಬ ಆತುರಗಾರ! ಮೂರೇ ಮೂರು ದಿನ ಆಯ್ತು– ನಾನು ನನ್ನ ಆಸ್ತಿ ವಿಷಯ ಹೇಳಿ!"

ಆನೆಕ್ ತಲೆ ಎತ್ತಿ ನೋಡಿದಳು. ಅವಳು ಕಾತರಳಾಗಿದ್ದಳು. ದೊಡ್ಡಪ್ಪನನ್ನು ಕೇಳಿದಳು:

"ಏನು! ಏನು ನೀನು ಹೇಳಿದ್ದು?"

"ನನ್ನ ಆಸ್ತೀನ್ನ ಯಾರಿಗೆ ಬಿಡ್ತೇನೇಂತ ಆತ ಕೇಳ್ದ. ನಿಂಗೆ ಅಂದೆ. ತಾಯಿ ಗೋರಿ ಆಣೆ ಇಟ್ಟು ಹೇಳ್ದೆ. ಕೆಲವು ಜನ ಎಂಥ ಮೂರ್ಖರಿರ್ತಾರೇಂತೇನೆ!"

"ದೊಡ್ಡಪ್ಪ!"– ಆನೆಕ್‌ಳ ದನಿ ಕೃತಜ್ಞತೆ ಮತ್ತು ನೋವುಗಳ ನಡುವೆ ಜೋಲಾಡಿತು.

'ನಾನು ಹೇಳಿದ್ದು ನಿಜ. ಕಾನೂನು ಪ್ರಕಾರ ಮತ್ತು ಸ್ವಭಾವತಃ ನೀನೇ ನನ್ನ ಹಕ್ಕುದಾರಳಲ್ವೆ? ಆದರೆ ಬಿಡೋದಕ್ಕೆ ನನ್ನ ಬಳಿ ಆಸ್ತಿ ಅನ್ನೋದೇನಿದೆ! ನೂರು ಫ್ಲಾರಿನ್ ಇಲ್ಲ! ಇದ್ದ ಹಣ ತೀರಿ ಹೋದ ನಿನ್ನ ದೊಡ್ಡಮ್ಮಂದು. ಅದನ್ನ ಟ್ರೂಡಾ ಹೆಸರಿಗೆ ಬರೆದಿದ್ದಾಳೆ! ನಗರದಲ್ಲಿ ನೋಟರಿ ಹತ್ರ ಪತ್ರ ಇದೆ. ನಾನು ಕೂಡ್ಸಿದ್ದು ಸ್ವಲ್ಪ– ಅದನ್ನೂ ಟ್ರೂಡಾ ಹೆಸರ್ಗೆ ಮಾಡೂಂತ ಅವಳು ಹಠ ಹಿಡಿದು ನನ್ನನ್ನು ಒಪ್ಸಿದ್ಲು! ನಾನು ಉಳ್ಸಿರೋದು ಬಹಳ ಕಡಿಮೆ– ಅಲ್ದೆ ನನ್ನ ಆಯುಸ್ಸು ಇನ್ನೂ ಮುಗ್ದಿಲ್ಲ!"

ಹೀಗೆಂದು ದೊಡ್ಡಪ್ಪ ಉರಿಯುತ್ತಿದ್ದ ಮೇಣದ ಬತ್ತಿಯನ್ನೇ ನೋಡುತ್ತಾ, ಖಿನ್ನನಾಗಿ ತನ್ನ ಬಡಕಲು ಆರಾಮ ಕುರ್ಚಿಯಲ್ಲಿ ಕುಳಿತ!"

ಆದರೆ ಮುದುಕ ಇದ್ದಕ್ಕಿದ್ದಂತೆ ಪುನಃ ಗೆಲುವಾಗಿ ಹೇಳಿದ:

"ಆ ಹೆರ್ಮನ್ ರೀಸ್ ತುಂಬ ಚಾಲೂಕು! ನಾನು ಸಾಯೋವರ್‍ಗೆ ನಿನ್ನ ಹತ್ರ ಈ ವಿಷಯ ಹೇಳ್ಬಾರ್‍ದು ಅಂತಿದ್ದೆ. ಆದರೆ ಎರಡು ಗಂಟೆ ಕತ್ತಲ್ಲಿ ನನ್ನ ಕಾಯ್ಸಿದ್ದಕ್ಕೆ ಇದು ನಿನಗೆ ಸರಿಯಾದ ಬಳುವಳಿ. ಅದೂ ನಾನು ಅಷ್ಟೊಂದು ಸುಸ್ತಾಗಿದ್ದಾಗ!"

ಆನೆಕ್ ಧೈರ್ಯವಾಗಿ ದೊಡ್ಡಪ್ಪನನ್ನು ಎದುರಿಸಿದಳು;

"ನಿನ್ಮಾತನ್ನ ನಾನು ನಂಬೋದಿಲ್ಲ! ನೀನು ಹೇಳೋದೆಲ್ಲಾ ಸುಳ್ಳು! ನೀನು ಯಾವಾಗ್ಲೂ ಸುಳ್ಳು ಹೇಳ್ತಿ! ಅಬ್ಬಬ್ಬಾ ಅಂದ್ರೆ ಒಂದು ಗಂಟೆ ಕಾದಿರ್‍ಬಹುದು, ಅಷ್ಟೆ."

ಸಿಡುಬಿನ ಕಲೆಯ ದೊಡ್ಡಪ್ಪನ ಮುಖ ಕೋಪದಿಂದ ಕಪ್ಪಿಟ್ಟಿತು. ಅವನು ತನ್ನ ಹಳೆ ಹ್ಯಾಟನ್ನು ತಳ್ಳಿದ. ಕೊಡೆಯ ಮೇಲೆ ಭಾರ ಹಾಕಿ, ಮುಂದೆ ಬಾಗಿ, ಗುಡುಗಿದ:

"ಬೇರೆಯವರ ಹಾಗೆ ನಾನೂ ನಿಜ ಹೇಳ್ಬಲ್ಲೆ, ನನಗೆ ಮರ್ಜಿ ಬಂದಾಗ. ನನ್ನ ದುಡ್ನಲ್ಲಿ ನಿನಗೆ ಅರ್ಧ ಪೆನ್ನಿ ಕೂಡ ಬರೋದಿಲ್ಲ, ತಿಳ್ಕೊ. ಥತ್, ಗಯ್ಯಾಳಿ! ಎಲ್ಲಾನೂ ಟ್ರೂಡಾಗೆ ಬಿಡ್ತೇನೆ!"

ಅವಳು ಮುಂದೆ ಬಂದಳು. ಹತಾಶೆಯಿಂದ ಅವಳಿಗೆ ಧೈರ್ಯ ಬಂದಿತ್ತು. ಮೇಣದ ಬತ್ತಿಯ ಬೆಳಕು ಅವಳ ಗಲ್ಲದ ಮೇಲೆ ಆಡುತ್ತಿತ್ತು. ಅವಳು ಒಡೆದ ದನಿಯಲ್ಲಿ ಹೇಳಿದಳು:

"ಹಾಗಂತ ಆಣೆ ಮಾಡಿ ಹೇಳು! ತಾಯಿ ಗೋರಿಯ ಆಣೆ!"

"ಎಲಾ ಲೌಡಿ! ಅದನ್ನೂ ಕಂಡು ಹಿಡ್ದಿದ್ದೀ! ಸರಿ, ಒಬ್ಬೊಬ್ರಿಗೆ ಒಂದೊಂದು ದೌರ್ಬಲ್ಯ ಇರ್‍ತದೆ. ಆಗಲಿ ಆಣೆ ಇಡ್ತೀನಿ– ನನ್ನ ಸೋದರಿ ಗೋರಿ ಅಷ್ಟೇ ಅಲ್ಲ, ತಾಯಿ ಗೋರಿ ಆಣೆ!"

ಆನೆಕ್ ಅವನ ಕಡೆ ಬೆನ್ನು ತಿರುಗಿಸಿ, 'ಗುಡ್‌ನೈಟ್' ಹೇಳಿ, ಮೇಣದ ಬತ್ತಿ ಹಿಡಿದು ಅಟ್ಟದ ಮೇಲೆ ಹೋದಳು.

ಕತ್ತಲಲ್ಲಿ ಕೂತ ಮುದುಕ ಕೂಗಿಯೇ ಕೂಗಿದ. ಅವಳಿಂದ ಉತ್ತರ ಬರಲಿಲ್ಲ. ತಾನೇ ಒಂದು ದೀಪ ಹೊತ್ತಿಸಿ, ಅವಳ ಬಾಗಿಲು ಬಡಿದ. ಏನಾದರೂ ಅವಳು ಉತ್ತರ ಕೊಡಲಿಲ್ಲ. ಸಾಕಾಗಿ, ಹಾಸಿಗೆಯಲ್ಲಿ ಬಿದ್ದುಕೊಂಡ. ನಿದ್ದೆ ಹಿಂದೆಯೇ ಬಂತು.

ಬೆಳಿಗ್ಗೆ ಆನೆಕ್ ಎದ್ದಾಗ ಅವಳ ಮುಖ ಊದಿತ್ತು, ಕಣ್ಣುಗಳು ಕೆಂಪಾಗಿದ್ದವು. ಅವಳು

ತನ್ನ ನಿತ್ಯ ಕೆಲಸಗಳನ್ನು ಮಾಡಿದಳು. ದೊಡ್ಡಪ್ಪನೊಡನೆ ಅಗತ್ಯಕ್ಕೆ ತಕ್ಕಂತೆ ಮಾತು ಮಿತವಾಗಿತ್ತು. ಆದರೆ ಆಕೆ ಮತ್ತೆ ಮತ್ತೆ ಕಿಟಕಿಯ ಮೂಲಕ ಹೊರಗೆ ನೋಡುತ್ತಿದ್ದಳು. ಕಿಟಕಿಯಲ್ಲಿದ್ದ ಹೂವಿನ ಕುಂಡಗಳು ಒಡೆದು ಬಿದ್ದಿದ್ದವು. ಅದು ದೊಡ್ಡಪ್ಪನ ಕೆಲಸ– ಹಿಂದಿನ ರಾತ್ರಿ ಬಾಗಿಲಿಗೆ ಬೀಗ ಬಿದ್ದುದನ್ನು ನೋಡಿ ರೋಷದಲ್ಲಿ ಮಾಡಿದ್ದು. ಅವಸರ ಅವಸರವಾಗಿ ಅವಳು ಕುಂಡದ ಚೂರುಗಳನ್ನು ಗುಡಿಸಿದಳು. ಅವಳಿಗೆ ಹೊರಗೆ ಮುಖವಿಡಲು ನಾಚಿಕೆ– ತನ್ನ ಹಾಗೂ ಹಿಂದಿನ ರಾತ್ರಿಯ ತನ್ನ ಪ್ರಿಯತಮನ ಸಂಬಂಧ ಹೇಗೆ ರೂಪುಗೊಳ್ಳುವುದೊ ಎಂದು ತಿಳಿಯುವ ತನಕ. ಇದುವರೆಗೆ ಅವಳು ಶೀಲವತಿಯಾಗಿದ್ದಳು– ಅದೊಂದೇ ಅವಳ ತೃಪ್ತಿಯಾಗಿತ್ತು.

ಮಧ್ಯಾಹ್ನದ ವೇಳೆಗೆ ಹೆರ್ಮನ್ ರೀಸ್ ಕಾಣಿಸಿಕೊಂಡ. ಆನೆಕ್ ತಾನು ತೊಳೆಯುತ್ತಿದ್ದ ಬಾಣಲೆಯನ್ನು ಬಿಟ್ಟು ಅವನನ್ನು ಎದುರುಗೊಂಡಳು. ಹೂಬಿಸಿಲು ಹರಡಿತ್ತು.

ಅವನ ಆತ್ಮೀಯತೆಯನ್ನು ಗಮನಿಸದೆ, ಆನೆಕ್ ಹೇಳಿದಳು:

"ಹೆರ್ಮನ್ ರೀಸ್, ನಿನಗೆ ಒಂದು ಮಾತು ಹೇಳ್ಬೇಕು. ದೊಡ್ಡಪ್ಪ ನಿನಗೆ ಸುಳ್ಳು ಹೇಳಿದ್ದಾನೆ. ಅವನು ಸತ್ತ ಮೇಲೆ ಅವನ ಆಸ್ತಿ ಟ್ರೂಡಾಳಿಗೆ ಸೇರ್ತದೆ. ನನಗೆ ಒಂದು ಪೆನ್ನಿಯೂ ಬಾರದು. ಅವನ ಆಸ್ತಿ ಎಲ್ಲ ಅವನ ಹೆಂಡತೀದು."

ಹೆರ್ಮನ್ ರೀಸ್‌ನ ಮುಖಭಾವ ಬದಲಾಯಿಸಿತು. ಅವನೆಂದ:

"ಅದು ನಿಜವಲ್ಲ, ಆನೆಕ್. ಅದು ಮುದುಕನ ಸುಳ್ಳು."

ಅಷ್ಟರಲ್ಲಿ ಟ್ರೂಡಾಳ ಸವಾರಿ ಅಲ್ಲಿಗೆ ಬಂತು. ಅವಳು ಅನಿಶ್ಚಿತವಾಗಿ ನಡುದಾರಿಯಲ್ಲಿ ನಿಂತಳು. ಅವಳ ಕಣ್ಣುಗಳು ಉರಿಯುತ್ತಿದ್ದವು. ಇತ್ತ ಹೆರ್ಮನ್‌ಗೆ ಆನೆಕ್ ಹೇಳಿದಳು:

"ಇಲ್ಲ. ಹೆರ್ಮನ್; ಅದು ನಿಜ, ದೊಡ್ಡಪ್ಪ ತನ್ನ ಸ್ವಂತ ಹಣಾನ್ನ ನನಗೆ ಬಿಡ್ತಾನೆ; ಆದ್ರೆ ಅವನಲ್ಲಿ ಸ್ವಂತದ ಹಣ ಸೊನ್ನೆ. ಇದು ನಿನಗೆ ಗೊತ್ತಿದ್ರೆ ಮೇಲೂಂತ ಹೇಳ್ತಿದ್ದೇನೆ."

ಅವಳ ಮುಖದಲ್ಲಿ ಸ್ಥೈರ್ಯವಿದ್ದರೂ ದನಿಯಲ್ಲಿ ಕಾತರ ಇತ್ತು. ಅವಳು ಮತ್ತೆ ಮುಂದುವರಿಸಿದಳು:

"ಅದು ನಿಜ, ಹೆರ್ಮನ್. ಆದ್ರೇನಂತೆ..."

ಅವಳು ಮುಂದೆ ಹೇಳಲಿದ್ದುದನ್ನು ತಡೆದು ಅಲ್ಲಿಗೆ ಮಾತು ನಿಲ್ಲಿಸಿದಳು.

ಚೆಲುವ ಹೆರ್ಮನ್ ತನ್ನ ಟೋಪಿಯನ್ನು ಸ್ವಲ್ಪ ಎತ್ತಿ, ಬಾಗಿದ. ಆಮೇಲೆ, ಆನೆಕ್‌ಳನ್ನು ಅಲ್ಲೇ ಬಿಟ್ಟು ಟ್ರೂಡಾಳಿದ್ದ ಕಡೆ ನಡೆದ.

ಅವಳತ್ತ ತನ್ನ ಹಸ್ತವನ್ನು ಚಾಚಿ ಅವನೆಂದ:

"ಸರಿ, ನೀನು ನನ್ನ ಕಪಾಳಕ್ಕೆ ಹೊಡೆದದ್ದಕ್ಕೆ ತಕ್ಕ ಶಿಕ್ಷೆಯಾಯಿತು ಅನ್ನೋದನ್ನು ಒಪ್ಪಿಕೊ ಚಿನ್ನ!"

○ ಜೋಹಾನ್ಸ್ ವಾಲ್ಚ್

ಸಂಶಯ

ಏಪ್ರಿಲ್ ಸಂಜೆ: ನಾನು ವಾಯುವಿಹಾರ ಮುಗಿಸಿಕೊಂಡು ಸ್ಟೇಶನ್ ಬಳಿ ಬಂದೆ. ಅಲ್ಲಿ ನನ್ನ ಮಿತ್ರ ಡಿ ರೀವ್ ಕಣ್ಣಿಗೆ ಬಿದ್ದ. ಅವನ ಜತೆಯಲ್ಲಿ ನಾನು ಹಿಂದೆ ನೋಡಿರದ ಜೋಡಿ ಇತ್ತು. ಅವನ ಮತ್ತು ಅವರ ನಡುವೆ ಥಟ್ಟನೆ ಗೋಚರಿಸುವ ಅಂತರವಿತ್ತು. ಅಪರಿಚಿತ ಜೋಡಿ ಫ್ಯಾಷನ್‌ನಿಂದ ದೂರ ಇದ್ದವರು. ಹಾಗೆಂದು ಒಳ್ಳೆ ಉಡುಪು ಧರಿಸಿರಲಿಲ್ಲವೆಂದಲ್ಲ. ಭಾನುವಾರದ ದಿನ ಹೊರಗೆ ಹೋಗುವ ಸಂದರ್ಭಗಳಲ್ಲಿ ಹಳ್ಳಿಗರು ತುಂಬ ಸೊಗಸಾದ ಉಡುಪುಗಳನ್ನು ಧರಿಸುತ್ತಾರಲ್ಲ, ಆ ಅರ್ಥದಲ್ಲಿ ಅವರು ಒಳ್ಳೆ ಉಡುಪುಗಳನ್ನು ಧರಿಸಿದ್ದರು.

"ನಾನು ಬರ್ತೇನೆ; ಒಟ್ಟಿಗೇ ಹೋಗೋಣ," ಎನ್ನುವಂತೆ ಡಿ ರೀವ್ ನನಗೆ ಸಂಜ್ಞೆ ಮಾಡಿದ. ನಾನು ಅಲ್ಲೇ ಒಂದು ಆಸನ ಹಿಡಿದು, ನನ್ನ ಸ್ನೇಹಿತ ಅವನ ಸಂಗಡಿಗರನ್ನು ಬೀಳ್ಕೊಡುವುದನ್ನು ವೀಕ್ಷಿಸುತ್ತಿದ್ದೆ.

ತುಂಬ ಹೊತ್ತೇನಿಲ್ಲ; ಗಂಡ ಹೆಂಡತಿ ಬಂಡಿಯನ್ನು ಹೊಕ್ಕರು. ರಪ್ ಎಂದು ಬಾಗಿಲು ಮುಚ್ಚಿತು. ಗಂಡಸು, ಸ್ಥೂಲಕಾಯರ ಸ್ವಭಾವದಂತೆ ತನ್ನ ಆತಿಥೇಯನ ಕಡೆ ಮುಗುಳು ನಗುತ್ತಾ ಕಣ್ಣು ಮಿಟುಕಿಸುತ್ತಾ ತನ್ನ ಪೂರ್ಣ ಗಮನವನ್ನು ಹರಿಸಿದ. ಆಕೆ...

ಅವಳ ಮುಖದಲ್ಲಿ ಏನಿತ್ತು? ಪದೇ ಪದೇ ಅದನ್ನು ನೋಡುವ ಈ ಕುತೂಹಲವೇಕೆ ನನ್ನಲ್ಲಿ?

ವಯಸ್ಸಿನಲ್ಲಿ ಆಕೆ ಗಂಡನಿಗಿಂತ ತುಂಬ ಚಿಕ್ಕವಳು. ಅವನಿಗಿಂತ ತುಂಬ ಚುರುಕು. ಅವನಂತೆ ಕಾಯ ಸ್ಥೂಲವಲ್ಲ. ಇಬ್ಬರ ಮುಖದಲ್ಲೂ ಸಾಧುತ್ವ, ಅವಳ ಅಗಲವಾದ ಬಾಯಿಯಂತೆ ಅವಳ ನೀಲಿ ಕಣ್ಣುಗಳೂ ಮಂದಸ್ಮಿತವಾಗಿದ್ದವು. ಆದರೂ ಹೊರಗಿನ ಮೃದುತ್ವದ ಮರೆಯಲ್ಲಿ ಯಾವುದೊ ಕಾಠಿಣ್ಯವಿರುವಂತೆ ಭಾಸವಾಯಿತು. ಆಕೆಯ ಆಕಾರವನ್ನು ನನ್ನ ಕಣ್ಣುಗಳು ಸೆರೆಹಿಡಿದವು. ನನ್ನ ಭಾವನೆ ಮತ್ತಷ್ಟು ಪುಷ್ಟವಾಯಿತು.

ತಡವಾಗಿ ಬಂದವನೊಬ್ಬನಿಗೆ ಬಾಗಿಲು ತೆರೆಯಿತು. ಆಗ ಆಕೆಯ ಕಾಲುಗಳ ಕಡೆ ನನ್ನ ಗಮನ ಹೋಯಿತು. ಕಸರತ್ತು ಮಾಡುವವರ ಶೈಲಿಯಲ್ಲಿ ನೇರವಾಗಿ ಮುಂಚಾಚಿದ

ಕಾಲುಗಳು. ಬೂಟುಗಳು ಮಾತ್ರ ಚೆನ್ನಾಗಿರಲಿಲ್ಲ; ಅವುಗಳ ಕಡೆ ಗಮನ ಕೊಟ್ಟಂತಿರಲಿಲ್ಲ.

ಬಂಡಿ ಹೊರಟಿತು. ಗಂಡ ನನ್ನ ಮಿತ್ರನ ಕೈಯನ್ನು ಹಿಡಿದು ಮತ್ತೆ ಮತ್ತೆ ಕುಲುಕುತ್ತಿದ್ದ; ಹೆಂಡತಿ ಕತ್ತನ್ನು ಆಡಿಸಿದಳು; ಅದರಲ್ಲಿ ಭಾವವಿರಲಿಲ್ಲ; ತಮ್ಮ ತಾತ್ಕಾಲಿಕ ಸಹಬಾಳ್ವೆ ತುಂಡಾಗುತ್ತಿದ್ದುದನ್ನು ಅದು ಸಂಕೇತಿಸುವಂತಿತ್ತು.

ಡಿ ರೀವ್ ತಿರುಗಿದ: ನಾನು ಮಾತ್ರ ಆ ಜೋಡಿ ಕಣ್ಮರೆಯಾಗುವ ತನಕ ನನ್ನ ಅಧ್ಯಯನವನ್ನು ಮುಂದುವರಿಸಿದೆ; ನನಗೆ ಅನಿಸಿದ್ದು – ಅವಳ ಮುಖದಲ್ಲಿ ನೆಲೆಸಿದ್ದ ಸ್ನೇಹಭಾವ ನಿಧಾನವಾಗಿ ಮಾಯವಾಯಿತು, ತಿಳಿ ಬೆಳಕಿನ ಮೇಲೆ ಬೂದು ಬಣ್ಣದ ಮಂಜಿನ ತೆರೆ ಸ್ವಲ್ಪ ಸ್ವಲ್ಪವಾಗಿ ಬಿದ್ದಂತೆ. ಅಷ್ಟೇ ಅಲ್ಲ, ಅಲ್ಲಿ ಕುಟಿಲತೆಯ ಕುರುಹು ಕಂಡಿತು. ಅವಳ ಗಂಡ ತನ್ನ ಆಸನದಲ್ಲಿ ಸುಖವಾಗಿ ಕೂತ, ತಾನು ಬಿಟ್ಟು ಹೋಗುತ್ತಿದ್ದ ನಗರದ ಕಡೆ ಬೆನ್ನು ಮಾಡಿ. ಅವನಲ್ಲಿ ತೃಪ್ತ ಭಾವವಿತ್ತು.

"ಓ ! ನನಗಾಗಿ ಕಾದು ತುಂಬ ಚೆಲೋದು ಮಾಡಿದೆ. ಗೆಳೆತನ ಅಂದ್ರೆ ಹೀಗಿರ್ಬೇಕು," ಎಂದು ಡಿ ರೀವ್ ನನಗೆ ಧನ್ಯವಾದಗಳನ್ನರ್ಪಿಸಿದ.

ಬಂಡಿ ಹೋದ ಕಡೆ ಬೊಟ್ಟು ಮಾಡಿ, "ಸ್ನೇಹಿತರೊ?" ಎಂದೆ.

ಉತ್ತರ ಕೊಡುವುದಕ್ಕೆ ಒಂದು ಕ್ಷಣ ನಿಧಾನಿಸಿ ಡಿ ರೀವ್ ಹೇಳಿದ:

"ಹಳೆ ಪರಿಚಯ... ಹೌದು. ಬಹಳ ನಿಕಟ ಪರಿಚಯ. ಆತ ಸಾಧು ಪ್ರಾಣಿ. ಒಳ್ಳೇ ಮನುಷ್ಯ. ಯಾವಾಗ್ಲೂ ಇಷ್ಟಪಟ್ಟಿದ್ದೇನೆ. ಹಿಂದೆ ನಾನು ಮೇಷ್ಟ್ರಾಗಿದ್ದಾಗ ಸಹೋದ್ಯೋಗಿ. ಹೌದು! ನಾವಿಬ್ರೂ ಹದಿನೈದು ವರ್ಷಗಳ ಹಿಂದೆ ಮೆಪ್ಪೆಲ್‌ನ ಅಕಾಡೆಮಿಯಲ್ಲಿ ಪ್ರಾಧ್ಯಾಪಕ ರಾಗಿದ್ದೆವು. ಆ ಕೊಂಪೆಯ ಬದುಕು ಒಂದು ತಮಾಷೆ. ಈಗ ಆಮ್‌ಸ್ಟರ್‌ಡಾಂ ಬದುಕಿಗೆ ಹೊಂದಿಕೊಂಡ ಮೇಲೆ, ಅಲ್ಲಿ ಹ್ಯಾಗಿದ್ನೋ ಅಂತ ಅನಿಸ್ತದೆ!"

"ಅಷ್ಟೇ ಅಲ್ಲ. ಅಲ್ಲಿದ್ರೆ ಬೊಜ್ಜು ಬರ್ತದೆ – ನಿನ್ನ ಸ್ನೇಹಿತನ್ನ ನೋಡು!" ಎಂದು ನಾನು ತಮಾಷೆ ಮಾಡಿದೆ.

ಯೋಚನಾಮಗ್ನನಾಗಿ, "ಹೌದು" ಅಂದ ಡಿ ರೀವ್. ಹಾಗೆಂದಾಗ ಅವನ ಧ್ವನಿಯಲ್ಲಿದ್ದ ಭಾವ ವಿಷಾದವೋ ಆತ್ಮ- ತೃಪ್ತಿಯೋ ಹೇಳಲಾರೆ. ಆತ ಮುಂದುವರಿಸಿದ:

"ನಿಜ, ವಯಸ್ಸಿಗೆ ಮೀರಿ ಮುದುಕನಂತೆ ಕಾಣ್ತಾನೆ. ನಾವಿಬ್ರೂ ಒಂದೇ ವಯಸ್ನವ್ರು. ನಮ್ಮಿಬ್ಬರ ಪರಿಚಯ ಲೀಡನ್ ವಿಶ್ವವಿದ್ಯಾಲಯದ ದಿನಗಳಿಂದ. ಅವನು ಸಾಹಿತ್ಯ ತೊಗೊಂಡ, ನಾನು ರಾಜ್ಯಶಾಸ್ತ್ರ. ಅನಂತರ ಬಹಳ ಉತ್ಸಾಹದಿಂದ ನಾವು ಅಧ್ಯಾಪಕ ವೃತ್ತಿಗಿಳಿದೆವು. ಆದರೆ ಎರಡು ವರ್ಷಗಳಲ್ಲಿ ಆ ಉತ್ಸಾಹ ಇಳೀತೂ ಅನ್ನು. ಯಾಕೆಂದರೆ ಕೆಲಸದ ಏಕತಾನತೆ ಬೇಸರ ತರಿಸ್ತದೆ. ಅಲ್ಲದೆ ಇದು ಹೆಣ್ಣಮ್ಮಗಳಿಗೆ ಹೇಳಿದ ಉದ್ಯೋಗ ಅನ್ನೋ ಭಾವನೆಯೂ ಮೂಡ್ತದೆ. ನಾನು ಕ್ಲಾಸ್ ಬಿಟ್ಟು ಕಾನೂನು ಹಿಡಿದೆ; ಅದಾದ ಮೇಲೆ ನೀನು ಅನ್ನೋ ಹಾಗೆ ಕ್ಷುದ್ರ ರಾಜಕೀಯಕ್ಕಿಳಿದೆ. ಅವನು...ಅವನು ಅಲ್ಲೇ ನಿಂತ. ಇದೆಲ್ಲ ಅವರವರ ಚೈತನ್ಯ, ಸಾಹಸಪ್ರಿಯತೆಗಳನ್ನು ಹೊಂದಿಕೊಂಡಿದೆ. ಒಬ್ರು ಹೆಚ್ಚು, ಒಬ್ರು ಕಮ್ಮಿ... ಅಷ್ಟೇ ಅಲ್ಲ: ಅವನಿಗೆ ಆಗಲೇ ಮದುವೆ ಆಗಿತ್ತು. ಮದುವೆ ಆದವನು ಕೆಲ್ಸ ಬಿಡೋಕೆ ಹಿಂದ್ಮುಂದು ನೋಡ್ತಾನೆ. ಸಾಧಾರಣವಾಗಿ."

ನಾವು ರಾಜಬೀದಿಯಲ್ಲಿ ನಡೆಯುತ್ತಿದ್ದಂತೆ ಮೆಪ್ಪೆಲ್‌ಗೂ ಈ ಮಹಾರಸ್ತೆಗೂ ಇದ್ದ ವ್ಯತ್ಯಾಸವನ್ನು ಗಮನಿಸಿ ನಮಗೆ ತೃಪ್ತಿ ಎನಿಸಿತು. ನಾನು ಮಾತು ಮುಂದುವರಿಸಿದೆ:

"ಆ ಹೆಂಗಸಿನ ಲಕ್ಷಣವೇ ಬೇರೆ ಅಂತ ಕಾಣ್ತದೆ; ಆತನಿಗಿಂತ ಆಕೆ ವಾಸಿ; ಚುರುಕಾಗಿದ್ದಾಳೆ."

ತನ್ನ ಸಿಗರೇಟನ್ನು ಹೊತ್ತಿಸಲು ಒಂದು ನಿಮಿಷ ತಡೆದು, ಬೀದಿ ದೀಪದ ಬೆಳಕಿನಲ್ಲಿ ನನ್ನ ಕಡೆ ತೀಕ್ಷ್ಣ ದೃಷ್ಟಿ ಬೀರಿ ಡಿ ರೀವ್ ಎಂದ:

"ಹಾಗಾದ್ರೆ ನೀನು ಅದನ್ನು ಗುರ್ತಿಸಿದ್ದೀ ಅಂತಾಯ್ತು."

"ಅದಕ್ಕೆ ಕಾರಣ ನನ್ನ ಅಲೆಮಾರಿತನ, ಅಷ್ಟೆ. ಸಮುದ್ರದ ತಗ್ಗಿನಲ್ಲಿ ಒಂದು ದಿನ ಕಳೆದ್ರೆ ಮನುಷ್ಯ ಸುಸ್ತಾಗ್ತಾನೆ, ಆದರೆ ಬುದ್ಧಿ ತಿಳಿಯಾಗತ್ತೆ. ಬೇಕಾದ್ರೆ, ಮಿತಿಮೀರಿ ತಿಳಿಯಾಗ್ತದೆ ಅನ್ನು. ಇದ್ದದ್ದು ಇದ್ದಂತೆ ಹೇಳೋದಾದ್ರೆ – ಈ ಹೆಂಗಸು ತನ್ನಲ್ಲಿ ಏನೋ ಗಂಭೀರವಾದ್ದನ್ನು ಬಚ್ಚಿಟ್ಟುಕೊಂಡಿದ್ದಾಳೆ ಅನ್ನಿಸ್ತದೆ. ಅದು ನಿಜ ಇರ್ಬಹುದು, ಇಲ್ದೆ ಇರ್ಬಹುದು – ಈ ಸ್ಟೇಶನ್ನಿನ ವಾತಾವರಣದಿಂದ ಹಾಗನ್ಸಿರ್ಬಹುದು."

ಡಿ ರೀವ್ ಏನನ್ನೂ ಹೇಳಲಿಲ್ಲ. ಆಮೇಲೆ, ಏನೋ ನಿರ್ಣಯಕ್ಕೆ ಬಂದವನಂತೆ, "ಬಾ, ಅಪೋರ್ಟೊ ಹೋಟೆಲಿನಲ್ಲಿ ಕೂತು ಮಾತಾಡೋಣ." ಎಂದ. ನಾವು ಅಪೋರ್ಟೊ ಹೋಟೆಲಿಗೆ ಹೋಗಿ ಕುಳಿತೆವು. ಒಂದು ಪೀಪಾಯಿ ದುಂಡು ಮೇಜಿನ ರೂಪಾಂತರ ಹೊಂದಿತ್ತು. ಅದರ ಮೇಲು ಭಾಗ ವಾರ್ನಿಶ್‌ನಿಂದ ಥಳಥಳ ಹೊಳೆಯುತ್ತಿತ್ತು. ಎರಡು ಗ್ಲಾಸುಗಳಲ್ಲಿ ಮೋದಕರ ಮಾದಕ ದ್ರವ್ಯ ನಮ್ಮನ್ನು ಆಹ್ವಾನಿಸುತ್ತಿತ್ತು.

ಹೋಟೆಲಿನ ವಾತಾವರಣ ನಿಶ್ಶಬ್ದವಾಗಿತ್ತು; ಗುಬ್ ಅನಿಸುತ್ತಿತ್ತು; ಅಲ್ಲೊಂದು ಇಲ್ಲೊಂದು ಬುರ್ಖಾ ತೊಟ್ಟ ದೀಪ ಮಂದ ಬೆಳಕು ಚೆಲ್ಲುತ್ತಿತ್ತು. ಹೊರಗಿನ ಜಗತ್ತು – ಸದ್ದು ಗದ್ದಲ, ಜನಜಂಗುಳಿ, ಕೋರೈಸುವ ದೀಪ ರಾಶಿ, ಸಾಲು ಸಾಲು ಮಹಲುಗಳು – ನಮ್ಮಿಂದ ದೂರವಾಗಿತ್ತು.

ಡಿ ರೀವ್ ಸುತ್ತ ದೃಷ್ಟಿ ಹರಿಸಿದ. ನಾವೇ ನಾವು ಎಂದು ಖಚಿತಪಡಿಸಿಕೊಂಡು, ನನ್ನ ಕಡೆ ಬಾಗಿ ಅವನೆಂದ:

"ನಿನಗೆ ಆ ಹೆಂಗಸಿನ ವಿಷಯ ಹೇಳ್ಬೇಕು. ನನಗೆ ಬಂದಿರೋ ಸಂಶಯ ಹೇಳ್ತೇನೆ. ನೆನಪಿರಲಿ, ಸಂಶಯ; ಕೇವಲ ಸಂಶಯ."

ಅವನ ಪೀಠಿಕೆ ದೊಡ್ಡ ಕತೆಯ ನಿರೀಕ್ಷೆಯನ್ನು ನನ್ನಲ್ಲಿ ಉಂಟುಮಾಡಿತು. ತನ್ನ ಸಿಗರೇಟನ್ನು ಹೊತ್ತಿಸಿ, ಆತ ಪೂರ್ವ ಸಿದ್ಧತೆಯನ್ನು ಮಾಡಿಕೊಂಡ. ನನ್ನಲ್ಲಿ "ಸಾವಿರದೊಂದು ರಾತ್ರಿಗಳು" ಅಥವಾ "ಆಲಿಬಾಬಾ" ಕಥೆಯನ್ನು ಮೊದಲ ಬಾರಿಗೆ ಕೇಳುವವನ ಉತ್ಸಾಹ ಮೂಡಿತು.

"ನಾನು ನನ್ನ ಪರಿಚಯಸ್ಥರ ಬಗ್ಗೆ ಹೇಳಿದ್ನಲ್ಲಾ – ಅವರು ಶ್ರೀ ಮತ್ತು ಶ್ರೀಮತಿ ಬರ್ಮೆಯರ್. ನಾನು ಹೇಳಿದ ಹಾಗೆ ಗಂಡ ಬರ್ಮೆಯರ್ ಒಳ್ಳೇವ್ನು. ಸ್ವಲ್ಪ ಮಂದ ಸ್ವಭಾವ. ಆದರೆ ಅವಳು ಬೇರೆ. ಹೆಂಗಸು – ಹುಂ, ಬೇರೇದು ಹೇಗೇ ಇರ್ಲಿ – ಹೆಂಗಸು, ಛಲದವ್ಳು. ಹೆಡ್ಡಾ ಗೇಬ್ಲರ್‌ನಂಥವ್ಳು. ಆ ಜಾತಿಗೆ ಕೊನೆ ಇಲ್ಲ – ಬೆಳೀತಾ ಹೋಗ್ತದೆ. ಅವಳು ಮೂವತ್ತು ದಾಟಿದವ್ಳು – ಎಂಥಾ ಹೆಡ್ಡಾ ಗೇಬ್ಲರ್ ಅಂತ ನೀನು ಅನ್ನಬಹುದು"

"ಇನ್ನೂ ಒಂದು ಮಾತು ಸೇರಿಸು – ಮಾಸಿದ ಬೂಟುಗಳನ್ನು ಹಾಕ್ಕೊಳ್ಳೋವ್ಳು" ಎಂದು ನಾನೆಂದೆ.

"ಹೌದಾ!" ಎಂದು ಡಿ ರೀವ್ ಅಚ್ಚರಿಗೊಂಡ. ಬಳಿಕ ಮುಂದುವರಿಸಿದ:

"ನಾನು ಅದನ್ನು ಗಮನಿಸಿರ್ಲಿಲ್ಲ. ನಿನ್ನೆ ಏನಾಯ್ತೂಂತ: ಅವಳಿಗೆ ಒಂದು ಹ್ಯಾಟ್

ಬೇಕೂಂತ ಅಂಗಡಿಗೆ ಹೋದ್ವಿ. ಅಂಗಡಿಯಲ್ಲಿ ಕಾಲಿಟ್ಟದ್ದೇ ತಡ. ಅವಳ ಕಣ್ಣು ಅಲ್ಲಿದ್ದ ಅತ್ಯಂತ ಭವ್ಯ ಹ್ಯಾಟ್ ಮೇಲೆ ಬಿತ್ತು. ಆದರೆ ಅದರ ಬಗ್ಗೆ ಒಂದು ಮಾತೂ ಆಡ್ದೆ, ಒಂದು ಸಾಧಾರಣ ಹ್ಯಾಟ್ ಕೊಂಡುಕೊಂಡ್ಲು. ಅಗ್ಗದ್ದು. ಅದಕ್ಕೆ ಒಂದು ಗರಿ ಸಿಕ್ಸಿತ್ತು. ಸದ್ಯಃ ನೋಡೋಕೆ ಅವಲಕ್ಷಣವಾಗಿರ್ಲಿಲ್ಲ! ಚೆನ್ನಾಗಿದ್ಯಾಂತ ಗಂಡನ್ನ ಕೇಳಿದ್ಳು. ಅವ್ನು ಸುಮ್ನೆ ನಕ್ಕ. ಸರಿ, ಕೊಂಡುಕೊಂಡ್ಳು. ನನ್ನನ್ನ ಒಂದ್ಮಾತು ಕೇಳ್ಲಿಲ್ಲ."

ನಾನೆಂದೆ: "ಅಲ್ಲಯ್ಯಾ! ಅವ್ಳು ಗಂಡನನ್ನಲ್ಲವೆ ಮೆಚ್ಚಿಸಬೇಕಾದ್ದು!"

"ಸರಿಯಪ್ಪ! ಆದ್ರೆ ನಾವು ಕೊಳ್ಳೋ ಉದ್ದೇಶ ಇಲ್ದೆ ಚಿತ್ರಕಲಾ ಪ್ರದರ್ಶನಕ್ಕೋ ಫ್ಯಾಶನ್ ವಸ್ತುಗಳ ಅಂಗಡಿಗೋ ಹೋದಾಗ ನನ್ನ ಜತೆ ಚರ್ಚೆ ಮಾಡ್ತಿದ್ಳು. ಅವಳ ಅಭಿರುಚಿ ಕಂಡು ನನಗೆ ಆಶ್ಚರ್ಯ. ಅವಳ ಗಂಡ ತುಟಿಪಿಟ್ ಅಂತಿರ್ಲಿಲ್ಲ. ಪಾಪ! ಅವನಿಗೆ ಬೇಸರ!"

"ಮಹರಾಯ, ಇದರಲ್ಲಿ ಯಾವ ಹೆಡ್ಡಾ ಗೇಬ್ಲರ್ ಕಂಡಳು ನಿನಗೆ? ನನಗಂತೂ ಕಾಣ್ಸೋದಿಲ್ಲ" ಎಂದೆ ನಾನು.

"ತಾಳಯ್ಯ! ನನಗೆ ತೋರೋದು ಹೀಗೆ: ಅವಳಲ್ಲಿ ಎರಡು ವಿರುದ್ಧ ಪ್ರಕೃತಿಗಳು ಅವಳ ಆತ್ಮಕ್ಕಾಗಿ ಸೆಣಸ್ತಿವೆ. ಅಂದ ಹಾಗೆ ಅವಳ ಹೆಸರು ಬೆಟ್ಸಿ. ಒಳ್ಳೆ ಗೃಹಿಣಿ, ಒಳ್ಳೆ ತಾಯಿಯೂ ಹೌದು. ನಿನಗೆ ಹೇಳಿದ್ನಾ: ಅವಳು ನಾಲ್ಕು ಮಕ್ಕಳ ತಾಯಿ. ಅವರನ್ನು ಚೆನ್ನಾಗಿ ಬೆಳೆಸಿದ್ದಾಳೆ. ಹಾಗಂದ್ರೆ ಬರೇ ಓದ್ತಾರೆ ಅಂತಲ್ಲ. ಅವರು ಮಾದರಿಗಳೇನೂ ಅಲ್ಲ ಅನ್ನು. ನಾನು ಅನ್ನೋದು ಅವರನ್ನು ಅತ್ಯಂತ ಸಹನೆಯಿಂದ, ಪ್ರೀತಿಯಿಂದ, ಬೆಳೆಸಿದ್ದಾರೆ. ನಾನು ಅವರ ಮನೆಯಲ್ಲಿ ಎಷ್ಟೋ ದಿನ ಕಳೆದಿದ್ದೇನೆ– ಪ್ರತಿ ವರ್ಷ– ಎಂಟು ವರ್ಷಗಳ ಕಾಲ. ಅವರ ಬಗ್ಗೆ ನನಗೆ ಅಪಾರ ಮೆಚ್ಚುಗೆ ಇದೆ. ಮಕ್ಕಳ ಬಗ್ಗೆ ತಂದೆ ತಾಯಿ ಒಂದು ದಿನ ಅಸಹನೆ ತೋರಿಸಿದವರಲ್ಲ; ಮಕ್ಕಳೊಡನೆ ಆಡಲು ಬಿಡುವಿಲ್ಲ ಅಂದವರಲ್ಲ. ಅಲ್ಲದೆ ಒಳ್ಳೆ ಜೋಡಿಯಾಗಿ ಮಕ್ಕಳಿಗೆ ಮಾದರಿಯಾಗಿದ್ದಾರೆ. ಪ್ರೀತಿಯನ್ನು ಎಂದೂ ಪ್ರಕಟಪಡಿಸೋದಿಲ್ಲ: ನೋಡೋದಕ್ಕೆ ಶ್ರೀಮದ್ಗಾಂಭೀರ್ಯ; ಇಲ್ಲವೆ, ಗೇಲಿ. ಮಕ್ಕಳು, ಅದರಲ್ಲೂ ಹೆಣ್ಣು ಮಕ್ಕಳು, ತಮ್ಮ ಕಡೆ ಗಮನ ಸೆಳೆಯಲು ಏನಾದರೂ ತುಂಟತನ ಮಾಡ್ತವೆ. ನಿಂಗೇ ಗೊತ್ತಲ್ಲ? ಇಂಥ ಸಂದರ್ಭಗಳಲ್ಲಿ ತಂದೆ ಮಕ್ಕಳನ್ನು ತಿದ್ದೋ ರೀತಿ ತುಂಬ ಮೋಹಕ. ತಮ್ಮ ಆವರಣದಲ್ಲಿ ಈ ದಂಪತಿಗಳು ಚಲೋ ವ್ಯಕ್ತಿಗಳು. ಮಧ್ಯಮ ವರ್ಗದ ಜಂಬ, ಸಣ್ಣತನ, ಎಳ್ಳಷ್ಟೂ ಇಲ್ಲ."

ಡಿ ರೀವ್ ಯೋಚಿಸಲು ತನ್ನ ಮಾತನ್ನು ನಿಲ್ಲಿಸಿದ. ಆಗ ನಾನೆಂದೆ:

"ನಿನ್ನ ಹೆಡ್ಡಾ ಗೇಬ್ಲರ್ ದೂರ ದೂರ ಕರಗಿ ಹೋಗ್ತಿದಾಳೆ."

ಡಿ ರೀವ್ ಮುಗುಳುನಗೆಯೊಡನೆ ಉತ್ತರಿಸಿದ:

"ನಿಜ; ಬರಿ ನಿನ್ನ ಕಣ್ಣಿನಲ್ಲಿ ಮಾತ್ರ ಅಲ್ಲ. ಅವರ ಮನೆಯ ವಾತಾವರಣ ನೆನೆಸಿಕೊಂಡ್ರೆ, ನನ್ನ ಭಾವನೆಯೇ ತಪ್ಪೇನೋ ಅಂತ ಅನ್ನಿಸ್ತದೆ. ಆದರೆ ಹಾಂ! ಮೆಪ್ಪೆಲ್‌ನಲ್ಲೂ ನನಗೆ ಬೇರೆ ಭಾವನೆಗಳು ಬಂದದ್ದುಂಟು. ಅದಕ್ಕೆ ಕಾರಣ ಬಹುಶಃ ಬಹುಶಃ... ಸರಿ, ಅದೇಕೋ ನನ್ನನ್ನು ನೋಡಿದ್ರೆ ಅವಳಿಗೆ ಬಹಳ ಕಿರಿಕಿರಿಯಾಗೋ ಹಾಗೆ ಕಾಣ್ತದೆ.

"ಅವಳ ಗಂಡ, ನಾನು ಬೇರೆ ಬೇರೆ ಸ್ವಭಾವದವ್ರು. ನಾನು ಗೃಹಸ್ಥನಲ್ಲ. ನನ್ನ ಬಾಳಿನ ಆಕಾಂಕ್ಷೆಗಳೇ ಬೇರೆ. ನನಗೆ ಕಟ್ಟುನಿಟ್ಟು ಆಗೋದಿಲ್ಲ: ನನಗೆ ಜೀವನ ಬಣ್ಣ ಬಣ್ಣವಾಗಿರ್ಬೇಕು; ಸ್ವಲ್ಪಮಟ್ಟಿಗೆ ನನ್ನಲ್ಲಿ ಅಹಂ ಇದೆ. ನನ್ನಂಥವರೇ ಹಾಗೆ ಅಂತ ಕಾಣ್ತದೆ."

"ನಮ್ಮ ಅನ್ನಯ್ಯಾ," ಎಂದು ನಾನು ತಿದ್ದಿದೆ.

"ಹಾಗೇ ಆಗ್ಲಿ. ಈ ಯೋಗ್ಯ ಜನರ ಮಾತಿನಲ್ಲಿ ಅದನ್ನು ಹೀಗೆ ಹೇಳ್ಬಹುದೇನೋ: ನನ್ನ ಜೀವನ ಕ್ರಮ ಒಂದು ರೀತಿಯಲ್ಲಿ ಅವರಿಗೆ 'ಪರಕೀಯ' ಅಂತ ಅನ್ಬಹುದು. ಈ ಮಾತನ್ನು ಅವರು ಉಪಯೋಗಿಸೋದ್ರಲ್ಲಿ ತಪ್ಪಿಲ್ಲ. ಆದರೆ ಎಲ್ಲ ವರ್ಗೀಕರಣಗಳಂತೆ ಇದು ಸಹ, ಪರಿಪೂರ್ಣವಾದದ್ದಲ್ಲ."

"ಸಾಕು, ಮಹರಾಯ! ಅದನ್ನು ವಿವರಿಸಿ ವಿಸ್ತರಿಸೋ ಅಗತ್ಯವಿಲ್ಲ. ನಿನ್ನಷ್ಟೇ ನಾನೂ ಅವರಿಗೆ ಅನ್ಯ, ಹೊರಗಿನವನು."

"ನೀನನ್ನೋದು ಸರಿ! ಕಥೆ ಮುಂದುವರಿಸ್ತೇನೆ. ಶ್ರೀಮತಿ ಬರ್ಮೆಯರ್‌ನಲ್ಲೂ ಈ ರೀತಿಯ ಜೀವನ ಕ್ರಮಕ್ಕೆ ಅವಳನ್ನು ಆಕರ್ಷಿಸುವಂಥ ಒಂದು ಪ್ರಬಲ ಪ್ರವೃತ್ತಿ ಇದೆ. ಅದು ಅವಳ ಹುಟ್ಟುಗುಣ. ಅದಕ್ಕೇ ಅವಳು ಈ ಅಚ್ಚುಕಟ್ಟು ಸಂಸಾರದ ಆವರಣಕ್ಕೆ ಸಂಪೂರ್ಣವಾಗಿ ಹೊಂದಿಕೊಳ್ಳಲಾರಳು. ಆದರೆ, ಈಗ ತಾನಿರುವ ಸ್ಥಿತಿಯೇ ಮೇಲು ಅಂತ ಅವಳಲ್ಲಿ ಒಂದು ಭಾಗ ಗಟ್ಟಿಯಾಗಿ ಹೇಳ್ತದೆ.. ಅಂದರೆ ಮೂಲಭೂತ ದೃಷ್ಟಿಯಿಂದ ಮೇಲು ಅಂತ... ಈಗ ಪರದೆಯ ಮೇಲೆ ಹೆಡ್ಡಾ ಗೇಬ್ಲರ್ ಬರ್‍ತಿದಾಳೆ, ಹೌದಾ?"

ನಾನು ಒಪ್ಪಿದೆ.

"ಆಂತರ್ಯದಲ್ಲಿ ಬೆಟ್ಸಿಗೆ ಅಹಂ ಇದೆ. ಚೆಲ್ಲುತನ ಅಲ್ಲ; ಸ್ವಂತಿಕೆಯ ಒಲವು. ಆದರೆ ಬದುಕಿನಲ್ಲಿ ಅವಳು ಬೇರೆ ತತ್ವಗಳನ್ನು ಮಾನ್ಯ ಮಾಡ್ತಾಳೆ. ಅವಳ ಉಡುಗೆಯೇ ಇದಕ್ಕೆ ಸಾಕ್ಷಿ. ಮಾಸಿದ ಬೂಟುಗಳನ್ನು ಹಾಕ್ಕೊಂಡಿದ್ಲು ಅಂತ ನೀನೇ ಹೇಳಿದೆ. ಅವಳ ಹತ್ರ ಅಂದವಾಗಿ ಹೊಲಿದ ಸೂಟ್ ಇದೆ: ಸರಳ, ಆದರೆ ಮಾಟ. ಅವಳು ಒಳ್ಳೇದನ್ನ ಕೊಳ್ತಾಳೆ; ಆದರೆ ಅಲಂಕಾರ ಮಾತ್ರ ಪೂರ್ತಿ ಮಾಡ್ಕೊಳ್ಳೋದಿಲ್ಲ. ಯಾಕೇಂದ್ರೆ: ಅವಳ ವ್ಯಕ್ತಿತ್ವದ ಇನ್ನೊಂದು ಭಾಗ ಪ್ರತಿಭಟಿಸ್ತದೆ. ನಾನ್ಹೇಳಿದ್ದು ತಿಳೀತಾ?"

"ನೀನು ಹೇಳೋದು ನೋಡಿದ್ರೆ, ನಿಮ್ಮ ಮನೆಯಲ್ಲಿ ಅವಳು ಕಳೆದ ದಿನಗಳು ಸಂಪೂರ್ಣ ಆನಂದಕರವಾಗಿದ್ದಿರಲಾರವು ಅಂತ ಅನಿಸ್ತದೆ."

"ಒಮ್ಮೊಮ್ಮೆ ಅದು ಚಿತ್ರಹಿಂಸೆಯಾಗ್ತಿತ್ತು ಅಂತ್ಲೂ ಅನ್ಬಹುದು. ಮೆಪ್ಪೆಲ್‌ನಲ್ಲಿ ಈ ಪ್ರಯಾಣವನ್ನು ಆಲೋಚಿಸಿದ್ದಾಗ, ಹೇಗೋ ಜಯಿಸ್ತೀನಿ ಅಂತ ಅವಳು ಅಂದ್ಕೊಂಡಿರ್ಬೇಕು. ಈವರೆಗೆ ಆದ ಅನುಭವದಿಂದ ವಿಶ್ವಾಸ ಮೂಡಿರ್ಬೇಕು. ಅವಳ ಗಂಡನಿಗೆ ಈ ಪ್ರಯಾಣದಲ್ಲಿ ಆಸಕ್ತಿ ಇತ್ತು. ನಾನು ಅವರನ್ನು ಅನೇಕ ಸಲ ಆಹ್ವಾನಿಸಿದ್ದೆ. ಅವನು ಈ ಮೊದ್ಲೆ ಬರ್‍ತಿದ್ನೇನೋ: ಬೆಟ್ಸಿ ಅಡ್ಡ ಬಂದಿರ್ಬೇಕು. ನಿನ್ನೆ ರಾತ್ರಿ ನಡೆದ ಘಟನೆ ಇದಕ್ಕೆ ಪುಷ್ಟಿ ಕೊಡ್ತದೆ."

"ಹಾಗಾದ್ರೆ, ಏನೋ ನಡೀತು ಅನ್ನು."

"ಹುಂ ಅದ್ರಿಂದ್ಲೆ ನನಗೆ ಸಂಶಯ ಬಂದದ್ದು. ನಾವು ಸಂಜೆ 'ಕಾನ್‌ಸರ್ಟ್‌ಗಿಬೊ', 'ಟ್ರಿಯಾನಾನ್'ಗಳಿಗೆ ಹೋಗಿ, ಆತಿಥ್ಯವನ್ನು ಸರಿಯಾಗಿ ಮುಕ್ತಾಯಗೊಳಿಸಿದೆವು. ನಾವು ತುಂಬ ಮಾತಾಡಿದೆವು: ಮಾತು ಗೆಲುವಾಗಿತ್ತು. ಆದರೆ ಬೆಟ್ಸಿ ನಿಧಾನವಾಗಿ ಸ್ತಬ್ಧಳಾದಳು. ಅವಳು ಏನನ್ನೋ ಯೋಚಿಸುತ್ತಿದ್ದಳು. ಅವಳ ದೃಷ್ಟಿ ಕಿಟಿಕಿಯ ಆಚೆ ಇತ್ತು. ರಸ್ತೆಯ ಸಂಚಾರವನ್ನು ನೋಡುತ್ತಿದ್ದಳು. ಆಮೇಲೆ, ಸುತ್ತ ಕಣ್ಣಾಡಿಸಿದಳು. ಬೆಲೆ ಬಾಳುವ ವಸ್ತುಗಳ ಮೇಲೆ. ಅವಳ ವರ್ತನೆ ಅಸಂತುಷ್ಟಿಯನ್ನು ತೋರಿಸ್ತಿತ್ತು."

ನಾನು ಮಾತಾಡದೆ ಆಲಿಸುತ್ತಿದ್ದೆ.

ಡಿ ರೀವ್ ಮುಂದುವರಿಸಿದ:

"ಅವಳ ಗಂಡ ಇದ್ದಕ್ಕಿದ್ದಂತೆ, 'ಬೆಟ್ಸಿ ಸುಮ್ಮನಿದಾಳೆ; ಕೇಕ್ ಮುಗೀತು ಅಂತ ತನ್ನಷ್ಟಕ್ಕೆ ತಾನೆ ಹೇಳ್ಕೊಳ್ತಿದಾಳೆ' ಅಂದ. ಅವಳು ಆತ್ಮರಕ್ಷಣೆಯಲ್ಲಿ ಬಿಸಿ ಬಿಸಿಯಾಗಿ ಮಾತಾಡಿದಳು– ನನಗೆ ಆಶ್ಚರ್ಯ ಆಯ್ತು. ತನ್ನ ಮನೆ, ತನ್ನ ಮಕ್ಕಳ ಬಗ್ಗೆ ಮಾತಾಡಿದ್ಳು. ತನಗೆ ಮನೆಯ ಗೀಳು ಹತ್ತಿದೆ ಎಂದಳು. ಮೊದಲು ಅವಳ ದನಿ ಹುಸಿ ಎನಿಸಿತು. ಆಮೇಲೆ ಅವಳು ತನ್ನ ವ್ಯಕ್ತಿತ್ವದ ಒಂದು ಭಾಗವನ್ನು ಹತ್ತಿಕ್ಕೋದಕ್ಕೆ ಇನ್ನೊಂದು ಭಾಗವನ್ನು ಪ್ರಕಟಿಸ್ತಾಳೆ ಅಂತ ಭಾಸವಾಯಿತು. ಅವಳ ಮಾತು ಮುಗಿದಾಗ, ಒಪ್ಪಿಗೆ ಸೂಚಿಸದೆ ಬೇರೆ ದಾರಿ ಇರಲಿಲ್ಲ. ನನ್ನ ಮಟ್ಟಿಗೆ ನನ್ನ ಜೀವನದ ರೀತಿಯೇ ಸರಿ ಎಂಬ ತೃಪ್ತಿ ಇತ್ತು. ನನ್ನ ಬದುಕನ್ನು ಅವಳ ಬದುಕಿಗೆ ವಿನಿಮಯ ಮಾಡಿಕೊಳ್ಳಲು ನಾನು ಸಿದ್ಧನಿರಲಿಲ್ಲ. ಇದರಲ್ಲಿ ಸಂದೇಹವಿಲ್ಲ: ಅವಳಿಗೆ ನನ್ನ ಮನಸ್ಸಿನ ಭಾವನೆ ತಿಳಿದಿತ್ತು. ನನ್ನ ಆಡಂಬರದ ಮಾತಿನ ಹಿಂದೆ ಕನಿಕರವೋ ತಿರಸ್ಕಾರವೋ ಇದೆ ಎಂದು ಅವಳ ಅನುಮಾನ. ಅದು ಅವಳನ್ನು ಕೆರಳಿಸಿತು. ಅದಕ್ಕೂ ನನಗೂ ಸಂಬಂಧವಿದೆ ಎಂದಲ್ಲ. ನನ್ನ ಇಷ್ಟ ಅನಿಷ್ಟಗಳಿಗೆ ಅವಳು ಯಾವ ಬೆಲೆಯನ್ನೂ ಕೊಡುವವಳಲ್ಲ. ನನ್ನಲ್ಲಿ ಅವಳು ಕಂಡದ್ದು ತಾನು ಹತ್ತಿಕ್ಕಿದ ವ್ಯಕ್ತಿತ್ವದ ಭಾಗವನ್ನು. ತಾನು ಯಾವುದನ್ನು ತುಚ್ಛೀಕರಿಸುತ್ತಿದ್ದಳೋ ಅದನ್ನು ನಾನು ಜಾಗೃತಗೊಳಿಸುತ್ತಿದ್ದೆ.

"ಆನಂತರ ನಾನು ಮತ್ತು ಅವಳ ಗಂಡ ನಮ್ಮ ಮಾತನ್ನು ಮುಂದುವರಿಸಿದೆವು. ಆಗ ಇದ್ದಕ್ಕಿದ್ದಂತೆ ಅವಳ ದೃಷ್ಟಿ ನನ್ನಲ್ಲಿ ನೆಟ್ಟದ್ದನ್ನು ಕನ್ನಡಿಯಲ್ಲಿ ಕಂಡೆ. ಅದರಲ್ಲಿ ಛಲವಿತ್ತು: ನನ್ನ ಬಗ್ಗೆ ದ್ವೇಷವಿತ್ತು: ನಾಶಪಡಿಸಬೇಕೆಂಬ ಕ್ರೋಧವಿತ್ತು. ನನ್ನ ಬಗ್ಗೆ ಅವಳಿಗೆ ಅಸಹನೆ ಇತ್ತು: ಈ ಜಗತ್ತಿನಲ್ಲಿ ನನಗೆ ಅವಳಿಗೆ ಇಬ್ಬರಿಗೂ ಸ್ಥಾನವಿಲ್ಲ – ನಾನು ಅಥವಾ ಅವಳು ಉಳಿಯಬೇಕು. ನನ್ನನ್ನು ಕಂಡರೆ ಅವಳಿಗೆ ಆಗುತ್ತಿರಲಿಲ್ಲ: ನಾನು ಅವಳ ವ್ಯಕ್ತಿತ್ವದ ಇನ್ನೊಂದು ಭಾಗ: ಅವಳನ್ನು ಅಪಹಾಸ್ಯ ಮಾಡುತ್ತಿದ್ದ ಭಾಗ.

"ಆಮೇಲೆ ನಡೆದದ್ದು ಇದು. ಮನೆಗೆ ಬಂದ ಮೇಲೆ ನಾವು ಮಾತನಾಡಲು ಕುಳಿತುಕೊಂಡೆವು. ಅವಳು ಮಾತನ್ನು ಮುಂದುವರಿಸುತ್ತಲೇ ಹೋದಳು. ಅವಳಿಗೆ ಮಲಗುವ ಯೋಚನೆ ಇದ್ದಂತಿರಲಿಲ್ಲ. ಬರ್ಮೆಯರ್ ನಗುತ್ತಾ ಹೇಳಿದ – 'ನಾನು ಮಲಗ್ತೇನೆ: ನೀವು ಬೇಕಾದರೆ ಇರಿ.' ಆಗ ನಾನೆಂದೆ – 'ನಾನೂ ಮಲಗ್ತೇನೆ'. ಅವಳು ಗಂಡನೊಂದಿಗೆ ಹೋಗ್ತಾಳೆ ಅಂತ ಭಾವಿಸಿದೆ. ಆದರೆ ಅವಳೆಂದಳು – 'ನೀವಿಬ್ಬರೂ ಮಲಗಿ. ನಾನು ಸ್ವಲ್ಪ ಹೊತ್ತು ಈ ರಾತ್ರಿಯಲ್ಲಿ ಏಕಾಂಗಿಯಾಗಿ ಇರ್ತೇನೆ. ನನಗೆ ತಮಾಷೆ ಅನ್ಸತ್ತೆ. ಈ ಮನೆ ನಂದೇ ಅನ್ನೋ ಹಾಗೆ!' ಅವಳು ತನ್ನ ಮಾತಿಗೆ ತಾನೇ ಹೃತ್ಪೂರ್ವಕವಾಗಿ ನಕ್ಕಳು."

"ಹಾಗೇ ಆಗಲಿ. ಗ್ಯಾಸ್ ಬಂದ್ ಮಾಡೋದು ಗೊತ್ತು ತಾನೆ? ಎಂದು ನಾನು ಕೇಳಿದೆ. 'ಓಹೊ! ಯೋಚ್ನೆ ಮಾಡ್ಬೇಡಿ. ಅದನ್ನ ನಾನು ನೋಡ್ಕೋತೇನೆ' ಎಂದು ಅವಳು ಶಾಂತವಾಗಿ ಉತ್ತರಿಸಿದಳು."

ಡಿ ರೀವ್ ಒಂದು ನಿಮಿಷ ತನ್ನ ಕಥೆಯನ್ನು ನಿಲ್ಲಿಸಿದ. ಆಮೇಲೆ ನಿಧಾನವಾಗಿ ಮುಂದುವರಿಸಿದ:

ಹಾಗೆ ಅವಳು ಶಾಂತಚಿತ್ತಳಾಗಿದ್ದಂತೆ ಕಂಡರೂ, ಈಗ ನೆನಪಾಗ್ತಿದೆ. ನಾನು ಗ್ಯಾಸ್ ಅಂದಾಗ ಅವಳು ಬೆಚ್ಚಿದಳು...."

"ನನ್ನ ಕೊಠಡಿ ನಡುಮನೆ ಪಕ್ಕದಲ್ಲಿದೆ ಅಂತ ನಿನಗೆ ಗೊತ್ತಲ್ಲ? ನಾನು ಬಾಗಿಲನ್ನು ಮುಚ್ಚಿದೆ. ಬಾಗಿಲ ಮೇಲೆ ಸರಿಯುವ ಗಾಜಿದೆ. ಅದು ನನ್ನ ಸೃಷ್ಟಿ – ನಿನಗೆ ತೋರ್ಸಿದೀನಿ.

ಅದನ್ನು ತೆರೆದರೆ ರಾತ್ರಿ ಗಾಳಿ ಬರತ್ತೆ. ರಸ್ತೆ ಗದ್ದಲ ಇರೋದಿಲ್ಲ. ಅವರಿರೋವಾಗ ತೋಟದ ಕಡೆ ಇರೋ ಕಿಟಿಕಿಗಳನ್ನ ಬೇಕೆಂದೇ ತೆರೆದಿರ್ಲಿಲ್ಲ – ನನಗೆ ನೆಗಡಿ ಅಂತ. ಬೆಟ್ಸಿಗೋಸ್ಕರ ನಾವು ಸಿಗರೇಟ್ ಸೇದುತ್ತಿರ್ಲಿಲ್ಲ.

"ಇದೆಲ್ಲ ಅವಳಿಗೆ ಗೊತ್ತಿತ್ತು. ಮೊದಲ ದಿನವೇ ನಾನು ಹೇಳಿದ್ದೆ.

"ನಾನು ಮಲಗಿದೆ. ಬಾಗಿಲ ಮೇಲಿರೋ ಗಾಜಿನಲ್ಲಿ ದೀಪ ಕಾಣಿಸ್ತಿತ್ತು. ಬೆಟ್ಸಿ ಓಡಾಡೋದು ಕೇಳಿಸ್ತಿತ್ತು. ಸ್ಟೌವ್‌ಗೆ ಅವಳು ಡಿಕ್ಕಿ ಹೊಡೆದದ್ದು ಕೇಳಿಸ್ತು. ನಾನು ಅಂದ್ಕೊಂಡೆ – ಬೆಟ್ಸಿ ಕನ್ನಡೀಲಿ ನೋಡ್ಕೊಳ್ತಿದಾಳೇಂತ. ಆಮೇಲೆ ನನಗೆ ನಿದ್ದೆ ಬಂದಿರ್ಬೇಕು.

"ಹದಿನೈದು ನಿಮಿಷ ಆಗಿತ್ತೇನೋ. ನನಗೆ ಹೊಡೆದೆಬ್ಬಿಸಿದಂತೆ ಎಚ್ಚರ ಆಯ್ತು. ಹ್ಯಾಗೆ ಅಂತ ಹೇಳ್ಲಾರೆ. ನನ್ನ ಆತ್ಮ ಜಾಗೃತವಾಗಿದ್ದು ನನ್ನನ್ನು ಎಚ್ಚರಿಸಿತು ಅಂತ ಯಾರಾದ್ರೂ ಹೇಳ್ಬಹುದು. ಕಣ್ಣು ಬಿಟ್ಟೆ. ದೀಪ ಕಾಣಿಸ್ಲಿಲ್ಲ. ಉಸಿರು ಕಟ್ಟಿದಂತೆ ಭಾಸವಾಯ್ತು. ನನಗೆ ನೆಗಡಿಯಾದ್ದು, ಕಿಟಿಕಿ ಮುಚ್ಚಿದ್ದು, ನೆನಪಾಯ್ತು. ನನ್ನ ಮೂಗಿಗೆ ಯಾವ ವಾಸನೆಯೂ ಬರ್ತ್ತಿರ್ಲಿಲ್ಲ.

"ತಟಕ್ಕನೆ ಒಂದು ಯೋಚನೆ ಬಂತು: ಅವಳು ಗ್ಯಾಸ್ ಸರಿಯಾಗಿ ಬಂದ್ ಮಾಡಿದ್ದಾಳೋ ಇಲ್ವೋ ನೋಡು. ಅದು ಮನಸ್ಸಿಗೆ ಬಂದದ್ದೇ ತಡ, ಸಂಶಯ ಬಲವಾಯ್ತು. ನಾನು ಹಾಸಿಗೆಯಿಂದ ಎದ್ದು, ಅವರಿಗೆ ಎಚ್ಚರವಾಗಬಾರ್ದೂಂತ ಮೆಲ್ಲಗೆ ಬಾಗಿಲು ತೆರೆದೆ: ಶಿಳ್ಳಿನ ಶಬ್ದ ಕೇಳಿಸ್ತು. ಗ್ಯಾಸ್ ಕೊಳವೆ ತೆರೆದಿತ್ತು."

"ಆಮೇಲೆ ?" ಎಂದು ನಾನು ಕೇಳಿದೆ.

"ಬಂದ್ ಮಾಡಿದೆ, ಅಷ್ಟೆ! ಆಮೇಲೆ ಮಲಗುವ ಬಯಕೆ ತೀವ್ರವಾಗಿ, ಮಲಗಿದೆ!"

"ಅನಂತರ ಇವತ್ತು ಬೆಳಿಗ್ಗೆ ?"

"ನಾನು ವಿಷಯ ಅಷ್ಟೇನು ಪ್ರಮುಖವಲ್ಲ ಅನ್ನೋ ಹಾಗೆ 'ರಾತ್ರಿ ಗ್ಯಾಸ್ ಬಂದ್ಮಾಡೋದನ್ನ ಮರ್ತೆ ನೀನು' ಎಂದೆ,"

"ಅವಳು ಗಾಬರಿಯಾದಳೆ ?"

"ಉಹುಃ ಶಾಂತವಾಗಿದ್ದಳು – ಏನೂ ಆಗ್ಲಿಲ್ಲ ಅನ್ನೋ ಹಾಗೆ. ಅದು ಸಹಜ ಅಂತ ತೋರ್ಲಿಲ್ಲ– ಅವಳು ಹೆಚ್ಚುಕಮ್ಮಿ ನನ್ನ ಉಸಿರು ಕಟ್ಟಿಸಿದ್ಲು ಅನ್ನೋದು ಜ್ಞಾಪಕ ಇರ್ಲಿ... ನನ್ನ ಮಾತಿಗೆ ಅವಳು ಬರೇ 'ಹೌದಾ?' ಅಂತ ಅತ್ಯಂತ ನಿರ್ಭಾವವಾಗಿ ಉತ್ತರಿಸಿದ್ಲು."

"ಒಳ್ಳೆ ವಿಚಿತ್ರ ಕಥೆ, ಅಲ್ವೆ?" ಎಂದು ನಾನು ಕೇಳಿದೆ.

"ಹೌದು; ತುಂಬ ವಿಚಿತ್ರ" ಎಂದ ಡಿ ರೀವ್.

ಸ್ವಲ್ಪ ಹೊತ್ತಾದ ಮೇಲೆ ನಾನೆಂದೆ:

"ನೀನು ತಪ್ಪು ಭಾವಿಸಿರಬಹುದಲ್ಲವೆ? ಅವಳು ತಾಯಿ, ಮಕ್ಕಳನ್ನು ಪ್ರೀತಿಯಿಂದ ಸಾಕಿದ್ದಾಳೆ. ತುಂಬ ಸಹನೆಯಿಂದ. ಅವಳಿಗೆ ಬದುಕಿನಲ್ಲಿ ಸಾರ್ಥಕತೆ ಇದೆ: ಸಂಸಾರದಲ್ಲಿ ಸುಖ ಕಂಡಿದ್ದಾಳೆ. ಇದು ಒಬ್ಬ ವ್ಯಕ್ತಿಗೆ ತೃಪ್ತಿ ಕೊಡ್ತದಲ್ಲವೆ?"

ಡಿ ರೀವ್ ಹೇಳಿದ: "ನಿಜ, ಪ್ರೀತಿಸುವ ತಾಯಿ. ಅವಳ ಪ್ರೀತಿ ತೀಕ್ಷ್ಣ, ಉಗ್ರ. ಆದ್ರೆ ಈ ಪ್ರೀತಿ ಅವಳಿಗೆ ಸಾಲದು. ಅದು ಅವಳಿಗೆ ಗೊತ್ತು. ಅದರಿಂದ ಅವಳು ಕ್ರುದ್ಧಳಾದಳು. ಯಾಕೆ ನಗ್ತೀ?"

"ನಾನು ಅವಳ ಗಂಡನನ್ನು ಕುರಿತು ಯೋಚಿಸ್ತಿದ್ದೆ – ಅವನ ಬೊಜ್ಜು ಅವನ ನಯ – ವಿನಯ," ಎಂದೆ.

○ ಎಮ್ಮಾ ವಾನ್ ಬರ್ಗ್

ನೆರಳು

ಕಾಫಿ ಮುಗಿಸಿದ್ದೇ ಬೆಟ್ಸಿ ಬಂದಳು.

"ಜೊ! ನನ್ನ ಹಾರ್ದಿಕ ಅಭಿನಂದನೆ! ಸ್ವಲ್ಪ ಮುಂಚೆ ಬಂದೆ – ನಿಂಗೆ ಒಂದು ಮಾತು ಹೇಳ್ಬೇಕು, ಅದಕ್ಕೇ. ನಿಜ ಹೇಳಬೇಕೂಂದ್ರೆ ನಂಗೆ ನಿನ್ನ ಮದುವೆ ರಿಸೆಪ್ಷನ್*ಗೆ ಬರೋ ಮನಸ್ಸಿಲ್ಲ – ಬೆಳಿಗ್ಗೆ ಹರ್ಮನ್ ಸ್ಥಿತಿ ನೋಡಿದ್ಮೇಲೆ. ತೀರಾ ಕೆಟ್ಟಿದೆ: 24 ಗಂಟೆ, ಹೆಚ್ಚೂಂದ್ರೆ,"

ಅವಳು ಕಿಟಕಿಯ ಹೊರಗೆ ನೋಡುತ್ತಿದ್ದಳು: ಬೆರಳುಗಳು ಕಂಪಿಸುತ್ತಿದ್ದವು. ನಾನು ಅವಳನ್ನೇ ದೃಷ್ಟಿಸಿ ನೋಡಿದೆ – ನನಗೆ ಏನೂ ಅನ್ನಿಸದೆ. ನನ್ನ ಮನಸ್ಸಿನಲ್ಲಿ ಒಂದು ಆಲೋಚನೆ ಬಂತು. ಹಿಂದೆ ನನ್ನ ಕಿವಿಗೆ ಬಿದ್ದದ್ದು ನಿಜವಿರಬಹುದೆ? ಇವಳಿಗೂ ಹೆರ್ಮನ್‌ಗೂ ಸಂಬಂಧವಿತ್ತೆ?

"ಹೆರ್ಮನ್ ನಿನ್ನನ್ನು ಗುರ್ತಿಸಿದನೆ? ಎಂದು ವಿಮನಸ್ಕಳಾಗಿ ನಾನು ಕೇಳಿದೆ – ನನ್ನ ಮನಸ್ಸಿನ ತುಂಬ ಇದ್ದುದು ಜಾನ್ ಹಾಗೂ ರಿಸೆಪ್ಷನ್*.

"ಅವನ ಕಣ್ಣುಗಳಿಂದ ಹಾಗನ್ನಿಸ್ತು. ನಾನು ಹೆಚ್ಚು ಹೊತ್ತು ಇರ್ಲಿಲ್ಲ. ಅವನಿಗೆ ಏನೋ ಕಿರಿಕಿರಿ."

ಬೆಟ್ಸಿ ಎದ್ದು ನಿಂತು ಕಿಟಕಿಯ ಮೂಲಕ ದೃಷ್ಟಿ ಹೊರ ಹಾಯಿಸಿದಳು, ಕೊಠಡಿಗೆ ಬೆನ್ನು ಮಾಡಿ. ಆಮೇಲೆ ಹೀಗೆಂದಳು:

"ನಿಂಗೆ ನೆನಪಿದ್ಯಾ, ಜೊ! ಹ್ಯಾಗೆ ಕುಣಿದು ಕುಪ್ಪಳಿಸ್ತಿದ್ದ: ನಮ್ಮಲ್ಲಿ ಅವನಷ್ಟು ಸಂತೋಷವಾಗಿದ್ದವರು ಬೇರೆ ಯಾರು?"

"ಹುಂ," ಎಂದೆ, ಅವಳ ಮಾತು ನನ್ನನ್ನು ತಟ್ಟಲಿಲ್ಲ. ಅಷ್ಟಕ್ಕೂ, ಅವನ ಸ್ಥಿತಿ ಕೆಟ್ಟದ್ದು ಹಳೆಯ ಮಾತಾಗಿತ್ತು. ನನಗೋ, ಸಾವು ತುಂಬ ದೂರದ ಮಾತು. ಈಗ ನಾನು ಬಾಳಿನ ಹೊಂಗನಸುಗಳನ್ನು ಕಾಣುತ್ತಿದ್ದೆ: ಯೌವನದ ಕಾಂತಿ ಏರುತ್ತಿತ್ತು.

---

* ಹಾಲೆಂಡಿನಲ್ಲಿ ರಿಸೆಪ್ಷನ್ ವೈವಾಹಿಕ ಸಮಾರಂಭದಿಂದ ಎರಡು ವಾರ ಮುಂಚೆ ನಡೆಯುತ್ತದೆ. ಆ ಎರಡು ವಾರ ಜೋಡಿಯನ್ನು ವಧು ಮತ್ತು ವರ ಎಂದು ಪರಿಗಣಿಸುತ್ತಾರೆ. (ನಮ್ಮಲ್ಲಿ ರಿಸೆಪ್ಷನ್ ಏರ್ಪಡುವುದು ಮದುವೆಯ ಬಳಿಕ.)

ಅವನು ಒಮ್ಮೆ ನನಗೆ ಹತ್ತಿರವಾಗಿದ್ದುದು ಅಸಂಭವವೆಂದು ತೋರಿತು.

ರಿಸೆಪ್ಷನ್. ನಗೆ ಮೊಗಗಳು. ಹೂವು. ಸದ್ದು ಗದ್ದಲ. ಈ ಸಂಭ್ರಮದ ಮುಖ್ಯ ಆಕರ್ಷಣೆ ನಾನು. ಎಲ್ಲರೂ ನನ್ನ ಗಮನವನ್ನು ಸೆಳೆಯಲು ಆತುರರು!

ಈ ಕನಸು ನನ್ನನ್ನು ಆವರಿಸಿದರೂ, ಹೇಗೋ ಹೆರ್ಮನ್ ನುಸುಳಿ ಬರುತ್ತಿದ್ದ. ನನಗೆ ಏನೂ ಅನ್ನಿಸದೇ ಇದ್ದದ್ದು ಆಶ್ಚರ್ಯ. ನಾನು, ನನ್ನ ನಗು, ನನ್ನ ಸುಖ. ಹೆರ್ಮನ್ ? ಕೆಲವು ವರ್ಷಗಳ ಹಿಂದೆ ಅವನಿಗಾಗಿ ಪ್ರಾಣವನ್ನೂ ತ್ಯಾಗ ಮಾಡಲು ಸಿದ್ಧಳಿದ್ದೆ! ಅವನ ಭವ್ಯ ವ್ಯಕ್ತಿತ್ವಕ್ಕೆ ನನ್ನನ್ನು ಹೋಲಿಸಿಕೊಂಡು, ನಾನೊಂದು ಸಣ್ಣ ಕ್ರಿಮಿ ಎಂದು ಅಂದುಕೊಳ್ಳುತ್ತಿದ್ದೆ. ಅವನ ಒಂದೊಂದು ಮಾತೂ ನನ್ನ ಪಾಲಿಗೆ ಮುತ್ತು. ಈಗ, ಪಾಪ, ಅವನು ಸಾವನ್ನು ಎದುರು ನೋಡುತ್ತಿದ್ದಾನೆ: ಕನಿಕರದ ವಸ್ತು. ನಾನೋ ಮದುವೆಯನ್ನು ಎದುರು ನೋಡುತ್ತಿರುವ ಜಂಬದ ಕೋಳಿ!

ನಾನು ಜಾನ್‌ನ ಮುಖವನ್ನು ನೋಡಿದೆ – ಸುಂದರ: ಜಾಣ; ದೃಢ, ಅವನಿಗೆ ನಾನೆಂದರೆ ಪ್ರಾಣ. ನಾನೋ ಸಾಮಾನ್ಯ ಹುಡುಗಿ. ಅವನು ಪ್ರತಿಭಾವಂತ. ಪ್ರಪಂಚದಲ್ಲಿ ಯಶಸ್ವಿ, ಅಧ್ಯಾಪಕನಾದವನು ಈಗ ಪ್ರಾಧ್ಯಾಪಕ. ಶರತ್ಕಾಲದಲ್ಲಿ ಪ್ರಾರಂಭೋತ್ಸವ ಭಾಷಣದ ಸಂದರ್ಭದಲ್ಲಿ ನನಗೆ ಸಭೆಯಲ್ಲಿ ಪ್ರಾಧ್ಯಾಪಕರ ಹೆಂಡತಿಯಾಗಿ ವಿಶೇಷ ಸ್ಥಾನ. ಇದು ಮಿಯನ್‌ಗೆ ತಮಾಷೆ: ಜಾನ್ ಈ ವಿಷಯ ಎತ್ತಿದಾಗಲೆಲ್ಲ ಅವಳು ಖೊಳ್ಳೆಂದು ನಗುತ್ತಾಳೆ.

ಹೆರ್ಮನ್ ಯಾವತ್ತೂ ದೃಢಕಾಯನಾಗಿರಲಿಲ್ಲ. ನಾನು ಅವನನ್ನು ಮೊದಲು ನೋಡಿದಾಗಲೂ ಅಷ್ಟೆ– ಬಿಳಿಚಿಕೊಂಡಿದ್ದ, ಕೃಶವಾಗಿದ್ದ... ಸರಿ! ಅದನ್ನೆಲ್ಲ ಯೋಚಿಸಿ ಈಗ ಫಲವಿಲ್ಲ. ಅದರಿಂದ ನನಗೆ ಚಿಂತೆಯ ಹೊರತು ಬೇರೇನೂ ದೊರೆಯುವಂತಿರಲಿಲ್ಲ. ನಮಗೆ ಯಾವುದರಿಂದ ಒಳಿತು ಎಂದು ಹೇಳುವುದು ಯಾವಾಗಲೂ ಕಷ್ಟ. ಆಗ ನನಗೆ ತುಂಬ ದುಃಖವಾಗಿತ್ತು. ಓ ದೇವರೇ! ನನಗೇಕೆ ಕಣ್ಣೀರು ಹಾಕಿಸುತ್ತೀ ಎಂದು ಮೊರೆ ಇಡುತ್ತಿದ್ದೆ. ಈಗ ನಾನು ಸುಖಿ, ಮದುವಣಗಿತ್ತಿ– ಅವನು ನನ್ನನ್ನು ಪ್ರೀತಿಸದೆ ಹೋದುದರಿಂದ.

ಬೆಟ್ಸಿ ನಿಜವಾಗಿ ಅವನನ್ನು ಪ್ರೀತಿಸುತ್ತಾಳೊ? ಹಾಗಿದ್ದುದೇ ಆದರೆ, ಅವಳು ನನ್ನನ್ನು ಅಭಿವಂದಿಸಲು ಬಂದುದಾದರೂ ಏಕೆ? ಅವನು ಸಾವಿನ ದವಡೆಯಲ್ಲಿರುವಾಗ, ಇಂಥ ವಿಷಯಕ್ಕೆ ಅವಳು ಗಮನವನ್ನು ಕೊಟ್ಟುದಾದರೂ ಹೇಗೆ? ಏನೇ ಇರಲಿ, ನಾನು ಅವನನ್ನು ಪ್ರೀತಿಸಿದಂತೆ ಅವಳು ಖಂಡಿತ ಪ್ರೀತಿಸಲಾರಳು. ಆದರೆ ಹಾಗನ್ನುವುದು ಸರಿಯಲ್ಲವೇನೊ. ನನ್ನ ಪ್ರೀತಿಯನ್ನು ಆಗ ಯಾರಿಗೂ ತಿಳಿಯದಂತೆ ನಾನು ಕೂಡ ಬಚ್ಚಿಟ್ಟುಕೊಂಡಿರಲಿಲ್ಲವೆ? ನಾನು ಪಟ್ಟ ಪಾಡೋ! ಆದರೆ ಬೆಟ್ಸಿ ತನ್ನ ಪ್ರೀತಿಯನ್ನುಬಚ್ಚಿಡುವ ಕಾರಣವಿಲ್ಲ. ಈ ಹೊತ್ತಿನಲ್ಲಿ ಯಾರೂ ಲಘುವಾಗಿ ಮೂದಲಿಕೆಯ ಮಾತಾಡಲಾರರು. ಓ! ಅವಳು ನನ್ನ ಬಳಿ ಹೇಗೆ ಬಂದಳು, ಏಕೆ ಬಂದಳು? ಉಹುಂ, ಅವಳು ಖಂಡಿತ ಅವನನ್ನು ಪ್ರೀತಿಸುವುದು ಸಾಧ್ಯವಿಲ್ಲ.

ಊಟದ ಸಮಯದಲ್ಲಿ ತಾಯಿ ಅದೇ ಮಾತನ್ನು ಎತ್ತುತ್ತಾಳೆ.

"ಜೊ! ರಿಸೆಪ್ಷನ್‌ಗೆ ಮೊದಲು ಬೆಟ್ಸಿ ಯಾಕೆ ಬಂದಿದ್ಲು?"

ಆ ವಿಷಯ ಮಾತಾಡಲು ನನಗೆ ಕಸಿವಿಸಿಯಾಯಿತು.

"ಯಾಕೆ ಅಂದ್ರೆ ಅವಳು ಬೆಳಿಗ್ಗೆ ಹೆರ್ಮನ್‌ನನ್ನು ನೋಡಿದ್ಲಂತೆ; ಅವನ ಸ್ಥಿತಿ ತೀರಾ ಕೆಟ್ಟಿದೆಯಂತೆ; ರಿಸೆಪ್ಷನ್‌ಗೆ ಬರಲು ಸಾಧ್ಯವಾಗದೇ ಹೋಗ್ಬಹುದೂಂತ..."

ಮಿಯನ್ ಹೇಳಿದಳು.

"ಸರಿ, ಅವಳು ಬೆಳಿಗ್ಗೆ ರೋಗಿಯನ್ನು ನೋಡಿದ ನಂತರ ಸೀದಾ ಇಲ್ಲಿಗೆ ಬಂದಿದ್ರೆ ಆ ಮಾತನ್ನು ಒಪ್ಪಬಹುದು. ಹೋಗ್ಲಿ. ವೈದ್ಯರು ಏನಂದ್ರಂತೆ?"

"ಅವನು ಉಳಿಯೋದು ಅಸಂಭವ; ವೈದ್ಯರು ಆಶೆ ಬಿಟ್ಟಿದ್ದಾರೆ."

ಊಟದ ತರುವಾಯ ನಾನು, ಜಾನ್ ತೋಟಕ್ಕೆ ಹೋದೆವು. ಹವೆ ಹಿತವಾಗಿತ್ತು. ಸೂರ್ಯ ಮುಳುಗುತ್ತಿದ್ದ. ನಾವು ನಿಧಾನವಾಗಿ ಜತೆಯಾಗಿ ಹೆಜ್ಜೆ ಇಟ್ಟೆವು; ನನ್ನ ಕೈ ಅವನ ಕೈಯಲ್ಲಿತ್ತು. ಸಾವಿನ ಅಂಚಿನಲ್ಲಿದ್ದ ಹೆರ್ಮನ್ ಕಡೆ ನನ್ನ ಆಲೋಚನೆ ನಿಧಾನವಾಗಿ ಹರಿಯಿತು. ಘೋರ, ಘೋರ, ಆ ತರುಣ ಜೀವ ಪೂರ್ಣ ಅರಳುವುದಕ್ಕೆ ಮುನ್ನವೇ ಸಾವಿಗೆ ಬಲಿಯಾಗುವುದೆಂದರೆ!

ಜಾನ್‌ಗೆ ಹೆರ್ಮನ್ ಬಗ್ಗೆ ಹೇಳಿದೆ. ಪ್ರತಿಭಾವಂತ. ಹಾಸ್ಯಗಾರ. ಬದುಕು ಅವನಿಗೆ ಸಂತಸದ ಹಾಡು. ಜೀವನದ ಕಷ್ಟಕಾರ್ಪಣ್ಯಗಳು ಅವನಿಗೆ ತೃಣ ಸಮಾನ. ಎಂಥ ಪರಿಸ್ಥಿತಿಯನ್ನೂ ನಿರಾಯಾಸವಾಗಿ ಎದುರಿಸಬಲ್ಲ. ತನಗರಿವಿಲ್ಲದಂತೆ ಕರ್ತವ್ಯಗಳನ್ನು ನಿರ್ವಹಿಸುತ್ತಿದ್ದ. ಹಾಗೆ ಬದುಕಿದವನು ಈಗ ಹೀಗೆ ಸಾಯುವುದೆ?

ಇದ್ದಕ್ಕಿದ್ದಂತೆ ನಾನು ಮಾತು ನಿಲ್ಲಿಸಿದೆ. ಅವನ ಬಗ್ಗೆ ನಾನು ಮಾತಾಡಿದ್ದು ತುಸು ಹೆಚ್ಚಾಯಿತೇನೋ. ಜಾನ್ ಏನೆಂದುಕೊಳ್ಳುವನೋ. ಆದರೆ ಜಾನ್ ಏನೂ ಅಂದುಕೊಳ್ಳಲಿಲ್ಲ. ಸುಮ್ಮನೆ ನಡೆದ, ಸಂಜೆಯ ಬೆಳಕಿನಲ್ಲಿ: ಅವನಷ್ಟು ಸಮತುಷ್ಟರು ಜಗತ್ತಿನಲ್ಲೇ ಇಲ್ಲವೇನೋ ಎಂಬ ಹೆಮ್ಮೆಯಿಂದ. ಅವನು ತೃಪ್ತಿಪಡಲು ಕಾರಣವಿತ್ತು. ತಾನು ಮುಟ್ಟಿದ್ದೆಲ್ಲ ಚಿನ್ನ– ಅಷ್ಟೇ ಅಲ್ಲ, ಅದು ತನಗೆ ಮೊದಲೇ ಗೊತ್ತಿತ್ತು ಸಹ. ಅಸೂಯೆ ಅವನ ಜಾಯಮಾನಕ್ಕೆ ಬಂದದ್ದಲ್ಲ. ನಾನು ಸಂಪೂರ್ಣವಾಗಿ ಅವನಿಗೆ ಸೇರಿದವಳು; ನಮ್ಮಿಬ್ಬರ ನಡುವೆ ಹಾಯಲಾರದ ಕಂದಕ ಬರುವ ಸಾಧ್ಯತೆಯೇ ಇಲ್ಲ! ಜಾನ್ ಸೋಲುವ ಮಾತೇ ಇಲ್ಲ. ನಾನು ಎಂದಾದರೂ ಬೇರೆ ಯಾರನ್ನಾದರೂ ಪ್ರೀತಿಸಿದ್ದೆನೆ ಎಂದು ಜಾನ್ ಕೇಳುವ ಗೋಜಿಗೆ ಹೋದವನಲ್ಲ. ಅವನ ಈ ವಿಶ್ವಾಸ ನನ್ನನ್ನು ಸ್ವಲ್ಪ ಕೆರಳಿಸುತ್ತದೆ. ಈ ಬಲಿಷ್ಠನಿಗೆ ನನ್ನ ಅಗತ್ಯವೇ ಇಲ್ಲವೆಂಬ ಭಾವನೆ ನನ್ನನ್ನು ಕುಗ್ಗಿಸುತ್ತದೆ. ಅವನಿಗೆ ನಾನಿದ್ದರೂ ಒಂದೇ, ಇಲ್ಲದಿದ್ದರೂ ಒಂದೇ. ಬಡತನ ಹೇಗೆ ಅವನನ್ನು ತಡೆಹಿಡಿಯಲಿಲ್ಲವೋ, ಹಾಗೆಯೇ ಪ್ರೇಮದ ನೋವು ಸಹ ಅವನನ್ನು ಪ್ರತಿಬಂಧಿಸದು. ಅವನ ಜೀವನದ ಚಕ್ರಬಂಧದಲ್ಲಿ ನಾನೊಂದು ಸಣ್ಣ ಭಾಗ. ಅವನು ಏಣಿಯನ್ನು ಏರುವಾಗ ಮದುವೆಯ ಬಗ್ಗೆ ಚಿಂತಿಸಿದವನಲ್ಲ: ಏಣಿಯನ್ನು ಏರಿದ ಮೇಲೆ ಮದುವೆಯ ಕಡೆ ಆಲೋಚನೆ ಹರಿಸಿದ್ದಾನೆ. ಪ್ರೇಮ ಅವನ ಲೆಕ್ಕಾಚಾರಕ್ಕೆ ಹೊರತು. ಅವನು ಪ್ರೇಮಕ್ಕಾಗಿ ಪ್ರಾಣತ್ಯಾಗದ ಮಾತಿರಲಿ, ನಿದ್ರೆಯನ್ನೂ ಕೆಡಿಸಿ ಕೊಳ್ಳುವವನಲ್ಲ. ಅವನ ಮೇಲೆ ಯಾವುದೂ ಸವಾರಿ ಮಾಡದು; ಸವಾರಿ ಮಾಡುವವನು ತಾನು. ತಾನು ತನ್ನ ಪ್ರಭು: ಅವನದು ಸಮಚಿತ್ತ. ನಾನೇನಾದರೂ ಒಲ್ಲೆ ಎಂದರೆ ಅವನು ಎದೆ ಒಡೆದುಕೊಳ್ಳುವುದಿಲ್ಲ. ತನ್ನ ದುಃಖವನ್ನು ಪ್ರಕಟಿಸದೆ, ಇನ್ನೊಬ್ಬಳ ಕೈಹಿಡಿಯುತ್ತಾನೆ.

ಆದುದರಿಂದ ನನ್ನ ಸ್ಥಳ ನಿಜವಾಗಿಯೂ ಸಾಯುತ್ತಿರುವ ಹೆರ್ಮನ್ ಹಾಸಿಗೆಯ ಬಳಿಯಲ್ಲಿಯೇ? ಅವನ ಕೊನೆಗಳಿಗೆಯನ್ನು ನನ್ನ ಪ್ರೀತಿಯಿಂದ, ಸಮಾಧಾನದ ಮೆಲು ಮಾತುಗಳಿಂದ ಹಗುರ ಮಾಡಲು ಯತ್ನಿಸಬೇಕಾದುದು ನನ್ನ ಕರ್ತವ್ಯವೇ? ಎಂಥ ಹುಚ್ಚುಕಲ್ಪನೆ! ಹುಚ್ಚು – ಯಾರಲ್ಲ ಅಂತಾರೆ? ಬದುಕಿದ್ದಾಗ ಹೆರ್ಮನ್ ನನ್ನನ್ನು ಬಯಸಲಿಲ್ಲ. ಅವನನ್ನು ಇನ್ನೊಮ್ಮೆ ನೋಡಲೆ? ನಾಳೆ? ಕೇವಲ ಒಂದು ಕ್ಷಣ? ಅವನು ಇನ್ನೂ

ಬದುಕಿದ್ದುದೇ ಆದರೆ. ಅಸಹಜವೆಂದೇನೂ ಅನ್ನಿಸದು: ನಾವು ಒಬ್ಬರನ್ನೊಬ್ಬರು ಚೆನ್ನಾಗಿ ಬಲ್ಲವರು. ನಾನು ಮದುವಣಗಿತ್ತಿ, ಸಾವಿನ ಮನೆಗೆ ಹೋಗುವುದೆ? ಉಹುಂ – ಅಸಾಧ್ಯ. ನಾನೆಂದರೆ ಸಂತೋಷ. ಮಧುರವಾದ ನಿರೀಕ್ಷೆ. ನಾನು ಅಲ್ಲಿ ಹೊಂದುವುದಿಲ್ಲ. ಸುಮ್ಮನೆ ಅವರನ್ನು ಹಿಂಸಿಸಿದಂತಾದೀತು. ನಿರ್ದಯಿ ಎಂದಾರು. ಆಮೇಲೆ ಮನೆಯಲ್ಲಿ ಆಡುವ ಮಾತುಗಳೋ! ಮೊದಲೇ ಸಂಶಯವಿದ್ದಿರಲು ಸಾಕು. ಜಾನ್‌ಗೆ ಗಾಳಿಯ ವರ್ತಮಾನ ಮುಟ್ಟೀತು. ನನ್ನ ಒಳ ಹೊರಗನ್ನು ಜಾಲಾಡಿಯಾನು. ಉಹುಂ – ನಾನು ಹೋಗುವುದಿಲ್ಲ. ನಾನು ಮದುವಣಗಿತ್ತಿ ಆಗಿರದಿದ್ದ ಪಕ್ಷದಲ್ಲಿ...

ಹೆರ್ಮನ್‌ನ ಸಾವಿನ ಸುದ್ದಿ ಬಂದಿದೆ. ನಾನು ನನ್ನ ಕೊಠಡಿಯಲ್ಲಿದ್ದೇನೆ. ನಾನಿದ್ದಲ್ಲಿ ಕೇಳಿಸುತ್ತಿದೆ... "ಅವರ ಮಗ ಹೆರ್ಮನ್ ... ನಿಧನರಾದರು." ಮನೆಗೆಲಸದ ಹುಡುಗಿ ತಾಯಿಗೆ ಸುದ್ದಿ ಮುಟ್ಟಿಸಲು ಓಡಿದಳು. ಇದ್ದಕ್ಕಿದ್ದಂತೆ ಗಟ್ಟಿಯಾದ ದನಿಗಳು ಕೇಳಿಸಿದವು. ತಾಯಿ ನಾನಿದ್ದಲ್ಲಿ ಬಂದಳು.

"ಸುದ್ದಿ ಕೇಳಿದೆಯಾ, ಜೊ? ಹೆರ್ಮನ್ ಸತ್ತನಂತೆ!"

"ಹೌದು; ಕೇಳ್ದೆ."

"ಪಾಪ! ಸಾವು ತುಂಬ ಬೇಗ ಬಂತು. ಇನ್ನೂ ಹುಡುಗ. ತಂದೆ ತಾಯಿ ಗೋಳು ಹೇಳೋ ಹಾಗಿಲ್ಲ."

"ನಿಜ, ಅಮ್ಮ."

"ಅವರಿಗೆ ಬೇರೆ ಮಕ್ಕಳಿದಾರ?"

"ಕಿರಿ ಮಗ ಇದಾನೆ– ಅವನದೂ ಸೂಕ್ಷ್ಮ ಪ್ರಕೃತಿ."

ತಾಯಿ ನಿರ್ಗಮಿಸಿದಳು. ನಾನು ಸುದ್ದಿಯನ್ನು ಅರ್ಥಮಾಡಿಕೊಳ್ಳಲು ಪ್ರಯತ್ನಿಸುತ್ತೇನೆ. ನಾನು ಅವನನ್ನು ಕಡೆಯಬಾರಿ ನೋಡಿದ್ದು ಯಾವಾಗ? ಒಂದು ವರ್ಷದ ಹಿಂದೆ– ಶ್ರೀಮತಿ ಮಾಸ್ ಅವರ ಗೃಹದಲ್ಲಿ. ನಾವು ಆರು ಮಂದಿ ಎಳೆಯರು. ನಮ್ಮಲ್ಲಿ ಒಬ್ಬರೂ ಬಾಯಿ ಬಿಡೆವು. ಯಾರಾದರೂ ಮಾತಾಡಬಾರದೆ? ನಿರೀಕ್ಷೆ, ನಿರೀಕ್ಷೆ, ನಿರೀಕ್ಷೆ; ನೀರವ, ನೀರವ, ನೀರವ. ಆಗ ಹೆರ್ಮನ್ ಬಂದ! ಬಂದ ಸುದ್ದಿಯನ್ನು ಅವನ ಕೆಮ್ಮು ಕೊಟ್ಟಿತು!

ಅವನೆಂದ: "ಹೊತ್ತಾದ್ದಕ್ಕೆ ಕ್ಷಮಿಸಿ. ನನ್ನ ಆರೋಗ್ಯ ಸರಿ ಇಲ್ಲ."

ಶ್ರೀಮತಿ ಮಾಸ್ ಹೇಳಿದಳು: "ಯಾಕಪ್ಪಾ ಬಂದೆ! ಸುಮ್ ಸುಮ್ನೆ ತೊಂದರೆ ತೊಗೋತಿ, ಮಗು."

"ಅಂಥ ಪ್ರಮಾದವೇನೂ ಆಗಿಲ್ಲ."

ಎಂದಿನಂತೆ ನಮ್ಮಲ್ಲಿ ಎಲ್ಲರಿಗಿಂತ ಹೆಚ್ಚು ಸ್ಫೂರ್ತಿದಾಯಕನಾಗಿದ್ದುದು ಅವನೇ. ನಕ್ಕು ನಕ್ಕು ಅವನಿಗೆ ಕೆಮ್ಮು ಬಂತು. ನಾವು ಹಾಡುವಾಗ ಮಾತ್ರ ಅವನು ನಮ್ಮೊಡನೆ ಸೇರಿಕೊಳ್ಳಲಿಲ್ಲ. ಅವನ ಧ್ವನಿ ಬೇರೆ ಸಂದರ್ಭಗಳಲ್ಲಿ ಮೊಳಗುತ್ತಿತ್ತು.

"ಹೆರ್ಮನ್, ಹಾಡು ಬಾ."

"ಉಹುಂ! ಡಾಕ್ಟ್ರು ಬೇಡ ಅಂದಿದಾರೆ."

ನಮ್ಮ ಹಾಡು ನಿಂತಿತು. ಅವನಿಲ್ಲದೆ ಹಾಡುವುದರಲ್ಲಿ ಸ್ವಾರಸ್ಯವಿರಲಿಲ್ಲ.

ಅವನು ನನ್ನನ್ನು ಮನೆವರೆಗೆ ಕರೆತಂದು ಬಿಟ್ಟು ಹೋದ. ಬೇಡ ಹೆರ್ಮನ್, ನಿನಗೆ ಸ್ವಸ್ಥವಿಲ್ಲ ಎಂದರೂ ಕೇಳಲಿಲ್ಲ. ನಾನು ಸ್ವಸ್ಥವಾಗಿದ್ದೇನೆ, ಎಂದ. ದಾರಿಯಲ್ಲಿ ತುಂಬ

ಮಾತನಾಡಿದೆವು; ಸ್ನೇಹಪೂರ್ಣವಾಗಿ. ನಾನು ಮನೆಗೆ ಶಾಂತವಾಗಿದ್ದೆ: ಹಿಂದೆ ಎಂದೂ ಹೀಗಾಗಿರಲಿಲ್ಲ. ಅವನ ಸಂಗಡ ಮಾತಾಡಿದಾಗೆಲ್ಲ ನನ್ನ ಚೇತನ ವಿಹ್ವಲಗೊಳ್ಳುತ್ತಿತ್ತು. ನನಗೆ ಯಾವ ವಿಷಯ ಕುರಿತೂ ಆಲೋಚಿಸುವುದಾಗುತ್ತಿರಲಿಲ್ಲ. ಮಾರನೆಯ ದಿನ ಜಾನ್‌ನೊಡನೆ ಭೇಟಿ ಇತ್ತು. ನಾನು ಯಾವ ಬ್ಲೌಸ್ ತೊಡಲಿ ಎಂದು ಯೋಚಿಸಿದೆ. ಒಮ್ಮೊಮ್ಮೆ ಜಾನ್‌ನ ವರ್ತನೆಯಿಂದ ನನಗೆ ಸಂದೇಹ ಬರುತ್ತಿತ್ತು – ಆದರೆ ಅದು ನಿಜವೆಂದು ನಂಬಲು ನಾನಿನ್ನೂ ಸಿದ್ಧಳಿರಲಿಲ್ಲ. ಅಲ್ಲದೆ ನನಗೆ ಅರ್ಥವಾಗಲಿಲ್ಲ – ಪ್ರೇಮ ಹೀಗೆ ಕಮರುವುದು ಸಾಧ್ಯವೆ?

ಹೂವಿನ ಗುಚ್ಛ ತರಲು ಹೋಗೋಣವೆಂದು ಲಿಯೊ ಮಾಸ್ ನನ್ನನ್ನು ಕರೆದ. ನನಗೆ ಹೂವಿನ ಗುಚ್ಛ ಹಿಡಿಸದು. ಕಪ್ಪು ಚಿಟ್ಟೆಯ ಹಿನ್ನೆಲೆಯಲ್ಲಿ ಅದರ ಬಿಳಿ ಹೊಳಪು ನನಗೆ ಸೇರದು. ಆದರೂ ನಾನೂ ಒಪ್ಪಿದೆ. ನನ್ನ ಮೇಲೆ ಹೆರ್ಮ್‌ನ ಮರಣದಿಂದ ಆದ ಪರಿಣಾಮದ ಸುಳಿವು ಕೊಡಬಾರದೆಂದು.

ಗುರುವಾರ ಹೆರ್ಮ್‌ನ ಸಮಾಧಿಯಾಗಲಿದೆ ಎಂದು ಲಿಯೊ ತಿಳಿಸಿದ. 'ಓ! ನನ್ನ ಮದುವೆಯ ದಿನ!' ಎಂದು ನಾನು ನನ್ನಷ್ಟಕ್ಕೆ ಅಂದುಕೊಂಡೆ, ನಾನು ಗಾಸಿಗೊಂಡೆ. ರಾತ್ರಿ ಹೊತ್ತಾದ ಮೇಲೆ ಲಿಯೊ ಒಂದು ಚೀಟಿಯನ್ನು ಬರೆದು ಹೂವಿನ ಗುಚ್ಛದ ಆಲೋಚನೆ ಬಿಟ್ಟುದಾಗಿ ತಿಳಿಸಿದ. ಹೂವುಗಳು ಬೇಡವೆಂದು ಮೃತನ ಸಂಬಂಧಿಕರು ತಿಳಿಸಿದ್ದರಂತೆ. ನನಗೆ ಹಾಯೆನಿಸಿತು.

ನನ್ನ ಮದುವೆಯ ದಿನವೇ ಹೆರ್ಮ್‌ನ ಸಮಾಧಿ ಎಂಬ ಸಂಗತಿ ನನಗೆ ಕಿರಿಕಿರಿ ಉಂಟುಮಾಡುತ್ತಿದೆ. ಕೆಲವೇ ವರ್ಷಗಳ ಹಿಂದೆ ನಾನು ಭಾವಿಸಿಕೊಂಡ ಚಿತ್ರವೇ ಬೇರೆ. ಮದುವೆಯ ದಿನ ನಾನು ಅವನ ಪಕ್ಕದಲ್ಲಿ; ಅವನ ಕಣ್ಣುಗಳು ಸಂತಸದಿಂದ ಹೊಳೆಯುತ್ತವೆ; ನನ್ನ ಮೇಲೆ ಅವನು ಮುಗುಳು ನಗುತ್ತಾ ಪ್ರೀತಿಯನ್ನು ಎರೆಯುತ್ತಾನೆ. ಅವನ ಕಣ್ಣುಗಳು, ಅವನ ನಗು– ನೆನೆಸಿಕೊಂಡರೇ ಸಾಕು ನನಗೆ ಹೊಸ ಜೀವ ಬರುತ್ತದೆ. ಬೆಟ್ಸಿ ಹೇಳಲಿಲ್ಲವೇ ಅವನ ಕಣ್ಣುಗಳು ಅವಳನ್ನು ಗುರುತಿಸಿದವೆಂದು ? ನಾನು ಊಹಿಸಬಲ್ಲೆ – ಅವನನ್ನು ಪ್ರೀತಿಸುವವಳನ್ನು ನೋಡಿದಾಗ ಅವನ ಮೊಗ ಹೇಗೆ ಅರಳುತ್ತಿತ್ತೆಂದು.

ಸಧ್ಯಃ ಈ ವಾರ ಪೂರ್ತಿ ನಮ್ಮ ಮನೆಯಲ್ಲಿ ಹಬ್ಬ, ಉತ್ಸವ ಯಾವುದೂ ಇಲ್ಲ. ಒಂದು ವೇಳೆ ಇದ್ದಿದ್ದರೆ ನನಗೆ ತುಂಬ ಕಷ್ಟವಾಗುತ್ತಿತ್ತು. ನಾನು ಅದರ ವಾತಾವರಣಕ್ಕೆ ಹೊಂದಿಕೊಳ್ಳುವುದಾದರೂ ಹೇಗೆ?

ಮನೆಯಲ್ಲಿ ಬರಲಿರುವ ಮದುವೆಯ ಸಿದ್ಧತೆಯ ಸದ್ದುಗದ್ದಲ, ತಾಯಿಯ ಮಾತಂತೂ ಹೇಳುವ ಹಾಗಿಲ್ಲ. ಅಲ್ಲಿಂದಿಲ್ಲಿ, ಇಲ್ಲಿಂದಲ್ಲಿ ಓಡುತ್ತಾಳೆ; ನಿಂತಲ್ಲಿ ನಿಲ್ಲಲಾರಳು. ಅವಳ ದಾರ್ಢ್ಯ ನೋಡಿ ನಾನು ಬೆರಗಾಗುತ್ತೇನೆ. ನನ್ನ ಮನಸ್ಸು ಹರಿದಾಡುತ್ತದೆ. ನಾನು ಸ್ವಿಟ್ಜರ್ಲೆಂಡಿಗೆ ಹೋಗುವುದನ್ನು ಕಂಡು ಗೆರ್ಡಾಗೆ ಅಸೂಯೆ. ಬೆಡೆಕರ್ ಪುಸ್ತಕ ತೆರೆದು, "ನೋಡು, ನೀನು ಈ ಸ್ಥಳವನ್ನು ಖಂಡಿತ ನೋಡಬೇಕು," ಎಂದು ಒಂದೊಂದು ಪುಟ ತೆಗೆದು ಹೇಳುತ್ತಿರುತ್ತಾಳೆ.

ಹೆರ್ಮ್‌ನ್ ವಿಷಯ ಯಾರೂ ಮಾತಾಡುವುದಿಲ್ಲ.

ಪ್ರವಾಸ – ಹೌದು, ನನಗೆ ತುಂಬ ಇಷ್ಟ. ಹೊಸ ದೃಶ್ಯಗಳನ್ನು ನೋಡುವುದು ಆನಂದ. ಹೊಸ ಬಾಳಿಗೆ ಶುಭ ಪೀಠಿಕೆ; ಹಳೆಯ ಜಗತ್ತನ್ನು ಹಿಂದೆ ಬಿಡಲು ಅನುಕೂಲ. ನನಗೋ, ಈ ಜಗತ್ತು ಉಸಿರು ಕಟ್ಟಿಸುತ್ತಿದೆ. ನನ್ನ ಮನಸ್ಸನ್ನು ಆಕ್ರಮಿಸುತ್ತಿರುವುದು ಒಂದೇ ಭಾವನೆ – ಮದುವೆಯ ದಿನ, ಹೆರ್ಮ್‌ನ ಸಮಾಧಿಯ ದಿನ.

ಜಾನ್‌ಗೆ ಹಿಡಿಸಲಾರದ ಸಂತೋಷ. ಮನಸ್ಸಿಗೆ ಬಂದದ್ದನ್ನು ಆಡಿ, ಎಲ್ಲರನ್ನೂ ನಗಿಸುತ್ತಾನೆ; ದಿನವೆಲ್ಲಾ ಹಾಡುತ್ತಾನೆ. ಸಂಜೆ ನಾವಿಬ್ಬರೇ ತೋಟದಲ್ಲಿದ್ದಾಗ ನಮ್ಮ ಭವಿಷ್ಯ ಕುರಿತು ಮಾತನಾಡುತ್ತಾನೆ: ನಾವು ಜತೆಯಾಗಿ ಹೋಗುವುದು, ಜತೆಯಾಗಿ ಓದುವುದು. ದಿನದ ಕೆಲಸ ಮುಗಿದ ಮೇಲೆ ಅವನು ಶಾಂತಿ – ಸುಖ ಬಯಸುತ್ತಾನೆಂಬುದನ್ನು ನಾನು ಊಹಿಸಬಲ್ಲೆ. ನನಗೆ ಒಂದು ಬಗೆಯ ಸಮಾಧಾನ. ನಾನು ನನ್ನ ಭವಿಷ್ಯದ ಬಾಳನ್ನು ಚಿತ್ರಿಸಿಕೊಳ್ಳಬಲ್ಲೆ: ನನಗೆ ಗೊತ್ತು, ನಾನು ಅವನನ್ನು ಸುಖಿಯಾಗಿಡಬಲ್ಲೆನೆಂದು. ಆ ಬಗ್ಗೆ ನನಗೆ ಯಾವ ಭೀತಿ, ಆತಂಕ ಇಲ್ಲ. ಅವನ ಸಂಗಡ ಹೆಜ್ಜೆ ಹಾಕುತ್ತಾ ನಾನು ಮುಗುಳುನಗುತ್ತೇನೆ.

ಆದರೂ ನನಗೆ ತುಂಬ ವಯಸ್ಸಾದಂತೆ ಅನುಭವವಾಗುತ್ತದೆ. ಆಲೋಚನೆ ಮಾಡಿ ಮಾಡಿ ಬಸವಳಿದು ಹೋದವರಂತೆ; ಸಂತೋಷದಲ್ಲಿ ಸಂಭ್ರಮದಿಂದ ಕುಣಿದಾಡುವ ಹುಮ್ಮಸ್ಸನ್ನು ಕಳೆದುಕೊಂಡು, ನಿರ್ವಿಕಾರ ಭಾವದಿಂದ ಸುಖವನ್ನು ಎದುರುಗೊಳ್ಳುವವರಂತೆ.

ಯಾಕೆ ಹೀಗೆ? ಆದರ, ಬೆಚ್ಚನೆಯ ಸ್ನೇಹ ಇದೆ. ಆದರೆ – ತೀವ್ರವಾದ ಪ್ರೀತಿ ಮಾತ್ರ ಉಹುಂ!

ನಿಜ, ಅದು ಜೀವನದಲ್ಲಿ ಒಮ್ಮೆ ಮಾತ್ರ ಬರುವ ಅನುಭವ. ಯೌವನದ ಆ ಪ್ರೀತಿ, ಹೃದಯದ ಕಟ್ಟೊಡೆದು ದೇಹ ಮನಸ್ಸನ್ನು ತುಂಬುವ ಪ್ರೀತಿ, ಎರಡು ಸಲ ಬರುವಂಥದಲ್ಲ. ಅದನ್ನು ನೆನೆಸಿಕೊಂಡರೆ, ಬೇರೆ ಎಲ್ಲ ಕ್ಷುಲ್ಲಕ ಅನಿಸುತ್ತದೆ.

ನನ್ನ ಯೌವನ ಕಳೆದ ಸಂಗತಿ. ಅದರಲ್ಲಿ ಅರಳುವ ಏಕೈಕ ಹೂ ಅರಳಿ, ಉದುರಿದೆ. ಅಯ್ಯೊ ಅನಿಸುತ್ತದೆ. ಬದುಕು ಬಿರಿಯುತ್ತಿದೆ ಅನಿಸುತ್ತದೆ– ಆದರೆ ಬಹುಪಾಲು ನನ್ನನ್ನು ತಟ್ಟದು. ನಾನು ಒಂಟಿಯಾಗಿರಬಾರದೆ – ನನ್ನಷ್ಟಕ್ಕೆ ನಾನು, ನನ್ನ ನೆನಪುಗಳೊಂದಿಗೆ! ಬೇರೆ ಯಾವುದೂ ನನಗೆ ಸೇರುವುದಿಲ್ಲ.

ನನಗೊಂದು ಯೋಚನೆ ಬಂತು – ನಮ್ಮ ಮದುವೆಯನ್ನು ಒಂದು ವಾರದ ಮಟ್ಟಿಗೆ ಮುಂದೆ ಹಾಕೋಣವೆಂದು ಜಾನ್‌ನನ್ನು ಕೇಳಲೆ? ಜಾನ್‌ಗೆ ಸಂಶಯ ಬರುವುದು ಖಂಡಿತ. ಭೂತಗನ್ನಡಿಯಲ್ಲಿ ನನ್ನನ್ನು ಪರೀಕ್ಷಿಸುತ್ತಾನೆ. ನಾನು ಎಲ್ಲಾ ಹೇಳಬೇಕಾಗುತ್ತದೆ. ನಮ್ಮ ಸುಖದ ಮೇಲೆ ನೆರಳು ಬೀಳುತ್ತದೆ. ಅದು ಕಡೆಯವರೆಗೆ ಉಳಿಯಬಹುದು. ಈವರೆಗೆ ಅದು ನನ್ನ ಎದೆಯ ಗೂಡಲ್ಲೇ ಅವಿತಿದೆ – ಕಡೆಯ ತನಕ ಅದು ಹಾಗೇ ಅವಿತಿರುವುದು ವಾಸಿ. ನಾನೇ ಅನುಭವಿಸುತ್ತೇನೆ, ಧೈರ್ಯದಿಂದ, ಶಾಂತವಾಗಿ, ನಗೆಮೊಗದಿಂದ.

ಈ ಪ್ರೀತಿ ನನ್ನನ್ನು ಗಾಬರಿಗೊಳಿಸುತ್ತದೆ. ಅದು ಸತ್ತಿತೆಂದೇ ನಾನು ತಿಳಿದಿದ್ದೆ. ಈಗ ಭೂತದಂತೆ ಎದ್ದು ಬರುತ್ತಿದೆ. ನನ್ನ ಹೊಂಬೆಳಕಿನ ಹೊಸ ಪ್ರಪಂಚದ ಮೇಲೆ ನೆರಳನ್ನು ಕವಿಸುತ್ತಿದೆ. ತಿಳಿಯಾದ ನೀಲಿ ಬಾನಿನಲ್ಲಿ ಮೋಡ ಮುಚ್ಚಿಕೊಳ್ಳುತ್ತಿದೆ. ನನಗೆ ಗೊತ್ತಿಲ್ಲದೆಯೇ ನನ್ನೊಳಗಿರುವ ಪ್ರಚಂಡ ಶಕ್ತಿ ಅಳಿದೀತೆ – ಎಂದಾದರೂ? ಅಥವಾ ನಾನು ಬದುಕಿರುವವರೆಗೆ ಅದು ನನ್ನನ್ನು ಹಿಂಸಿಸುವುದೆ?

ಗುರುವಾರ. ನಾನು ಕಣ್ಣು ಬಿಡುತ್ತಿದ್ದಂತೆ ಮೊದಲು ನೆನಪಿಗೆ ಬರುವುದು – ಇಂದು ಹೆರ್ಮನ್‌ನನ್ನು ಸಮಾಧಿ ಮಾಡುವ ದಿನ! ಆಮೇಲೆ ನನ್ನ ಮದುವೆಯ ನೆನಪು. ನನಗೆ ಬಳಲಿಕೆ. ಅಪರಾಧದ ಭಾವನೆ. ಏಳಲು ಮನಸ್ಸು ಬಾರದು. ಇವತ್ತು ನನ್ನನ್ನು ನನ್ನ ಪಾಡಿಗೆ ಬಿಡಬಾರದೆ! ಒಂದು ದಿನ, ಒಂದು ವಾರ– ಅದರಿಂದ ಆಗುವ ನಷ್ಟವೇನು?

ಈ ದಿನವನ್ನು ಹೇಗೆ ಕಳೆಯಲಿ? ನಾನು ಯೋಚಿಸುವುದು, ಮಾತಾಡುವುದು,

ಬೆಟ್ಟದಷ್ಟಿದೆ. ಈ ಸದ್ದುಗದ್ದಲ ಯಾರಿಗೆ ಬೇಕು! ಇನ್ನು ಬದುಕೆಂದರೆ ದಿನಗಳನ್ನು ಕಳೆಯುವುದು: ನನ್ನ ಕಾಲ ಮುಗಿಯಿತು; ನನ್ನ ಉತ್ಸಾಹದ ಚಿಲುಮೆ ಬತ್ತಿದೆ; ನನ್ನ ಹೃದಯ ಕಲ್ಲಾಗಿದೆ. ನಾನು ಬದುಕಿದ್ದು ಆಇ; ಭೂಲಕಾಲದಲ್ಲಿ.

ಕೆಳಗೆ ಕಣ್ಣು ಕೋರೈಸುವ ಬಿಸಿಲು, ಹೂವುಗಳ ರಾಶಿ. ಗೆರ್ಡಾ ನನಗಾಗಿ ಒಂದು ಬಿಳಿ ಗುಲಾಬಿಯನ್ನು ತಂದಿದ್ದಾಳೆ. "ಜೊ! ಒಂದು ನಿಮಿಷ ತಾಳು. ಇದನ್ನು ನಿನ್ನ ಟೀ ಕಪ್ ಹಿಡಿಗೆ ಕಟ್ಟೇನೆ – ಹೀಗೆ!"

"ಜಾಣೆ! ಈಗ ಹೋಗಿ ಜಾನ್‌ಗೋಸ್ಕರ ಒಂದು ಕೆಂಪು ಗುಲಾಬಿ ತರ್ತೀಯಾ?"

ಹೇಳಿದ್ದೇ ತಡ ಓಡುತ್ತಾಳೆ – ತುಂಟಿ.

ಹಬ್ಬದ ಸಡಗರ ಚೇತೋಹಾರಿ. ಎಲ್ಲೆಲ್ಲೂ ಆನಂದ. ತಾಯಿಗೆ, ನನ್ನ ಪುಣ್ಯ, ಏನೂ ಅನಿಸುತ್ತಿಲ್ಲ. ಗೆರ್ಡಾ ನನ್ನೊಡನೆ ಕೇಳುತ್ತಾಳೆ:

"ದೇವರೆ! ನಿನಗೆ ಹೇಗೆ ತಿನ್ನೋದಕ್ಕೆ ಸಾಧ್ಯವಾಗ್ತದೆ? ನನಗಾದ್ರೆ ಒಂದು ತುತ್ತು ನುಂಗೋದಕ್ಕೂ ಆಗ್ತಿಲ್ಲ."

ಮಿಯನ್ ಅವಳಿಗೆ ಉತ್ತರ ಕೊಡುತ್ತಾಳೆ:

"ಯಾಕೆ? ಮದುವೆಯ ಬಗ್ಗೆ ಖಚಿತ ನಿರ್ಣಯ ಮಾಡಿದ್ಮೇಲೆ ಕಾತರವೆಲ್ಲಿ? ಯೋಚಿಸೋದಕ್ಕೆ ಬೇಕಾದಷ್ಟು ಕಾಲ ಇತ್ತಲ್ಲ! ಸದ್ಯಃ ಅಳುತ್ತಾ ಕರೆಯುತ್ತಾ ಮದ್ವೆ ಮಾಡ್ಕೊಳ್ಳೋ ಕಾಲ ಹೋಯ್ತು."

ಅದಕ್ಕೆ ಗೆರ್ಡಾ ಅನ್ನುತ್ತಾಳೆ:

"ಏನೇ ಅಂದ್ರೂ ತಾಯಿ ಅಳೋದಂತೂ ನಿಶ್ಚಯ."

"ಹುಚ್ಚಿ! ಜೊ ಈಸ್ಟ್ ಇಂಡೀಸ್‌ಗೆ ಹೊರಟುಹೋಗ್ತಾಳೆ ಅನ್ನೋ ಹಾಗೆ! ಅಷ್ಟಕ್ಕೂ ಅವಳು ಇಲ್ಲೇ ಇರ್ತಾಳೆ. ಲೆಡನ್ ನೆರೆಮನೆ ಇದ್ಹಾಗೆ."

ನಾನು ಕನ್ನಡಿ ಮುಂದೆ. ಗೆರ್ಡಾ ನನ್ನ ಮದುವೆಯ ಉಡುಪನ್ನು ಅಂದ ಮಾಡಿದ್ದಾಳೆ. ಕಳ್ಳಿ! ದೂರ ನಿಂತು ನಾನು ಹೇಗೆ ಕಾಣುತ್ತೇನೆಂದು ನೋಡುತ್ತಾಳೆ. "ತುಂಬ ಚೆನ್ನಾಗಿ ಕಾಣಿಸ್ತೀ!" ಅಂತಾಳೆ. ನಾನು ಆಗ್ಲೆ ಮುದುಕಿ ಆಗಿ ಹೋದೆ ಅನ್ನೋ ಹಾಗೆ!

ತನ್ನ ತೋಳನ್ನು ನೀಡಿ, ಜಾನ್ ನನ್ನನ್ನು ಕೆಳಗೆ ಕರೆದುಕೊಂಡು ಹೋಗುತ್ತಾನೆ. ಬಿಸಿಲು ಎಲ್ಲೆಲ್ಲೂ ಸಂತಸ. ನಾನೂ ತೃಪ್ತಳು. ನಾನು ಬೆಳಗ್ಗೆ ಮೂದೇವಿಯಂತೆ ಕೊರಗಲು ಆದದ್ದಾದರೂ ಏನು? ನಾನು ಜಾನ್‌ನನ್ನು ಬೇಸರದಿಂದೇನು ಮದುವೆಯಾಗುತ್ತಿಲ್ಲವಲ್ಲ! ನನಗೇನು ಜಾನ್ ಇಷ್ಟವಿಲ್ಲವೆ! ನಾನು ಹುಡುಗಿ – ಎಲ್ಲ ಹೊಂಬೆಳಗು. ನಾನು ನಿಜವಾಗಿ ಕೃತಜ್ಞಳಾಗಿರಬೇಕು – ಜಾನ್‌ಗೆ, ತಾಯಿಗೆ, ಹುಡುಗಿಯರಿಗೆ. ಹಳೆಯದು ದೂರವಾಗಿ ಈಗ ಮೃದುಭಾವ ಎಚ್ಚರಗೊಳ್ಳುತ್ತಿದೆ – ಪವಿತ್ರ, ಗಂಭೀರ.

ಒಂದು ವೇಳೆ ಹೆರ್ಮನ್ ಒಪ್ಪಿದ್ದರೆ? ಈಗ ನಾನು ಸೂತಕದ ಮನೆಯಲ್ಲಿರಬೇಕಾಗುತ್ತಿತ್ತು; ಅವನ ತಾಯಿಯ ಮಡಿಲಲ್ಲಿ ಕಣ್ಣೀರಿಡಬೇಕಾಗುತ್ತಿತ್ತು; ಕಡೆಯ ಬಾರಿಗೆ ಅವನ ಮುಖದ ಮೇಲೆ ಬಾಗಿ...

ಅಶುಭ ಆಲೋಚನೆ! ನಾವು ಮೆರವಣಿಗೆಯ ಸಾರೋಟಿನಲ್ಲಿ ಕುಳಿತಾಗ ಅದು ಬರಬೇಕೆ? ನಾನು ಇಷ್ಟಪಡಲಿ ಬಿಡಲಿ ಅದು ಪೆಡಂಭೂತವಾಗಿ ಬೆಳೆಯುತ್ತದೆ; ಅದನ್ನು ಆಚೆಗೆ ನೂಕುವುದು ಅಸಾಧ್ಯ. ನೀರಸ ನಿಜ ಜೀವನದ ಕಟಕಿ:

"ಅವನನ್ನ ಪ್ರೀತಿಸಿದ ಹುಡುಗಿ ಏನು ಮಾಡಿದ್ಲು ?"

"ಮಾಡಿದ್ದೆ? ಅವನನ್ನು ಸಮಾಧಿ ಮಾಡಿದ ದಿನ ಬೇರೆಯವನೊಬ್ಬನನ್ನು ಮದುವೆಯಾದ್ಲು!"

ಬೆಟ್ಸಿ ಅಲ್ಲಿರಬಹುದೆ? ಅವರಿಬ್ಬರ ನಡುವೆ ಗುಪ್ತ ಒಪ್ಪಿಗೆ ಇದ್ದುದೇ ಆದರೆ, ಇರುತ್ತಾಳೆ. ನನ್ನನ್ನು ಯಾರೂ ನೆನೆಸುವುದಿಲ್ಲ. ಅವನ ಬದುಕಿನಲ್ಲಿ ನಾನು ಏನೂ, ಏನೂ ಆಗಿರಲಿಲ್ಲ.

ಎಲ್ಲೆಲ್ಲೂ ಬಿಸಿಲು; ರಸ್ತೆಯಲ್ಲಿ ಹಿತವಾದ ಗದ್ದಲ; ಚಲಿಸುವ ಬಂಡಿಗಳ ಚಕ್ರಗಳ ಸದ್ದು. ಕಿರುದಾರಿಯಲ್ಲಿ ನಮ್ಮ ಸಾರೋಟು ಇದ್ದಕ್ಕಿದ್ದಂತೆ ನಿಲ್ಲುತ್ತದೆ. ಕಿಟಕಿಯಲ್ಲಿ ಎರಡು ರಾಜ ಅಶ್ವಗಳು ಕಾಣಿಸುತ್ತವೆ. ಅದರ ಹಿಂದೆ ಶವದ ಪೆಟ್ಟಿಗೆ, ನಾನು ಬೆಚ್ಚುತ್ತೇನೆ; ಗಂಟಲು ಬಿಗಿಯುತ್ತದೆ– ಹೆರ್ಮನ್! ಒಂದು ಬಂಡಿಯಲ್ಲಿ ಅವನ ಸೋದರ ಕಾಣಿಸುತ್ತಾನೆ – ತೆಳ್ಳಗೆ, ಎತ್ತರ. ನಾನು ಹಿಂದಕ್ಕೆ ಒರಗುತ್ತೇನೆ; ಕೈಕಾಲು ತಣ್ಣಗೆ; ನನ್ನ ಹೃದಯ ಹಾರುತ್ತದೆ.

ಒಂದು ಕ್ಷಣ ಜಾನ್ ಮುಖದ ಮೇಲೆ ನೆರಳು ಆವರಿಸುತ್ತದೆ. ಆಮೇಲೆ, ತನ್ನ ಭಾವನೆಯನ್ನು ತೋರಗೊಡದೆಂದು ಅವನು ಕೇಳುತ್ತಾನೆ:

"ಯಾಕೆ ಜೊ? ಅಪಶಕುನವೆಂದು ಹೆದರಿದೆಯಾ ? ನಿನ್ನ ಮುಖ ಯಾಕೆ ಬಿಳುಪಾಗಿದೆ? ಈ ಶವದ ಮೆರವಣಿಗೆಯನ್ನು ನೋಡಿ ನಿಜವಾಗಿಯೂ ನೀನು ಬೆದರಿದೆಯಾ ?"

"ಅದು ಹೆರ್ಮನ್ ವಾನ್ ಹೂಟೆನ್ – ನಾನು ಅವನ ಸೋದರನನ್ನು ನೋಡಿದೆ."

"ಓ ಅದೇ ನೀನು ಆವತ್ತು ಹೇಳ್ತಿದ್ದೆಯಲ್ಲಾ, ಆ ಹುಡುಗ ತಾನೆ ?"

ಕೌತುಕ, ಸಂಶಯ – ಯಾವುದೂ ಇಲ್ಲ; ಲೋಕರೂಢಿಯ ಮಾತು; ಪೂರ್ತಿ ಅಸಡ್ಡೆ. ಈ ಮನುಷ್ಯನಿಗೆ ಭಾವನೆಗಳೇ ಇಲ್ಲವೆ ? ನನ್ನ ಹೃದಯದ ತುಮುಲ ಅವನಿಗೆ ತಿಳಿಯದೆ ? ಅಷ್ಟು ಸಹಾನುಭೂತಿ ಇಲ್ಲವೆ ? ನನ್ನ ಸ್ಥಿತಿಯ ಅರಿವೇ ಅವನಿಗಾಗದು – ನನ್ನ ಕಡೆ ಎಳ್ಳಷ್ಟೂ ಗಮನ ಕೊಡುತ್ತಿಲ್ಲವೆಂದು ತಿಳಿಯಲೆ ? ನನ್ನ ಧ್ವನಿ ಕಂಪಿಸುತ್ತಿದೆ ! ನನ್ನ ತುಟಿಗಳು ಅದುರುತ್ತಿವೆ; ನನ್ನ ಉಸಿರು ವೇಗವಾಗಿದೆ. ಅವನಿಗೆ ಗೊತ್ತಿಲ್ಲದ ನನ್ನ ಖಾಸಗಿ ಜೀವನವಿದೆ ಎಂದು ಅವನಿಗೆ ಸಂಶಯವೂ ಬಾರದು! ನನ್ನನ್ನು ಸಂಪೂರ್ಣ ಬಲ್ಲೆನೆಂದು ನಂಬಿದ್ದಾನೆ: ನಾನೊಂದು ಮಗು, ಅವನಿಂದ ಬೇಕಾದ್ದು ಪಡೆಯಲಿಕ್ಕೆ. ನನಗೆ ಸ್ವಂತದ್ದೇನೂ ಇಲ್ಲ ಎನ್ನುವಂತೆ. ಅವನಿಗೆ ತಿಳಿಯದು – ನಾನು ಅವನಿಗಿಂತ ಹೆಚ್ಚು ಬೆಳೆದಿದ್ದೇನೆ. ಅವನಿಗೆ ದುಃಖವೆಂದರೇನು ತಿಳಿಯದು.

ಸಾರೋಟಿನಿಂದ ಇಳಿದ ತಾಯಿಯ ಮುಖ ಬಿಳಿಚಿಕೊಂಡಿದೆ. ಮಿಯನ್ ಕಿವಿಯಲ್ಲಿ ಅವಳು ಏನೋ ಹೇಳುತ್ತಿದ್ದಾಳೆ. ಅದನ್ನು ತಳ್ಳಿಹಾಕುವಂತೆ ಮಿಯನ್ ಏನೋ ಹೇಳಿ ಭುಜ ಕುಣಿಸುತ್ತಿದ್ದಾಳೆ. ನನಗೆ ಅರ್ಥವಾಗುತ್ತಿದೆ. ಶವದ ಮೆರವಣಿಗೆ ದಾರಿಯಲ್ಲಿ ಸಿಕ್ಕಿ ತಾಯಿ ಗಲಿಬಿಲಿಗೊಂಡಿದ್ದಾಳೆ. ಅದು ಕಾಕತಾಳೀಯ ಎಂದು ಮಿಯನ್ ಸಮಾಧಾನ ಹೇಳುತ್ತಿದ್ದಾಳೆ:

"ಎಂಥ ಗೊಡ್ಡೇ ನೀನು ! ಅದು ಆಕಸ್ಮಿಕ ! ಅದಕ್ಕೆಲ್ಲಾ ಒದ್ದಾಡ್ತಾರಾ ?"

ಕಾತರದಿಂದ ತಾಯಿ ನನ್ನ ಕಡೆ ನೋಡುತ್ತಾಳೆ. ನಾನು ಮುಗುಳು ನಗಲು ಪ್ರಯತ್ನಿಸುತ್ತೇನೆ. ಗೆರ್ಡಾ ಕೂಗಿಕೊಳ್ಳುತ್ತಾಳೆ:

"ಅಯ್ಯೋ, ಜೋಗೆ ಏನೋ ಆಗಿದೆ ! ಬಿಳಿಚಿಕೊಂಡಿದಾಳೆ !"

ನಾವು ಮಹಡಿಯನ್ನು ಏರುತ್ತೇವೆ. ಅಯ್ಯೋ ದೇವರೆ ! ನನ್ನ ಪಾಡು ಯಾರಿಗೂ ಬೇಡ! ಸ್ವಲ್ಪ ಹೊತ್ತು ನನ್ನ ಪಾಡಿಗೆ ನನ್ನನ್ನು ಬಿಡಬಾರದೆ ? ನನ್ನ ಪಕ್ಕದಲ್ಲಿ ಜಾನ್– ಅವನಿಗೆ ಹೆಮ್ಮೆ, ಸಂತಸ. ಯಾರೂ ನನ್ನನ್ನು ಅರ್ಥ ಮಾಡಿಕೊಳ್ಳುತ್ತಿಲ್ಲ. ನನ್ನ ಅಳಲನ್ನೆಲ್ಲಾ ನಾನೇ ಒಳಗೆ ಬಚ್ಚಿಟ್ಟುಕೊಳ್ಳಬೇಕು – ನಿಧಿಯಂತೆ !

○ ಕಾನ್‌ರಾಡ್ ವಾನ್ ಡರ್ ಲೀಡ್

ನನ್ನ ವೀರ

ನನಗೆ ಹನ್ನೆರಡೊ, ಹದಿಮೂರೊ, ನನ್ನ ವಯಸ್ಸಿನ ಇತರ ಹುಡುಗರಂತೆ ಕುಣಿದು ಕುಪ್ಪಳಿಸುತ್ತಿದ್ದೆ, ತುಂಟತನ ಮಾಡುತ್ತಿದ್ದೆ; ನನಗೆ ಆದರ್ಶಗಳು, ಭ್ರಮೆಗಳು ಇದ್ದವು.

ಮಾಸ್ತರರ ದೃಷ್ಟಿಯಲ್ಲಿ ನಾನು ಶಾಲೆಯ ಹೊರಗೆ ಕೆಲಸಕ್ಕೆ ಬಾರದವನು; ಶಾಲೆಯಲ್ಲಿ ತುಂಟ, ಆದರೆ ಓದು ಬರಹದಲ್ಲಿ ಚಾಲಾಕು. ನನಗೆ ಲೆಕ್ಕ, ವ್ಯಾಕರಣಗಳಂಥ ಶುಷ್ಕ ವಿಷಯಗಳಲ್ಲಿ ಮನಸ್ಸು ನಾಟದು. ಚರಿತ್ರೆ ಎಂದರೆ ಮಾತ್ರ ಉತ್ಸಾಹ– ಅದರಲ್ಲೂ ನಮ್ಮ ದೇಶದ ಚರಿತ್ರೆ.

ಚರಿತ್ರೆ ಎಂದರೆ ಪೂರ್ತಿ ಚರಿತ್ರೆಯೂ ಅಲ್ಲ. ನನ್ನ ಮನಸ್ಸನ್ನು ಸೆರೆಹಿಡಿಯುತ್ತಿದ್ದುದು ವೀರಾಧಿವೀರರ ಸಾಹಸ, ಶೌರ್ಯ. ಉದಾಹರಣೆಗೆ ಸ್ಪಾರ್ಟನರು, ರೋಮನರು ಕೈಗೊಂಡ ಜೈತ್ರ ಯಾತ್ರೆಗಳು.

ನನಗೆ ತಿನ್ನಲು ಬ್ರೆಡ್– ಬೆಣ್ಣೆ ಕೊಟ್ಟಾಗ ನಾನು ಅನ್ಯ ಮನಸ್ಕನಾಗುತ್ತಿದ್ದೆ. ಯುದ್ಧಭೂಮಿಯಲ್ಲಿ ಯೋಧರು ತಿನ್ನುತ್ತಿದ್ದ ಒಣಕಲು ರೊಟ್ಟಿಯ ತುಂಡು ಎಷ್ಟು ರುಚಿಯಾಗಿರುತ್ತದೆ ಎಂದುಕೊಳ್ಳುತ್ತಿದ್ದೆ. ನಾನು ಹಾಕಿಕೊಳ್ಳುತ್ತಿದ್ದ ಬಟ್ಟೆಬರೆಗಳ ಬಗ್ಗೆಯೂ ನನಗೆ ತಾತ್ಸಾರ – ರೋಮನ್ ವೀರರ ಉಡುಪೆಲ್ಲಿ, ನನ್ನ ಉಡುಪೆಲ್ಲಿ ಹಾಗೆಯೇ ಶಾಂತವಾಗಿ ಸಮುದ್ರದಲ್ಲಿ ತೇಲುವ ಹಡಗುಗಳೂ ನನಗೆ ಅಷ್ಟಕ್ಕಷ್ಟೆ: ಮದ್ದುಗುಂಡು ತುಪಾಕಿಗಳನ್ನು ಹೊತ್ತ ಯುದ್ಧ ನೌಕೆಗಳು ನಿಜವಾದ ಹಡಗುಗಳು – ನನ್ನ ಪಾಲಿಗೆ! ನನಗಿದ್ದ ಆದರ್ಶ ಒಂದೇ – ನಾನೊಬ್ಬ ವೀರನಾಗಬೇಕು.

ವೀರರ ಬಗ್ಗೆ ನನ್ನ ಕಲ್ಪನೆ ಅಸ್ಪಷ್ಟವಾಗಿತ್ತು. ಖಚಿತ ವಾಗಿದ್ದುದು ಇಷ್ಟು ಮಾತ್ರ: ಬಲಿಷ್ಠ ಶತ್ರುಗಳನ್ನು ಯುದ್ಧಗಳಲ್ಲಿ ಸೋಲಿಸಬೇಕು; ತನ್ನ ಪ್ರಾಣವಾದ ಬಾವುಟಕ್ಕಾಗಿ ತನ್ನ ಹಡಗಿಗೆ ಬೆಂಕಿ ಇಡಬೇಕು; ಅವನ ಎದೆಯಲ್ಲಿ (ಬೆನ್ನಿನಲ್ಲಿ ಅಲ್ಲ!) ಗಾಯದ ಗುರ್ತುಗಳಿರಬೇಕು. ಅವನ ಶೌರ್ಯಕ್ಕೆ ಸರಿಯಾಗಿ ಅವನಲ್ಲಿ ಔದಾರ್ಯವಿರಬೇಕು – ಹೀಗೆ ನಾನು ಭಾವಿಸುತ್ತಿದ್ದೆ.

ನಾನೂ ಒಬ್ಬ ವೀರನಾಗಬೇಕೆಂಬ ಹಂಬಲ. ಆದರೆ ಅದಕ್ಕೆ

ಹುಡುಗನಾದ ನಾನು ಅನರ್ಹ ಎಂದು ತಿಳಿದಿದ್ದೆ. ಹೋಗಲಿ, ಒಬ್ಬ ವೀರನನ್ನು ಕಂಡು, ಅವನ ಬಗ್ಗೆ ತಿಳಿಯಬೇಕು ಅನ್ನಿಸಿತು.

ಅದಕ್ಕೆ ಒಳ್ಳೆಯ ಅವಕಾಶವೂ ಸಿಕ್ಕಿತು. ಹಿಂದೆ ಸೈನ್ಯದಲ್ಲಿದ್ದು, ಈಗ ನಮ್ಮ ಮನೆಯಲ್ಲಿ ಸಣ್ಣ ಪುಟ್ಟ ಚಾಕರಿಗಳನ್ನು ಮಾಡುತ್ತಿದ್ದ ಫ್ರಾನ್ಜ್ ಯಾಕೆ ನನ್ನ ವೀರ ಆಗಬಾರದು? ಅವನ ಪರಿಚಯ ಮಾಡಿಕೊಂಡರಾಯಿತು!

ಅವನ ಮುಖದಲ್ಲಿ ಗಾಯದ ದೊಡ್ಡ ಗುರುತಿತ್ತು: ಅವನ ದೇಹದ ಮೇಲೆ ಬೇರೆ ಗುರುತುಗಳು ಇರಲಿಕ್ಕೇ ಬೇಕೆಂದು ನಾನು ಭಾವಿಸಿದೆ. ಆದರೆ ಅವನು ನನ್ನೆದುರು ಬಟ್ಟೆ ಕಳಚುವ ಅವಕಾಶವಿರಲಿಲ್ಲ. ಯಾಕೆಂದರೆ ಅವನು ನಮ್ಮ ಮನೆಯಲ್ಲಿರದೆ, ದಿನನಿತ್ಯ ಬಂದು ತನ್ನ ಕೆಲಸ ಮುಗಿಸಿ ಹಿಂದೆ ಹೋಗುತ್ತಿದ್ದ. ಆದುದರಿಂದ ಆ ಗುರುತುಗಳನ್ನು ನೋಡುವುದು ಅಸಂಭವವೆಂದು ಅನ್ನಿಸಿತು.

ಹಾಗಿದ್ದೂ ಆ ಗುರುತುಗಳು ಇವೆಯೆಂದೇ ನಾನು ದೃಢವಾಗಿ ನಂಬಿದೆ. ಆದರೆ ಅವನಿಗೆ ಎರಡೂ ಕೈಗಳಿದ್ದವು, – ಮರದ ಕಾಲಿರಲಿಲ್ಲ – ಇದು ನನ್ನ ದೃಷ್ಟಿಯಲ್ಲಿ ದೊಡ್ಡ ದೋಷವೆಂದು ಕಂಡರು ಕೂಡ, ಅವನ ಅದೃಶ್ಯ ಗಾಯಗಳನ್ನು ನೆನೆದು ನಾನು ತೃಪ್ತಿಪಟ್ಟುಕೊಳ್ಳುತ್ತಿದ್ದೆ.

ಹೀಗೆ ನಾನು ಅವನನ್ನು ವೀರನ ಪಟ್ಟಕ್ಕೆ ಏರಿಸಲು ಶ್ರಮಪಡುತ್ತಿದ್ದಾಗಲೇ ನನ್ನ ಕನಸು ಒಡೆದು ಚೂರಾಗಬೇಕೆ?

ಒಂದು ದಿನ ಅವನೊಡನೆ ನಮ್ಮ ಅಡುಗೆಮನೆಯ ಕೆಲಸದವಳು ಹರಟುತ್ತಿದ್ದಳು. ಅವರ ಮಾತು ನನ್ನ ಕಿವಿಗೆ ಬೀಳುತ್ತಿತ್ತು. ಅವನ ಮುಖದ ಮೇಲಿದ್ದ ಕಲೆಯ ಬಗ್ಗೆ ಅವಳಿಗೂ ಕುತೂಹಲ. ಯಾವ ಯುದ್ಧದಲ್ಲಿ ಈ ಗಾಯವಾಯಿತು ಎಂದು ಅವಳು ಸಹಜವಾಗಿ ಕೇಳಿದಳು.

ಅದಕ್ಕೆ ಅವನು ನಗಬೇಕೆ? ನಗುವನ್ನು ನಿಲ್ಲಿಸಿ, ಅವನು ಹೇಳಿದ ಉತ್ತರವೋ! ನನ್ನ ವೀರ ಯುದ್ಧಕ್ಕೆ ಹೋದುದೇ ಇಲ್ಲವಂತೆ; ಅಷ್ಟೇ ಅಲ್ಲ, ಅವನಿಗೆ ಅಂಥ ಅವಕಾಶ ತಪ್ಪಿದ್ದಕ್ಕೆ ಸಮಾಧಾನ ಕೂಡ! ಇನ್ನು ಮುಖದ ಮೇಲೆ ಇದ್ದ ಗಾಯದ ಗುರುತು? ಒಂದು ಸಂಜೆ, ಸೈನ್ಯ ಬಿಡುವ ಸಂದರ್ಭದಲ್ಲಿ, ತನ್ನ ಗೆಳೆಯನಿಗೆ ಕುಡಿಸಿದನಂತೆ. ಆ ಗೆಳೆಯ ಅತಿಯಾಗಿ ಕುಡಿದು ಅದರ ಅಮಲಿನಲ್ಲಿ ಇವನನ್ನು ಕಿಟಿಕಿಯಿಂದ ಹೊರಗೆ ತಳ್ಳಿದನಂತೆ. ಕಿಟಿಕಿಯ ಸರಳು ಮುಖಕ್ಕೆ ಬಡಿದು ಗಾಯವಾಗಿತ್ತಂತೆ!

ನನ್ನ ಕಣ್ಣುಗಳು ಹನಿಗೂಡಿದವು. ಮುಖದ ಮೇಲಿದ್ದ ಕಲೆಯೇ ಹೀಗೆ ಕೈಕೊಟ್ಟ ಬಳಿಕ, ಮೈಮೇಲೆ – ವಕ್ಷಸ್ಥಳದಲ್ಲಿ! – ಗುರುತುಗಳಿವೆ ಎಂದು ನಂಬುವ ಮಾತೆಲ್ಲಿ?

ಆದರೂ ವೀರನಿಗಾಗಿ ನಾನು ಶೋಧವನ್ನು ಬಿಡಲಿಲ್ಲ. ಅಂತೂ ಇಂತೂ ಕಡೆಗೆ ನನಗೊಬ್ಬ ವೀರ ಸಿಕ್ಕಿದ. ಅದು ಹೀಗೆ.

ನಮ್ಮ ನಗರದಲ್ಲಿರುವ ಹಳೆ ಇಗರ್ಜಿಯ ಸುತ್ತ ಮೋರಿಗಾಗಿ ಅಗೆಯುತ್ತಿದ್ದಾರೆ. ಮಣ್ಣಿನ ಜತೆ ತಲೆಬುರುಡೆ, ಮೂಳೆ, ಹೊರಬರುತ್ತಿವೆ. ಹುಡುಗರು ಅಲ್ಲಿ ಹಾಜರು! ನಾನೂ ಹೋದೆ. ಮಣ್ಣಿನಲ್ಲಿ ಹುಡುಕಿದೆವು – ಹಳೆಯ ನಾಣ್ಯ, ಅದು ಇದು, ಏನಾದರೂ ಬೆಲೆ ಬಾಳುವುದು ಸಿಕ್ಕೀತೆಂದು. ಆದರೆ ಸಿಕ್ಕೋದೇನು – ಮಣ್ಣು! ಹುಡುಗರು ನಿರಾಶರಾಗಿ ಹೊರಟು ಹೋದರು. ನಾನು ಮಾತ್ರ ಪ್ರಯತ್ನ ಬಿಡಲಿಲ್ಲ. ಕಾರಣ ಇಷ್ಟೆ: ಅವರು ನಾಣ್ಯ ಮುಂತಾದ್ದನ್ನು ಅರಸುತ್ತಿದ್ದರೆ, ನಾನು ವೀರನ ಅವಶೇಷಕ್ಕಾಗಿ ಶೋಧ ನಡೆಸುತ್ತಿದ್ದೆ!

ಅದೃಷ್ಟ ನನ್ನ ಪಾಲಿಗಿತ್ತು. ಇಗರ್ಜಿಯಿಂದ ಸ್ವಲ್ಪ ದೂರದ ಸ್ಥಳ. ಅಲ್ಲೊಂದು ಬುರುಡೆ ಕಾಣಿಸಿತು. ಕೆಲಸಗಾರರು ತಡಕಾಡಿ, ಬೆಲೆ ಬಾಳುವಂಥದೇನೂ ಇಲ್ಲವೆಂದು ಸುಮ್ಮನಾದರು. ನನ್ನ ಕಣ್ಣಿಗೆ ಮಣ್ಣಿನ ಬಣ್ಣದ್ದಲ್ಲದ ಒಂದು ವಸ್ತು ಬಿತ್ತು. ಮಣ್ಣು ಹೆಂಟೆಯಿಂದ ಬಿಡಿಸಿ ನೋಡುತ್ತೇನೆ – ಗುಂಡು ! ನನ್ನ ಶೋಧ ಮುಂದುವರಿಸಿ ಆರು ಗುಂಡುಗಳನ್ನು ಪತ್ತೆ ಮಾಡಿದೆ. ಅಷ್ಟೇ ಅಲ್ಲ – ಮಣ್ಣಿನಲ್ಲಿ ತುಕ್ಕುಹಿಡಿದು ಬಣ್ಣಗೆಟ್ಟ ತಾಮ್ರದ ಹಲಗೆಯೊಂದು ಸಿಕ್ಕಿತು.

ಗುಂಡುಗಳೆಂದ ಮೇಲೆ ಏನು ಸಂಶಯ ? ನನ್ನ ವೀರ ಕಡೆಗೂ ಸಿಕ್ಕಿದನಲ್ಲಾ ಎಂದು ಸಂತಸಗೊಂಡೆ. ವೀರನ ಅವಶೇಷವೆಂದು ಮೂಳೆಯ ಚೂರುಗಳನ್ನು ಆರಿಸಿಕೊಂಡೆ. ಇವೆಲ್ಲವನ್ನು ನನ್ನ ಚೀಲದಲ್ಲಿ ಭದ್ರವಾಗಿಟ್ಟುಕೊಂಡೆ. ಅಂತೂ ನನ್ನ ವೀರ ಸಿಕ್ಕಿದ ! ನಿಜವಾದ ವೀರ: ಫ್ರಾನ್ಜ್ ಅಲ್ಲ!

ಮನೆಗೆ ಬಂದವನೇ ಬೀಗದ ಕೈ ಇದ್ದ ನನ್ನ ಆಟದ ಸಾಮಾನಿನ ಪೆಟ್ಟಿಗೆಯಲ್ಲಿ ನನ್ನ ನಿಧಿಯನ್ನು ಭದ್ರಪಡಿಸಿದೆ. ಈಗ ನನ್ನ ವೀರ ನನ್ನವನೇ, ಸುಭದ್ರ!

ಊಟಕ್ಕೆ ಕುಳಿತಾಗ ನಾನು ವಿಜಯಿಯಂತೆ ನನ್ನ ತಂದೆ ತಾಯಿ, ಸಹೋದರಿಯರನ್ನು ತಿರಸ್ಕಾರದಿಂದ ನೋಡಿದೆ. ಅವರು ನನ್ನಂತೆ ಎಂದಾದರೂ ನಿಧಿಯನ್ನು ಸಂಪಾದಿಸಿದ್ದರೆ ? ಅವರಿಗೇನು ಗೊತ್ತು ವೀರನ ಅವಶೇಷವನ್ನು– ಏಕೆ ಸಾಕ್ಷಾತ್ ವೀರನನ್ನು– ತಮ್ಮ ಬಳಿ ಇಟ್ಟುಕೊಳ್ಳುವ ಸಂತಸ ? ನನಗೆ ಊಟ ಸಹ ಬೇಡವಾಯಿತು.

"ಕಾನ್ ! ಸ್ವಸ್ಥವಾಗಿದ್ದೀ ತಾನೆ ? ಯಾಕೆ ಊಟ ಮಾಡುತ್ತಿಲ್ಲ ?" ಎಂದು ತಾಯಿ ಕೇಳಿದಳು.

ಏನೋ ತೊದಲಿ, ನಾನು ಆರೋಗ್ಯವಾಗಿದ್ದೇನೆಂದು ತೋರಿಸಲು ಒಂದು ಇಡೀ ಆಲೂಗಡ್ಡೆಯನ್ನು ಬಾಯೊಳಗಿಟ್ಟುಕೊಂಡೆ. ತಾಯಿಗೆ ಸಮಾಧಾನವಾಯಿತು.

ಕೈ ತೊಳೆಯುತ್ತಿದ್ದಂತೆ ನನ್ನ ಕೊಠಡಿಯನ್ನು ಸೇರಿದೆ. ನಾನು ನನ್ನ ವೀರನ ಬಗ್ಗೆ ಕನಸು ಕಾಣುತ್ತಿರಲಿಲ್ಲವೆಂದು ಖಚಿತಪಡಿಸಿಕೊಂಡೆ. ಮೂಳೆ ಚೂರುಗಳು, ಗುಂಡುಗಳು, ತಾಮ್ರದ ಹಲಗೆ – ಎಲ್ಲ ಇದ್ದವು.

ನನ್ನ ಮನಸ್ಸು ತಣಿಯುವಂತೆ ಅವಶೇಷಗಳನ್ನು ನೋಡಿ, ಯಾರಿಗೂ ಸಂಶಯ ಬರಬಾರದೆಂದು ಕೆಳಗೆ ಓಡಿದೆ.

ನನ್ನಷ್ಟು ಒಳ್ಳೆಯ ಹುಡುಗನಿಲ್ಲ ಎನ್ನುವಂತೆ ನಡೆದುಕೊಂಡೆ. ನನ್ನ ತಂಗಿಯನ್ನು ಕೀಟಲೆ ಮಾಡಲಿಲ್ಲ. ತಾಯಿ ಹೇಳಿದಂತೆ ಕೇಳಿದೆ. ಆಕಸ್ಮಿಕವಾಗಿ ನನ್ನ ಗುಟ್ಟು ಬರಲಾಗಬಾರದೆಂದು ಎಚ್ಚರವಹಿಸಿದೆ.

ಮಲಗುವ ಸಮಯ. ನನ್ನಷ್ಟಕ್ಕೆ ನಾನೇ ಇದ್ದೆ – ಆರು ಗುಂಡುಗಳಿಗೆ ಎದೆ ನೀಡಿದ್ದ ನನ್ನ ವೀರನ ಪವಿತ್ರ ಅವಶೇಷಗಳೊಂದಿಗೆ.

ಮೂಳೆಗಳು ಕಂದು ಬಣ್ಣಕ್ಕೆ ತಿರುಗಿದ್ದವು. ಗುಂಡುಗಳು ಚಪ್ಪಟೆಯಾಗಿದ್ದವು. ತಾಮ್ರದ ಹಲಗೆ ತುಕ್ಕು ಹಿಡಿದಿತ್ತು. ನನ್ನ ಮನಸ್ಸಿನಲ್ಲಿ ವೀರನಿಗೆ ನಮನ ಮಾಡಿದೆ. ಒಂದು ಆಲೋಚನೆ ಬಂತು. ತಾಮ್ರದ ಹಲಗೆಯ ಮೇಲೆ ವೀರನ ಹೆಸರಿರಬಹುದು; ತೊಳೆದು ನೋಡಲೆ? ಹೆಸರನ್ನು ತಿಳಿಯುವ ಆತುರದಲ್ಲಿ ಅರ್ಧ ಮನಸ್ಸು ಮಾಡಿದ್ದೆ. ಉಹುಂ! ಈಗಿದ್ದಂತೆ ಬಿಡುವುದೇ ಸರಿ. ಗತಕಾಲದ ಅವಶೇಷಕ್ಕೆ ಈ ಬಣ್ಣವೇ ತಕ್ಕದ್ದು. ತೊಳೆದರೆ ಇತಿಹಾಸದ ವಾಸನೆ ಹೋಗುತ್ತದೆ.

ಕೊನೆಗೆ ನನ್ನ ನಿಧಿಯನ್ನು ಪೆಟ್ಟಿಗೆಯೊಳಗಿಟ್ಟು ಬೀಗ ಹಾಕಿ ಭದ್ರಪಡಿಸಿ, ಕಳ್ಳರ

ಭಯದಿಂದ ಬೀಗದ ಕೈಯನ್ನು ತಲೆದಿಂಬಿನ ಕೆಳಗೆ ಇಟ್ಟುಕೊಂಡು ಮಲಗಿದೆ. ಆದರೆ ನಿದ್ರೆ ಬಂದರೆ ತಾನೆ? ಮನಸ್ಸಿನ ತುಂಬ ನನ್ನ ವೀರನನ್ನು ಕುರಿತಾದ ಆಲೋಚನೆಗಳೇ.

ಮೊದಲನೆಯದಾಗಿ ನನ್ನ ವೀರನನ್ನು ಗೋಪ್ಯವಾಗಿಡುವುದೆಂದು ತೀರ್ಮಾನಿಸಿದೆ. ತನಗೆ ಮಾತ್ರ ತಿಳಿದಿರುವ ಒಂದು ಗುಟ್ಟು ಒಬ್ಬನಿಗೆ ಕೊಡುವ ಸುಖಕ್ಕೆ ಸಮವಾದ್ದು ಏನಿದೆ? ಅದೂ ಎಂಥ ಗುಟ್ಟು!

ಈ ಆರು ಗುಂಡುಗಳು ಮಾಡಿದ ಗಾಯಗಳಲ್ಲದೆ ಆ ಹುತಾತ್ಮನಿಗೆ ಬೇರೆ ಗಾಯಗಳಿದ್ದಿರಬೇಕೆಂದು ನಾನು ತರ್ಕಿಸಿದೆ. ನನ್ನ ವೀರ ಯುದ್ಧ ಭೂಮಿಯಲ್ಲೇ ಮಡಿದಿರಬೇಕು. ಕತ್ತಿಯಿಂದ, ಈಟಿಯಿಂದ, ಇನ್ನೂ ಏನೇನೋ ಆಯುಧಗಳಿಂದ ಅವನಿಗೆ ಗಾಸಿಯಾಗಿರಬೇಕು. ಅವನ ಜೀವನ ಚರಿತ್ರೆ ಹೇಗಿರಬೇಡ!

ಅವನು ಮಧ್ಯಕಾಲೀನ ಧರ್ಮಯುದ್ಧದಲ್ಲಿ ಮಡಿದನೆ? ಇರಲಾರದು; ಆಗ ಮದ್ದು ಗುಂಡುಗಳಿರಲಿಲ್ಲ. ಇನ್ನೂ ಆಧುನಿಕ ಕಾಲಕ್ಕೆ ಸೇರಿದವನಿರಬೇಕು.

ನಾವಿಕ? ಸಾಧ್ಯವಿಲ್ಲವೆಂದು ಆ ಆಲೋಚನೆಯನ್ನೂ ತಳ್ಳಿಹಾಕಿದೆ. ಯಾಕೆಂದರೆ ಮೃತ ನಾವಿಕರನ್ನು ಒಂದು ಬಾವುಟದಲ್ಲಿ ಸುತ್ತಿ ಸಮುದ್ರಕ್ಕೆ ಇಳಿಸುತ್ತಿದ್ದರು.

ಕಡೆಗೆ ಹೀಗೆ ತೀರ್ಮಾನಿಸಿದೆ. ಅವನು ನೆಪೋಲಿಯನ್ ಕೈಕೆಳಗೆ ಯುದ್ಧ ಮಾಡಿ, ಅವನ ಮೆಚ್ಚುಗೆ ಗಳಿಸಿ ನಾಯಕನಾದ. ಒಂದೊಂದು ಯುದ್ಧದಲ್ಲೂ ಅವನು ಮುಂದೆಂದು ಅವನ ಗಾಯಗಳೇ ನುಡಿಯುತ್ತಿದ್ದವು. ನೆಪೋಲಿಯನ್ ಅವನಿಗೆ ಒಂದು ರಾಜ್ಯ ಕೊಡಬೇಕೆಂದಿದ್ದ – ಅಷ್ಟರಲ್ಲಿ ಇತಿಹಾಸ ಬದಲಾಗಿ, ಎಲ್ಲ ರಾಜ್ಯಗಳೂ ನೆಪೋಲಿಯನ್‌ನಿಂದ ಬಿಡುಗಡೆ ಪಡೆದವು.

ಸೈನ್ಯವನ್ನು ಬಿಟ್ಟು ನನ್ನ ವೀರ ತನ್ನ ತಾಯ್ನಾಡಿನ ಸೇವೆಯಲ್ಲಿ ಖಾಸಗಿ ಸೈನಿಕನಾದ. ವಾಟರ್‌ಲೂ ಕದನದಲ್ಲಿ ಏಕಾಂಗಿಯಾಗಿ ಶತ್ರುಗಳನ್ನು ಎದುರಿಸಿ. ವಿಜಯದ ವಾರ್ತೆಯನ್ನು ಕೇಳಿದ ನಂತರ ತಾಯ್ನಾಡಿಗೆ ಮರಳಿದ – ಅಲ್ಲಿ ಪ್ರಾಣ ಬಿಡಲು ಅವನ ಅಂತಿಮಯಾತ್ರೆ ಭವ್ಯವಾಗಿತ್ತು. ವೀರನಿಗೆ ಉಚಿತವಾಗಿ ಅವನಿಗೆ ಪ್ರತ್ಯೇಕ ಸ್ಥಳದಲ್ಲಿ ಸಮಾಧಿ ನಿರ್ಮಿಸಿ ಗೌರವಿಸಿದರು.

ಈ ತರ್ಕದ ಹಿಂದಿನ ಕಾರಣ ನನ್ನ ವೀರನ ಅವಶೇಷ ಪ್ರತ್ಯೇಕ ಸ್ಥಳದಲ್ಲಿ ಸಿಕ್ಕಿದ್ದು.

ಆದರೆ ಇನ್ನೊಂದು ತೊಡಕು ಕಾಣಿಸಿತು. ನನ್ನ ವೀರನಿಗೆ ಸ್ಮಾರಕವನ್ನೇಕೆ ನಿರ್ಮಿಸಲಿಲ್ಲ?

ಇದರ ಪರಿಹಾರವೂ ಸುಲಭವಾಗಿ ಲಭಿಸಿತು. ತನ್ನ ಕಡೆ ಉಸಿರನ್ನು ಬಿಡುವಾಗ ನನ್ನ ವೀರ ತನಗೆ ಯಾವ ಸ್ಮಾರಕವೂ ಬೇಡವೆಂದೂ ತನ್ನ ಶೌರ್ಯವೇ ತನಗೆ ಸ್ಮಾರಕವೆಂದೂ ಹೇಳಿದನೆಂದು ಊಹಿಸಿದೆ.

ನನ್ನ ವೀರನನ್ನು ಜಗತ್ತು ಮರೆಯಿತೆ ? ನನಗೆ ಒಂದು ಮಾತು ನೆನಪಾಯಿತು: ಜಗತ್ತು ಸಲ್ಲಿಸುವ ಗೌರವವೆಂದರೆ ಕೃತಘ್ನತೆ !

ನನ್ನ ದುಃಖ ಹೇಳತೀರದು. ನಾನು ದೊಡ್ಡವನಾದ ಮೇಲೆ ನನ್ನ ವೀರನ ಬಗ್ಗೆ ಬರೆಯುತ್ತೇನೆ. ಅಲ್ಲಿಯವರೆಗೆ ಮೌನ !

ನನ್ನ ವೀರನ ಗುಣಗಳ ಬಗ್ಗೆ ಆಲೋಚಿಸಿದೆ. ಅವನು ಸಂಕಟದಲ್ಲಿದ್ದ ನಾರಿಯರಿಗೆ ನೆರವಾಗುತ್ತಿದ್ದ; ಎಲ್ಲಿ ಅನ್ಯಾಯವಾದರೂ ಅದರ ವಿರುದ್ಧ ಹೋರಾಡುತ್ತಿದ್ದ; ತನಗಿತ್ತ ಆಜ್ಞೆಯನ್ನು ಪರಿಪಾಲಿಸಲು ಪ್ರಾಣದ ಮೇಲಿನ ಹಂಗನ್ನು ತೊರೆಯುತ್ತಿದ್ದ; ತನ್ನ ಪ್ರಿಯತಮೆಯ ಕುಡಿನೋಟವೇ ಅವನ ಪ್ರಶಸ್ತಿ.

ಅವನ ಗುಣಗಳಿಗೆ ತಿಲಕವಿಟ್ಟಂತೆ ಅವನಲ್ಲಿ ಸೌಜನ್ಯವಿತ್ತು. ನನಗೆ ಅದರ ಬಗ್ಗೆ ಹೆಮ್ಮೆ. ಇತರ ಹುಡುಗರ ವೀರರಿಗೆ ಹಿಡಿಸಲಾರದ ಅಹಂಕಾರ.

ಎಲೆಮರೆಯ ಕಾಯಿಯಂತಿದ್ದ ನನ್ನ ವೀರನನ್ನು ಜಗತ್ತು ಮರೆಯಿತು. ಎಷ್ಟು ದಿನ ಮರೆತೀತು? ನಾನು ದೊಡ್ಡವನಾದ ಮೇಲೆ ನನ್ನ ವೀರ ಸಮಾಧಿಯಿಂದ ಎದ್ದು ಬರುತ್ತಾನೆ.

ಈ ಗುಂಗಿನಲ್ಲಿ ಯಾವಾಗ ನಿದ್ದೆ ಬಂತೋ ಹೇಳಲಾರೆ.

ಮಾರನೆಯ ಬೆಳಿಗ್ಗೆ ಎದ್ದೆ. ನಾನು ಹುಡುಗನಾಗಿರಲಿಲ್ಲ; ಕೇವಲ ಬೆಳೆದ ಮನುಷ್ಯನೂ ಆಗಿರಲಿಲ್ಲ; ನಾನು ಖ್ಯಾತ ವ್ಯಕ್ತಿಯಾಗಿದ್ದೆ. ನಾನು ದೊಡ್ಡ ಕೆಲಸ ಸಾಧಿಸಲು ಬಂದವನು. ಅದು ನನ್ನ ವೀರನಿಗೆ ತನ್ನ ಹೆಸರನ್ನು ಕೀರ್ತಿಯನ್ನು ಪುನಃ ದೊರಕಿಸಿಕೊಡುವುದು.

ನನ್ನ ರೀತಿಯೇ ಬದಲಿಸಿತ್ತು. ಗೋಲಿ ಆಟ ತುಚ್ಛವೆನಿಸಿತು. ಅದನ್ನು ಆಡುವ ಹುಡುಗರು ಮಕ್ಕಳಂತೆ ಕಂಡರು. ಅವರಿಗೋ ನಾನು ವಿಚಿತ್ರ ಪ್ರಾಣಿ ! ನಿಧಿ ಏನಾದರೂ ಸಿಕ್ಕಿದೆಯೋ ಎಂದು ಕೇಳಿದರು. ನಾನು ಸುಮ್ಮನೆ ನಕ್ಕು, ನನ್ನ ಕೀರ್ತಿಯ ಕಿರೀಟವನ್ನು ಮುಟ್ಟಿ ನೋಡಿಕೊಂಡೆ.

ಹೀಗೆ ಕೆಲವು ದಿನಗಳು ಕಳೆದವು. ರಹಸ್ಯ ಬೇಸರ ತಂದಿತು. ನನಗೆ ಇಬ್ಬರು ನೆಚ್ಚಿನ ಗೆಳೆಯರಿದ್ದರು – ವಿಲ್ ಮತ್ತು ಎಡ್. ಅವರಿಗೆ ನನ್ನ ರಹಸ್ಯವನ್ನು ಹೇಳಲು ತೀರ್ಮಾನಿಸಿದೆ. ಅವರು ರಹಸ್ಯವನ್ನು ಬಯಲು ಮಾಡುವುದಿಲ್ಲವೆಂದು ಆಣೆ ಮಾಡಿದರು. ನನ್ನ ನಿಧಿಯನ್ನು ಲಪಟಾಯಿಸುವುದಿಲ್ಲವೆಂದು ಪ್ರಮಾಣ ಮಾಡಿದರು. ಇಷ್ಟೆಲ್ಲ ಆದ ಮೇಲೆ ಅವರಿಗೆ ನನ್ನ ನಿಧಿಯ ಬಗ್ಗೆ ಹೇಳಿದೆ. ಅವರಿಗೆ ಅಸೂಯೆ, ಮೆಚ್ಚುಗೆ, ಗೌರವ.

"ಆದರೆ ಕಾನ್, ನಿನ್ನ ವೀರನ ಹೆಸರೇನು?" ಎಂದು ವಿಲ್ ಕೊನೆಗೆ ಕೇಳಿದ.

ನನಗೆ ದಿಕ್ಕು ತೋರದಂತಾಯಿತು. ನಾನು ಅದನ್ನು ಕುರಿತು ಯೋಚಿಸಿರಲಿಲ್ಲ. ನನ್ನ ಮನಸ್ಸಿಗೆ ಥಟ್ಟನೆ ಜಾನ್ ಲಿಲ್ಲರ್ ಎಂಬ ಹೆಸರು ಹೊಳೆಯಿತು. ಅದನ್ನೇ ಹೇಳಿದೆ ! ಅವರೂ ನಂಬಿದರು.

ಅಂದಿನಿಂದ ನಾವು ಮೂವರು ಪಿಸುಮಾತಿನಲ್ಲಿ ಮಾತಾಡುತ್ತಿದ್ದೆವು. ಬೇರೆ ಹುಡುಗರಿಗೆ ಹಿಡಿಸಲಾರದಷ್ಟು ಕುತೂಹಲ. ನಾವು ತುಟಿಪಿಟ್ ಎನ್ನುತ್ತಿರಲಿಲ್ಲ. ಎಲ್ಲಿ ಗುಟ್ಟು ಗೊತ್ತಾದೀತೊ ಎಂದು ಹೆಸರನ್ನು ಅದಲು ಬದಲು ಮಾಡಿ ಎಲ್.ಜೆ. ಎನ್ನುತ್ತಿದ್ದೆವು. ಜೆ.ಎಲ್. ಅಪಾಯಕಾರಿ ಎನಿಸಿತು.

ನಮ್ಮ ಗುಟ್ಟನ್ನು ಪತ್ತೆ ಮಾಡಲು ಪುಟ್ಟ ಹುಡುಗರನ್ನು ಬಿಡುತ್ತಿದ್ದರು. ಅವರು ಆಟ ಆಡುವ ನೆಪದಲ್ಲಿ ನಮ್ಮ ಮಾತನ್ನು ಕೇಳುತ್ತಿದ್ದರು. ನಾವು ಹುಷಾರು: ಕೆಲಸಕ್ಕೆ ಬಾರದ ಮಾತಾಡುತ್ತಿದ್ದೆವು.

ನಮ್ಮ ಮಾಸ್ಟರು ನಮ್ಮ ದೇಶದ ವೀರರ ಬಗ್ಗೆ ಹೇಳಿದಾಗ, ನಮ್ಮ ನಮ್ಮಲ್ಲಿ ನಾವು ಅರ್ಥಗರ್ಭಿತವಾಗಿ ನಗುತ್ತಿದ್ದೆವು – ಅಯ್ಯೋ, ಪಾಪ! ಎನ್ನುವಂತೆ.

ನಮ್ಮ ರಹಸ್ಯ – ಅದು ನಿಜವಾಗಿ ನನ್ನ ರಹಸ್ಯ – ಸುರಕ್ಷಿತವಾಗಿ ಉಳಿಯಿತು. ನಾನು ವಿಲ್ ಹಾಗೂ ಎಡ್‌ಗೆ ಗುಂಡುಗಳನ್ನಾಗಲೀ ತಾಮ್ರದ ಹಲಗೆಯನ್ನಾಗಲಿ, ಮೂಳೆಗಳನ್ನಾಗಲಿ, ತೋರಿಸಿರಲಿಲ್ಲ. ಅವರಿಗೆ ಗೊತ್ತಿದ್ದುದು ಸ್ವಲ್ಪ. ಮುಖ್ಯವಾದ್ದು ನನಗೆ ಮಾತ್ರ ಗೊತ್ತಿತ್ತು. ಪಾಪ! ಅವರಿಗೆ ಎಲ್ಲಾ ಗೊತ್ತಿದೆ ಎಂದು ಭಾವಿಸಿದ್ದರು!

ಮನೆಯಲ್ಲಿ ನನ್ನ ನಡವಳಿಕೆ ಸಂಶಯಕ್ಕೆ ಕಾರಣವಾಯಿತು. ನಮ್ಮ ತಂದೆಗೆ ಅನುಮಾನ: ಏನೋ ಕಾರಸ್ಥಾನ ನಡೆಸುತ್ತಿದ್ದೇನೆಂದು. ನಮ್ಮ ತಾಯಿ ನನ್ನ ಆರೋಗ್ಯ ಕೆಟ್ಟಿರಬೇಕೆಂದು

ಊಹಿಸಿದಳು. ನನ್ನ ತಂಗಿಗೆ ಸಹಜ ಕುತೂಹಲ. ಒಬ್ಬರಲ್ಲ ಒಬ್ಬರು ನನ್ನ ಬೆನ್ನ ಹಿಂದೆ ಇರುತ್ತಿದ್ದರು. ನನ್ನ ಕೆಲಸಕ್ಕೆ ಅದರಿಂದ ಆದ ಅಡಚಣೆ ಅಷ್ಟಿಷ್ಟಲ್ಲ. ಎಲ್ಲಿ ಯಾರು ನೋಡುತ್ತಾರೋ ಎಂದು ನನ್ನ ಆಟದ ಪೆಟ್ಟಿಗೆಯನ್ನು ತೆರೆಯಲು ಹಿಂಜರಿಯುತ್ತಿದ್ದೆ.

ನಾನು ಹಾಕಿಕೊಂಡ ಯೋಜನೆ ಅಪಾಯಕ್ಕೀಡಾಗಿತ್ತು!

ನನ್ನ ವೀರನ ಅವಶೇಷಗಳನ್ನು ಇರಿಸಲು ಒಂದು ಕರಂಡವನ್ನು ತಯಾರಿಸಬೇಕೆಂದಿದ್ದೆ. ಒಳಗೆ ಮೆತ್ತಗಿರಲು ಸಿಲ್ಕ್ ತುಂಡುಗಳ ಮೆತ್ತೆ ನಿರ್ಮಿಸಬೇಕೆಂದಿದ್ದೆ. ಈ ಕೆಲಸವನ್ನು ಬಹಿರಂಗವಾಗಿ ಮಾಡುವುದು ಸಾಧ್ಯವಿರಲಿಲ್ಲ. ನನ್ನ ಕೊಠಡಿಯಲ್ಲಿ ಬಿಡುವು ಸಿಕ್ಕಾಗ ಮಾಡುತ್ತಿದ್ದೆ. ಒಂದು ಸಲ ತಾಯಿಯ ಸವಾರಿ ಬಂತು – ಆದರೆ ಅವಳು ನೋಡಿಯೂ ನೋಡದಂತೆ ನಟಿಸಿದಳು. ನನಗೆ ಕಿರಿಕಿರಿ ಅನ್ನಿಸಿತು – ಯಾಕೆಂದರೆ ಅವಳ ಹುಟ್ಟು ಹಬ್ಬಕ್ಕಾಗಿ ನಾನು ಗೋಪ್ಯವಾಗಿ ಉಡುಗೊರೆಯನ್ನು ಸಿದ್ಧಗೊಳಿಸುತ್ತಿದ್ದೆ ಎಂದು ತಾಯಿ ಭಾವಿಸಿರಬೇಕು!

ಒಂದು ದಿನ ನನ್ನ ತಂದೆಯ ಜತೆ ಸುತ್ತಾಡಲು ಹೋದೆ. ಮೋರಿ ನಿರ್ಮಾಣಕ್ಕೆ ಅಗೆಯುವ ಕೆಲಸ ಮುಗಿಯಿತೆ ಎಂದು ಅವರು ಕೇಳಿದರು. ನಾನು ಹಾರಿಕೆಯ ಉತ್ತರ ಕೊಟ್ಟೆ. ಒಂದು ವಾರದಿಂದ ಅಲ್ಲಿಗೆ ಹೋಗಿಲ್ಲ ಎಂದೆ – ಅದು ನಿಜವೂ ಆಗಿತ್ತು. ಒಂದು ವಾರದ ಹಿಂದೆಯಷ್ಟೆ ನನಗೆ ನನ್ನ ವೀರನ ಅವಶೇಷಗಳು ಸಿಕ್ಕಿದ್ದವು. ಅದರಿಂದ ನಾನು ತೃಪ್ತನಾಗಿದ್ದೆ. ಮತ್ತೆ ಅಲ್ಲಿಗೆ ಹೋಗುವುದಾದರೂ ಯಾಕೆ?

ನನ್ನ ಮಾತು ಕೇಳಿ ತಂದೆ ನಕ್ಕು ನುಡಿದರು:

"ನಿನಗೆ ದೊಡ್ಡ ನಿಧಿ ಸಿಕ್ಕಂತಿದೆ. ಏನಪ್ಪಾ, ಎಲ್ಲಾ ನೀನೇ ಇಟ್ಕೋತಿಯೋ, ನಮಗೂ ಸ್ವಲ್ಪ ಕೊಡ್ತೀಯೋ?"

ನನ್ನ ಜೀವನದಲ್ಲಿ ಮೊದಲ ಸಲ ನಾನು ಸುಳ್ಳು ಹೇಳಿದೆ. "ನನಗೆ ಯಾವ ನಿಧಿಯೂ ಸಿಕ್ಕಿಲ್ಲಪ್ಪ," ಎಂದೆ. ನನ್ನ ವೀರನಿಗಾಗಿ ಧೈರ್ಯದಿಂದ ಸುಳ್ಳು ಹೇಳಿದ್ದೆ. ತಂದೆ ಬೇರೆ ವಿಷಯ ಮಾತನಾಡಿದಾಗ ಸಮಾಧಾನವಾಯಿತು. ತಾಯಿಯ ಹುಟ್ಟುಹಬ್ಬದ ಉಡುಗೊರೆ ಬಗ್ಗೆ ಅವರು ಕೇಳಿದರು. ನಾನು ಆವರೆಗೆ ಅದನ್ನು ಕುರಿತು ಯೋಚಿಸಿರಲಿಲ್ಲ. ಇದ್ದಕ್ಕಿದ್ದಂತೆ ಒಂದು ಆಲೋಚನೆ ಬಂತು – ನನ್ನ ವೀರನನ್ನು ಮೀರಿಸುವ ಯಾವ ಉಡುಗೊರೆ ಇದ್ದೀತು? ನನ್ನ ರಹಸ್ಯ ಬಯಲಾದರೂ ಚಿಂತೆ ಇಲ್ಲ, ಅದೇ ಸರಿಯಾದ ಉಡುಗೊರೆ ಎಂದು ತೀರ್ಮಾನಿಸಿದೆ. "ಹುಂ! ಒಳ್ಳೆ ಉಡುಗೊರೆ ಕೊಡ್ತೇನೆ" ಎಂದೆ. ತಂದೆಗೆ ಸಂತೋಷವಾಯಿತು.

ನನ್ನ ತಂದೆಯಿಂದ ನನ್ನ ವೀರನ ಬಗ್ಗೆ ಮಾಹಿತಿ ಸಂಗ್ರಹಿಸಲು, ಆದಷ್ಟು ಅನಾಸಕ್ತನಾದವನಂತೆ ನಾನು ವಿಚಾರಿಸಿದೆ. ಮೋರಿಗಾಗಿ ಅಗೆಯುತ್ತಿದ್ದ ಹಳೆ ಇಗರ್ಜಿಯ ಅಂಗಳದಲ್ಲಿ ಯಾರನ್ನು ಸಮಾಧಿ ಮಾಡಿದ್ದರು? ನನ್ನ ತಂದೆಗೂ ತಿಳಿಯದು. ಅದು ಐವತ್ತು ವರ್ಷಗಳ ಹಿಂದಿನ ಮಾತು.

ನಾನು ಮತ್ತೆ ಪ್ರಶ್ನಿಸಿದೆ:

"ಆದರೆ, ಅಪ್ಪ, ಆ ಜಾಗದಲ್ಲಿ ಸಮಾಧಿ ಮಾಡಲ್ಪಟ್ಟ ಯಾರಾದರೊಬ್ಬರ ಹೆಸರನ್ನಾದ್ರೂ ನೀವು ಕೇಳಿಲ್ವೆ?"

ತಂದೆ ನೆನಪು ಮಾಡಿಕೊಂಡು ಹೇಳಿದರು:

"ಹುಂ! ಕೀಸ್ ವಾನ್ ಆಸೆನ್‌ನ ಸಮಾಧಿ ಅಲ್ಲಾಯ್ತು ಅಂತ ಈಚೆಗೆ ನೋಟರಿ ವಾನ್ ಟೆಫಲೆನ್ ಹೇಳ್ದ."

ಅದು ನನ್ನ ವೀರ ಇರಬಹುದೆ? ಇರಲೇಬೇಕು – ಇಲ್ಲವಾದರೆ ನೋಟರಿಗೂ ಅದಕ್ಕೂ ಏನು ಸಂಬಂಧ?

"ಅವನು ವೀರನಾಗಿದ್ದನೆ?" ಎಂದು ನಾನು ಕೇಳಿದೆ.

"ಉಹುಂ! ಅವನು ವೀರನಲ್ಲ, ದೇಶದ್ರೋಹಿ!" ಎಂದರು ತಂದೆ.

ಅವನು ಫ್ರೆಂಚರಿಗೆ ಪಟ್ಟಣದ ದ್ವಾರವನ್ನು ತೆರೆದನೆಂದು ಕೇಳಿ ನನ್ನ ಮೈ ಉರಿಯಿತು. ಅಂಥವನಿಗೆ ಯಾವ ಶಿಕ್ಷೆ ದೊರೆತಿರಬಹುದು?

"ಮೊದಲು ಅವನಿಗೆ ಫ್ರೆಂಚ್ ಬೆಂಬಲವಿತ್ತು; ಆಗ ಅವನಿಗೆ ಏನೂ ಮಾಡಲಿಲ್ಲ. ಫ್ರೆಂಚರು ಹೋದ ಮೇಲೆ ಅವನ ಮನೆಯನ್ನು ಸುಟ್ಟು, ಅವನಿಗೆ ಗುಂಡಿಕ್ಕಿದರು."

ಅವನನ್ನು ಇಗರ್ಜಿಯ ಅಂಗಳದ ಮೂಲೆಯಲ್ಲಿ – ರೊಟ್ಟಿ ಅಂಗಡಿ ಬಳಿ – ಸಮಾಧಿ ಮಾಡಿದರಂತೆ, ಯಾವ ವೈಭವವೂ ಇಲ್ಲದೆ. ಅವನನ್ನು ಸಮಾಧಿ ಮಾಡಿದ ಸ್ಥಳ ಯಾವ ಮೂಲೆ? ಅದು ತುಂಬ ಮುಖ್ಯವಾಗಿತ್ತು. ಎರಡು ಮೂಲೆಗಳಿದ್ದವು. ಒಂದು ಮೂಲೆಯಲ್ಲಿ ನನ್ನ ವೀರ ಜಾನ್ ಲಿಲ್ಲರ್ ಸಿಕ್ಕಿದ್ದ. ಇನ್ನೊಂದು ಮೂಲೆಯೇ ದೇಶದ್ರೋಹಿಯನ್ನು ಸಮಾಧಿ ಮಾಡಿದ ಸ್ಥಳ. ಅದರ ಹತ್ತಿರವೂ ಒಂದು ರೊಟ್ಟಿ ಅಂಗಡಿ ಇತ್ತು. ಅಂಗಡಿಯಲ್ಲಿ ಇನ್ನು ಮುಂದೆ ರೊಟ್ಟಿ ಕೊಂಡುಕೊಳ್ಳಬಾರದೆಂದು ನಾನು ನಿರ್ಧರಿಸಿದೆ.

ನನ್ನ ವೀರನ ಬಗ್ಗೆ ಹೆಚ್ಚು ತಿಳಿವಳಿಕೆ ಸಿಕ್ಕದಿದ್ದರೂ, ಅವನನ್ನು ತುಲನಾತ್ಮಕ ದೃಷ್ಟಿಯಿಂದ ನೋಡುವ ಅವಕಾಶ ಈಗ ಸಿಕ್ಕಿತ್ತು: ವಾನ್ ಆಸೆನ್ ದ್ರೋಹಿಯಾದರೆ ಜಾನ್ ಲಿಲ್ಲರ್ ವೀರ! ನನ್ನ ವೀರನ ಬಗ್ಗೆ ಗೌರವ ಮತ್ತಷ್ಟು ಹೆಚ್ಚಿತು.

ನಾನು ಮನೆಗೆ ಹೋದದ್ದೇ ನನ್ನ ಕೊಠಡಿಗೆ ಓಡಿದೆ. ಮೆಟ್ಟಲು ಹತ್ತುತ್ತಿದ್ದಂತೆ ಬೀಗದ ಕೈ ನೋಡಿಕೊಂಡೆ – ಇರಲಿಲ್ಲ! ಪೆಟ್ಟಿಗೆಯಲ್ಲೇ ಬಿಟ್ಟಿರಬೇಕು. ಹಾಗಾದರೆ ನನ್ನ ರಹಸ್ಯ ಬಯಲಾಗಿತ್ತು!

ನಾನೆಂದುಕೊಂಡಂತೇ ಆಗಿತ್ತು. ನನ್ನ ತಂಗಿ ನನ್ನ ತೆರೆದ ಪೆಟ್ಟಿಗೆಯ ಮುಂದೆ ನಿಂತಿದ್ದಳು!

"ಕೆಟ್ಟ ಹುಡುಗಿ ! ಅದನ್ನು ತೆಗೆಯಲು ಯಾರು ಹೇಳಿದರು ನಿನಗೆ?" ಎಂದು ನಾನು ಗದರಿಸಿದೆ.

ಅವಳಿಗೆ ಅಳು ಬಂತು. "ಬೀಗದ ಕೈಯನ್ನು ತೂತಲ್ಲೇ ಬಿಟ್ಟಿದ್ದೆ ಅಣ್ಣಾ! ಸುಮ್ನೆ ತೆಗೆದೆ," ಎಂದು ಹೇಳಿದಳು.

"ಸರಿ ! ನಿಂಗೆ ಬೇರೆ ಏನು ಕೆಲ್ಸ – ಇನ್ನೊಬ್ಬರ ವಿಷಯದಲ್ಲಿ ತಲೆ ಹಾಕೋದು ಬಿಟ್ಟು !"

"ಕೋಪ ಮಾಡ್ಕೋಬೇಡ, ಅಣ್ಣಾ ! ಸುಮ್ನೆ ನೋಡೋಣಾಂತ ತೆಗ್ದೆ, ಅಷ್ಟೆ. ನೋಡು ಒಳಗೆ ತುಕ್ಕು ಹಿಡಿದ ತಾಮ್ರದ ಹಲಗೆ ಇತ್ತು – ಅದನ್ನ ಫಳಫಳ ಅಂತ ತೊಳೆದಿದ್ದೇನೆ ! ಅದರಲ್ಲಿ ಏನೋ ಕೊರೆದಿದೆ," ಎಂದು ಅದನ್ನು ನನ್ನ ಕೈಯಲ್ಲಿ ಅವಳು ತುರುಕಿದಳು. ನಾನು ಅದನ್ನು ತೆಗೆದುಕೊಂಡು ನೋಡಿದೆ. ನನ್ನ ಸುತ್ತ ಪ್ರಪಂಚ ಸುತ್ತಿತು. ಕಣ್ಣು ಕತ್ತಲೆ ಇಟ್ಟಿತು. ನನ್ನೆದುರಿದ್ದ ಥಳಥಳಿಸುವ ತಾಮ್ರದ ಹಲಗೆ ಬಿಟ್ಟು ಏನೂ ಕಾಣಿಸಲಿಲ್ಲ. ಅದರ ಮೇಲೆ ಕೊರೆದಿತ್ತು:

ಕೀಸ್ ವಾನ್ ಆಸೆನ್

1813

ತಾಮ್ರದ ಹಲಗೆ ನನ್ನ ಕೈಯಿಂದ ಜಾರಿ ಬಿತ್ತು. ಪೆಟ್ಟಿಗೆಯಲ್ಲಿದ್ದ ಮೂಳೆಗಳನ್ನು, ಗುಂಡುಗಳನ್ನು ಎತ್ತಿ ನೆಲದ ಮೇಲೆ ಬಿಸುಟೆ.

ಅದು ನನ್ನ ವೀರನಿಗೆ ದೊರೆತ ಸದ್ಗತಿ!

ಬೆಲ್ಜಿಯಮ್

○ ಚಾರ್ಲ್ಸ್ ಡಿ ಕಾಸ್ಟರ್

ವಿಚಿತ್ರ ಚಿತ್ರ

ಅಂತೂ ರಾಜನ ಅರಮನೆಯ ಹೆಬ್ಬಾಗಿಲ ಮುಂದೆ ಉಲೆನ್‌ಸ್ಪೀಗೆಲ್ ಬಂದು ನಿಂತ. ಪಗಡೆ ಆಟದಲ್ಲಿ ಇಬ್ಬರು ನಾಯಕರು ತಲ್ಲೀನರಾಗಿದ್ದರು. ಅವರಲ್ಲಿ ಒಬ್ಬನದು ಭೀಮಕಾಯ; ಕೆಂಗೂದಲು. ಅವನ ದೃಷ್ಟಿ, ತನ್ನ ಕತ್ತೆಯ ಮೇಲೆ ಕುಳಿತು ಇವರಿದ್ದ ಕಡೆ ನಿಧಾನವಾಗಿ ಬರುತ್ತಿದ್ದ ಉಲೆನ್‌ಸ್ಪೀಗೆಲ್ ಮೇಲೆ ಬಿತ್ತು.

"ಏಯ್! ನಿನಗೇನು ಕೆಲ್ಸ ಇಲ್ಲಿ! ನೋಡಿದರೆ ಭಿಕಾರಿ ಇದ್ದ ಹಾಗೆ ಇದ್ದೀ! ಮುಖ ನೋಡು – ಎಷ್ಟು ದಿನ ಆಯ್ತು ಅನ್ನ ಕಂಡು!"

"ನಂಗೆ ತುಂಬ ಹಸಿವು ಸ್ವಾಮಿ. ನಾನು ಭಿಕಾರಿ ಇರ್ಬಹುದು– ಅದು ನನ್ನ ಇಚ್ಛೆ ಅಲ್ಲ!"

"ನಿನಗೆ ಹಸಿವೆ ಆಗಿದ್ರೆ ತಿನ್ನೋದಕ್ಕೆ ನೇಣುದಾರ ಸಿಕ್ತದೆ, ತಾಳು! ನಿನ್ನಂಥ ಅಲೆಮಾರಿಗಳನ್ನು ನೇತುಹಾಕೋದಕ್ಕಾಗಿಯೇ ಅವನ್ನು ತಯಾರಿಸಲಾಗ್ತಿದೆ."

ಉಲೆನ್‌ಸ್ಪೀಗೆಲ್ ಹೇಳಿದ:

"ಸ್ವಾಮಿ, ನಿಮ್ಮ ಹ್ಯಾಟ್‌ನಲ್ಲಿ ನೇತಾಡ್ತಿದೆಯಲ್ಲ ಚಿನ್ನದ ದಾರ, ಅದನ್ನ ಕೊಟ್ಬಿಡಿ! ನಾನು ಸೀದಾ ಇದಿರಿನ ಉಪಾಹಾರ ಮಂದಿರಕ್ಕೆ ಹೋಗಿ, ಅಲ್ಲಿ ಕಾಣಿಸ್ತದಲ್ಲ ಆ ದಪ್ಪಗಿನ ಮಾಂಸದ ತುಂಡು, ಅದರ ಮೇಲೆ ನನ್ನ ಹಲ್ಲುಗಳನ್ನೂರಿ, ಅದರಿಂದ ನೇತಾಡ್ತೇನೆ."

ನಾಯಕ ವಿಚಾರಿಸಿದ: ಆತ ಯಾರು ಎಲ್ಲಿಂದ ಬಂದ, ಯಾಕೆ? ಎಂದು.

ತಾನು ಫ್ಲಾಂಡರ್ಸ್‌ನಿಂದ ಬಂದ ಒಬ್ಬ ಕಲಾವಿದನೆಂದೂ ಒಂದು ಕಲೆಕೃತಿಯನ್ನು ಮಹಾರಾಜನ ಮುಂದೆ ಅವನನ್ನು ನಿಲ್ಲಿಸಿದಾಗ, ಉಲೆನ್‌ಸ್ಪೀಗೆಲ್ ಮೂರು ಸಲ ನಮಸ್ಕಾರ ಮಾಡಿ, ಅತ್ಯಂತ ವಿನಯದಿಂದ ಬಿನ್ನವಿಸಿಕೊಂಡ:

"ಒಡೆಯ, ನನ್ನ ದುಡುಕನ್ನು ಮನ್ನಿಸುವಂಥವನಾಗು! ದಿವ್ಯ ವಸ್ತ್ರಗಳನ್ನು ಧರಿಸಿದ ನಮ್ಮ ಪವಿತ್ರ ಕನ್ಯೆಯ ಚಿತ್ರವೊಂದನ್ನು ನಾನು ತಮಗೋಸ್ಕರ ಬರೆದಿದ್ದೇನೆ. ಇದೋ ಅದನ್ನೀಗ ನಿಮ್ಮ ಪಾದಗಳಿಗೆ ಅರ್ಪಿಸ್ತೇನೆ."

ಬಳಿಕ ಒಂದು ಕ್ಷಣ ಸುಮ್ಮನಿದ್ದು ಆತ ಮುಂದುವರಿಸಿದ:

"ನನ್ನ ಚಿತ್ರ ಒಡೆಯರಿಗೆ ಇಷ್ಟವಾದರೆ ನನ್ನ ಅದೃಷ್ಟ! ಅರಮನೆಯ ಕಲಾವಿದ ಸತ್ತ ಬಳಿಕ ಖಾಲಿಯಾಗಿರುವ ಸ್ಥಾನಕ್ಕೆ ಒಡೆಯರು ನನ್ನನ್ನು ನೇಮಕ ಮಾಡುತ್ತಾರೆಂದು ನಾನು ಭಾವಿಸ್ತೇನೆ."

ಉಲೆನ್‌ಸ್ಪೀಗೆಲ್ ಸಮರ್ಪಿಸಿದ ಚಿತ್ರ ಮಹಾರಾಜನನ್ನು ಸಂತೋಷಪಡಿಸಿತು. ಮಹಾರಾಜ ಉಲೆನ್‌ಸ್ಪೀಗೆಲ್‌ನನ್ನು ಆಸ್ಥಾನದ ಕಲಾವಿದನಿಗೆ ಮೀಸಲಾದ ಪೀಠದಲ್ಲಿ ಕುಳಿತುಕೊಳ್ಳಲು ಹೇಳಿದ. ಅವನ ಎರಡೂ ಕೆನ್ನೆಗಳನ್ನು ನೇವರಿಸಿ, "ನೀನು ಮಾತುಗಾರನಂತೆ ಕಾಣಿಸ್ತೀ," ಎಂದು ಕಲಾವಿದನನ್ನು ತಲೆಯಿಂದ ಪಾದದವರೆಗೆ ನೋಡಿ, ಮಂದಹಾಸ ಬೀರಿದ.

ಉಲೆನ್‌ಸ್ಪೀಗೆಲ್ ಅರಿಕೆ ಮಾಡಿಕೊಂಡ."

"ಒಡೆಯಾ! ನನ್ನ ಕತ್ತೆ – ಅದರ ಹೆಸರು ಜೆಫ್ – ಹೊಟ್ಟೆ ತುಂಬ ಹುಲ್ಲು ತಿಂದಿದೆ. ಆದರೆ ನಾನು ಅನ್ನವನ್ನು ಕಂಡು ಮೂರು ದಿನಗಳಾದವು; ಆಶೆಯನ್ನೇ ಅನ್ನವೆಂದು ಬಗೆದು ಬದುಕಿಕೊಂಡಿದ್ದೇನೆ."

ಮಹಾರಾಜ ಸಂತುಷ್ಟನಾಗಿ ಹೇಳಿದ:

"ಯೋಚಿಸ್ಬೇಡ. ಅದಕ್ಕಿಂತ ಹೆಚ್ಚು ಉತ್ತಮ ಆಹಾರ ನಿನಗೆ ಬೇಗನೇ ಸಿಗ್ತದೆ. ಆದರೆ, ನಿನ್ನ ಕತ್ತೆ ಎಲ್ಲಿ?"

ಅರಮನೆಯ ಎದುರು ಬಯಲಲ್ಲಿ ಅದನ್ನು ಬಿಟ್ಟು ಬಂದುದಾಗಿಯೂ, ಅದಕ್ಕೆ ರಾತ್ರಿ ತಂಗಲು ಜಾಗ, ಮಲಗಲು ಮೆತ್ತನೆಯ ಹುಲ್ಲು, ತಿನ್ನಲು ಒಂದಿಷ್ಟು ಮೇವು ಕೃಪೆಯಾಗ ಬೇಕೆಂದೂ ಉಲೆನ್‌ಸ್ಪೀಗೆಲ್ ಕೇಳಿಕೊಂಡ. ಮಹಾರಾಜ ತನ್ನ ಸೇವಕನೊಬ್ಬನಿಗೆ ಹಾಗೆ ಏರ್ಪಾಡು ಮಾಡಲು ಆಜ್ಞೆ ಇತ್ತ.

ಊಟದ ವೇಳೆ ಬಂತು. ಬಿಸಿ ಬಿಸಿಯಾದ ಭಕ್ಷ್ಯ ಭೋಜ್ಯಗಳು ಮದುವೆಯ ಮೇಜವಾನಿಯ ನೆನಪು ತರುತ್ತಿದ್ದವು. ನೀರಿನ ಬದಲು ವೈನ್! ಮಹಾರಾಜ, ಉಲೆನ್‌ಸ್ಪೀಗೆಲ್ ವೈನ್ ಕುಡಿದು ಕೆಂಡದಂತೆ ಕೆಂಪಾದರು ಉಲೆನ್‌ಸ್ಪೀಗೆಲ್‌ನಂತೂ ಬಹಳ ಖುಷಿಯಿಂದಿದ್ದ.

ಆದರೆ ಮಹಾರಾಜನ ಮನಸ್ಸಿನಲ್ಲಿ ಮಾತ್ರ ಯಾವುದೋ ಆಲೋಚನೆ ಇತ್ತು. ಅದು ಏನೆಂದು ತಿಳಿಯಲು ಬಹಳ ಹೊತ್ತು ಹಿಡಿಯಲಿಲ್ಲ. ಇದ್ದಕ್ಕಿದ್ದಂತೆ ಅವನು ಹೇಳಿದ:

"ನಮ್ಮದೊಂದು ಚಿತ್ರವನ್ನು ಕಲಾವಿದ ರಚಿಸಬೇಕೆಂಬುದು ನಮ್ಮ ಅಪೇಕ್ಷೆ. ನಮ್ಮ ಮಕ್ಕಳು, ಮೊಮ್ಮಕ್ಕಳು, ಮರಿಮಕ್ಕಳಿಗೆ ಅದನ್ನು ಬಳುವಳಿಯಾಗಿ ಬಿಟ್ಟು ಹೋಗುವುದು ನಮ್ಮ ಸಂಕಲ್ಪ."

ಅದಕ್ಕೆ ಉಲೆನ್‌ಸ್ಪೀಗೆಲ್ ಉತ್ತರಿಸಿದ:

"ಒಡೆಯಾ, ತಮ್ಮ ಇಚ್ಛೆ ನನಗೆ ಆಜ್ಞೆ – ಅದನ್ನೂ ತಲೆಯ ಮೇಲೆ ಹೊರ್ತೇನೆ. ಆದರೆ ನನ್ನದೊಂದು ಬಿನ್ನಹ. ಚಿತ್ರದಲ್ಲಿ ಒಡೆಯರು ಒಬ್ಬರೇ ಇದ್ದರೆ ಕಾಲಕಾಲಾಂತರದವರೆಗೆ ಒಡೆಯರಿಗೆ ಒಂಟಿತನದ ಬೇಸರ ಬರೋದು ಖಂಡಿತ. ಒಡೆಯರೊಂದಿಗೆ ರಾಣಿ, ಸಕಲ ಪರಿವಾರ ಇದ್ದರೆ ಒಳಿತಲ್ಲವೆ? ಇಂಥ ಸಮೂಹ ಚಿತ್ರದಲ್ಲಿ ಒಡೆಯ, ರಾಣಿ ಇಬ್ಬರೂ ನಭೋಮಂಡಲದಲ್ಲಿ ಸೂರ್ಯ ಚಂದ್ರರಂತೆ ರಾರಾಜಿಸುವರು."

"ಸರಿ, ನಿನ್ನ ಈ ಮಹತ್ಕಾರ್ಯಕ್ಕೆ ಏನು ಕೊಡಬೇಕು?"

"ನೂರು ಫ್ಲಾರಿನ್, ಒಡೆಯಾ – ಈಗಲಾದರೂ ಸರಿ, ಅನಂತರವಾದರೂ ಸರಿ."

"ಅನಂತರವೇನು – ಇಗೋ, ಹಿಡಿ ನೂರು ಫ್ಲಾರಿನ್."

ಉಲೆನ್‌ಸ್ಪೀಗೆಲ್ ಹೇಳಿದ:

"ಒಡೆಯಾ, ನೀವು ತುಂಬ ದಯಾಳು. ನನ್ನ ದೀಪಕ್ಕೆ ಎಣ್ಣೆಯನ್ನು ಸುರಿದು ಬತ್ತಿ ಉರಿಯುವಂತೆ ಮಾಡಿದಿರಿ. ಇನ್ನು ತಮ್ಮ ಗೌರವಾರ್ಥವಾಗಿ ಅದು ಪ್ರಕಾಶಮಾನವಾಗಿ ಬೆಳಗ್ತದೆ."

ಮಾರನೆಯ ದಿನ ಉಲೆನ್‌ಸ್ಪೀಗೆಲ್ ರಾಜನೊಂದಿಗೆ ಚಿತ್ರಿಸಬೇಕಾಗಿದ್ದ ಜನರನ್ನು ನೋಡಲು ಇಷ್ಟಪಟ್ಟ. ಅವನ ಮುಂದೆ ಮೊದಲು ಬಂದುದು ಲೂನ್‌ಬರ್ಗ್‌ನ ಡ್ಯೂಕ್. ಅವನು ಮಹಾರಾಜನ ದಂಡನಾಯಕನೂ ಆಗಿದ್ದ. ಸ್ಥೂಲಕಾಯ. ಅವನ ಬೊಜ್ಜು ದೊಡ್ಡದಾಗಿ ಬೆಳೆದಿತ್ತು. ಉಲೆನ್‌ಸ್ಪೀಗೆಲ್‌ನ ಕಿವಿಯಲ್ಲಿ ಆತ ಹಿತವಚನ ಹೇಳಿದ:

"ನಮ್ಮ ಬೊಜ್ಜಿನಲ್ಲಿ ಅರ್ಧದಷ್ಟನ್ನಾದರೂ ಚಿತ್ರದಲ್ಲಿ ನೀನು ತೊಡೆದು ಹಾಕದಿದ್ದರೆ ಜೋಕೆ! ನಿನ್ನನ್ನು ನೇಣು ಹಾಕೋದಕ್ಕೆ ನಮ್ಮ ಸೈನಿಕರಿಗೆ ನಾನು ಆಜ್ಞೆ ಮಾಡೋದು ಖಂಡಿತ!"

ಡ್ಯೂಕ್‌ನ ತರುವಾಯ ರಾಣಿ ಪರಿವಾರದ ಉನ್ನತ ಮಹಿಳೆಯೊಬ್ಬಳ ದರ್ಶನವಾಯಿತು. ಅವಳ ಬೆನ್ನಿನ ಮೇಲೆ ದೊಡ್ಡ ಗೂನಿತ್ತು. ವಕ್ಷಸ್ಥಳ ಬಯಲು ಭೂಮಿಯಂತಿತ್ತು. ಉಲೆನ್‌ಸ್ಪೀಗೆಲ್‌ಗೆ ಅವಳು ಹೇಳಿದಳು:

"ಕಲಾವಿದ ಮಹಾಶಯ, ಚೆನ್ನಾಗಿ ನೆನಪಿಡು: ಬೆನ್ನ ಮೇಲಿರೋ ನನ್ನ ಗೂನನ್ನು ತೆಗೆದು, ಎಲ್ಲಿರ್ಬೇಕೋ ಅಲ್ಲಿ ಒಂದೆರಡು ಜತೆ ಉಬ್ಬುಗಳನ್ನ ನೀನು ಕೊಡದೇ ಹೋದಲ್ಲಿ, ಖಂಡಿತವಾಗಿಯೂ ನಿನ್ನನ್ನು ಸಿಗಿದು ನಾನು ತೋರಣ ಕಟ್ಟಿಸ್ತೇನೆ!"

ಅವಳು ನಿರ್ಗಮಿಸಿದ ಮೇಲೆ ಸುಂದರ ತರುಣಿಯೊಬ್ಬಳು ಬಂದಳು. ಆದರೆ ಅವಳ ಮೇಲ್ತುಟಿಯ ಕೆಳಗೆ ಮೂರು ಹಲ್ಲುಗಳಿರಲಿಲ್ಲ, ಅಷ್ಟೆ. ಅವಳೆಂದಳು:

"ಇದನ್ನು ಸರಿಯಾಗಿ ತಿಳಿದುಕೊ. ನಾನು ಮುಗುಳ್ನಗುತ್ತಿರುವಂತೆ ಚಿತ್ರಿಸು; ನನ್ನ ದಂತ ಪಂಕ್ತಿ ಮುತ್ತಿನ ಸಾಲಿನಂತಿರಲಿ. ಮರೆತೆಯೋ – ಅಲ್ಲಿ ನೋಡು, ನನ್ನ ಪ್ರಿಯತಮ ನಿನ್ನನ್ನು ಸರಿಯಾಗಿ ನೋಡಿಕೊಳ್ತಾನೆ. ನಿನ್ನ ತಲೆಯನ್ನು ಹೋಳು ಮಾಡಿ, ಉಪ್ಪಿನಕಾಯಿ ಹಾಕ್ತಾನೆ, ಅಷ್ಟೆ!"

ಅವಳ ಪ್ರಿಯತಮ ಬೇರೆ ಯಾರೂ ಅಲ್ಲ: ತಾನು ಅರಮನೆಯ ಬಾಗಿಲಿಗೆ ಬಂದಾಗ ಪಗಡೆಯಾಡುತ್ತಿದ್ದ ಭೀಮಕಾಯದ ನಾಯಕ!

ಪರಿವಾರದ ಪರಿಚಯ ಮುಗಿದು, ಕಲಾವಿದ ಮಹಾರಾಜನೊಡನೆ ಸಮಾಲೋಚನೆ ನಡೆಸಿದ. ಮಹಾರಾಜನ ಕಟ್ಟಪ್ಪಣೆ ಹೀಗಿತ್ತು:

"ನನ್ನ ಪರಿವಾರವನ್ನು ಚಿತ್ರಿಸುವಾಗ ಒಂದು ಚಿಕ್ಕ ತಪ್ಪಾದರೂ ಪ್ರಮಾದವಾದೀತು, ಎಚ್ಚರಿಕೆ! ಅವರ ಅಂಗಾಂಗಗಳಲ್ಲಿ ಯಾವುದೊಂದಕ್ಕೆ ಚ್ಯುತಿ ಬಂದರೂ ನಿನ್ನ ಕತ್ತನ್ನು ಕತ್ತರಿಸ್ತೇನೆ – ಕೋಳಿಯ ಕತ್ತನ್ನು ಕತ್ತರಿಸುವಂತೆ. ಜೋಕೆ!

ಉಲೆನ್‌ಸ್ಪೀಗೆಲ್ ತನಗೆ ತಾನೇ ಅಂದುಕೊಂಡ:

'ಒಬ್ಬರು ನೇಣು ಹಾಕ್ತಾರೆ; ಒಬ್ಬರು ಸಿಗಿದು ತೋರಣ ಕಟ್ತಾರೆ' ಒಬ್ಬರು ತಲೆಯನ್ನು ಹೋಳುಮಾಡಿ ಉಪ್ಪಿನಕಾಯಿ ಹಾಕ್ತಾರೆ; ಒಬ್ಬರು ಕತ್ತನ್ನು ಕತ್ತರಿಸ್ತಾರೆ – ಇದೆಲ್ಲ ನೋಡಿದರೆ ಚಿತ್ರ ಬರೆಯದಿರೋದೇ ಮೇಲು ! ನೋಡೋಣ."

ಹೀಗೆ ಯೋಚಿಸಿ, ಅವನು ಮಹಾರಾಜನನ್ನು ಕೇಳಿದ: 'ಒಡೆಯ, ಈ ಚಿತ್ರವನ್ನು ತೂಗು ಹಾಕುವ ಭವನ ಎಲ್ಲಿದೆ ?"

"ತೋರಿಸ್ತೇನೆ, ಬಾ," ಎಂದು ರಾಜ ಭವ್ಯ ಭವನವನ್ನು ಚಿತ್ರಕಾರನಿಗೆ ತೋರಿಸಿದ.

ಧೂಳು ನೊಣ ಇವುಗಳಿಂದ ತನ್ನ ಕಲಾಕೃತಿ ಕೆಡಬಾರದೆಂದು ಕಲಾವಿದ ಗೋಡೆಯಗಲಕ್ಕೂ ಪರದೆ ತೂಗುಹಾಕಿಸಿದ. ತನಗೆ ನೆರವಾಗಲು ಮೂವರನ್ನು ನೇಮಕ

ಮಾಡಿಸಿದ. ಮೂವತ್ತು ದಿನಗಳು ಕಳೆದವು. ಕಲಾವಿದ ಹಾಗೂ ಅವನ ಸಹಾಯಕರು ತಿಂದು ಕುಡಿದು ಮೋಜು ಮಾಡುವುದರಲ್ಲೇ ಕಾಲ ಕಳೆದರು. ಮೂವತ್ತೊಂದನೆಯ ದಿನ ಮಹಾರಾಜ ಕುತೂಹಲದಿಂದ ಇಣುಕಿ ನೋಡಿದ. ಒಳಕ್ಕೆ ಬರಬಾರದೆಂದು ಕಲಾವಿದ ಅವನೊಂದಿಗೆ ಬೇಡಿಕೊಂಡಿದ್ದ.

"ಚಿತ್ರ ಎಲ್ಲಿ?" ಎಂದು ಮಹಾರಾಜ ಕೇಳಿದ. ಇನ್ನೂ ಸಮಯ ಬೇಕೆಂದು ಉಲೆನ್‌ಸ್ಪೀಗೆಲ್ ಹೇಳಿದ. ಮೂವತ್ತಾರನೆಯ ದಿನ ಮಹಾರಾಜ ಪುನಃ ಇಣುಕಿದಾಗ, "ಚಿತ್ರಗಳ ತಯಾರಿ ಭರದಿಂದ ಸಾಗ್ತಾ ಇದೆ" ಎಂದು ಕಲಾವಿದ ಅವನಿಗೆ ತಿಳಿಸಿದ. ಕೊನೆಗೆ ಅರವತ್ತನೆಯ ದಿನ ರಾಜ ಬಹಳ ಸಿಟ್ಟಿನಿಂದ ಕೋಣೆಯೊಳಗೆ ಸೀದಾ ಬಂದು "ಚಿತ್ರಗಳನ್ನು ತಕ್ಷಣ ತೋರಿಸು" ಎಂದು ಅಬ್ಬರಿಸಿದ.

"ಆಗಲಿ ಒಡೆಯ. ಆದರೆ ನಿಮ್ಮ ಸಕಲ ಪರಿವಾರ ಬಂದ ಮೇಲೆ ಪರದೆಯನ್ನು ಸರಿಸಬೇಕು," ಎಂದು ಉಲೆನ್‌ಸ್ಪೀಗೆಲ್ ಕೇಳಿಕೊಂಡ.

ಮಹರಾಜನ ಪರಿವಾರ ಸೇರಿತು. ಪರದೆಯ ಮುಂದೆ ನಿಂತು ಉಲೆನ್‌ಸ್ಪೀಗೆಲ್ ಸಭೆಯನ್ನುದ್ದೇಶಿಸಿ ಹೇಳಿದ:

"ನನ್ನ ಕಲಾಶಕ್ತಿ, ನೈಪುಣ್ಯಗಳನ್ನೆಲ್ಲಾ ಉಪಯೋಗಿಸಿ ಈ ಬೃಹತ್ ಚಿತ್ರ ರಚಿಸಿದ್ದೇನೆ. ಅದರಲ್ಲಿ ನೀವು ನಿಮ್ಮ ನಿಮ್ಮ ಚಿತ್ರಗಳನ್ನು ಗುರ್ತಿಸಬಲ್ಲಿರಿ. ಚಿತ್ರವನ್ನು ನೋಡೋದಕ್ಕೆ ನೀವೆಲ್ಲ ಕುತೂಹಲಿಗಳಾಗಿರೋದು ಸಹಜ. ಆದರೆ ಪರದೆ ಸರಿಸೋದಕ್ಕೆ ಮೊದಲು ಸ್ವಲ್ಪ ತಾಳ್ಮೆಯಿಂದ ನನ್ನ ಬಿನ್ನಹವನ್ನು ಲಾಲಿಸಿ. ನೀವೆಲ್ಲ ಸತ್ಕುಲ ಪ್ರಸೂತರು. ನಿಮ್ಮ ಚಿತ್ರಗಳನ್ನು ನೋಡಿ ಆನಂದಿಸಿ. ಆದರೆ ನಿಮ್ಮಲ್ಲಿ ಯಾರಾದರೂ ನೀಚಕುಲದವರಾಗಿದ್ದಲ್ಲಿ, ಇಲ್ಲಿ ಅಂಥವರಿಗೆ ತಮ್ಮ ಚಿತ್ರದ ಬದಲು ಬರೀ ಗೋಡೆ ಕಾಣಿಸ್ತದೆ. ಇಗೋ! ಪರದೆ ಸರೀತದೆ. ಕಣ್ದೆರೆದು ನೋಡಿ."

ಉಲೆನ್‌ಸ್ಪೀಗೆಲ್ ಪರದೆಯನ್ನು ಸರಿಸಿದ.

ಸಭಿಕರೆಲ್ಲ ಗೋಡೆಯನ್ನು ನೋಡುತ್ತಾ, ತಮ್ಮ ತಮ್ಮ ಚಿತ್ರಗಳನ್ನು ನೋಡಿದಂತೆ ನಟಿಸಿ, ಬೊಟ್ಟು ಮಾಡಿ ತೋರಿಸಿ, ಒಬ್ಬರಿಗೊಬ್ಬರು ಪಿಸುಮಾತಿನಲ್ಲಿ ತಮ್ಮ ಮೆಚ್ಚುಗೆಯನ್ನು ತಿಳಿಸತೊಡಗಿದರು. ತಾವು ನೀಚಕುಲದವರೆಂದು ರುಜುವಾತು ಮಾಡಿಕೊಡಲು ಯಾರೂ ಸಿದ್ಧರಿರಲಿಲ್ಲ. ಅವರಿಗೆ ನಿಜವಾಗಿ ಕಾಣಿಸುತ್ತಿದ್ದುದು ಬರೀ ಗೋಡೆ. ಅವರು ಅಪಮಾನವನ್ನು ಸಹಿಸಿಕೊಂಡರು – ಮಾತನಾಡುವ ಧೈರ್ಯವಿಲ್ಲದೆ.

ಆಗ ಅರಮನೆಯ ವಿದೂಷಕ ಮೂರು ಅಡಿ ನೆಗೆದು, ತನ್ನ ಗಂಟೆಗಳನ್ನು ಬಾರಿಸಿ ಕೂಗಿದ:

"ನನ್ನನ್ನು ದುಷ್ಟ ಎಂದರೂ ಸರಿಯೆ – ನಾನು ಈ ಮಾತನ್ನು ಘಂಟಾಘೋಷವಾಗಿ ಹೇಳ್ತೇನೆ – ಅಲ್ಲಿರೋದು ಬರೀ ಗೋಡೆ!"

ಇದನ್ನು ಕೇಳಿದ ಉಲೆನ್‌ಸ್ಪೀಗೆಲ್ ಅಂದ:

"ಅವಿವೇಕಿಗಳು ಮಾತನಾಡಲು ಆರಂಭಿಸಿದಾಗ, ಜಾಣರು ತಮ್ಮ ಕಾಲಿಗೆ ಬುದ್ಧಿ ಹೇಳ್ತಾರೆ."

ಹೀಗೆ ಹೇಳಿ ಹೊರಡಲು ಸಿದ್ಧವಾದ ಕಲಾವಿದನನ್ನು ಮಹಾರಾಜ ತಡೆದ.

"ಮೂರ್ಖ! ನೀನು ಇಷ್ಟು ಮಂದಿ ಕುಲೀನ ಮಹಿಳೆಯರನ್ನೂ ಮಹನೀಯರನ್ನೂ ನಗೆಗೇಡು ಮಾಡಿದ್ದೀಯೆ. ಅವರ ಸತ್ಕುಲವನ್ನು ಅವಹೇಳನ ಮಾಡಿದ್ದೀಯೆ. ನಿನ್ನ ಮಿತಿ

ಮೀರಿದ ಮಾತಿಗಾಗಿ ನೀನು ನೇಣುಗಂಬದಿಂದ ತೂಗೋ ಕಾಲ ಇಗೋ ಬಂದಿದೆ!"

ಅದಕ್ಕೆ ಉಲೆನ್‌ಸ್ಪೀಗೆಲ್ ಹೇಳಿದ:

"ಅದು ಬಂಗಾರದ ನೇಣೇ ಆಗಿರ್ಲಿ, ನಾನು ಬರುತ್ತಿರೋದನ್ನು ಕಂಡು ಕಡಿದುಬೀಳ್ತದೆ."

"ತಾಳು" ಎಂದ ಮಹಾರಾಜ. ಉಲೆನ್‌ಸ್ಪೀಗೆಲ್‌ಗೆ ಅವನು ಹದಿನೈದು ಫ್ಲಾರಿನ್ ಕೊಟ್ಟು, "ಇದು ನಿನ್ನ ನೇಣಿನ ಮೊದಲ ತುಂಡು" ಎಂದ.

ಹಣವನ್ನು ಸ್ವೀಕರಿಸುತ್ತಾ ಉಲೆನ್‌ಸ್ಪೀಗೆಲ್ ಹೇಳಿದ:

"ಎಲ್ಲ ತಮ್ಮ ಕೃಪೆ. ಅಲ್ಲದೆ ದಾರಿಯಲ್ಲಿರೋ ಪ್ರತಿಯೊಂದು ಪಡಖಾನೆಗೂ ಈ ನೇಣಿನ ಒಂದು ಎಳೆ ಖಂಡಿತ ದೊರೆಯೋ ಹಾಗೆ ಮಾಡ್ತೇನೆ ಅಂತ ನಾನು ತಮಗೆ ಆಶ್ವಾಸನೆ ನೀಡ್ತೇನೆ. ಇಂಥ ಚಿನ್ನದ ಎಳೆಗಳಲ್ವೇ ಆ ಪಡಖಾನೆಗಳ ಕಳ್ಳ ಮಾಲಿಕರನ್ನು ಲಕ್ಷಾಧಿಪತಿಗಳನ್ನಾಗಿ ಮಾಡೋದು!"

ಅನಂತರ ಕಲಾವಿದ ನಿರ್ಗಮಿಸಿದ. ತನ್ನ ಕತ್ತೆಯ ಮೇಲೆ ಸವಾರಿ ಮಾಡುತ್ತ ಆತ ಕತ್ತೆತ್ತಿ ಹೋಗುತ್ತಿದ್ದಾಗ, ಅವನ ಟೋಪಿಯಲ್ಲಿದ್ದ ಗರಿ ಗಾಳಿಯಲ್ಲಿ ನಲಿಯುತ್ತಿತ್ತು. ○

○ **ಜಾರ್ಜಸ್ ಈಕ್‌ಹೌಡ್**

ಹಿಯೆಪ್ – ಹಿಯುಪ್

ವಾರ್ಟೆಲ್ ಹಾಗೂ ಇಪೆನ್‌ರಾಯ್‌ಗಳ ನಡುವಣ ಹಳ್ಳಿಗಾಡಿನ ಒಂದು ಮೂಲೆಯಲ್ಲಿ ಬಾಶೊಫ್ ಜಮೀನು ಇದೆ; ಅದಕ್ಕೆ ಸ್ಥಳೀಕರು ಕೊಟ್ಟಿರುವ ಹೆಸರು 'ಅರಣ್ಯ ಪಾಲಕನ ನಿವಾಸ.'

ಅದು ಪಾಳು ಪ್ರದೇಶ – ಭೂ ದೃಶ್ಯಗಳನ್ನು ಚಿತ್ರಿಸುವವರ ದೃಷ್ಟಿಯಲ್ಲಿ ಅದಕ್ಕೆ ವೈಶಿಷ್ಟ್ಯವಿದೆ.

ಅಲ್ಲಲ್ಲಿ ಕುರುಚಲು, ಹಳದಿ ಹೂಬಿಡುವ ಮೆಳೆಗಳು; ಹಸಿರು ಪಾಚಿಗಟ್ಟಿದ ನೀಡು ನಿಂತ ಜೌಗುಪ್ರದೇಶ: ಅದನ್ನು ಸುತ್ತುಗಟ್ಟಿರುವ ನಿತ್ಯಹಸಿರು ಮರಗಳು; ಅದರಾಚೆಗೆ ಬಲಿಷ್ಠ ಓಕ್ ಮರಗಳ ತೋಪು; ಅಲ್ಲಿಷ್ಟು ಇಲ್ಲಿಷ್ಟು ತೇಪೆ ಹಾಕಿದಂತೆ ಕೃಷಿ ಭೂಮಿ; ದಿಗಂತದ ಅಂಚಿನಲ್ಲಿ ಮೂರೋ ನಾಲ್ಕೋ ಗೋಪುರ ಗಳು ಈ ನಿರ್ಜನ ಪ್ರದೇಶಕ್ಕೆ ಪಹರೆ ನೀಡುವಂತೆ ಕಾಣಿಸುತ್ತವೆ. ಮೇಲಿನ ಆಕಾಶ ಯಾವಾಗಲೂ ಮೋಡದಿಂದ ತುಂಬಿ, ಯಾವಾಗ ಬಿರುಗಾಳಿ, ಮಳೆ ಬರುವುದೋ ಹೇಳುವುದು ಅಸಾಧ್ಯ.

ಈ ಪ್ರದೇಶದಂತೆ ಇಲ್ಲಿಯ ನಿವಾಸಿಗಳು: ಅವರಲ್ಲಿ ಶಾಂತಿಪ್ರಿಯರಿದ್ದಾರೆ, ಶಾಂತಿಗೆ ಭಂಗ ತರುವವರಿದ್ದಾರೆ. ಕಳ್ಳ ಬೇಟೆಗಾರರು, ಕಳ್ಳ ಸಾಗಾಟಗಾರರು, ದರೋಡೆಕೋರರು ಇತ್ಯಾದಿ. ಡಚ್ ಗಡಿಯ ಸಾಮೀಪ್ಯದಿಂದ ಇಲ್ಲಿಗೆ ಆಕರ್ಷಿತರಾಗಿದ್ದ ಈ ಅಲೆಮಾರಿ ಪುಂಡರು ಕಷ್ಟಪಟ್ಟು ದುಡಿಯುವ ರೈತರ ನಡುವೆ ಆಗಾಗ್ಗೆ ಗಲಭೆ ಉಂಟುಮಾಡುತ್ತಿದ್ದರು.

ಡಿ ಥೈಮ್ ಎಂಬ ಸುಪ್ರಸಿದ್ಧ ಡಚ್ ಮನೆತನಕ್ಕೆ ಸೇರಿದ್ದ ಬಾಶೊಫ್ ಜಮೀನಿನ ಪಾರುಪತ್ಯ ಮತ್ತು ಅಲ್ಲಿನ ಅರಣ್ಯವನ್ನು ಕಾಯುವ ಕೆಲಸ ಓವರ್‌ಮ್ಯಾಟ್ ಕುಟುಂಬದ್ದು; ಅನೇಕ ತಲೆಮಾರು ಗಳಿಂದಲೂ ತಂದೆಯಿಂದ ಮಗನಿಗೆ ಬಂದದ್ದು: ಆ ನೆರೆಹೊರೆ ಯಲ್ಲಿ ಇವರು ಅತ್ಯಂತ ಐಶ್ವರ್ಯವಂತ ರೈತರೆಂದು ಪ್ರಖ್ಯಾತರು.

ಜಾಕ್ ಓಮರ್‌ಮ್ಯಾಟ್ ಇಪ್ಪತ್ತೈದರ ಸುಂದರ ಯುವಕ. ಅಂಥವರ ಬಗ್ಗೆ ಹೀಗೆ ಹೇಳುವುದುಂಟು; ಬಲದಲ್ಲಿ ಓಕ್ ಮರ, ಎತ್ತರದಲ್ಲಿ ಪೈನ್ ಮರ, ಆರೋಗ್ಯದಲ್ಲಿ ಕುರುಚಲು ಭೂಮಿ.

ಈ ವಯಸ್ಸಿಗೆ ಜಾಕ್ ಜವಾಬುದಾರಿ ವಹಿಸಲು ಕಾರಣ ಅವನ ತಂದೆ ಹಾಗೂ ಅಣ್ಣ ತೀರಿಕೊಂಡುದು. ಅವನು

ಕಾಲೇಜಿನಲ್ಲಿ ಅಭ್ಯಾಸ ಮಾಡಿ, ಧರ್ಮಗುರುವಾಗಲು ಆಲೋಚಿಸಿದ್ದ. ಆದರೆ ಆದುದೇ ಬೇರೆ. ಕಾಲೇಜು ವಿದ್ಯಾಭ್ಯಾಸ ಅವನಿಗೆ ನಯನಾಜೂಕು ಕಲಿಸಿತ್ತು. ಪುಸ್ತಕಗಳನ್ನೋದಿ ಅವನ ಸೌಂದರ್ಯ ಪ್ರಜ್ಞೆ ಅರಳಿತ್ತು.

ಅವನ ವಯಸ್ಸಿಗೆ ಆತ ತುಂಬ ಗಂಭೀರ ಸ್ವಭಾವದವನಾಗಿದ್ದ, ಹಳ್ಳಿಯಲ್ಲಿ ಅವನ ಮಾತಿಗೆ ಬಹಳ ಬೆಲೆಯಿತ್ತು. ತನ್ನ ಅಪ್ಪ ಮತ್ತು ಅಣ್ಣ ಅಕಾಲದಲ್ಲಿ ತೀರಿಹೋಗದಿರುತ್ತಿದ್ದರೆ ಅವನು ಧರ್ಮಗುರುವಾಗುತ್ತಿದ್ದನೆಂಬುದು ಅವನ ಬಗ್ಗೆ ಗೌರವವನ್ನು ಹೆಚ್ಚಿಸಿತ್ತು. ಕಾನೂನನ್ನು ಕಡೆಗಣಿಸುವವರೂ ಅವನ ನ್ಯಾಯಪರತೆಯನ್ನು, ಮಾನವೀಯತೆಯನ್ನು, ಒಪ್ಪಿದ್ದರು. ಅವನು ಸಲುಗೆಗೆ ಅವಕಾಶಕೊಡುತ್ತಿರಲಿಲ್ಲ; ಆದರೆ ಯಾರನ್ನೂ ಅನಗತ್ಯವಾಗಿ ಎದುರು ಹಾಕಿಕೊಳ್ಳುತ್ತಿರಲಿಲ್ಲ. ಹೆಣ್ಣು ಮಕ್ಕಳ ತಾಯಿಯರು ಅವನನ್ನು ಅಳಿಯನನ್ನಾಗಿ ಮಾಡಿಕೊಳ್ಳುವ ಕನಸು ಕಾಣುತ್ತಿದ್ದರು.

ಅವನ ತಾಯಿಗೆ ಸೊಸೆಯನ್ನು ಬರಮಾಡಿಕೊಳ್ಳುವ ಹಂಬಲ: ಮದುವೆಯ ಮಾತನ್ನು ಮತ್ತೆ ಮತ್ತೆ ಆಡುತ್ತಿದ್ದಳು. ಆದರೆ ಅವನದು ನಾಚಿಕೆಯ ಸ್ವಭಾವ. ತಾಯಿಯ ಜತೆ ಇರುವ ಸುಖಕ್ಕಿಂತ ಬೇರೆ ಸುಖ ಇಲ್ಲವೆಂಬುದು ಅವನ ನಂಬಿಕೆ.

ಅಲೆಮಾರಿ ಜನರ ಗುಂಪಿಗೆ ಒಬ್ಬ ತಾಯಿ, ಅವಳ ಮಗಳು ಬಂದು ಸೇರಿಕೊಳ್ಳುವವರೆಗೆ ಎಲ್ಲಾ ಚೆನ್ನಾಗಿತ್ತು. ಬಾಶೊಫ್ ಜಮೀನಿನ ಎದುರಿಗಿದ್ದ ಕಾಡಿನಲ್ಲಿ ಒಂದು ನಿರ್ಜನ ಗುಡಿಸಲು ಇವರ ನಿವಾಸವಾಯಿತು.

ಈ ಪಂಗಡದ ಇತರ ಎಲ್ಲರ ಹಾಗೆ ಇವರೂ ಭಿಕ್ಷೆ ಬೇಡುವರು, ಕಳ್ಳತನ ಮಾಡುವರು, ಅಲ್ಪಸ್ವಲ್ಪ ಕೂಲಿ ಕೆಲಸ ಮಾಡುವರು. ಹಣ್ಣು ಹಂಪಲು, ಗೆಡ್ಡೆ ಗೆಣಸುಗಳನ್ನು ಆಹಾರಕ್ಕಾಗಿ ಅರಸುವರು. ಚಾಪೆ ನೇಯುವರು. ಜನರು ಬಂದು ಸೇರಲು ಒಂದು ಸ್ಥಳವನ್ನು ಗೊತ್ತುಮಾಡಿ, ಮುದುಕಿ ಗಿರಾಕಿಗಳ ಕೈ ನೋಡಿ ಭವಿಷ್ಯ ಹೇಳುತ್ತಿದ್ದಳು.

ಮಗಳು ನೋಡುವುದಕ್ಕೆ ಚೆನ್ನಾಗಿರಲಿಲ್ಲ; ಬರೀ ಮೂಳೆ; ಕೆದರಿದ ಅವಳ ಕೂದಲು ಇದ್ದಿಲಿನಷ್ಟು ಕಪ್ಪು; ಅವಳ ನೀಳವಾದ ಮುಖದಲ್ಲಿ ಎರಡು ಅಶಾಂತ ಕಣ್ಣುಗಳು; ಅವಳ ಇಡೀ ದೇಹವನ್ನು ಯಾವುದೊ ತಾಪ ದಹಿಸುತ್ತಿತ್ತು. ನೋಡಲು ಅಂದವಾದ ಶಾಂತ ಸ್ವಭಾವದ ಹುಡುಗಿಯರನ್ನು ನೋಡಿದ ಈ ಭಾಗದ ಶಾಂತಿಪ್ರಿಯ ರೈತರಿಗೆ ಈ ಹುಡುಗಿ ಹಿಡಿಸಲಿಲ್ಲ. ಕೂಲಿ ಕೆಲಸದವರು, ಅಂಗಡಿಕಾರರು, ಚಿಲ್ಲರೆ ಆಳುಗಳು – ಈ ವರ್ಗಗಳಿಂದ ತನ್ನ ಪ್ರಿಯತಮರನ್ನು ಅವಳು ಆರಿಸುತ್ತಿದ್ದಳು. ಕಳ್ಳಮಾಲನ್ನು ಸಂಗ್ರಹಿಸುವ ಅಥವಾ ಜೋಪಾನ ಮಾಡುವ ಧಾಂಡಿಗರು ಇವಳಿಗೆ ಪರಿಚಯ. ಇವರು ಕೂಡ ಅವಳಿಗೆ ಸುಲಭವಾಗಿ ದಕ್ಕುತ್ತಿರಲಿಲ್ಲ. ಅವಳು ಬಹಿರಂಗವಾಗಿ ಅವರ ಹಿಂದೆ ಓಡಬೇಕಾಗಿತ್ತು. ಯಾಕೆಂದರೆ, ಅವರು ಎಷ್ಟು ಕೀಳು ಮಟ್ಟಕ್ಕೆ ಇಳಿದಿದ್ದರೂ, ತಮ್ಮ ಅನಪೇಕ್ಷಿತ ವಿಜಯದ ಬಗ್ಗೆ ಹೆಮ್ಮೆ ಪಟ್ಟುಕೊಳ್ಳುವಷ್ಟು ಮಾನಗೇಡಿಗಳಾಗಿರಲಿಲ್ಲ.

ಒಟ್ಟಾರೆ ಹುಡುಗಿ ಒಳ್ಳೆಯವಳು. ಆದರೆ ಆ ಬಳಗಕ್ಕೆ ಸೇರಿದ ಇತರ ಎಲ್ಲರಂತೆ ಅವಳಿಗೆ ಸಹ ಅಧಿಕಾರದಲ್ಲಿರುವವರನ್ನು ಕಂಡರೆ ಆಗದು: ಪೊಲೀಸ್, ನ್ಯಾಯಾಧೀಶ, ಶ್ರೀಮಂತ, ಅವರ ಬಂಧುಗಳು, ಉಳ್ಳವರು, ಇಲ್ಲದವರನ್ನು ನೂರೊಂದು ರೀತಿಯಲ್ಲಿ ಕಾಡುವವರು – ಇವರೆಲ್ಲರ ಬಗ್ಗೆ ಅವಳಿಗೆ ಅಸಹನೀಯ ದ್ವೇಷ; ಸಮಯ ಸಿಕ್ಕರೆ ಅವರಿಗೆ ಪಾಠ ಕಲಿಸಲು ಯಾವಾಗಲೂ ಸಿದ್ಧ. ಅವಳಿಗೆ ಬಂದ ಅಡ್ಡ ಹೆಸರು ಹಿಯೆಪ್– ಹಿಯುಪ್ – ಅದು ಅವಳು

ನೆಗೆದು ಚಿಟಿಕೆ ಹಾರಿಸುವಾಗ ಮಾಡುತ್ತಿದ್ದ ಉದ್ಗಾರ. ಅದೇ ಕಾಲಕ್ರಮದಲ್ಲಿ ಸ್ಥಿರವಾಯಿತು.

ಜಾಕ್ ಓವರ್‌ಮ್ಯಾಟ್ ವಿರುದ್ಧ ಅವಳ ದೂರು ಒಂದಲ್ಲ, ಎರಡಲ್ಲ. ನೀಚರು ಸಹ ಅವನನ್ನು ಗೌರವದಿಂದ ಕಾಣುತ್ತಿದ್ದುದು ಅವಳನ್ನು ಕೆರಳಿಸುತ್ತಿತ್ತು.

ಒಂದು ದಿನ ಅವಳು ಕೊಡಲಿ ಹಿಡಿದು ಅವನ ಉಸ್ತುವಾರಿಯಲ್ಲಿದ್ದ ಅರಣ್ಯದಲ್ಲಿ ಮರ ಕಡಿಯುತ್ತಿದ್ದಾಗ ಓವರ್‌ಮ್ಯಾಟ್ ಅಲ್ಲಿಗೆ ಬಂದ. ಅವನನ್ನು ಕಂಡು ಓಡಿಹೋಗುವುದರ ಬದಲು, ಅವಳು ಶಾಂತವಾಗಿ ಕೊಂಬೆರೆಂಬೆಗಳನ್ನು ಕಡಿದು ಕಟ್ಟು ಕಟ್ಟಿದಳು. ಅವನು ಒಳ್ಳೆಯ ಮಾತಿನಲ್ಲಿ ಅವಳನ್ನು ದಂಡಿಸಿ, ಅವಳಿಗೆ ಸೌದೆ ಬೇಕಾದಲ್ಲಿ ತನ್ನನ್ನು ಬಂದು ಕೇಳಬೇಕೆಂದು ಬುದ್ಧಿವಾದವಿತ್ತು. ಅವಳು ತನ್ನ ಕಪ್ಪು ಕಣ್ಣುಗಳನ್ನು ಅವನಲ್ಲಿ ನೆಟ್ಟಳು; ಅವನನ್ನು ಧಿಕ್ಕರಿಸುವಂತೆ ಅವಳು ನಕ್ಕ ನಗು ಕರ್ಕಶವಾಗಿ ಮೊಳಗಿತು. ಮರುಕ್ಷಣದಲ್ಲಿ ಅವಳು ತಿರುಗಿ, ಹಿಯೆಪ್ ಹಿಯುಪ್ ಎಂದು ಕೂಗಿಕೊಂಡು, ಮಾಯವಾದಳು.

ಈ ನಗು ಅವನ ಶಾಂತಿಯನ್ನು ಕದಡಿತು. ಇಡೀ ದಿನ ಆ ನಗುವಿನ ಶಬ್ದ ಅವನ ಕಿವಿಯಲ್ಲಿತ್ತು. ಅವನಿಗೆ ತನ್ನ ಬಗ್ಗೆ ತನಗೇ ಅಸಮಾಧಾನವೆನಿಸಿತು. ತನ್ನ ಅಧಿಕಾರಕ್ಕೆ ತಾನು ಅನರ್ಹನೇನೊ ಎನಿಸಿತು.

ಈ ಅವಸ್ಥೆಯಲ್ಲಿ ಅವನಿರುವಾಗಲೇ ಹಿಯೆಪ್ – ಹಿಯುಪ್ ಇನ್ನೊಂದು ಸಾಹಸ ಮಾಡಿ ಅವನನ್ನು ಕೆಣಕಿದಳು. ಬೆಳಗಿನ ಜಾವ ಅವಳು ಪೊದೆಗಳಲ್ಲಿ ಅಡಗಿ ಮೊಟ್ಟೆಗಳನ್ನು ಕದಿಯುತ್ತಿದ್ದಳು. ಅವಳು ಹಾಗೆ ಕದಿಯುತ್ತಿದ್ದುದನ್ನು ಒಂದು ದಿನ ನೋಡಿದ ಜಾಕ್ ತಾನು ಮಾಡಿದ ಲೋಪವನ್ನು ಸರಿಪಡಿಸಲು ಇದು ಸರಿಯಾದ ಅವಕಾಶವೆಂದು ಎಣಿಸಿದ. ಯಾವ ಸಮಜಾಯಿಶಿಯನ್ನೂ ಕೇಳದೆ ಕದ್ದ ಮೊಟ್ಟೆಗಳನ್ನು ಜೇಬಿನಿಂದ ತೆಗೆದು, ಮೊದಲಿನಂತೆ ಗೂಡಿನಲ್ಲಿಡಲು ಆತ ಅವಳಿಗೆ ಅಪ್ಪಣೆ ಮಾಡಿದ. ಅವಳು ಉತ್ತರ ನೀಡದಿರಲು ಅವಳ ತೋಳನ್ನು ಹಿಡಿದ. ಏನಾಯಿತೋ ಎನ್ನುವಂತೆ ಅವಳು ಕಿರಿಚಿದಳು; ತನ್ನ ಮಡಿಲಲ್ಲಿದ್ದ ಮೊಟ್ಟೆಗಳನ್ನು ನೆಲದ ಮೇಲೆ ಚೆಲ್ಲಿ, ಕಾಲಲ್ಲಿ ಪುಡಿ ಪುಡಿ ಮಾಡಿದಳು. ಅವನ ಕೈ ಹಿಡಿತವನ್ನು ಬಿಡಿಸಿಕೊಂಡು, ಹಿಯೆಪ್–ಹಿಯುಪ್ ಶಬ್ದದೊಡನೆ ಒಂದೇ ನೆಗೆತದಲ್ಲಿ ಮಂಗಮಾಯವಾದಳು.

ಜಾಕ್‌ಗೆ ದಿಗ್ಭ್ರಮೆಯಾಯಿತು. ಅವಳನ್ನು ಹಿಡಿದು ಪೊಲೀಸರ ಮುಂದೆ ಹಾಜರು ಪಡಿಸಲು ಅವನು ಪ್ರಯತ್ನ ಮಾಡಲಿಲ್ಲ. ಕಾನೂನಿನ ಹೆಸರನ್ನು ಸಹ ಎತ್ತಲಿಲ್ಲ. ಅವನಲ್ಲಿದ್ದ ಸೇಡಿನ ಬಯಕೆ ಕರಗಿಹೋಯಿತು. ಮೊದಲ ಸಲದ ಭೇಟಿಗಿಂತ, ಈ ಭೇಟಿ ಅವನ ಮೇಲೆ ಅವರ್ಣನೀಯ ಪರಿಣಾಮ ಮಾಡಿತು. ಹೆಂಗಸಿನ ಈ ಧಾರ್ಷ್ಟ್ಯ, ಕೆಚ್ಚು ಅವನಿಗೆ ಹೊಸತು. ಅವಳ ಕಣ್ಣುಗಳು, ಅವಳ ಮೊಳಗುವ ನಗು ಅವನ ನಿದ್ರೆಯನ್ನು ಭಂಗಪಡಿಸಿದವು.

ಎರಡು ಸಲ ಪಡೆದ ವಿಜಯದಿಂದ ಉತ್ತೇಜಿತಳಾಗಿ, ಅವಳು ಮತ್ತೆ ಮತ್ತೆ ಅವನ ದಾರಿಗೆ ಅಡ್ಡಲಾಗಿ ಬರಲಾರಂಭಿಸಿದಳು. ಅವನನ್ನು ಕಂಡರೆ ತನ್ನ ತಪ್ಪನ್ನು ಮರೆ ಮಾಚುವುದರ ಅವಶ್ಯಕತೆ ಅವಳಿಗೆ ಇರಲಿಲ್ಲ. ಜಾಕ್ ಕಣ್ಣೆದುರೇ ಬಾಶೊಫ್ ಜಮೀನಿನ ಅಕ್ಕಪಕ್ಕದಲ್ಲೇ ಅವಳು ತನ್ನ ದರೋಡೆಯ ಕೆಲಸವನ್ನಾರಂಭಿಸಿದಳು.

ಅವನು ಕಳೆದುಕೊಂಡ ಶಾಂತಿ ಪುನಃ ಬರಲಿಲ್ಲ. ಎರಡು ಸಲ ಅವಳ ಕೈಯಲ್ಲಿ ಫಾಸಿ ಗೊಂಡುದರ ನೆನಪು, ಮತ್ತೊಮ್ಮೆ ಅವಳೊಡನೆ ಸೆಣಸುವ ಆಲೋಚನೆಗೆ ಕಡಿವಾಣ ಹಾಕಿತು.

ಅವನು ಅವಳ ಕಣ್ಣು ತಪ್ಪಿಸಲಾರಂಭಿಸಿದ. ಆದರೂ ಒಂದು ದಿನ ಅವರ ಭೇಟಿ ಯಾಯಿತು. ಈಗ ಜಾಕ್‌ನ ವರ್ತನೆ ವಿಚಿತ್ರವಾಗಿತ್ತು. ಅವನು ನಾಚಿಕೆಯ ಮುದ್ದೆಯಾಗಿದ್ದ.

ಕುರಿಯಂತೆ ಸಾಧುವಾಗಿ ತಲೆತಗ್ಗಿಸಿದ್ದ. ಅವಳು ಅಟ್ಟಹಾಸದಲ್ಲಿ ಆಡಿದ ಮಾತಿಗೆ ಪಿಸುಮಾತಿನ ಉತ್ತರ ಕೊಟ್ಟಿದ್ದ. ಜಿನ್ ಸೇವಿಸಿರಬಹುದೆ ಎಂಬ ಅನುಮಾನಕ್ಕೆ ಕಾರಣ ಬರದಿರಲು ಅವನು ಈಗಾಗಲೇ ಗಳಿಸಿದ ಖ್ಯಾತಿ: ಜಾಕ್ ಮದ್ಯ ಮುಟ್ಟುವುದಿಲ್ಲ!

ಹಿಯೆಪ್ – ಹಿಯುಪ್ ಕೊನೆಗೆ ತನ್ನಷ್ಟಕ್ಕೆ ತಾನೇ ಹೇಳಿಕೊಂಡಳು:

'ನಾನೆಂಥ ಮೂರ್ಖಳು! ಇವನು ನನ್ನನ್ನು ಪ್ರೀತಿಸ್ತಾನೆ!'

ಈ ವಿಷಯವನ್ನು ಅವಳು ತನ್ನ ಗೆಳೆಯರಿಗೆ ತಿಳಿಸಿದಳು. ಅವರು ತಮಾಷೆ ಮಾಡಲು ಇದು ಸಾಮಗ್ರಿಯಾಯಿತು. ಅವರಿಗೆ ಖುಷಿ. ಗುಂಪು ಗುಂಪಾಗಿ ಬಣ್ಣ ಕಟ್ಟಿ ಮಾತಾಡುತ್ತಿದ್ದರು. ಒಂದು ಭಾನುವಾರ, ಪ್ರಾರ್ಥನೆಯ ವೇಳೆಯಲ್ಲಿ, ಹಿಯೆಪ್ – ಹಿಯುಪ್ ಬಾಶೊಫ್ ಜಮೀನಿನ ಸಮೀಪದ ಗದ್ದೆಗಳಲ್ಲಿ ಮೊಲದ ಬೇಟೆಯಲ್ಲಿದ್ದಾಗ ಜಾಕ್‌ಗೆ ಸಿಕ್ಕಿದಳು. ಈ ಕದೀಮ ಹೆಂಗಸು ಮೊಲವನ್ನು ತನ್ನ ಮಡಿಲಲ್ಲಿಟ್ಟುಕೊಂಡು ಅವನನ್ನು ಎದುರಿಸಿದಳು.

ಜಾಕ್ ಅವಳ ಮಡಿಲೊಳಗಿಂದ ಮೊಲವನ್ನು ಕಸಿದು, ಅದರ ಕತ್ತನ್ನು ಹಿಸುಕಿ, ಬಿಸುಟ. ಅದು ಅವನ ಬೆರಳುಗಳನ್ನು ಕಚ್ಚಿದ ಕಾರಣ ರಕ್ತ ಸೋರುತ್ತಿತ್ತು. ರಕ್ತವನ್ನು ಒರೆಸಿಕೊಂಡು, ಅವಳನ್ನು ವಾರ್ಟೆಲ್‌ಗೆ ಪೊಲೀಸರ ಮುಂದೆ ಹಾಜರುಪಡಿಸಲು ಆತ ಕರೆದೊಯ್ದ. ಇಷ್ಟೂ ಮಿಂಚಿನ ವೇಗದಲ್ಲಿ ನಡೆಯಿತು.

ಹಿಯೆಪ್ – ಹಿಯುಪ್ ತನ್ನ ಕಣ್ಣುಗಳನ್ನೇ ನಂಬಲಾರದಾದಳು. ಮೆತುವಾಗಿದ್ದ ಓವರ್‌ಮ್ಯಾಟ್ ಹೀಗೆ ವರ್ತಿಸಿದುದು ಹೇಗೆ? ತನಗಾದ ಆಘಾತದಿಂದ ಚೇತರಿಸಿಕೊಂಡು, ಅವಳು ತನ್ನ ಬಾಣಗಳನ್ನು ಬಿಟ್ಟಳು. ಆದರೆ ಅವಳ ಬೆದರಿಕೆ, ಚೀರಾಟ, ಬಯ್ಗಳು, ಕಿಡಿಕಾರುವ ನೋಟ – ಯಾವುದೂ ಅವನ ಮೇಲೆ ಪರಿಣಾಮ ಬೀರಲಿಲ್ಲ. ದಾರಿಯಲ್ಲಿ ಅವಳನ್ನು ಒಳ್ಳೆಯ ಮಾತಿನಲ್ಲಿ ಆತ ದಂಡಿಸಿದ. ಅವನಿಗೆ ಸೆರೆಸಿಕ್ಕ ಅಪಮಾನ ಅವಳನ್ನು ದಹಿಸಿತು. ಅವಳು ಈವರೆಗೆ ಕಲಿತ ವಿದ್ಯೆ ಉಪಯೋಗಕ್ಕೆ ಬರಲಿಲ್ಲ. ಈಗ ಅವಳು ಒಂದು ಒಳ್ಳೇ ಮಾತಾಡಿದ್ದರೆ ಸಾಕು, ಜಾಕ್ ಅವಳನ್ನು ಬಿಡುಗಡೆ ಮಾಡುತ್ತಿದ್ದ. ಯಾಕೆಂದರೆ ಅವಳು ಮೊದಲು ಅಂದುಕೊಂಡದ್ದೇ ಸರಿ: ಜಾಕ್ ಅವಳನ್ನು ಪ್ರೀತಿಸುತ್ತಿದ್ದ.

ತನ್ನ ವರ್ಗದ ಸುಂದರಿಯರ ಕುಡಿ ನೋಟಕ್ಕೆ ಬಲಿಯಾಗದವನು ಈ ಕಾಡು ಹುಡುಗಿಯ ಮಾಯೆಗೆ ಸೋತಿದ್ದ ಆದರೆ ಅದನ್ನು ತನಗೆ ತಾನೇ ಒಪ್ಪಿಕೊಳ್ಳಲು ಸಹ ಅವನು ಸಿದ್ಧನಿರಲಿಲ್ಲ. ಹಾಗೆ ಒಪ್ಪುವುದಕ್ಕಿಂತ ಸಾಯುವುದೇ ಮೇಲು! ಈಚೆಗೆ ಮದುವೆಯ ಬಗ್ಗೆ ತಾಯಿಯ ಬಲವಂತ ಹೆಚ್ಚಾಗಿತ್ತು. ಕೋಪದಿಂದ ಅವಳಿಗೆ ತಾನು ಕೊಡುತ್ತಿದ್ದ ಉತ್ತರ ಅವನನ್ನು ಚಕಿತಗೊಳಿಸುತಿತ್ತು – ಅವನು ಹಿಂದೆ ಹೀಗೆ ಕೋಪಗೊಳ್ಳುತ್ತಿರಲಿಲ್ಲ. ಈಗ ಅವನು ತೋರಿಸುತ್ತಿದ್ದ ಬಿಗಿ ವರ್ತನೆಗೆ ಅವನು ಮನಸ್ಸಿನಲ್ಲಿ ಅನುಭವಿಸುತ್ತಿದ್ದ ಕಿರುಕುಳವೇ ಕಾರಣವಾಗಿತ್ತು. ಆದರೆ ಅವಳಿಂದ ಬಿಡುಗಡೆ ಹೊಂದಲು ಆತ ಕೈಗೊಂಡ ಸಾಹಸ ಅವನನ್ನು ಬಂಧಿಸುವ ಸಾಧನವಾಗಿ ಪರಿಣಮಿಸಿತು.

ನ್ಯಾಯಾಧೀಶರ ಮುಂದೆ ಅಪರಾಧಿ ಹಾಜರಾದಾಗ, ಜಾಕ್ ತನ್ನ ಮೊದಲ ಹೇಳಿಕೆಯನ್ನು ಹಿಂತೆಗೆದುಕೊಂಡು, ಅವಳ ಪರವಾಗಿ ವಾದಿಸಿದ. ಅವನು ತನ್ನ ಹೇಳಿಕೆಗಳನ್ನು ತಾನೇ ಅಲ್ಲಗಳೆದು ತನ್ನ ಪ್ರತಿಷ್ಠೆಗೆ ಕುಂದು ತಂದುಕೊಳ್ಳುವುದಲ್ಲದೆ, ನ್ಯಾಯಾಧೀಶರು ಅವನನ್ನೇ ಅಪರಾಧಿಯ ಕಟಕಟೆಯಲ್ಲಿ ನಿಲ್ಲಿಸುವ ಪರಿಸ್ಥಿತಿ ಉಂಟಾಗಿತ್ತು. ವಾರ್ಟೆಲ್ ಹಾಗೂ ಇಪೆನ್‌ರಾಯ್‌ನಿಂದ ನ್ಯಾಯಾಲಯಕ್ಕೆ ಬಂದ ಜನ ಅವನ ಸ್ಥಿತಿಯನ್ನು ನೋಡಿ, ಅವನು ಫಿರ್ಯಾದಿಯಂತೆ ತೋರದೆ ಅಪರಾಧಿಯಂತೆ ಕಾಣುತ್ತಾನೆ ಎಂದರು.

ಕಾನೂನಿಗೆ ಸಾಕಷ್ಟು ಪರಿಚಿತಳಾಗಿದ್ದ ಹಿಯೆಪ್-ಹಿಯುಪ್ ತಪ್ಪಿಸಿಕೊಳ್ಳುವುದು ಸಾಧ್ಯವಾಗಲಿಲ್ಲ. ಜಾಕ್ ಮಾಡಿದ ಗೊಂದಲದಿಂದ ಅವಳಿಗೆ ಸಹಾಯ ದೊರೆಯಲಿಲ್ಲ. ಕಾನೂನಿನ ಪ್ರಕಾರ ಅವಳಿಗೆ ತಕ್ಕ ದಂಡನೆ ಲಭಿಸಿತು : ಹದಿನೈದು ದಿನಗಳ ಸೆರೆವಾಸ.

ನ್ಯಾಯಾಧೀಶರು ತಮ್ಮ ತೀರ್ಪನ್ನು ಓದಿದಾಗ ಜಾಕ್‌ಗೆ ಅವಳ ಪೂರ್ವ ಚರಿತ್ರೆಯ ಪರಿಚಯವಾಯಿತು. ಅವಳಿಗೆ ಈವರೆಗೆ ಅಲೆಮಾರಿತನ, ಕಳವು, ಅನೀತಿ ಮೊದಲಾದ ಅಪರಾಧಗಳಿಗೆ ಶಿಕ್ಷೆಯಾಗಿತ್ತು. ಇವನಿಗೆ ವಿವೇಕವಿದ್ದಿದ್ದರೆ, ಇದೆಲ್ಲ ಕೇಳಿ ಅವಳ ಬಗ್ಗೆ ಮೋಹವನ್ನು ಬಿಡುತ್ತಿದ್ದ. ಆದರೆ ಅವನ ಮೋಹ ಹೆಚ್ಚಾಯಿತು. ತನ್ನಿಂದಾಗಿ ಅವಳಿಗೆ ಇನ್ನೊಂದು ಶಿಕ್ಷೆ ಪ್ರಾಪ್ತಯಿತಲ್ಲ ಎಂದು ಅವನಿಗೆ ಮತ್ತಷ್ಟು ಪಶ್ಚಾತ್ತಾಪವಾಯಿತು.

ಆದರೆ ಹಿಯೆಪ್-ಹಿಯುಪ್‌ಗೆ ಏನೂ ಅನ್ನಿಸಲಿಲ್ಲ. ಅವಳು ಈವರೆಗೆ ಎಷ್ಟೋ ಸಲ ಸೆರೆಮನೆಗೆ ಹೋಗಿ ಬಂದಿದ್ದಳು. ಜಾಕ್‌ನ ಅಪರಾಧ ಮನೋಭಾವವನ್ನು ನೋಡಿ ಅವಳಿಗೆ ಮೋಜೆನಿಸಿತು. ಅವನು ತನ್ನ ಅಧೀನದಲ್ಲಿರುವುದು ಸ್ಪಷ್ಟವಾಯಿತು. ಸೆರೆಮನೆವಾಸದ ಅಪಮಾನದ ಕಹಿಯನ್ನು ಇದು ಸ್ವಲ್ಪ ಕಮ್ಮಿ ಮಾಡಿತು. ಆದರೆ ಜಾಕ್ ತನ್ನ ಬಗ್ಗೆ ತೋರಿದ ಕೋಮಲ ಭಾವನೆಗಳಿಗೆ ಅವಳಲ್ಲಿ ಕೃತಜ್ಞತೆ ಇರಲಿಲ್ಲ. ಬದಲು ಅವನು ದುಡುಕಿ ತನ್ನನ್ನು ಬಂಧಿಸಿದುದಕ್ಕೆ ಅವನ ಮೇಲೆ ಮುಂದೆ ಸೇಡು ತೀರಿಸಿಕೊಳ್ಳಲು ಅದೊಂದು ಆಯುಧವೆಂದು ಅವಳು ಬಗೆದಳು. ಅವನಿಗೆ ಇವಳ ಮೇಲೆ ಅಕಾರಣವಾಗಿ ಹೇಗೆ ಗಾಢ ಪ್ರೇಮ ಅಂಕುರಿಸಿತ್ತೋ, ಹಾಗೆಯೇ ಇವಳಿಗೆ ಅವನ ಮೇಲೆ ಅಷ್ಟೇ ಅಕಾರಣವೂ ತೀಕ್ಷ್ಣವೂ ಆದ ದ್ವೇಷ ಹುಟ್ಟಿತ್ತು.

ನ್ಯಾಯಾಲಯದಿಂದ ಮರಳಿದ ಅವಳ ಸಂಗಡಿಗರು ಅಲ್ಲಿ ನಡೆದ ಸಂಗತಿಗಳನ್ನು ಉಪ್ಪುಖಾರ ಹಚ್ಚಿ ಹರಡಿದರು. ಅವಳ ಪರಿಚಯ ಈಗ ಹೆಮ್ಮೆಯ ಕಾರಣವಾಯಿತು. ಈವರೆಗೆ ಅವಳು ಎಲ್ಲರ ಸ್ವತ್ತಾಗಿದ್ದಳು : ಅಸೂಯೆಗೆ ಎಡೆ ಇರಲಿಲ್ಲ. ಆದರೆ ಮರ್ಯಾದಸ್ಥನೊಬ್ಬ ಅವಳಲ್ಲಿ ಅನುರಕ್ತನಾದ ಮೇಲೆ, ಅವಳ ಸಹವಾಸಕ್ಕೆ ಬೆಲೆ ಬಂತು. ಈಗ ಅವರ ಕಣ್ಣಲ್ಲಿ ಜಾಕ್ ತಮ್ಮ ಸರಿಸಮಾನ. ಸೆರೆವಾಸದಿಂದ ಹಿಂತಿರುಗಿದ ಹಿಯೆಪ್-ಹಿಯುಪ್ ಉರಿಯುವ ಬೆಂಕಿಗೆ ತುಪ್ಪ ಹಾಕಿದಳು. ಜಾಕ್ ಬಗ್ಗೆ ಇದ್ದ ಈ ತಾತ್ಸಾರದ ಮನೋಭಾವವನ್ನು ಅವಿಧೇಯತೆಯಾಗಿ ಮಾರ್ಪಡುವಂತೆ ಪ್ರಯತ್ನಿಸಿದಳು. ಜಾಕ್ ಕಾನೂನಿನ ಬೆದರಿಕೆ ಹಾಕಿದರೆ ಅವರು ಹೇಳುತ್ತಿದ್ದರು:

"ನಿಲ್ಸಯ್ಯಾ, ಎಲ್ಲಾ ಗೊತ್ತು. ನಮ್ಗೆ ಹೆದರ್ರೋಕೆ ಬರ್ತಾನೆ – ನಮಗ್ಗೊತ್ತಿಲ್ವಾ, ನ್ಯಾಯಾಧೀಶರನ್ನು ಕಂಡ್ರೆ ಯಾರು ನಡುಗೋದು ಅಂತ. ನಾವು ಅವಳು ಹೇಳ್ದಂಗೆ ಕೇಳ್ತೇವೆ. ಬೇಕಾದ್ರೆ ಅವಳನ್ನೇ ಕೇಳು !"

ಜಾಕ್‌ಗೆ ಅರಿವಾಗಿತ್ತು. ತಾನು ತಪ್ಪು ಹೆಜ್ಜೆ ಇಟ್ಟಿದ್ದ. ತನ್ನ ಗೌರವಕ್ಕೆ ತಾನೆ ಮಸಿ ಬಳೆದಿದ್ದ.

ಒಮ್ಮೆ ಕಳ್ಳ ಬೇಟೆಯ ಕದೀಮನೊಬ್ಬನನ್ನು ಆತ ಬೆದರಿಸಿದ. ಅಂದು ರಾತ್ರಿ ನಾಲ್ಕು ಜನ ಕದೀಮರು ಅವನಿಗಾಗಿ ರಸ್ತೆ ಬದಿಯಲ್ಲಿ ಕಾದು, ಹಠಾತ್ತಾನೆ ಅವನ ಮೇಲೆ ಬಿದ್ದು, ನಾಯಿಗೆ ಹೊಡೆಯುವಂತೆ ಹೊಡೆದು, ಅವನ ಬಟ್ಟೆ ಬರೆಯನ್ನು ಕಳಚಿ, ಅವನನ್ನು ಮರಕ್ಕೆ ಕಟ್ಟಿ, ಗುಂಡು ತುಂಬಿದ ಅವನ ಬಂದೂಕನ್ನು ಅವನ ತೊಡೆಗೆ ಆನಿಸಿ ಇಟ್ಟರು. ಡಿಸೆಂಬರ್‌ನ ಕೊರೆಯುವ ಚಳಿಯಲ್ಲಿ ಮಂಜನ್ನು ರಾತ್ರಿಯೆಲ್ಲಾ ಎದುರಿಸಲು ಅವನನ್ನು ಬಿಟ್ಟುಹೋದರು. ಬೆಳಗ್ಗೆ ಅವನನ್ನು ಕಂಡ ರೈತರು ಬೆದರಿದರು; ಅವರಿಗೆ ತನ್ನ ಪರಿಸ್ಥಿತಿಯನ್ನು ತಿಳಿಸಿ, ಬಿಡುಗಡೆ ಪಡೆಯುವುದರಲ್ಲಿ ಅವನಿಗೆ ಸಾಕು ಸಾಕಾಯಿತು. ಆಶ್ಚರ್ಯದ ಸಂಗತಿ ಎಂದರೆ ತನ್ನನ್ನು

ಅಪಮಾನಗೊಳಿಸಿ ಬಂಧಿಸಿದವರು ಯಾರೆಂದು ತಿಳಿದಿದ್ದರೂ ಅವನು ಪೋಲಿಸರಿಗೆ ದೂರು ಕೊಡದೆ, ಘಟನೆಯನ್ನು ಮರೆಮಾಚಲು ಪ್ರಯತ್ನಿಸಿದ. ಹಿಯೆಪ್-ಹಿಯುಪ್ ಇದಕ್ಕಾಗಿ ಕೃತಜ್ಞಳಾಗಲಿಲ್ಲ ; ಅವನನ್ನು ದಂಡಿಸಿದ ಕದೀಮರು ಅವನ ಕಡೆ ನೋಡಿ ನಕ್ಕು ಅಪಹಾಸ್ಯ ಮಾಡಿದರು. ಅವನು ಅವಳನ್ನು ಸಂಧಿಸದೆ ಇದ್ದರೂ ಮನಸ್ಸಿನಿಂದ ಅವಳನ್ನು ದೂರವಿಡಲಾರನಾದ. ಅವನಿಗೆ ತನ್ನನ್ನು ಯಾವುದೊ ದೆವ್ವ ಹಿಡಿದಿದೆ ಅನ್ನಿಸಿತು.

ಸುಂದರನೂ ವಿವೇಕಿಯೂ ಆಗಿದ್ದ ಜಾಕ್‌ನನ್ನು ನಾಶಪಡಿಸಲು ಹಿಯೆಪ್-ಹಿಯುಪ್ ಶಪಥ ಮಾಡಿದ್ದಳು. ಅವಳಿಗೆ ಅವನ ಒಲವು ಬೇಡವಾಗಿದ್ದರೂ, ಅವನು ತನ್ನ ಪಾದಗಳಮೇಲೆ ಬೀಳುವಂತೆ ಮಾಡುವುದು ಅವಳ ಇಚ್ಛೆಯಾಗಿತ್ತು.

ಜಾಕ್‌ನನ್ನು ಹುಚ್ಚನನ್ನಾಗಿ ಮಾಡಲು ಅವಳು ಅವನೆದುರಲ್ಲಿ ಕೆಲಸಕ್ಕೆ ಬಾರದವರೊಂದಿಗೆ ಸರಸವಾಡುತ್ತಿದ್ದಳು. ಒಂದು ಸಲ ಜಾಕ್ ದಾರಿಯಲ್ಲಿ ಹೋಗುತ್ತಿದ್ದಾಗ ಅವಳು ಇಂಥ ಒಬ್ಬನನ್ನು ಅಪ್ಪಿ ಹಿಡಿದುಕೊಂಡಿದ್ದಳು. ಆದರೆ ಅವನು ಮಾತ್ರ ಅಸಹ್ಯ ಭಾವದಿಂದ ಅವಳನ್ನು ಬಲವಾಗಿ ನೂಕಿದ. ಆಕೆ ಚೇತರಿಸಿಕೊಳ್ಳುತ್ತಾ, ಜಾಕ್ ಕಡೆಗೆ ಬೊಟ್ಟು ಮಾಡಿ, ತನ್ನ ಒಲ್ಲದ ಪ್ರಿಯತಮನಿಗೆ ಹೇಳಿದಳು.

"ಅವನು ಮಾತ್ರ ನನ್ನನ್ನು ಕಂಡು ಹೀಗೆ ಅಸಹ್ಯ ಪಟ್ಟುಕೊಳ್ಳೋದಿಲ್ಲ. ಒಳ್ಳೆ ಸಂತ!"

ಜಾಕ್ ಮಾತಾಡದೆ ತನ್ನ ದಾರಿ ಹಿಡಿದ. ಆದರೆ ಅವನಲ್ಲಿ ಕೋಪ ಕೆರಳಿಸಿತು. ಯಾರನ್ನಾದರೂ ಕೊಲ್ಲಬೇಕೆನ್ನಿಸಿತು. ಆದರೆ ಯಾರನ್ನು ಕೊಲ್ಲುವುದು – ಅವಳ ಪ್ರಿಯತಮರು ಒಬ್ಬರೇ, ಇಬ್ಬರೇ ? ತನ್ನ ಕೋಪವನ್ನು ತನ್ನಲ್ಲೇ ಅಡಗಿಸಿದ. ಹುಚ್ಚು ಕೆಲಸಮಾಡಿ ಊರೆಲ್ಲ ಹರಡುತ್ತಿದ್ದ ಗಾಳಿ ಸಮಾಚಾರಕ್ಕೆ ಪುರಾವೆ ಸೃಷ್ಟಿಸಬಾರದೆಂದು ತೀರ್ಮಾನಿಸಿದ. ಈ ಗಾಳಿ ಸುದ್ದಿಗೆ ಕಿವಿಗೊಡದ ಅನೇಕರು ಇನ್ನೂ ಇದ್ದರು.

ತಾಯಿಗೆ ಅವರಿವರಿಂದ ಸುದ್ದಿ ಬಂತು; ತನ್ನ ಮಗನಲ್ಲಾದ ಈ ವಿಪರೀತ ಬದಲಾವಣೆಗೆ ಅವಳು ದುಃಖಿಸಿದಳು; ಆದರೆ ಅದರ ಹಿಂದೆ ನೀಚ ಕಾಮವಿದೆ ಎಂದು ತಾಯಿಯ ಹೃದಯ ಒಪ್ಪಲಿಲ್ಲ. ಇದರ ವಿಷಯ ಅವನೊಡನೆ ಮಾತನಾಡುವುದೂ ಅನುಚಿತವೆಂದು ಅವಳು ಭಾವಿಸಿದಳು.

ಭಾನುವಾರದ ಸಂತೆಯಲ್ಲಿ ಜಾಕ್ ಒಂದು ಹೋಟೆಲಿನಲ್ಲಿ ಅವಳನ್ನು ನೋಡಿದ.

ಅವಳು ಪೋಕರಿಗಳೊಡನೆ ಕುಣಿಯುತ್ತಿದ್ದಳು. ಜಾಕ್ ಬಿಡುವಿನ ಸಮಯಕ್ಕಾಗಿ ಕಾಯುತ್ತಿದ್ದ. ಆ ಸಮಯ ಬಂದೊಡನೆ ಆತ ಸುತ್ತ ನೋಡುತ್ತಿದ್ದವರನ್ನು ತಳ್ಳಿ ಹಿಯೆಪ್-ಹಿಯುಪ್ ಜತೆ ಕುಣಿಯತೊಡಗಿದ. ಇದನ್ನು ನೋಡಿ ಜನ ಬೆರಗಾದರು. ಶ್ರೀಮಂತ ಕನ್ಯೆಯರು ಅವನ ಕೈಹಿಡಿಯಲು ಆತುರರಾಗಿದ್ದಾಗ, ಇವನು ಹೀಗೆ ನೀತಿಗೆಟ್ಟ ಹೆಂಗಸನ್ನು ನಾಚಿಕೆ ಬಿಟ್ಟು ಅರಸುವುದು ಒಗಟೆನಿಸಿತು. ಹುಯಿಲೆದ್ದಿತು.

ಆದರೆ ಜಾಕ್ ಅವಳೊಡನೆ ಕುಣಿಯುತ್ತಿದ್ದ, ಇದರ ಪರಿವೆ ಇಲ್ಲದೆ. ಅವಳಿಗೆ ವಿಜಯದ ಸಂತಸ. ಈಘಟನೆಯಿಂದ ಜಾಕ್‌ಗೆ ಬರುವ ಅಪಕೀರ್ತಿ, ಸಜ್ಜನರಿಗೆ ಆದ ನಿರಾಶೆ, ಶ್ರೀಮಂತ ಕನ್ಯೆಯರಿಗೆ ಆಗುವ ಅವಹೇಳನ, ಓವರ್‌ಮ್ಯಾಟ್ ಮನೆತನದ ಗೌರವಕ್ಕೆ ಒದಗುವ ಕುಂದು-ಎಲ್ಲ ಅವಳಿಗೆ ಸಂತಸ ತಂದಿತು.

ಆದುದರಿಂದ ಅವಳು ಜಾಕ್‌ನೊಂದಿಗೆ ಪ್ರೀತಿಯ ನಟನೆ ಮಾಡಿದಳು. ಅವನೊಡನೆ ಕುಡಿಯಲು ಒಪ್ಪಿದಳು. ಅವನನ್ನು ಹಿಂದೆ ಹೊಡೆದು ಬಡಿದು ಅಪಮಾನಿಸಿದ ಕದೀಮರೊಂದಿಗೆ

ಜಾಕ್ ಸ್ನೇಹದಿಂದ ನಡೆದುಕೊಳ್ಳುವಂತೆ ಮಾಡಿದಳು. ಅವರು ಜಾಕ್‌ನೊಡನೆ ಕುಡಿಯುತ್ತಾ, "ದ್ವೇಷವನ್ನು ಮರೆಯೋಣ" ಎಂದರು. ತನ್ನ ಕೋಪವನ್ನು ತಡೆದುಕೊಂಡು, ಅವರ ಮಂಗತನವನ್ನು ಆತ ಸಹಿಸಿದ. ಇಷ್ಟೆಲ್ಲ ಅಪಮಾನಗಳಾದ ಬಳಿಕ ಕೂಡ ತನ್ನ ಜತೆ ಮನೆಗೆ ಹೋಗಲು ಜಾಕ್ ಬೇಡಿಕೊಳ್ಳುವಂತೆ ಅವಳು ಮಾಡಿದಳು.

ದಾರಿಯಲ್ಲಿ ಜಾಕ್ ಅವಳಿಗೆ ಮುತ್ತಿಡಬಯಸಿದ. ಸಂಜೆಯ ಅಮಲು ಇಳಿದಿರಲಿಲ್ಲ. ಹಿಯೆಪ್-ಹಿಯುಪ್ ಅವನ ಕೆನ್ನೆಗೆ ಬಿಗಿದಳು. ಆದರೂ ಅವನು ಬಿಡಲಿಲ್ಲ; ಕಾಡಿದ, ಬೇಡಿದ. ಯಾರು ಯಾರ ಜತೆಗೊ ಹೋಗುವ ಇವಳು ತನ್ನನ್ನೇಕೆ ದೂರವಿಡುತ್ತಾಳೆ ? ಅಸೂಯೆ ಅವನನ್ನು ದಹಿಸಿತು.

ಅವನು ಬಗೆ ಬಗೆಯಾದ ಆಶೆಗಳನ್ನು ತೋರಿಸಿದ. ಅವಳಿಗೆ ಯಾವುದೂ ಬೇಡವಾಗಿತ್ತು. ಅವಳ ಗುಡಿಸಿಲು ಹತ್ತಿರ ಬಂತು, ಅವಳ ಗೆಳೆಯರು ಹಿಂಬಾಲಿಸಿ, ನಗುತ್ತಿದ್ದುದು ಕೇಳಿಸುತ್ತಿತ್ತು. ತನ್ನ ಅವಕಾಶ ತಪ್ಪಿ ಹೋಗುವುದೆಂದು ಆತ ಅವಳನ್ನು ಹಿಡಿದು ಕೆಡವಿದ. ಅವಳು ಕೂಗಿಕೊಂಡಳು, ಆದರೆ ಭೀತಳಾಗಿರಲಿಲ್ಲ. ಅವಳ ಸಂಗಡಿಗರು ಬಂದು ಅವನನ್ನು ಥಳಿಸಿ, ಮೋರಿಯಲ್ಲಿ ಹಾಕಿದರು. ಆಗ ಕೆಲವು ರೈತರು ಬಂದುದರಿಂದ, ಅವನಿಗೆ ಹಿಂದೆ ಆದಂಥ ಅಪಮಾನ ತಪ್ಪಿತು.

ಮನೆಗೆ ಹಿಂದಿರುಗಿದಾಗ ಅವನ ಸ್ಥಿತಿಯನ್ನು ನೋಡಿದ ತಾಯಿಗೆ ದೆವ್ವ ಕಂಡಂತಾಯಿತು. ಅವಳ ಮುಖದಿಂದ ಅವಳಿಗಾದ ದುಃಖ, ನೋವು ಜಾಕ್‌ಗೆ ಅರ್ಥವಾಯಿತು. ಮಾತಿಲ್ಲದೆ ಕೊಠಡಿಯಲ್ಲಿ ಅತ್ತ. ತನ್ನ ಅಧಃ ಪತನದ ಸ್ವರೂಪ ಎಲ್ಲರಿಗೆ ತಿಳಿದಿತ್ತು: ಮುಚ್ಚಿಡಲು ಏನೂ ಉಳಿದಿರಲಿಲ್ಲ.

ಅವನ ತಾಯಿ ಅವನನ್ನು ದಂಡಿಸಲಿಲ್ಲ. ಅವನು ತನ್ನ ಪರವಾಗಿ ಯಾವ ವಿವರಣೆಯನ್ನೂ ಕೊಡಲಿಲ್ಲ.

ತನ್ನ ಮಗನಿಗೆ ಆ ಹೆಂಗಸು ಮಾಟ ಮಾಡಿರಬೇಕೆಂದು ತೀರ್ಮಾನಿಸಿ, ಜಾಕ್‌ನ ತಾಯಿ ಆ ನೀಚ ಹೆಂಗಸಿನ ಮನೆಗೆ ಹೋಗಿ ತಾಯಿ, ಮಗಳು ಇಬ್ಬರಲ್ಲಿ ಭಿಕ್ಷೆ ಬೇಡಿದಳು. ಅವರು ಕೋಪವನ್ನು ನಟಿಸಿ, ಅವಳ ಮಗನನ್ನು ಹುಚ್ಚರ ಆಸ್ಪತ್ರೆಗೆ ಕಳುಹಿಸಲು ಹೇಳಿದರು. ಈ ನೀಚ ಹೆಂಗಸರ ಕಾರಸ್ಥಾನದ ಬಗ್ಗೆ ಹೇಸಿದ ತಾಯಿ, ಗುಡಿಸಿಲಿನಿಂದ ಹೊರಗೆ ಬರುತ್ತಿದ್ದಂತೆ, ಗುಡಿಸಿಲಿಗೆ ಬೆಂಕಿ ಇಟ್ಟು ಅವರನ್ನು ಯಾಕೆ ಸುಡಬಾರದೆಂದುಕೊಂಡಳು.

ಈ ಪ್ರಕರಣದ ಪರಿಣಾಮವಾಗಿ ಯಾವುದು ಆದೀತೆಂದು ಆಕೆ ಭಯ ಪಟ್ಟಿದ್ದಳೋ, ಅದು ಕಡೆಗೂ ಆಯಿತು. ಜಾಕ್ ಬಗ್ಗೆ ದೂರುಗಳು ಬಂದು, ಕೌಂಟ್ ಡಿ ಥೈಮ್ ಅವನನ್ನು ಬಾಶೊಫ್ ಜಮೀನಿನ ಪಾರುಪತ್ಯದಿಂದ ಮತ್ತು ಅರಣ್ಯ ಪಾಲಕನ ಹುದ್ದೆಯಿಂದ ತೆಗೆದು ಹಾಕಿದ. ಅಲ್ಲದೆ ಅವರು ತಾವು ವಾಸವಾಗಿದ್ದ ಮನೆಯನ್ನೂ ಮೂರು ತಿಂಗಳುಗಳೊಳಗೆ ಬಿಡಬೇಕೆಂದು ತಾಕೀತು ಮಾಡಲಾಯಿತು. ತಾಯಿಯನ್ನು ಈ ಅಪಮಾನಕ್ಕಿಂತ ಮಗನ ಆರೋಗ್ಯ ಕಾತರಗೊಳಿಸಿತು. ಆತ ದಿನದಿನಕ್ಕೆ ಬಡವಾದ, ಅನ್ನ ನೀರು ಬಿಟ್ಟ, ಸದಾ ಮೂಕನಾಗಿ, ಆಲೋಚನೆಯಲ್ಲಿ ಮುಳುಗಿರುತ್ತಿದ್ದ. ಇದನ್ನು ಸಹಿಸಲಾರದ ತಾಯಿ, ಮಹತ್ತರ ತ್ಯಾಗಕ್ಕೆ ಸಿದ್ಧಳಾದಳು. ಅವಳು ಎಂಥ ನೀಚಳೇ ಇರಲಿ, ನಿನಗೆ ಇಷ್ಟವಾದರೆ ಅವಳನ್ನೇ ಮದುವೆಯಾಗು; ಹೇಗೂ ಈ ಮನೆ ಜಮೀನುಗಳನ್ನು ಬಿಡಬೇಕಾದುದರಿಂದ ಊರನ್ನೇ ತೊರೆದು ಬೇರೆ ಎಲ್ಲಾದರೂ ಹೋಗೋಣ; ಅವಳು ಒಳ್ಳೆಯವಳಾದಾಳು - ಎಂದು ತಾಯಿ ಮಗನಿಗೆ ಬುದ್ಧಿವಾದ ಹೇಳಿದಳು.

ಜಾಕ್ ಓಡಿದ. ಹಿಯೆಪ್-ಹಿಯುಪ್‌ಗೆ ತನ್ನ ತಾಯಿ ಹೇಳಿದುದನ್ನು ತಿಳಿಸಿದ. ಮುಖದಲ್ಲಿ ಯಾವ ಭಾವನೆಯನ್ನೂ ತೋರಿಸದೆ, ಅವಳು ಎಲ್ಲ ಕೇಳಿ, ಗಹಗಹಿಸಿ ನಕ್ಕಳು. ಅವನು ಭಿನ್ನವಿಸಿ ಕೊಂಡ, ವ್ಯರ್ಥವಾಗಿ. ಅವಳು ತನ್ನ ಸಂಗಡಿಗರನ್ನು ಕರೆದು, ಅವರೆದುರು ಅವನಿಗೆ ಮತ್ತಷ್ಟು ಅಪಮಾನ ಮಾಡಿದಳು: "ನನ್ನನ್ನು ಇವನು ಮದುವೆಯಾಗ್ತಾನಂತೆ -ನನ್ನನ್ನ, ಅಲೆಮಾರಿ, ಮಾಟಗಾತಿ, ಕುಲವಿಲ್ಲದವಳು, ಕಳ್ಳಿ, ದರೋಡೆಕೋರಿ !" ಅವನ ಸ್ಥಿತಿಯನ್ನು ಕಂಡು ಅವರಿಗೆ ಮರುಕವಾಯಿತು. ಹೌದೆ ಎಂದು ಕೇಳಿದರು. ಜಾಕ್ ಹೌದೆಂದು ಒಪ್ಪಿದ.

ಹಿಯೆಪ್-ಹಿಯುಪ್ ಮತ್ತೂ ಹೇಳಿದಳು:

"ಅವನು ನನ್ನನ್ನು ಮದುವೆಯಾಗಲು ಇಚ್ಛಿಸುತ್ತಾನೆ, ಆದರೆ ನನಗೆ ಬೇಡ. ನಾನು ನೀಚಳು. ಆದರೆ ಅವನಿಗಿಂತ ವಾಸಿ. ಮದುವೆಯಾಗುವುದಿರಲಿ, ಅವನನ್ನು ಒಂದು ದಿನದ ಮಟ್ಟಿಗೂ ನಾನು ಸಹಿಸಲಾರೆ."

ಅವಳ ಸಂಗಡಿಗರಿಗೆ ದಿಗ್ಭ್ರಮೆಯಾಯಿತು. ಅವಳ ದ್ವೇಷಕ್ಕೆ ಹೇಸಬೇಕೋ, ಅವಳ ನಿಃಸ್ವಾರ್ಥಕ್ಕೆ ಮೆಚ್ಚಬೇಕೋ, ತಿಳಿಯದಾಯಿತು. ಇವರಿಬ್ಬರಲ್ಲಿ ಯಾರು ಹುಚ್ಚರು-ಇಂತಹ ನೀಚ ಹೆಂಗಸನ್ನು ಬಯಸುವ ಅವನೋ, ಇಂತಹ ಅವಕಾಶವನ್ನು ಧಿಕ್ಕರಿಸುವ ಯಾವುದಕ್ಕೂ ಬಾರದ ಅವಳೋ ? ಅಲ್ಲಿದ್ದ ಯುವಕನೊಬ್ಬನನ್ನು ತಬ್ಬಿಕೊಂಡು, ಅವನ ತುಟಿಗಳ ಮೇಲೆ ಮುತ್ತಿಟ್ಟು, ಅವಳು ಜಾಕ್‌ಗೆ ಹೇಳಿದಳು:

"ಇದೋ, ಇಲ್ನೋಡು, ನಿನ್ನ ಹೆಂಡತಿಯಾಗೋದಕ್ಕಿಂತ..."

ಜಾಕ್ ಕುಸಿದು ಬಿದ್ದ. ಇಬ್ಬರು ಅವನಿಗೆ ಆಸರೆಯಾಗಿ, ಮನೆಗೆ ಕರೆದುಕೊಂಡು ಹೋದರು. ಅವನ ಸ್ಥಿತಿ ಚಿಂತಾಜನಕವಾಗಿತ್ತು. ಅವನನ್ನು ಮಲಗಿಸಿದರು. ಜ್ವರದ ತಾಪದಲ್ಲಿ ಆತ ಕನವರಿಸುತ್ತಿದ್ದ. ಅವನ ತಾಯಿ ಅವನ ಹಾಸಿಗೆಯ ಬಳಿ ಕಾವಲಿದ್ದಳು. ಎಚ್ಚರವಾದಾಗ ಅವನು ಗಡಿಯಾರವನ್ನು ನೋಡಿದ, ನಾಲ್ಕು ಗಂಟೆ. ತಾಯಿಗೆ ನಿದ್ದೆ ಬಂದಿತ್ತು. ಅವಳಿಗೆ ಎಚ್ಚರವಾಗದಂತೆ ಬಟ್ಟೆ ಹಾಕಿಕೊಂಡ, ತನ್ನ ಬಂದೂಕನ್ನ ಹಿಡಿದು, ಮನೆಯಿಂದ ಹೊರಟ – ಈವರೆಗೆ ನಡೆದದ್ದು ನಡೆಯಲೇ ಇಲ್ಲ ಎನ್ನುವಂತೆ, ಖುಷಿಯಿಂದ.

ನಡೆಯುತ್ತಿದ್ದಂತೆ ಅವನ ಧೈರ್ಯ ಕುಗ್ಗಿತು.

ಪೊದೆಯಲ್ಲಿ ಏನೋ ಸದ್ದು. ಕಳ್ಳನಿರಬಹುದೆ? ಬಂದೂಕನ್ನು ಸಿದ್ಧವಾಗಿಟ್ಟುಕೊಂಡು, ಶಬ್ದ ಬಂದ ದಿಕ್ಕಿನಲ್ಲಿ ಆತ ಮುಂದುವರಿದ.

ಎರಡು ಆಕೃತಿಗಳು ಹೊರಗೆ ಬಂದು, ಓಡಿದವು. ಒಂದು ಆ ಯುವಕನದು; ಇನ್ನೊಂದು ಅವಳದು. ಅವನು "ನಿಲ್ಲು" ಎಂದು ಕೂಗಿದ. ಯುವಕ ಅವಳಿಗಿಂತ ಮುಂದೆ ಇದ್ದ, ಆದರೂ ಅವಳು ಓಡು ಎಂದು ಅವನನ್ನು ಎಚ್ಚರಿಸಿದಳು.

ಆಮೇಲೆ ಅವಳು ಅವನ ಕಡೆ ನಿಧಾನವಾಗಿ ನಡೆದು ಅವನನ್ನು ಎದುರಿಸಿದಳು. ತನ್ನ ಕೂದಲನ್ನು ಗಂಟು ಹಾಕಿಕೊಂಡಳು. ತನ್ನ ಸೆರಗನ್ನು ಸರಿಪಡಿಸಿಕೊಂಡಳು. ಜಾಕ್‌ಗೆ ಅವಳು ಮೋಹಕವಾಗಿ ಕಂಡಳು. ಕ್ರೂರಿ, ಆದರೆ ಮೋಹಕ, ಮಾದಕ ಹೆಣ್ಣು. ಜಾಕ್ ಕ್ಷಣ ಹೊತ್ತು ತನ್ನನ್ನು ತಾನೇ ಮರೆತ. ಅವಳು ಯಾರ ಜತೆ ಬೇಕಾದರೂ ಹೋಗಲು ಸಿದ್ಧ, ಆದರೆ ಅವನ ಬಗ್ಗೆ ಒಂದು ಹನಿ ಕರುಣೆ ಇಲ್ಲ. ಅವಳು ನಕ್ಕಳು. ಆ ನಗುವನ್ನು ಜಾಕ್ ಚೆನ್ನಾಗಿ ಬಲ್ಲ. ಜಾಕ್ ಗುರಿ ಇಟ್ಟ.

ಅವಳು ನಗುತ್ತಿದ್ದಂತೆ ಕುಸಿದು ಬಿದ್ದಳು. ಅವಳ ಎಡ ಪಕ್ಕದಲ್ಲಿ ಗುಂಡು ಹೊಕ್ಕಿತು. "ಹಿಯೆಪ್-ಹಿಯುಪ್" ಸದ್ದು ಅವಳ ಗಂಟಲಲ್ಲಿ ಸಿಕ್ಕಿಕೊಂಡಿತು.

○ ಮೌರಿಸ್ ಮೇಟರ್‌ಲಿಂಕ್

ನಿರಪರಾಧಿಗಳ ಸಮೂಹಹತ್ಯೆ

ಡಿಸೆಂಬರ್ 26, ಶುಕ್ರವಾರ; ರಾತ್ರಿ ಊಟದ ಸಮಯ. ಅಯ್ಯೊ! ಎಂದು ಬೊಬ್ಬೆ ಇಡುತ್ತಾ ಸಣ್ಣ ಕುರುಬ ಹುಡುಗ ನಾಜರೆತ್‌ಗೆ ಓಡಿಬಂದ.

ಬ್ಲೂ ಲಯನ್ ಹೋಟೆಲಿನಲ್ಲಿ ಸೇರಿದ್ದ ರೈತರು ಕಿಟಿಕಿ ಬಾಗಿಲುಗಳನ್ನು ತೆರೆದು ಏನೆಂದು ನೋಡಲು ಹಳ್ಳಿಯ ಹೊದೋಟದ ಕಡೆ ದೃಷ್ಟಿ ಹಾಯಿಸಿದರು. ಮಂಜಿನಲ್ಲಿ ಒಬ್ಬ ಹುಡುಗ ಓಡುತ್ತಾ ಬರುತ್ತಿದ್ದ. ಅವನು ಕಾರ್ನೆಲಿಜ್‌ನ ಮಗನೆಂದು ಅವರು ಗುರುತಿಸಿದರು. ಕಿಟಿಕಿಯಲ್ಲಿ ನೋಡುತ್ತಿದ್ದವರು ಕೂಗಿದರು:

"ಏಯ್! ಏನಾಯ್ತು? ಸುಮ್ನೆ ಗಲಾಟೆ ಮಾಡ್ಬೇಡ! ಹೋಗು, ಮಲಕ್ಕೋ!" ಹುಡುಗ ಉತ್ತರಿಸಿದ; ಭಯದಿಂದ ಅವನ ಧ್ವನಿ ಕಂಪಿಸುತ್ತಿತ್ತು. ಅವನೆಂದ:

"ಸ್ಪೇನ್‌ನಿಂದ ಜನ ಬಂದಿದಾರೆ; ನಮ್ಮ ಹೊಲಕ್ಕೆ ಬೆಂಕಿ ಇಟ್ಟಿದ್ದಾರೆ; ನನ್ನ ತಾಯಿಯನ್ನು ಚೆಸ್ಟ್‌ನಟ್ ಮರಕ್ಕೆ ನೇತು ಹಾಕಿದಾರೆ; ಒಂಬತ್ತು ಮಂದಿ ಪುಟ್ಟ ತಂಗೀರನ್ನೂ ದೊಡ್ಡ ಮರದ ಬುಡಕ್ಕೆ ಕಟ್ಟಿಹಾಕಿದ್ದಾರೆ."

ಕುಡಿಯುತ್ತಿದ್ದ ಮದ್ಯವನ್ನು ಅಲ್ಲೇ ಬಿಟ್ಟು ರೈತರು ಹೊರಗೆ ಬಂದು ಹುಡುಗನನ್ನು ಸುತ್ತುವರಿದು, ಪ್ರಶ್ನೆಯ ಮೇಲೆ ಪ್ರಶ್ನೆ ಕೇಳಿದರು. ಉಕ್ಕಿನ ಕವಚ ತೊಟ್ಟು, ಕುದುರೆ ಏರಿ ಬಂದಿದಾರೆ ಸೈನಿಕರು; ಅವರು ತನ್ನ ಮಾವ ಪೆಟ್ರಸ್ ಕ್ರೇಅರ್‌ನ ದನಕರುಗಳನ್ನು ವಶಪಡಿಸಿಕೊಂಡಿದ್ದಾರೆ ಮತ್ತು ನಾಜರೆತ್‌ಗೆ ಬರುವ ದಾರಿಯಲ್ಲಿನ ವನವನ್ನು ಅವರು ಸದ್ಯದಲ್ಲೇ ಪ್ರವೇಶಿಸಲಿದ್ದಾರೆ– ಎಂದು ಹುಡುಗ ತಿಳಿಸಿದ.

ಕಾರ್ನೆಲಿಜ್ ತನ್ನ ಭಾವನ ಜೊತೆ ಗೋಲ್ಡನ್ ಸನ್‌ನಲ್ಲಿ ಮದ್ಯ ಕುಡಿಯುತ್ತಿದ್ದ; ರೈತರು ಅಲ್ಲಿಗೆ ಧಾವಿಸಿದರು. ಹೋಟೆಲ್ ಮಾಲಿಕ ಬಾಗಿಲು ಮುಚ್ಚಿ ಸುದ್ದಿ ಮುಟ್ಟಿಸಲು ಓಡಿದ.

ನಾಜರೆತ್‌ನಲ್ಲಿ ಗೊಂದಲವೋ ಗೊಂದಲ. ಹೆಂಗಸರು ಕಿಟಿಕಿಗಳನ್ನು ತೆರೆದರು; ರೈತರು ಮನೆಯಿಂದ ಹೊರಹೊರಟರು, ಕೈಯಲ್ಲಿ ದೊಂದಿ ಹಿಡಿದು ಹೂದೋಟವನ್ನು ಸಮೀಪಿಸುತ್ತಲೇ ದೊಂದಿಗಳನ್ನು ಆರಿಸಿದರು; ಬೀಳುತಿದ್ದ ಮಂಜು ಬೆಳದಿಂಗಳು

ಸೇರಿ ಅಲ್ಲಿ ನಡು ಹಗಲಿನಂತೆ ಕಾಣುತ್ತಿತ್ತು. ಹೋಟೆಲಿನ ಮುಂಭಾಗದ ಚೌಕದಲ್ಲಿ ಅವರು ಕಾರ್ನೆಲಿಜ್ ಹಾಗೂ ಕ್ರೇಯರನ್ನು ಸುತ್ತುಗಟ್ಟಿದರು. ಅವರು ಕೈಯಲ್ಲಿ ಕುಂಟೆ, ಹಲುಬೆ ಹಿಡಿದಿದ್ದರು. ಮರದ ಕೆಳಗೆ ಸೇರಿ, ಪಿಸುಮಾತಿನಲ್ಲಿ, ಏನು ಮಾಡಬೇಕೆಂದು ಸಮಾಲೋಚಿಸಿದರು.

ಅವರಿಗೆ ಏನೂ ತೋರದಾಗಿ, ಪಾದ್ರಿಯನ್ನು ಕರೆತರಲು ಒಬ್ಬ ಓಡಿದ; ಕಾರ್ನೆಲಿಜ್ ಒಕ್ಕಲಾಗಿದ್ದ ಹೊಲದ ಮಾಲಿಕನೂ ಅವನೇ. ಪಾದ್ರಿ ಇಗರ್ಜಿಯ ಬೀಗದ ಕೈಗಳನ್ನು ಹಿಡಿದು ಪಾರುಪತ್ಯಗಾರನ ಜೊತೆ ಬಂದ. ಎಲ್ಲರೂ ಇಗರ್ಜಿಗೆ ಹೋದರು. ಪಾದ್ರಿ ಗೋಪುರದಿಂದ ನೋಡಿ ತನಗೆ ಏನೂ ಕಾಣಿಸದೆಂದು ತನ್ನ ತೋಟದ ದಿಕ್ಕಿನಲ್ಲಿ ಕೆಂಪು ಮೋಡಗಳು ಕಾಣಿಸುತ್ತವೆಂದೂ ಹೇಳಿದ. ಮಿಕ್ಕೆಲ್ಲಾ ಕಡೆ ನೀಲಿ ಬಾನು, ಅದರಲ್ಲಿ ಹೊಳೆಯುವ ನಕ್ಷತ್ರ ರಾಶಿ.

ಇಗರ್ಜಿಯ ಅಂಗಳದಲ್ಲಿ ತುಂಬಾ ಚರ್ಚೆ ನಡೆಸಿದ ತರುವಾಯ, ಸ್ಪೈನಿನ ಸೈನಿಕರು ಬರುವವರೆಗೆ ವನದಲ್ಲಿ ಅಡಗಿಕೊಂಡಿರಬೇಕೆಂದು ಅವರು ನಿರ್ಧರಿಸಿದರು. ಸೈನಿಕರು ಕಾಣಿಸಿಕೊಂಡಾಗ ಅವರ ಸಂಖ್ಯೆ ತೀರ ಜಾಸ್ತಿ ಇಲ್ಲದ ಪಕ್ಷಕ್ಕೆ, ಅವರ ಮೇಲೆ ದಾಳಿ ಮಾಡಿ ಕ್ರೆಯರ್‌ನ ದನಕರುಗಳನ್ನು ಬಿಡಿಸಿಕೊಳ್ಳುವುದು ಅವರ ಯೋಜನೆ.

ಗಂಡಸರು ಕವೆ, ಗುದ್ದಲಿ ಹಿಡಿದು ಹೊರಟರು; ಹೆಂಗಸರು ಪಾದ್ರಿಯ ರಕ್ಷೆಯಲ್ಲಿ ಉಳಿದರು. ಹೊಂಚು ಕಾಯಲು ಅನುಕೂಲ ಸ್ಥಳ ಬೇಕು; ವನದ ಅಂಚಿನಲ್ಲಿ ಒಂದು ಮಿಲ್ ಸಮೀಪದಲ್ಲಿ ಗುಡ್ಡ ಪ್ರದೇಶವನ್ನು ಅವರು ಆರಿಸಿದರು. ಅಲ್ಲಿಂದ ನಕ್ಷತ್ರಗಳ ಹಿನ್ನೆಲೆಯಲ್ಲಿ ಉರಿಯ ಬೆಳಕು ಕಾಣಿಸುತ್ತಿತ್ತು. ಅಲ್ಲಿ ಹೆಪ್ಪುಗಟ್ಟಿದ ಒಂದು ಕೊಳದ ಬಳಿ ಕೆಲವು ಭಾರಿ ಓಕ್ ಮರಗಳ ನಡುವೆ ಅವರು ಆಶ್ರಯ ಪಡೆದರು.

ರೆಡ್ ಡ್ವಾರ್ಫ್ ಎಂಬ ಒಬ್ಬ ಕುರುಬ ಉರಿಯನ್ನು ನೋಡಿದವನೆ ಮಿಲ್ ಮಾಲಿಕನಿಗೆ ಎಚ್ಚರ ನೀಡಲು ಬೆಟ್ಟವನ್ನೇರಿ ಬಂದಿದ್ದ. ಮಿಲ್ ಕೆಲಸ ಆಗಲೇ ನಿಂತಿತ್ತು; ಮಾಲಿಕ ಉರಿಯನ್ನು ಕಂಡು ಕೆಲಸ ನಿಲ್ಲಿಸಿದ್ದ. ಆದರೂ ಅವನು ಕುರುಬನನ್ನು ಒಳಗೆ ಬರಲು ಬಿಟ್ಟ; ಇಬ್ಬರೂ ಕಿಟಿಕಿಯ ಬಳಿ ನಿಂತು ಹೊಗೆ ನೋಡಿದರು.

ಧಗಧಗ ಉರಿ; ಮೇಲೆ ಬೆಳಗುತ್ತಿದ್ದ ಚಂದ್ರ ; ಮಂಜಿನಲ್ಲಿ ಜನರು ಸಾಲಾಗಿ ಬರುತ್ತಿರುವುದು ಕಾಣಿಸಿತು. ಡ್ವಾರ್ಫ್ ಕೆಳಗಿಳಿದು, ವನದಲ್ಲಿ ಬಚ್ಚಿಟ್ಟುಕೊಂಡಿದ್ದ ರೈತರ ಬಳಿ ಹೋದ. ಅವರಿಗೆ ನಾಲ್ಕು ಜನ ಸವಾರರು ಬರುತ್ತಿರುವುದು ಈಗ ಕಾಣಿಸಿತು; ಮುಂದೆ ದನಕರುಗಳು ಹಸಿರು ಹುಲ್ಲನ್ನು ಕಡಿಯುತ್ತಾ ಹೊರಟಿದ್ದವು. ಪಾರುಪತ್ಯಗಾರ ಒಂದು ಬೇಲಿಯನ್ನು ತೋರಿಸಿ ಅದರ ಹಿಂದೆ ಬಚ್ಚಿಟ್ಟುಕೊಳ್ಳಲು ಜನರಿಗೆ ಹೇಳಿದ. ಅವರು ಬಾಗಿ ಅವಿತುಕೊಂಡರು.

ದನಕರುಗಳ ಹಿಂಡನ್ನು ಮುಂದೆ ಬಿಟ್ಟುಕೊಂಡು ಸ್ಪೇನ್ ಸೈನಿಕರು ಬಂದರು. ಕಾರ್ನೆಲಿಜ್ ಹಾಗೂ ಸಂಗಡಿಗರು ಅವರ ಮೇಲೆ ಎರಗಿದರು. ಮೂಕ ಪಶುಗಳು ನೋಡುತ್ತಿದ್ದಂತೆ ಬೆಳದಿಂಗಳಲ್ಲಿ ಹತ್ಯೆ ನಡೆಯಿತು.

ಸೈನಿಕರನ್ನೂ ಅವರ ಕುದುರೆಗಳನ್ನೂ ಕೊಂದ ಬಳಿಕ, ಕಾರ್ನೆಲಿಜ್ ಉರಿಯುತ್ತಿರುವ ತೋಟದ ಕಡೆ ನಡೆದ; ಉಳಿದವರು ಸತ್ತವರ ಉಡುಪುಗಳನ್ನು ಕೀಳುತ್ತಿದ್ದರು. ತಮ್ಮ ದನಕರುಗಳ ಜೊತೆ ಅವರು ತಮ್ಮ ತಮ್ಮ ಮನೆಗಳಿಗೆ ಮರಳಿದರು; ಆಗ ಪಾದ್ರಿಯ ಸಮೇತ ಹೆಂಗಸರು ಅವರೊಡನೆ ಸೇರಿದರು. ಅವರೆಲ್ಲಾ ದಾರಿಯಲ್ಲಿ ಕುಣಿದರು, ಹಾಡಿದರು. ವಿಜಯದ ಸಂತೋಷ. ಮಕ್ಕಳು ಕೇಕೆ ಹಾಕಿದರು; ನಾಯಿಗಳು ಬೊಗಳಿದವು. ಹಬ್ಬದ

ವಾತಾವರಣ. ಆದರೆ ಮುಂದೆ? ಪಾದ್ರಿಯ ಸೂಚನೆಯಂತೆ ಗಾಡಿಯನ್ನು ಕಳಿಸಲು ಏರ್ಪಾಟು ಮಾಡಿದರು – ಸತ್ತ ಹೆಂಗಸಿನ ದೇಹವನ್ನು ಹಾಗೂ ಮರಕ್ಕೆ ಕಟ್ಟಿಹಾಕಿದ ಮಕ್ಕಳನ್ನು ತರಲು. ಆ ಹೆಂಗಸಿನ ಅಕ್ಕ ತಂಗಿಯರು, ಬಂಧುಗಳು ಗಾಡಿಯಲ್ಲಿ ಕುಳಿತರು; ಪಾದ್ರಿಯು ಗಾಡಿಯನ್ನೇರಿದರು. ಸ್ಥೂಲಕಾಯನಾದ ಪಾದ್ರಿಗೆ ನಡೆಯುವುದು ಕಷ್ಟವಾಗಿತ್ತು. ಗಾಡಿ ಹೊರಟಿತು; ಬಯಲಲ್ಲಿ ಸೈನಿಕರ ದೇಹಗಳು ಕಾಣಿಸಿದವು; ಬೆತ್ತಲೆ; ಕುದುರೆಗಳು ಬೆನ್ನು ಕೆಳಗೆ ಮಾಡಿ ಬಿದ್ದಿದ್ದವು. ಮಂಜುಗಡ್ಡೆ ಥಳಥಳ ಹೊಳೆಯುತ್ತಿತ್ತು. ಪ್ರಯಾಣ ಸಾಗಿತ್ತು. ಹೊಲ ಇನ್ನೂ ಉರಿಯುತ್ತಿತ್ತು.

ಇನ್ನೊಂದು ದುರಂತದ ದೃಶ್ಯ: ಬೆತ್ತಲೆಯಾದ ದೇಹ ತಲೆಕೆಳಗಾಗಿ ನೇತಾಡುತ್ತಿತ್ತು – ಕಾರ್ನೆಲಿಜ್ ಹೆಂಡತಿಯದು. ಆತ ಮರಕ್ಕೆ ಒಂದು ಏಣಿ ಇಟ್ಟು ತಾನೇ ಹತ್ತಿದ; ಕೊಂಬೆಗಳ ಆಚೆ ಏರಿ ಅದೃಶ್ಯನಾದ. ಕೆಳಗೆ ತನ್ನ ಪುಟಾಣಿ ಮಕ್ಕಳು ತಾಯಿ ಇಳಿದು ಬರುವುದಕ್ಕಾಗಿ ಕಾದಿವೆ. ಕೊಂಬೆಗಳನ್ನು ಅತ್ತ ಇತ್ತ ಸರಿಸಿ, ಕಾರ್ನೆಲಿಜ್ ಕೆಳಗೆ ಇಣುಕಿ ನೋಡಿದ: ಜನ ಮೇಲೆ ತನ್ನ ಕಡೆ ನೋಡುತ್ತಿದ್ದರು. ಕಣ್ಣೀರಿಡುತ್ತ, ಅವನು ತನಗೆ ಸಹಾಯ ಬೇಕೆಂದು ಸಂಜ್ಞೆ ಮಾಡಿದ. ಪಾರುಪತ್ಯಗಾರ, ಡ್ವಾರ್ಫ್, ಬ್ಲೂ ಲಯನ್ ಹಾಗೂ ಗೋಲ್ಡನ್ ಸನ್ ಮಾಲಿಕರು, ಲಾಟೀನು ಹಿಡಿದ ಪಾದ್ರಿ, ಇನ್ನು ಅನೇಕರು ಮರದ ಮೇಲೇರಿದರು. ಅವರೆಲ್ಲ ಸೇರಿ ನೇತಾಡುತ್ತಿದ್ದ ದೇಹವನ್ನು ಕೆಳಗೆ ಇಳಿಬಿಟ್ಟರು. ಮರದ ಬುಡದಲ್ಲಿ ಹೆಂಗಸರು ದೇಹವನ್ನು ತಮ್ಮ ತೋಳಲ್ಲಿ ತೆಗೆದುಕೊಂಡ ದೃಶ್ಯ ಹಿಂದೆ ಕ್ರಿಸ್ತನ ದೇಹವನ್ನು ಹೆಂಗಸರು ತೆಗೆದುಕೊಂಡ ದೃಶ್ಯವನ್ನು ನೆನಪಿಗೆ ತಂದಿತು.

ಮಾರನೇ ದಿನ ದೇಹವನ್ನು ಮಣ್ಣು ಮಾಡಿದರು. ಒಂದುವಾರ ನಾಜರೆತ್ ಶಾಂತವಾಗಿತ್ತು. ಭಾನುವಾರ ಹಸಿದ ತೋಳಗಳು ಹಳ್ಳಿಯಲ್ಲಿ ಕಾಣಿಸಿಕೊಂಡವು; ಮಧ್ಯಾಹ್ನದವರೆಗೆ ಮಂಜು ಸುರಿಯಿತು. ಆಮೇಲೆ ಸೂರ್ಯ ಕಾಣಿಸಿಕೊಂಡ; ರೈತರು ಊಟ ಮಾಡಿದರು; ಇಗರ್ಜಿಗೆ ಹೋಗಲು ಬಟ್ಟೆ ಧರಿಸಿದರು.

ಕೊರೆಯುವ ಚಳಿ. ಬೀದಿಯ ಚೌಕ ನಿರ್ಜನವಾಗಿತ್ತು. ನಾಯಿಗಳು, ಕೋಳಿಗಳು ಅಲ್ಲಿ ಇಲ್ಲಿ ಓಡುತ್ತಿದ್ದವು. ಕುರಿಗಳು ಹುಲ್ಲನ್ನು ಮೇಯುತ್ತಿದ್ದವು. ತೋಟದಲ್ಲಿ ಪಾದ್ರಿಯ ಹೆಣ್ಣಾಳು ಮಂಜನ್ನು ಗುಡಿಸುತ್ತಿದ್ದಳು.

ಆಗ: ಹಳ್ಳಿಯ ದೂರದ ಅಂಚಿನಲ್ಲಿ ಕಲ್ಲು ಸೇತುವೆಯನ್ನು ದಾಟಿ ಸೈನ್ಯದ ಒಂದು ತುಕಡಿ ಬಂತು; ಹೂದೋಟವನ್ನು ಸಮೀಪಿಸಿತು. ಕೆಲವು ರೈತರು ಮನೆಯಿಂದ ಹೊರಗೆ ಬಂದರು; ಕುದುರೆ ಸವಾರರು ಸ್ಪೇನಿನವರೆಂದು ತಿಳಿದು ಭಯಗ್ರಸ್ತರಾಗಿ, ಹಿಂತಿರುಗಿದರು. ಕಿಟಿಕಿಯಲ್ಲಿ ನಿಂತು ಏನಾಗುವುದೋ ಎಂದು ನೋಡಿದರು. ತುಕಡಿಯಲ್ಲಿ ಕವಚಧಾರಿಗಳಾದ ಮೂವತ್ತು ಸವಾರಿಗಳಿದ್ದರು. ಅವರ ಮಧ್ಯ ಬಿಳಿ ಗಡ್ಡದ ಒಬ್ಬ ಮುದುಕನಿದ್ದ. ಒಬ್ಬೊಬ್ಬ ಸವಾರನಿಗೂ ಒಬ್ಬೊಬ್ಬ ಕಾಲಾಳು; ಹಳದಿ ಅಥವಾ ಕೆಂಪು ಉಡುಪು. ಕೆಲವು ಸವಾರರು ಕಾಲಾಳುಗಳು ಕುದುರೆಗಳಿಂದ ಇಳಿದು ಮೈ ಬೆಚ್ಚಗೆ ಮಾಡಲು ಮಂಜಿನಲ್ಲಿ ಓಡಿದರು.

ಅನಂತರ ಅವರು ಗೋಲ್ಡನ್ ಸನ್ ಹೋಟೆಲಿನ ಬಾಗಿಲು ತಟ್ಟಿದರು. ಅದರ ಮಾಲಿಕ ಅನುಮಾನಪಟ್ಟುಕೊಂಡೇ ಬಾಗಿಲು ತೆರೆದ. ಸ್ಪೇನ್ ಸೈನಿಕರು ಒಳಗೆ ನುಗ್ಗಿದರು, ಬೆಂಕಿಯ ಬಳಿ ಕೂತರು, ಮದ್ಯ ಬೇಕೆಂದು ಅಪ್ಪಣೆ ಮಾಡಿದರು. ಆಮೇಲೆ ಅಲ್ಲಿಂದ ಹೊರಟರು – ತಮ್ಮ ಸ್ನೇಹಿತರಿಗೆಂದು ಮದ್ಯ, ಬ್ರೆಡ್ ದೋಚಿಕೊಂಡು. ಬಿಳಿಗಡ್ಡದ ಮುದುಕ ತನ್ನ ಉಳಿದ

ಸೈನಿಕರೊಂದಿಗೆ ಅವರಿಗಾಗಿ ಕಾಯುತ್ತಿದ್ದ. ಬೀದಿಗಳಲ್ಲಿ ಇನ್ನೂ ಜನ ಸಂಚಾರವಿರಲಿಲ್ಲ. ಹಳ್ಳಿಯಿಂದ ಯಾರೂ ಹೊರಗೆ ಹೋಗದಂತೆ ಕಾವಲಿಟ್ಟು, ತನ್ನ ಬಳಿ ಎರಡು ವರ್ಷದ ವರೆಗಿನ ಎಲ್ಲ ಮಕ್ಕಳನ್ನು ಕರೆತರಬೇಕೆಂದು ದಳಪತಿ ಆಜ್ಞೆ ಇತ್ತ. ಅವನ ಉದ್ದೇಶ ಮಕ್ಕಳ ಸಾಮೂಹಿಕ ಕೊಲೆ – ಸಂತ ಮ್ಯಾಥ್ಯೂ ಗ್ರಂಥದಲ್ಲಿ ಹೇಳಿದಂತೆ.

ದೂತರು ಮೊದಲು ಗ್ರೀನ್ ಕಾಟೇಜ್ ಹೋಟೆಲ್ ಹಾಗೂ ಹಜಾಮನ ಅಂಗಡಿಗೆ ಹೋದರು – ಅವು ಮುಖ್ಯ ಬೀದಿಯ ನಡುವೆ ಪಕ್ಕ ಪಕ್ಕದಲ್ಲಿದ್ದವು. ಒಬ್ಬ ಹಂದಿಯ ರೊಪ್ಪದ ಬಾಗಿಲು ತೆರೆದ. ಹಂದಿ ಮರಿಗಳು ತಪ್ಪಿಸಿಕೊಂಡು, ಊರೊಳಗೆಲ್ಲ ಚೆದರಿದವು. ಹೋಟೆಲ್ ಮಾಲಿಕ, ಹಜಾಮ ಇಬ್ಬರೂ ಸೈನಿಕರಲ್ಲಿ ವಿನಯದಿಂದ ಕೇಳಿದರು, ಅವರಿಗೆ ಏನು ಬೇಕೆಂದು. ಸ್ಪೇನ್ ಸೈನಿಕರಿಗೆ ಫ್ಲೆಮಿಶ್ ಭಾಷೆ ತಿಳಿಯದೆ, ಮನೆಯೊಳಗೆ ನುಗ್ಗಿದರು, ಎಳೆ ಮಕ್ಕಳಿಗಾಗಿ. ಹೋಟೆಲ್ ಮಾಲಿಕನದೊಂದು ಕಿರು ಅಂಗಿ ತೊಟ್ಟ ಪುಟ್ಟ ಮಗು ಅಳುತ್ತಿತ್ತು, ಊಟ ಮಾಡಲು ಹಠಮಾಡುತ್ತ. ಸೈನಿಕನೊಬ್ಬ ಮಗುವನ್ನು ಎತ್ತಿಕೊಂಡು ಹೊರಟುಹೋದ; ಮಗುವಿನ ತಂದೆ ತಾಯಿ ರೋದಿಸುತ್ತಾ ಹಿಂಬಾಲಿಸಿದರು. ಅನಂತರ ಬೇರೆಯವರ ಸರದಿ: ಪೀಪಾಯಿ ಅಂಗಡಿಯವನು, ಕಮ್ಮಾರ, ಚಮ್ಮಾರ; ಅವರ ಕೊಟ್ಟಿಗೆಗಳನ್ನು ತೆರೆದು, ಹಸುಕರುಗಳನ್ನು ಬೀದಿಗೆ ಬಿಟ್ಟರು. ಮರಗೆಲಸದವನ ಮನೆಯ ಕಿಟಕಿಗಳನ್ನು ಮುರಿದರು – ಆಗ ಊರಿನ ಶ್ರೀಮಂತರು ಸೇರಿ ಸೈನಿಕರ ಕಡೆ ಹೋಗಿ, ಮರ್ಯಾದೆಗೆ ತಮ್ಮ ಟೋಪಿಗಳನ್ನು ಎತ್ತಿ, ದಳಪತಿಯನ್ನು ಕೇಳಿದರು, ಅವರಿಗೆ ಏನು ಬೇಕೆಂದು. ಅವನಿಗೂ ಫ್ಲೆಮಿಶ್ ಬಾರದೆ, ಇವರು ಆಡಿದ್ದು ಅವನಿಗೆ ತಿಳಿಯಲಿಲ್ಲ. ಯಾರೊ ಪಾದ್ರಿಯನ್ನು ಕರೆತರಲು ಓಡಿದರು. ಆತ ಇಗರ್ಜಿಗೆ ಹೋಗುವುದರಲ್ಲಿದ್ದ. "ಸ್ಪೇನಿನ ಸೈನಿಕರು ಬಂದಿದಾರೆ !" ಎಂದು ಕೂಗಿಕೊಂಡರು. ಪಾದ್ರಿ ಭೀತನಾಗಿ ಇಗರ್ಜಿಗೆ ಓಡಿದ; ಅವನ ಹಿಂದೆ ಗಾಯಕ ಬಾಲಕರು ಓಡಿದರು. ಇಗರ್ಜಿಯ ಬಾಗಿಲಲ್ಲಿ ನಿಂತು ಪಾದ್ರಿ ನೋಡಿದ – ಊರು ತುಂಬ ದನ, ಕರು, ಕುರಿ, ಹಂದಿ ಓಡಾಡುತ್ತಿವೆ; ಕುದುರೆಗಳನ್ನು ಮರಗಳಿಗೆ ಕಟ್ಟಿದ್ದಾರೆ; ಮನೆಗಳ ಮುಂದೆ ಸೈನಿಕರು; ಅವರಲ್ಲಿ ಭಿಕ್ಷೆ ಬೇಡುತ್ತಾ, ಅಳುತ್ತಿದ್ದ ಗಂಡಸರು, ಹೆಂಗಸರು, ಮಕ್ಕಳನ್ನು ಒಯ್ಯುತ್ತಿರುವ ಸೈನಿಕರು ಪಾದ್ರಿ ಇಗರ್ಜಿಯ ಅಂಗಳಕ್ಕೆ ಹೋದ; ರೈತರು ಕಾತುರದಿಂದ ಅವನನ್ನೇ ನೋಡುತ್ತಿದ್ದರು. ಆತ ಬಿಳಿ ಗಡ್ಡದ ಮುದುಕನೆದುರು ನಿಂತಾಗ, ಜನ ಅವನ ಹಿಂದೆ ಗುಂಪುಗೂಡಿದರು. ಪಾದ್ರಿ ಮುದುಕನೊಂದಿಗೆ ಫ್ಲೆಮಿಶ್‌ನಲ್ಲಿ, ಲ್ಯಾಟಿನ್‌ನಲ್ಲಿ ಮಾತಾಡಿದ. ಆದರೆ ಆ ಅಧಿಕಾರಿ ತಲೆ ಅಲ್ಲಾಡಿಸಿದ, ತನಗೆ ಏನೂ ಅರ್ಥವಾಗಲಿಲ್ಲ ಎನ್ನುವಂತೆ.

"ಏನಂತೆ ? ಏನು ಬೇಕಂತೆ ?" ಎಂದು ಜನ ಪಿಸುಮಾತಿನಲ್ಲಿ ಕೇಳಿದರು. ಪಾದ್ರಿಯನ್ನು ನೋಡಿ ಗಂಡಸರು ಬಂದರು, ಅವರ ಹಿಂದೆ ಹೆಂಗಸರು ಬಂದರು. ಗುಂಪು ಗುಂಪಾಗಿ ತಮ್ಮ ತಮ್ಮೊಳಗೆ ಮಾತನಾಡಿಕೊಂಡರು. ಚೌಕದಲ್ಲಿ ಜನ ಸೇರಿದುದನ್ನು ನೋಡಿ ಸೈನಿಕರು ಬಂದರು.

ಹೋಟೆಲ್ ಮಾಲಿಕನ ಮಗುವನ್ನು ಹಿಡಿದಾತ ಅದನ್ನು ಎಡಗಾಲಲ್ಲಿ ತಲೆಕೆಳಗಾಗಿ ಹಿಡಿದು ತಲೆ ಕತ್ತರಿಸಿದ. ಮಗುವಿನ ತಲೆ ನೆಲದ ಮೇಲೆ ಬಿದ್ದುದನ್ನು ರೈತರು ನೋಡಿದರು. ದೇಹದಿಂದ ರಕ್ತ ಸುರಿಯುತ್ತಿತ್ತು. ತಾಯಿ ದೇಹವನ್ನು ತನ್ನ ತೋಳಲ್ಲಿ ಇಟ್ಟುಕೊಂಡು ಅಳುತ್ತಾ ಮನೆಗೆ ಓಡಿಹೋದಳು, ಮಗುವಿನ ತಲೆಯನ್ನು ಮರೆತು. ದಾರಿಯಲ್ಲಿ ಮರಕ್ಕೆ ಡಿಕ್ಕಿ

ಹೊಡೆದು ಜ್ಞಾನತಪ್ಪಿ ಬಿದ್ದಳು. ತಂದೆ ಸೈನಿಕರೊಡನೆ ಸೆಣಸಿದ.

ಕೆಲವು ಯುವಕರು ಸೈನಿಕರತ್ತ ಕಲ್ಲು ಬೀರಿದರು. ಮರದ ತುಂಡುಗಳನ್ನೆಸೆದರು. ಸೈನಿಕರು ತಕ್ಷಣ ಗುರಾಣಿ ಹಿಡಿದರು. ಹೆಂಗಸರು ಚೆದರಿದರು. ಪಾದ್ರಿ ಹಾಗೂ ಇತರರು ತಾವು ಕಂಡ ಭೀಕರ ದೃಶ್ಯವನ್ನು ನೋಡಲಾಗದೆ ಕಿರಿಚಿದರು. ನಾಯಿ, ಕುರಿ, ಕೋಳಿ ಸದ್ದು ಮಾಡಿದವು.

ಸೈನಿಕರು ಮತ್ತೊಮ್ಮೆ ಬೀದಿಗಿಳಿದರು. ಜನ ಮುಂದೇನಾಗುವುದೊ ಎಂದು ಕಾದರು. ಪಾರುಪತ್ಯಗಾರನ ಸೋದರಿಯರ ಅಂಗಡಿಗೆ ಸೈನಿಕರು ನುಗ್ಗಿದರು. ಏಳು ಜನ ಹೆಂಗಸರು ಮಂಡಿಯೂರಿ ಪ್ರಾರ್ಥಿಸುತ್ತಿದ್ದರು. ಅವರು ಯಾರನ್ನೂ ಸೈನಿಕರು ಮುಟ್ಟಲಿಲ್ಲ. ಆಮೇಲೆ ಸೈನಿಕರು ಸಂತ ನಿಕೊಲಾಸ್ ಹಂಚ್‌ಬ್ಯಾಕ್ ಹೋಟೆಲಿನ ಒಳಗೆ ಹೋದರು. ಮೂವರು ಮಕ್ಕಳನ್ನು ಹಿಡಿದುಕೊಂಡು ಬಂದರು. ಅವರ ಹಿಂದೆ ಮಕ್ಕಳ ತಂದೆ ತಾಯಿ, ಸೋದರಿಯರು ಕೈ ಮುಗಿದು ದೀನರಾಗಿ ಬೇಡುತ್ತಾ ಬಂದರು. ಭಾನುವಾರದ ಪ್ರಯುಕ್ತ ಮಕ್ಕಳು ಒಳ್ಳೆ ಬಟ್ಟೆ ತೊಟ್ಟಿದ್ದವು. ಸೈನಿಕರು ತಮ್ಮ ನಾಯಕನ ಬಳಿ ಬಂದು, ಹಸುಳೆಗಳನ್ನು ಮರದ ಬುಡದಲ್ಲಿ ಹಾಕಿದರು. ಹಳದಿ ವಸ್ತ್ರಧರಿಸಿದ ಒಬ್ಬ ಕಾಲಾಳು ಮಕ್ಕಳನ್ನು ಕತ್ತಿಯಿಂದ ಸಿಗಿದ. ಒಂದು ಮಗು ಬೋರಲಾಗಿ ಸತ್ತಿತು: ಎರಡು ಮಕ್ಕಳು ಮರಕ್ಕೆ ಮುಖ ಮಾಡಿ ಸತ್ತವು. ಈ ರುದ್ರ ದೃಶ್ಯವನ್ನು ಕಂಡ ರೈತರು, ಹೋಟೆಲ್ ಮಾಲಿಕನ ಹೆಣ್ಣುಮಕ್ಕಳು ಅಳುತ್ತ, ಕಿರಿಚುತ್ತ, ಮನೆಗೆ ಓಡಿದರು. ತೋಟದಲ್ಲಿ ಒಂಟಿಯಾಗಿ ಉಳಿದ ಪಾದ್ರಿ ಮಂಡಿಯೂರಿ ಸೈನಿಕರನ್ನು ಪ್ರಾರ್ಥಿಸಿದ; ಒಂದು ಮಂಡಿಯಿಂದ ಇನ್ನೊಂದು ಮಂಡಿಗೆ ಬದಲಿಸಿದ; ಕೈಗಳನ್ನು ಎದೆಗೆ ಅಡ್ಡಲಾಗಿ ಮಡಚಿದ. ಮಕ್ಕಳನ್ನು ಕಳೆದುಕೊಂಡ ತಂದೆ ತಾಯಿ ಮಂಜಿನಲ್ಲಿ ಕುಳಿತು ಕಣ್ಣೀರಿಟ್ಟರು; ಕತ್ತರಿಸಿದ ದೇಹಗಳ ಮೇಲೆ ಬಾಗಿ ದುಃಖಿಸಿದರು.

ಕಾಲಾಳುಗಳು ಹೋಗುತ್ತಿದ್ದಂತೆ ಒಂದು ನೀಲಿ ಮನೆಯನ್ನು ನೋಡಿದರು. ಬಾಗಿಲು ಒಡೆಯಲು ಪ್ರಯತ್ನಿಸಿದರು; ಅದು ಗಟ್ಟಿ ಓಕ್ ಮರದ ಬಾಗಿಲು; ಮೊಳೆಗಳು ಭದ್ರವಾಗಿದ್ದವು. ಆದುದರಿಂದ ಬಾಗಿಲ ಬಳಿಯ ಒಂದು ಕೊಳದಲ್ಲಿ ಬಿದ್ದಿದ್ದ ಟಬ್‌ಗಳನ್ನು ಉಪಯೋಗಿಸಿ ಮಹಡಿಯ ಕಿಟಕಿಗಳ ಮೂಲಕ ಅವರು ಮನೆಯನ್ನು ಪ್ರವೇಶಿಸಿದರು.

ಈ ಮನೆಯಲ್ಲಿ ಹಬ್ಬ. ಬಂಧು ಬಳಗ ಬಂದಿದ್ದರು. ಬಗೆ ಬಗೆಯ ತಿಂಡಿ ತಿನಿಸು ಗಳು. ಕಿಟಕಿಗಳು ಮುರಿದ ಶಬ್ದ ಕೇಳಿ ಅವರೆಲ್ಲ ಊಟದ ಏರ್ಪಾಟು ಮಾಡಿದ ಮೇಜಿನ ಕೆಳಗೆ ಅವಿತುಕೊಂಡರು. ಅಡಿಗೆಮನೆಗೆ ಹೋದ ಸೈನಿಕರು, ಮನಸ್ಸಿಗೆ ಬಂದಂತೆ ಹೊಡೆದರು. ಅನೇಕರಿಗೆ ಗಾಯಗಳಾದವು. ಸಣ್ಣ ಮಕ್ಕಳನ್ನು, ಸೈನಿಕನೊಬ್ಬನ ಹೆಬ್ಬೆರಳನ್ನು ಕಚ್ಚಿದ ಸೇವಕನನ್ನು, ಎಳೆದುಕೊಂಡು ಹೊರಟು ಹೋದರು. ಹೋಗುವಾಗ ಯಾರೂ ತಮ್ಮನ್ನು ಹಿಂಬಾಲಿಸದಂತೆ ಬಾಗಿಲನ್ನು ಭದ್ರಪಡಿಸಿದರು.

ಮನೆಯಲ್ಲಿ ಮಕ್ಕಳಿಲ್ಲದವರು ನಿಧಾನವಾಗಿ ಹೊರಗೆ ಬಂದು, ಸೈನಿಕರನ್ನು ಸಾಕಷ್ಟು ಅಂತರ ಬಿಟ್ಟು ಹಿಂಬಾಲಿಸಿದರು. ಮುದುಕನ ಮುಂದೆ ಮಕ್ಕಳನ್ನು ಕೆಡವಿ, ಈಟಿ, ಕತ್ತಿಗಳಿಂದ ಕೊಲ್ಲುವುದನ್ನು ನೋಡಿದರು. ನೀಲಿಮನೆಯಲ್ಲಿ ಗಂಡಸರು ಹೆಂಗಸರು ಕಿಟಕಿಗಳ ಬಳಿ ನಿಂತು ನೋಡಿದರು, ಬೊಬ್ಬೆ ಇಟ್ಟರು, ನೆಲದ ಮೇಲೆ ಸತ್ತುಬಿದ್ದ ತಮ್ಮ ಕಂದಮ್ಮಗಳು ತೊಟ್ಟ ಬಣ್ಣದ ಉಡುಗೆಗಳನ್ನು ಸ್ಮರಿಸಿದರು. ಇನ್ನೊಂದು ಬೀದಿಯಲ್ಲಿದ್ದ ಹಾಫ್‌ಮೂನ್ ಹೋಟೆಲಿನಲ್ಲಿ ಸೈನಿಕರು ಸೇವಕರನ್ನು ನೇಣು ಹಾಕಿದರು. ಹಳ್ಳಿಯೆಲ್ಲ ನಿಶ್ಶಬ್ದವಾಯಿತು.

ಈಗ ನಡೆದುದು ಸಮೂಹಹತ್ಯೆ. ತಾಯಂದಿರು ಮನೆಯಿಂದ ತಪ್ಪಿಸಿಕೊಂಡು ಓಡಿದರು, ತೋಟಗಳನ್ನು ಹಾದು, ಊರಾಚೆಗೆ. ಆದರೆ ಕುದುರೆ ಏರಿದ ಸೈನಿಕರು ಅವರನ್ನು ಅಟ್ಟಿಸಿಕೊಂಡು ಹೋಗಿ ಊರೊಳಕ್ಕೆ ಬಿಟ್ಟರು. ರೈತರು ಮಂಡಿಯೂರಿ ಸೈನಿಕರಲ್ಲಿ ಪ್ರಾರ್ಥಿಸಿದರು. ಆದರೆ ಅವರು ಮಕ್ಕಳನ್ನು ಎಳೆದುಕೊಂಡು ಹೋದರು. ಪಾದ್ರಿ ದೇವತೆಗಳಲ್ಲಿ ಪ್ರಾರ್ಥಿಸುವಂತೆ ನಭೋಮಂಡಲಕ್ಕೆ ಕೈ ಎತ್ತಿ, ಹುತಾತ್ಮನಂತೆ ಮನೆಯಿಂದ ಮನೆಗೆ, ಮರಗಳ ನಡುವೆ ಓಡಾಡಿದ. ಸೈನಿಕರು ಚಳಿಯನ್ನು ತಡೆಯಲಾರದೆ ನಡುಗುತ್ತಿದ್ದರು; ಉಫ್ ಎಂದು ಬೆರಳುಗಳನ್ನು ಬಿಸಿ ಮಾಡಿಕೊಳ್ಳುತ್ತಿದ್ದರು; ಇಲ್ಲ ಸುಮ್ಮನೆ ಜೇಬಲ್ಲಿ ಕೈ ಇಟ್ಟುಕೊಂಡು ನಿಲ್ಲುತ್ತಿದ್ದರು. ಬೀದಿ ಬೀದಿಗಳಲ್ಲಿ ಅದೇ ದೃಶ್ಯ: ಸೈನಿಕರು ಮನೆಗಳಲ್ಲಿ ನುಗ್ಗಿ ಮಕ್ಕಳನ್ನು ಎಳೆದು ತಂದು ಕೊಲ್ಲುವುದು! ತೋಟಗಾರನ ಹೆಂಡತಿ ತನ್ನ ಮಗುವನ್ನು ಎಳೆದುಕೊಂಡು ಹೋದ ಇಬ್ಬರು ಸೈನಿಕರನ್ನು ಬಡಿಯಲು ಕುರ್ಚಿಯನ್ನು ಎತ್ತಿಕೊಂಡು ಅವರ ಹಿಂದೆ ಓಡಿದಳು. ತನ್ನ ಮಗುವನ್ನು ಕೊಂದ ದೃಶ್ಯ ಅವಳನ್ನು ತಳಮಳಗೊಳಿಸಿತು. ಅವಳು ತಂದ ಕುರ್ಚಿಯನ್ನು ಮರದ ಪಕ್ಕದಲ್ಲಿಟ್ಟು ಅವಳನ್ನು ಅದರಲ್ಲಿ ಕೂಡಿಸಿದರು.

ಇನ್ನೊಂದು ಮನೆಯ ಮುಂದಿನ ಮರ ಹತ್ತಿ, ಹೆಂಚು ತೆಗೆದು ಸೈನಿಕರು ಅದರ ಒಳಗೆ ಇಳಿದರು. ಮನೆಯವರು ಅವರನ್ನು ಹಿಂಬಾಲಿಸಲು ಪ್ರಯತ್ನ ಮಾಡಿದಾಗ, ತಲೆಯ ಮೇಲೆ ಕತ್ತಿಯಿಂದ ಹೊಡೆದು ಹಿಮ್ಮೆಟ್ಟಿಸಿದರು.

ಒಂದು ದೊಡ್ಡ ಮನೆಯ ನೆಲಮಾಳಿಗೆಯಲ್ಲಿ ಅವಿತುಕೊಂಡಿದ್ದ ಒಂದು ಕುಟುಂಬದವರು ಎದೆ ಬಿರಿಯುವಂತೆ ರೋದಿಸುತ್ತಿದ್ದರು. ನೆಲಮಾಳಿಗೆಯ ಸರಳುಗಳ ಮೂಲಕ ತಂದೆ ಹತಾಶೆಯಿಂದ ಕುಂಟೆಯನ್ನು ಝಳಪಿಸುತ್ತಿದ್ದ. ಹೊರಗೆ, ಗೊಬ್ಬರದ ರಾಶಿಯ ಮೇಲೆ ಬಕ್ಕತಲೆಯವನೊಬ್ಬ ಕೂತು, ಬಿಕ್ಕಿ ಬಿಕ್ಕಿ ಅಳುತ್ತಿದ್ದ. ಒಬ್ಬ ಹೆಂಗಸು ತನ್ನ ಮಗುವನ್ನು ಅಪ್ಪಿಕೊಂಡಿದ್ದಳು; ಅದರ ಕೈಗಳನ್ನು ಕತ್ತರಿಸಿದ್ದರು; ತಾಯಿ ಮಗುವಿನ ತೋಳನ್ನು ಎತ್ತಿ, ಅದು ಆಡುತ್ತದೊ ಇಲ್ಲವೊ ಎಂದು ನೋಡುತ್ತಿದ್ದಳು; ಇನ್ನೊಬ್ಬ ಹೆಂಗಸು ತಪ್ಪಿಸಿಕೊಂಡು ಓಡುತ್ತಿದ್ದಳು; ಸೈನಿಕರು ಅವಳನ್ನು ಬೆನ್ನಟ್ಟಿದ್ದರು.

ಮತ್ತೊಂದು ಹೋಟೆಲಿನ ಎದುರು ಗೊಂದಲ ಎದ್ದಿತ್ತು. ಸೈನಿಕರು ಒಳಕ್ಕೆ ಬರದಂತೆ ಅಲ್ಲಿ ರೈತರು ತಡೆಗಟ್ಟೆಯೊಂದನ್ನು ನಿರ್ಮಿಸಿದ್ದರು.

ಸೈನಿಕರು ಗೋಡೆಯ ಮೇಲೆ ಹಬ್ಬಿದ್ದ ಕೆಲವು ಬಳ್ಳಿಗಳನ್ನು ಹಿಡಿದು ಬೋರ್ಡ್ ತೂಗುಬಿಟ್ಟ ಸ್ಥಳದವರೆಗೆ ಏರಲು ಪ್ರಯತ್ನಿಸಿದರು. ಆಗ ತೋಟದ ಗೇಟಿನ ಹಿಂದೆ ಅವರಿಗೆ ಒಂದು ಏಣಿ ಕಾಣಿಸಿತು. ಅದನ್ನು ತಂದು ಅವರು ಒಬ್ಬೊಬ್ಬರಾಗಿ ಮೇಲೆ ಹತ್ತಿದರು. ಆದರೆ ಅವರ ಮೇಲೆ ಮಾಲಿಕ ಹಾಗೂ ಅವನ ಮನೆಯವರು ಕುರ್ಚಿ, ಮೇಜು, ಕೈಗೆ ಸಿಕ್ಕದ್ದು ಹಿಡಿದು ಎಸೆದರು. ಈ ಗೊಂದಲದಲ್ಲಿ ಏಣಿ ಬಿತ್ತು, ಅದರೊಡನೆ ಸೈನಿಕರೂ ಬಿದ್ದರು.

ಹಳ್ಳಿಯ ಹೊರಗೆ ಒಂದು ಮನೆ; ಅಲ್ಲಿ ಒಬ್ಬ ಮುದುಕಿ ಮಕ್ಕಳಿಗೆ ಸ್ನಾನ ಮಾಡಿಸುತ್ತಿದ್ದಳು: ಅವಳಿಗೆ ಕಿವಿ ಕೇಳಿಸದು; ಸೈನಿಕರು ಬಂದದ್ದು ಗೊತ್ತಾಗಲಿಲ್ಲ. ಇಬ್ಬರು ಸೈನಿಕರು ಮಕ್ಕಳ ಸಹಿತ ಸ್ನಾನದ ಟಬ್ ಎತ್ತಿಕೊಂಡು ಹೋದರು. ಮಕ್ಕಳಿಗೆ ಹಾಕಲು ಕೈಯಲ್ಲಿದ್ದ ಬಟ್ಟೆಗಳನ್ನು ಹಿಡಿದಂತೆಯೇ ಮುದುಕಿ ಅವರ ಬೆನ್ನು ಬಿದ್ದು ಓಡಿದಳು. ಅವಳಿಗೆ ಅಲ್ಲಲ್ಲಿ ರಕ್ತ ಬಿದ್ದದ್ದು ಕಾಣಿಸಿತು; ತೋಟದಲ್ಲಿ ಕತ್ತಿಗಳು; ಬೀದಿಯಲ್ಲಿ ಮುರಿದ ತೊಟ್ಟಿಲುಗಳು; ಸತ್ತ ಮಕ್ಕಳ ಬಳಿ ತಾಯಂದಿರು ಎದೆ ಬಡಿದುಕೊಂಡು ದೇವರನ್ನು

ಪ್ರಾರ್ಥಿಸುತ್ತಿದ್ದರು. ಮುದುಕಿ ಅರಚಿದಳು. ಸೈನಿಕರಿಗೆ ಬಡಿದಳು. ಸೈನಿಕರು ಟಬ್ ಕೆಳಗಿಟ್ಟು ತಮ್ಮ ರಕ್ಷಣೆಗೆ ಸಿದ್ಧರಾದರು. ಪಾದ್ರಿ ಕೈ ಮುಗಿದುಕೊಂಡೇ ಅತ್ತ ಬಂದ; ಸೈನಿಕರಲ್ಲಿ ದಯೆಯ ಭಿಕ್ಷೆ ಬೇಡಿದ; ಬೆತ್ತಲೆ ಮಕ್ಕಳು ಟಬ್‌ನಲ್ಲಿ ಕಿಟಾರನೆ ಕಿರುಚಿ ಅಳುತ್ತಿದ್ದವು. ಇತರ ಸೈನಿಕರು ಬಂದರು; ಮುದುಕಿಯನ್ನು ಮರಕ್ಕೆ ಕಟ್ಟಿದರು; ಮಕ್ಕಳನ್ನು ಎತ್ತಿಕೊಂಡು ಹೋದರು.

ತನ್ನ ಹೆಣ್ಣು ಮಗುವನ್ನು ಬಚ್ಚಿಟ್ಟು ಊರಿನ ಕಟುಕ ತನ್ನ ಅಂಗಡಿಯ ಮುಂದೆ ಯಾವ ಚಿಂತೆಯೂ ಇಲ್ಲದವನಂತೆ ನಿಂತಿದ್ದ. ಒಬ್ಬ ಕಾಲಾಳು ಹಾಗೂ ಒಬ್ಬ ರಾವುತ ಬಂದು ಮಗುವನ್ನು ತಾಮ್ರದ ಪಾತ್ರೆಯೊಳಗೆ ಪತ್ತೆ ಮಾಡಿದರು. ಕಟುಕ ಚಾಕುವನ್ನು ಹಿರಿದು ಅವರ ಬೆನ್ನಟ್ಟಿದ. ಸೈನಿಕರು ಅವನ ಕೈಯಿಂದ ಚಾಕುವನ್ನು ಕಿತ್ತುಕೊಂಡರು; ಅವನ ಕೈಗಳನ್ನು ಕಟ್ಟಿ ಗೋಡೆಯಲ್ಲಿದ್ದ ಕೊಕ್ಕೆಯೊಂದರಿಂದ ಜೋತು ಬಿಟ್ಟರು; ಅವನು ಸಂಜೆಯವರೆಗೆ ಕಾಲು ಝಾಡಿಸುತ್ತ ವಿಲಿವಿಲಿ ಒದ್ದಾಡಿದ.

ಇಗರ್ಜಿಯ ಅಂಗಳದಲ್ಲಿ ಹಸಿರು ಬಣ್ಣದ ಒಂದು ಮನೆಯ ಮುಂದೆ ದೊಡ್ಡ ಗುಂಪು ಸೇರಿತ್ತು. ಮನೆಯ ಯಜಮಾನ ಬಾಗಿಲಲ್ಲಿ ಅಳುತ್ತ ನಿಂತಿದ್ದ. ಧಡೂತಿ ವ್ಯಕ್ತಿ. ಯಾವಾಗಲೂ ನಗು ನಗುತ್ತ ಇರುತ್ತಿದ್ದ ಮನುಷ್ಯ. ಅವನನ್ನು ನೋಡಿ, ನಾಯಿಯ ಮೈ ಸವರುತ್ತ ಬಿಸಿಲಿಗೆ ಮೈ ಒಡ್ಡಿ ಕುಳಿತಿದ್ದ ಸೈನಿಕರಿಗೆ ಕನಿಕರ ಬಂತು. ಅವನ ಮಗುವನ್ನು ಎತ್ತಿಕೊಂಡು ಹೋಗುತ್ತಿದ್ದ ಸೈನಿಕ "ನಾನೇನು ಮಾಡ್ಲಯ್ಯ? ನಂದಲ್ಲ ತಪ್ಪು !" ಎನ್ನುವಂತೆ ಅಭಿನಯಿಸಿದ.

ಸೈನಿಕರು ಬೆನ್ನಟ್ಟಿ ಬರುತ್ತಿದ್ದ ರೈತನೊಬ್ಬ ಕಲ್ಲು ಸೇತುವೆಯ ಬಳಿ ದೋಣಿಯೊಳಗೆ ಹಾರಿದ. ತನ್ನ ಮಕ್ಕಳನ್ನು ಕೂಡಿಸಿಕೊಂಡು, ದೋಣಿಯನ್ನು ನಡೆಸಿಕೊಂಡು ಹೋದ. ಸೈನಿಕರಿಗೆ ಕೋಪ ಬಂತು. ತೀರದಲ್ಲಿದ್ದ ಮರಗಳನ್ನು ಏರಿ, ತಪ್ಪಿಸಿಕೊಂಡು ಹೋಗುತ್ತಿದ್ದ ರೈತ ಕುಟುಂಬದ ಕಡೆ ಅವರು ಈಟಿಗಳನ್ನು ಎಸೆದರು; ಅವು ಅವರ ತನಕ ಮುಟ್ಟಲಿಲ್ಲ. ಸೈನಿಕರು ಸುಮ್ಮನೆ ಬೆದರಿಕೆ ಹಾಕಿದರು. ರೈತ ಕುಟುಂಬ ಅವರ ಕೈಯಿಂದ ಪಾರಾಯಿತು.

ತೋಟದ ತುಂಬ ಇನ್ನೂ ಜನರಿದ್ದರು. ಬಿಳಿ ಗಡ್ಡದ ನಾಯಕನ ಎದುರಲ್ಲಿ ಅನೇಕ ಹಸುಳೆಗಳ ಕೊಲೆಯಾಗಿತ್ತು. ಎರಡು ವರ್ಷಕ್ಕಿಂತ ದೊಡ್ಡ ಮಕ್ಕಳು ಬ್ರೆಡ್ ಹಾಗೂ ಜಾಮ್ ತಿನ್ನುತ್ತಾ ನಿಂತಿದ್ದರು; ತಮ್ಮ ಜತೆಗಾರರಿಗೆ ಒದಗಿದ ದುರಂತವನ್ನು ಅಚ್ಚರಿಯಿಂದ ನೋಡುತ್ತಿದ್ದರು; ಕೆಲವರು ಕೊಳಲು ಬಾರಿಸುತ್ತಿದ್ದ ಹಳ್ಳಿಯ ಪೆದ್ದನನ್ನು ಸುತ್ತುವರಿದಿದ್ದರು.

ಇದ್ದಕ್ಕಿದ್ದಂತೆ ಚಲನವಲನ ಆರಂಭವಾಯಿತು; ಬೀದಿಯ ತುದಿಯಲ್ಲಿದ್ದ ಕೋಟೆಮನೆಯತ್ತ ಜನರು ಸಾಲುಗಟ್ಟಿ ನಡೆದರು. ಅವರಿಗೆ ತಮ್ಮ ಧಣಿ ಕಾಣಿಸಿದ್ದ. ತಮ್ಮ ರಕ್ಷೆಯ ಭಿಕ್ಷೆ ಬೇಡುತ್ತ ಅವರು ಅವನತ್ತ ಸಾಗಿದರು; ಬಾನಿನತ್ತ ಕೈ ಎತ್ತಿ ಪ್ರಾರ್ಥಿಸಿದರು; ಸದ್ಯಕ್ಕೆ ತಮ್ಮ ಧಣಿ ಸ್ವರ್ಗದಿಂದಿಳಿದ ದೇವರೆಂದೇ ಬಗೆದರು. ಅವನೋ ತಲೆ ಅಲ್ಲಾಡಿಸಿದ, ತಾನು ಏನೂ ಮಾಡಲಾರೆ ಎನ್ನುವಂತೆ; ಜನರು ನಿರಾಶೆಯಲ್ಲಿ ಆರ್ತರಾಗಿ ಬೇಡಿದರು, ಅತ್ತರು. ಅವನು ಬೆನ್ನು ತೋರಿಸಿ ಮಾಯವಾದ. ಅವರ ಒಂದೇ ಒಂದು ಆಶಾಕಿರಣ ಕರಗಿಹೋಯಿತು.

ಹಸುಳೆಗಳ ಹತ್ಯೆ ಮುಗಿಯಿತು; ಬಳಲಿ ಬೆಂಡಾದ ಸೈನಿಕರು ಕತ್ತಿಗೆ ಹತ್ತಿದ ರಕ್ತವನ್ನು ಹುಲ್ಲಿನಲ್ಲಿ ಒರೆಸಿದರು; ತಮ್ಮ ಊಟ ಮುಗಿಸಿ ಕುದುರೆಗಳನ್ನೇರಿದರು : ತಾವು ಬಂದ ಮಾರ್ಗದಲ್ಲಿ ಹಿಂತಿರುಗಿದರು.

ಮುಳುಗುತ್ತಿದ್ದ ಸೂರ್ಯನ ಬೆಳಕಿನಲ್ಲಿ ತೋಟ ಹತ್ತಿ ಉರಿಯುತ್ತಿದ್ದಂತೆ ತೋರಿತು; ಹಳ್ಳಿಗೆ ಕೆಂಪು ರಕ್ತ ಬಳಿದಂತಿತ್ತು. ಪಾದ್ರಿಗೆ ಸಾಕಾಗಿ ಹೋಗಿತ್ತು. ಆತ ಇಗರ್ಜಿಯ

ಮುಂಭಾಗದಲ್ಲಿ ಮಂಜಿನಲ್ಲಿ ಬಿದ್ದುಕೊಂಡ; ಸೇವಕ ಅವನ ಪಕ್ಕದಲ್ಲಿ ನಿಂತ. ಇಬ್ಬರೂ ತೋಟದ ಕಡೆ, ಬೀದಿಯ ಕಡೆ, ದೃಷ್ಟಿ ಹಾಯಿಸಿದರು; ರೈತರು ತಮ್ಮ ಭಾನುವಾರದ ಉಡುಪಿನಲ್ಲಿದ್ದರು. ಮನೆಗಳ ಮುಂದೆ ತಂದೆ ತಾಯಿಯರು ಕೊಲೆಯಾದ ಮಕ್ಕಳ ದೇಹಗಳನ್ನು ಮೊಣಕಾಲ ಮೇಲೆ ಇರಿಸಿಕೊಂಡಿದ್ದರು. ಅವರ ದಿಗ್ಭ್ರಾಂತಿ ಹೋಗಿರಲಿಲ್ಲ. ತಮಗೆ ಬಂದ ಸಂಕಟಕ್ಕಾಗಿ ಅವರು ಕಣ್ಣೀರಿಡುತ್ತಿದ್ದರು, ಇತರರು ತಮ್ಮ ಮಕ್ಕಳ ಕೊಲೆಯಾದ ಸ್ಥಳಗಳಲ್ಲಿ ಪ್ರಲಾಪ ಮಾಡುತ್ತಿದ್ದರು. ಕೆಲವರು ನಿಶ್ಶಬ್ದವಾಗಿ ತಮ್ಮ ಮಕ್ಕಳ ದೇಹಗಳನ್ನು ಹೊತ್ತುಕೊಂಡು ಹೋದರು. ಇನ್ನು ಕೆಲವರು ತೊಳೆಯುತ್ತಿದ್ದರು–ರಕ್ತದಿಂದ ತೊಯ್ದ ಬಟ್ಟೆ, ಕುರ್ಚಿ, ಮೇಜು, ಬೆಂಚು. ಬೀದಿಯಲ್ಲಿ ಮುರಿದು ಬಿದ್ದಿದ್ದ ತೊಟ್ಟಿಗಳನ್ನು ತಂದರು. ತಮ್ಮ ಮಕ್ಕಳ ಉಣ್ಣೆ ಬಟ್ಟೆಯ ಬಣ್ಣದಿಂದ ದೇಹಗಳನ್ನು ಗುರುತಿಸಿ ತಾಯಂದಿರು ಗೊಳೋ ಎಂದು ಅತ್ತರು. ಮಕ್ಕಳಿಲ್ಲದವರು ಬೀದಿಯಲ್ಲಿ ಅಡ್ಡಾಡುತ್ತಿದ್ದರು, ದುಃಖಕ್ಕೀಡಾದವರಿಗೆ ಸಮಾಧಾನ ಹೇಳಿದರು. ಅತ್ತು ಸಾಕಾದ ಗಂಡಸರು ದನಕರುಗಳನ್ನು ಹುಡುಕಿಕೊಂಡು ಹೊರಟರು; ನಾಯಿಗಳು ಒಂದೇ ಸಮನೆ ಬೊಗಳುತ್ತಿದ್ದವು. ಕೆಲವರು ಮುರಿದ ಕಿಟಿಕಿಗಳನ್ನು ಬಾಗಿಲುಗಳನ್ನು ರಿಪೇರಿ ಮಾಡುತ್ತಿದ್ದರು.

ಶಾಂತವಾದ ಬಾನಿನಲ್ಲಿ ಚಂದ್ರ ಸದ್ದಿಲ್ಲದೆ ಉದಿಸಿದಂತೆ ತೂಕಡಿಸುವ ಮೌನ ಹಳ್ಳಿಯನ್ನು ಕವಿಯಿತು. ಯಾವ ಜೀವಂತ ವಸ್ತುವಿನ ನೆರಳೂ ಚಲಿಸದೆ, ಎಲ್ಲವೂ ಸ್ತಬ್ಧವಾಗಿದ್ದ ಹಳ್ಳಿ ಅದು.

ಸ್ವಿಟ್ಜರ್‌ಲ್ಯಾಂಡ್

○ ಸಾಲೊಮನ್ ಗೆಸ್ನರ್

ಅಸೂಯೆ

ಅಸೂಯೆಯಂಥ ನೀಚ ಭಾವನೆ ಇನ್ನೊಂದು ಇಲ್ಲ. ಅದು ಮಾನವ ಹೃದಯದಲ್ಲಿ ಅವಿತಿರುವ ವಿಷಸರ್ಪ. ಈ ಮಾತು ಅಲೆಕ್ಸಿಸ್‌ಗೆ ಅರ್ಥವಾದದ್ದು ತಡವಾಗಿ, ಅದಕ್ಕೆ ಕಣ್ಣೀರಿನ ಬೆಲೆ ತೆತ್ತಮೇಲೆ. ಅವನು ಡಾಫ್ನೆಯನ್ನು ಪ್ರೀತಿಸುತ್ತಿದ್ದ; ಅವಳು ಅವನನ್ನು ಪ್ರೀತಿಸುತ್ತಿದ್ದಳು. ಇಬ್ಬರದೂ ಸುರೂಪ. ಅವನು ನಿಜವಾದ ಗಂಡು, ಕಂದು ಬಣ್ಣ. ಅವಳು ಚಾಲಾಕು, ಮುಂಜಾನೆ ಅರಳುತ್ತಿರುವ ಹೂವಿನಂತೆ ಮುಗ್ಧೆ. ತಮ್ಮ ಪ್ರೀತಿಯ ಬಗ್ಗೆ ಅವರು ಪರಸ್ಪರ ಪ್ರಮಾಣ ಮಾಡಿದ್ದರು – ಸೂರ್ಯ ಚಂದ್ರರು ಇರುವವರೆಗೆ ಪರಸ್ಪರರನ್ನು ಪ್ರೀತಿಸುವುದಾಗಿ. ವೀನಸ್ ಹಾಗೂ ಪ್ರೀತಿಯ ಎಲ್ಲ ದೇವತೆಗಳು ಅವರ ಬಗ್ಗೆ ಕೃಪೆ ತೋರಿದ್ದರು : ಅವರ ಪ್ರೀತಿಯ ಬಟ್ಟಲು ತುಂಬಿ ತುಳುಕಿತ್ತು.

ಒಂದು ದಿನ ಅಲೆಕ್ಸಿಸ್‌ನ ತಂದೆ ಮಗನನ್ನು ತನ್ನ ಬಳಿಗೆ ಕರೆದ. ತುಂಬಾ ದಿನಗಳಿಂದ ಹಾಸಿಗೆ ಹಿಡಿದಿದ್ದ ಅವನು ಈಗ ತಾನೇ ಚೇತರಿಸಿಕೊಂಡಿದ್ದ. ಮಗನನ್ನು ನೋಡಿ ಅವನೆಂದ:

"ಮಗು, ನನ್ನದೊಂದು ಹರಕೆ ಇದೆ ತೀರಿಸಲು. ಆರೋಗ್ಯ ದೇವತೆಗೆ ಆರು ಕುರಿಗಳನ್ನು ಬಲಿಕೊಡುವ ಹರಕೆ ಹೊತ್ತೆ. ಅವನ್ನು ಕರೆದುಕೊಂಡು ದೇವಾಲಯಕ್ಕೆ ಹೋಗು!"

ಅದು ಎರಡು ದಿನಗಳ ಪ್ರಯಾಣ. ತನ್ನ ಪ್ರಿಯತಮೆಯನ್ನು ಬಿಟ್ಟು ಹೋಗುವಾಗ ಅಲೆಕ್ಸಿಸ್‌ನ ಕಣ್ಣುಗಳಲ್ಲಿ ನೀರು ತುಂಬಿತು: ಅವನು ದೀರ್ಘ ಸಮುದ್ರ ಪ್ರಯಾಣವನ್ನು ಕೈಗೊಂಡಿರುವ ಹಾಗೆ! ಆತ ಬಿಸುಸುಯ್ಯುತ್ತ ಕುರಿಗಳನ್ನು ಹೊಡೆದುಕೊಂಡು ನಡೆದ – ನದಿಯ ದಡದಲ್ಲಿ ವಿಲ್ಲೊ ಮರಗಳು ಬಿಸುಸುಯ್ಯುವಂತೆ. ಅವನು ಹೊಲಗದ್ದೆಗಳನ್ನು ಹಾದ, ಯಾವ ಪರಿವೆಯೂ ಇಲ್ಲದೆ. ಸುತ್ತಲೂ ರಮ್ಯದೃಶ್ಯಗಳು: ಅಲೆಕ್ಸಿಸ್‌ಗೆ ಅವು ಯಾವುವೂ ಕಾಣಲಿಲ್ಲ. ಅವನ ಹೃದಯದಲ್ಲಿ ಪ್ರೀತಿಗೆ ಮಾತ್ರ ಎಡೆ ಇತ್ತು; ಕಣ್ಣೆದುರು ತನ್ನ ಪ್ರಿಯತಮೆ ಮಾತ್ರ ಬಂದು ನಿಲ್ಲುತ್ತಿದ್ದಳು. ಅವಳು ತನ್ನ ಮನೆಯಲ್ಲಿದ್ದ ಹಾಗೆ, ದೊಡ್ಡ ಬಂಡೆಯ ನೆರಳಲ್ಲಿ ಚಿಲುಮೆಯ ದಡದಲ್ಲಿ ಕುಳಿತ ಹಾಗೆ, ತನ್ನನ್ನು ಹೆಸರು ಹಿಡಿದು ಕರೆದ ಹಾಗೆ – ಅಲೆಕ್ಸಿಸ್ ಕನಸು

ಕಾಣುತ್ತಿದ್ದ. ಮುಂದೆ ಕುರಿಗಳು ಹಿಂದೆ ತಾನು. ಜಿಂಕೆಗಳಂತೆ ಇವು ನೆಗೆಯುತ್ತ ಹೋಗಲಾರವಲ್ಲಾ ಎಂದು ಅಲೆಕ್ಸಿಸ್‌ಗೆ ಅಸಹನೆ. ಅಂತೂ ಆತ ದೇವಾಲಯ ಸೇರಿದ.

ಕುರಿಗಳನ್ನು ಬಲಿಕೊಟ್ಟುದಾಯಿತು. ಅಲೆಕ್ಸಿಸ್ ರೆಕ್ಕೆ ಕಟ್ಟಿಕೊಂಡವನಂತೆ ಮನೆಗೆ ಹೊರಟ. ಆದರೆ ದಾರಿಯಲ್ಲಿ ಒಂದು ಮುಳ್ಳು ಚುಚ್ಚಿ ಆತ ಹೆಜ್ಜೆ ಇಡಲಾರದಾದ. ಅಂತೂ ಹತ್ತಿರದಲ್ಲೇ ಇದ್ದ ಒಂದು ಗುಡಿಸಿಲನ್ನು ಬಹಳ ಪ್ರಯಾಸದಿಂದ ತಲಪಿದ. ಆ ಗುಡಿಸಿಲಿನಲ್ಲಿದ್ದ ವೃದ್ಧ ದಂಪತಿಗಳು ಅವನನ್ನು ಆದರಿಸಿ, ಗಾಯಕ್ಕೆ ಗಿಡ ಮೂಲಿಕೆಯ ರಸ ಹಾಕಿ ಉಪಚರಿಸಿದರು. ನಾನು ಎಂಥ ನತದೃಷ್ಟ –ಎಂದು ಅವನು ತನಗೆ ತಾನೇ ಹೇಳಿಕೊಂಡ. ಒಂದೊಂದು ನಿಮಿಷವೂ ಅನಂತವೆಂದು ತೋರಿತು. ಸಾಲದ್ದಕ್ಕೆ ನಿಷ್ಕರುಣ ದೇವತೆಯೊಬ್ಬಳು ಅವನ ಹೃದಯದಲ್ಲಿ ಅಸೂಯೆಯ ಬೀಜವನ್ನು ಬಿತ್ತಿದ್ದಳು.

ಡಾಫ್ನೆಯಿಂದ ವಿಶ್ವಾಸಘಾತವೆ? ಅದು ಅಶುಭ ಆಲೋಚನೆ ಎಂದು ಆತ ತನಗೆ ತಾನೇ ಹೇಳಿಕೊಂಡ. ಆದರೆ ಹುಡುಗಿಯರ ವಿಷಯ ಹೇಳುವುದು ಹೇಗೆ? ಡಾಫ್ನೆ ಸುಂದರಿ. ಅವಳನ್ನು ನೋಡಿದ ಯಾರು ತಾನೆ ಬಯಸುವುದಿಲ್ಲ ? ಅವಳ ನೆರೆಮನೆಯ ಡೇಫಿಸ್ ಬಹಳ ಕಾಲದಿಂದ ಅವಳಿಗಾಗಿ ಹಂಬಲಿಸುತ್ತಿದ್ದ ! ಅವನು ಹಾಡುವುದನ್ನು ಕೇಳಿ ಯಾರು ಮೋಹಿಸುವುದಿಲ್ಲ? ಅವನಂತೆ ಕೊಳಲು ನುಡಿಸುವವರು ಬೇರೆ ಯಾರಿದ್ದಾರೆ? ಅವನ ಮನೆಗೂ ಡಾಫ್ನೆ ಮನೆಗೂ ಅಂತರ ಇದ್ದೂ ಇಲ್ಲದಷ್ಟು ಕಿರಿದು. ಅಯ್ಯೋ! ಈ ಹಾಳು ಯೋಚನೆಗಳು ತನ್ನನ್ನೇಕೆ ಕಾಡುತ್ತವೆ ಎಂದು ಅವನು ತಲೆ ಚಚ್ಚಿಕೊಂಡ!

ಆದರೆ ಅಸೂಯೆ ಆಳವಾಗಿ ಬೇರು ಬಿಟ್ಟಿತು. ಹಗಲು ರಾತ್ರಿ ಅವನನ್ನು ಕಾಡಿತು. ಡೇಫಿಸ್‌ನೊಡನೆ ಭೇಟಿಯಾಗಲು ಡಾಫ್ನೆ ಮರಗಳ ನೆರಳ ಬಳಿ ಚಿಲುಮೆಗೆ ಹೋದಂತೆ; ಡೇಫಿಸ್ ತನ್ನ ಪ್ರೇಮವನ್ನು ಹಾಡಿನಲ್ಲಿ ಹರಿಸಿದಂತೆ; ಅವಳು ಬಯಕೆ ತುಂಬಿದ ಕಣ್ಣುಗಳಿಂದ ಅವನನ್ನೇ ನೋಡಿದಂತೆ, ಅವಳ ಎದೆ ಏರಿ ಇಳಿದಂತೆ; – ಕನಸು ! ಮರಗಳ ನೆರಳಲ್ಲಿ ಡಾಫ್ನೆ ನಿದ್ರಿಸುತ್ತಿದ್ದಂತೆ; ಕಳ್ಳ ಹೆಜ್ಜೆಯಿಟ್ಟು ಡೇಫಿಸ್ ಅವಳನ್ನು ತನ್ನ ದೃಷ್ಟಿಯಲ್ಲಿ ದಹಿಸಿದಂತೆ; ಅವಳ ಕೈಗೆ ಮುತ್ತಿಟ್ಟಂತೆ; ಅವಳ ಕೆನ್ನೆಗೆ ಮುತ್ತಿಟ್ಟಂತೆ; ತುಟಿಗೆ ಮುತ್ತಿಟ್ಟಂತೆ– ಆದರೂ ಅವಳು ಎಚ್ಚರಗೊಳ್ಳದಂತೆ, ಕನಸು ! "ಅಯ್ಯೋ, ನಾನೆಂಥ ಪಾಪಿ ! ನನಗೇಕೆ ಇಂಥ ನೀಚ ಆಲೋಚನೆಗಳು ಬರುತ್ತವೆ ? ಹೀಗೆ ಅವಳ ಬಗ್ಗೆ ಆಲೋಚಿಸಿ ಅವಳ ಮುಗ್ಧ ಸ್ವಭಾವಕ್ಕೆ ಕಳಂಕ ಹಚ್ಚುವುದು ಸರಿಯೆ ?" ಎಂದು ಗಟ್ಟಿಯಾಗಿ ಅವನು ಕೂಗಿಕೊಂಡ.

ದಿನಗಳು ಕಳೆದವು; ಅವನ ಗಾಯ ವಾಸಿಯಾಗಲಿಲ್ಲ. ವೃದ್ಧ ದಂಪತಿಗಳು ಇನ್ನೂ ಕೆಲವು ದಿನ ಇರಲು ಅವನನ್ನು ಬಗೆ ಬಗೆಯಾಗಿ ಕೇಳಿಕೊಂಡರು. ಆದರೆ ಅವನು ನಿಲ್ಲಲಾರ. ಅವರ ಉಪಕಾರಕ್ಕೆ ಕೃತಜ್ಞತೆ ಹೇಳಿ, ತನ್ನ ಪ್ರಯಾಣವನ್ನು ಮುಂದುವರಿಸಿದ. ಎಷ್ಟು ಸಾಧ್ಯವೋ ಅಷ್ಟು ಬೇಗ ಬೇಗ ಹೆಜ್ಜೆ ಹಾಕಿದ. ಅವನು ತನ್ನ ಪ್ರಿಯತಮೆಯ ಮನೆಯ ಬಳಿ ಬರುವಷ್ಟರಲ್ಲಿ ಕತ್ತಲಾಯಿತು. ದೂರ, ವನದಿಂದ ಕೂಡಿದ ಬೆಟ್ಟದ ಹಿಂದೆ ಪೂರ್ಣ ಚಂದ್ರ ಉದಯಿಸಿದ. ಆತ ಕೆಟ್ಟ ಆಲೋಚನೆಗಳನ್ನು ತಲೆಯಿಂದ ಕೊಡವಿದ. ಇಂದು ತನ್ನ ಪ್ರಿಯತಮೆಯನ್ನು ಕಂಡು, ಆನಂದ ಬಾಷ್ಪ ಹರಿಸಬೇಕು! ಅವನು ತನ್ನ ಹೆಜ್ಜೆಗಳನ್ನು ತ್ವರಿತಗೊಳಿಸಿದ, ದೂರದಿಂದಲೇ ಅವಳನ್ನು ಗುರುತಿಸಿದ. ಹುಂ ಅವಳೇ! ಮನೆಯಿಂದ ಹೊರಗೆ ಬರುತ್ತಿದ್ದಾಳೆ – ಗುಲಾಬಿ ಪಾತಿಗಳ ದಾರಿಯಲ್ಲಿ! ಅವನಿಗೆ ಅಷ್ಟೂ ತಿಳಿಯದೆ – ತೆಳುವಾದ ದೇಹ, ಅಂದವಾದ ಆಕಾರ, ಸುಂದರ ನಡಿಗೆ, ಅಚ್ಚ ಬಿಳಿ ತೊಡಿಗೆ –

ದೇವರಾಣೆ, ಅವಳೇ! ಆದರೆ ಈ ರಾತ್ರಿಯಲ್ಲಿ ಎಲ್ಲಿಗೆ ಹೊರಟಿದ್ದಾಳೆ? ಹುಡುಗಿಯರು ಹಾಗೆ ಹೋಗುವುದು ಒಳ್ಳೆಯದಲ್ಲ! ಅವನನ್ನು ನೋಡುವ ಆಶೆಯಿಂದಲೇ ಬರುತ್ತಿದ್ದಾಳೇನೊ? ಆದರೆ ಅವಳ ಹಿಂದೆ ಓಡಿ ಬಂದವರು ಯಾರು? ಇವಳು ನಗುತ್ತಾ ಅವನ ಕೈಯನ್ನು ತನ್ನ ಕೈಯಲ್ಲಿ ಇರಿಸಿಕೊಂಡಳಲ್ಲಾ? ಅವನು ಇವಳಿಗೆ ಬುಟ್ಟಿ ತುಂಬ ಹೂವು ಕೊಡುತ್ತಾನೆ; ಇವಳು ಮೋಹಕವಾಗಿ ತಲೆದೂಗಿ ಅವನ ಭುಜದ ಮೇಲೆ ತಲೆ ಇಡುತ್ತಾಳೆ; ಈಗ ಜತೆಜತೆಯಾಗಿ ಅವರು ಬೆಳದಿಂಗಳಲ್ಲಿ ನಡೆದುಬರುತ್ತಾರೆ!

ಭೀತಿಯಿಂದ ಅಲೆಕ್ಸಿಸ್ ಕಲ್ಲು ಕಂಬದಂತೆ ನಿಂತಲ್ಲೇ ನಿಲ್ಲುತ್ತಾನೆ. ಆಪಾದ ಮಸ್ತಕದವರೆಗೆ ಕಂಪಿಸುತ್ತಾನೆ. ತಾನು ಕಂಡ ಕನಸುಗಳು ಸುಳ್ಳಾಗಲಿಲ್ಲ; ಕರುಣಾಮಯಿ ದೇವತೆಯೊಬ್ಬಳು ತನಗೆ ಪೂರ್ವ ಸೂಚನೆ ನೀಡಿ, ಇದರ ಆಘಾತ ಕಡಿಮೆ ಮಾಡಿದಳು. "ಆದರೆ, ಓ! ದೇವತೆ! ಸೇಡು ತೀರಿಸಿಕೊಳ್ಳಲು ನೀನು ನನಗೆ ಸಹಾಯ ಮಾಡಲಾರೆಯಾ? ಈ ದ್ರೋಹಿಗಳ ಮೇಲೆ ಸಿಡಿಲೆರಗಲಿ! ಆಮೇಲೆ ನಾನು ನಿರಾತಂಕವಾಗಿ ಪ್ರಾಣಬಿಡ್ತೇನೆ."

ಅವರಿಬ್ಬರೂ ವೀನಸ್ ದೇವತೆಯ ಮಂದಿರದಕಡೆ ಹೊರಟರು– ಸಂತೋಷದಿಂದ ಮಾತನಾಡುತ್ತಾ. ಅಲ್ಲೇ ಅಲ್ಲವೆ ಅವಳು ತನ್ನ ಪ್ರೇಮದ ಬಗ್ಗೆ ಅನೇಕ ಸಲ ಪ್ರಮಾಣ ವಚನವಿತ್ತದ್ದು? ಅವರು ಮರಗಳ ಮಧ್ಯೆ ಕಾಣೆಯಾದರು; ಪುನಃ ಕಾಣಿಸಿಕೊಂಡರು ನಾಚಿಕೆಗೆಟ್ಟವರು! ಚಂದ್ರನ ಸಾಕ್ಷಿಯಾಗಿ ತಮ್ಮ ಅಮರ ಪ್ರೇಮದ ಬಗ್ಗೆ ಆಣೆ ಇಡಲಿ! ಅವರಿಗೆ ದೇವತೆಗಳ ಶಾಪವಿರಲಿ. ಆದರೆ ಇದೇನು? ಕೋಗಿಲೆಯ ಹಾಡು! ಪಾರಿವಾಳದ ಕರೆ! ಈ ನೀಚರ ಕಾಮಕ್ಕೆ ಈ ಉತ್ತೇಜನ ಉಚಿತವೆ? ಈಗ ವೀನಸ್ ಮಂದಿರದೊಳಗೆ ಹೋಗುತ್ತಿದ್ದಾರೆ. ಆಗಲಿ, ನಾನು ಹೊಂಚಿ ಕೇಳುತ್ತೇನೆ.

ಆತ ನೆರಳಿನಲ್ಲೇ ನಡೆದು, ಅವರ ಕಣ್ಣಿಗೆ ಬೀಳದಂತೆ ಸಾಗಿದ. ಅವರು ಮಂದಿರವನ್ನು ಪ್ರವೇಶಿಸಿದರು. ಅಮೃತ ಶಿಲೆಯ ಕಂಬಗಳು ಬೆಳದಿಂಗಳಲ್ಲಿ ಮಿನುಗುತ್ತಿವೆ. ಮಂದಿರದೊಳಗೆ ತಮ್ಮ ನೀಚ ಸಂಬಂಧಕ್ಕೆ ದೈವಾನುಗ್ರಹ ಬೇಡಲು ಹೋದ ಅವರ ಧಾರ್ಷ್ಟ್ಯ ಎಂಥದು! ಅವಳು ಹೂವಿನ ಬುಟ್ಟಿಯನ್ನು ಹಿಡಿದು ವೀನಸ್ ದರ್ಶನಕ್ಕೆ ಹೋದಳು; ಇವನು ಕಂಬಕ್ಕೆ ಒರಗಿ ಅವಳತ್ತ ಪ್ರೇಮಪೂರಿತ ದೃಷ್ಟಿ ಬೀರುತ್ತಾನೆ. ಅಲೆಕ್ಸಿಸ್ ಮರೆಯಲ್ಲಿ ನಿಂತು ನೋಡುತ್ತಾನೆ. ವೀನಸ್‌ಗೆ ಹೂ ಸಮರ್ಪಿಸಿ, ಅವಳು ಪ್ರಾರ್ಥಿಸುತ್ತಾಳೆ:

"ಓ ದೇವಿ ನನ್ನ ಪ್ರಾರ್ಥನೆಯನ್ನು ಕೇಳು. ಈ ಹೂಗಳನ್ನು ನಿನ್ನ ಪಾದಾರವಿಂದಗಳಿಗೆ ಅರ್ಪಿಸುತ್ತೇನೆ. ಅವುಗಳಲ್ಲಿ ಮಂಜಿನ ಹನಿಗಳೊಡನೆ ನನ್ನ ಕಣ್ಣೀರಿನ ಹನಿಗಳು ಬೆರೆತಿವೆ! ಅಲೆಕ್ಸಿಸ್ ನನ್ನನ್ನು ಬಿಟ್ಟು ಹೋಗಿ ಆರುದಿನಗಳಾದವು. ಓ! ಕರುಣಾಮಯಿ! ನನ್ನ ಅಲೆಕ್ಸಿಸ್ ಎಲ್ಲೇ ಇರಲಿ– ಮತ್ತೆ ನನ್ನ ಕಡೆ ಬರುವಂತೆ ದಾರಿ ತೋರಿಸು! ಅಲೆಕ್ಸಿಸ್ ನನ್ನನ್ನು ಬಿಟ್ಟು ಹೋಗುವಾಗ ಹೇಗೆ ಪ್ರೀತಿಸುತ್ತಿದ್ದನೋ, ಬರುವಾಗಲೂ ಹಾಗೇ ಪ್ರೀತಿಸುವಂತೆ ರಕ್ಷಿಸು!"

ಈ ಮಾತುಗಳನ್ನು ಕೇಳಿ ಬೆರಗಾದ ಅಲೆಕ್ಸಿಸ್‌ನ ದೃಷ್ಟಿ ಈಗ ಕಂಬಕ್ಕೆ ಒರಗಿದ ಯುವಕನ ಕಡೆ ಹೋಯಿತು. ಈಗ ತಿಳಿಯಿತು–ಆತ ಡಾಫ್ನೆಯ ಸೋದರ! ತನ್ನ ಸೋದರಿ ಒಂಟಿಯಾಗಿ ಹೋಗುವುದು ಅನುಚಿತವೆಂದು ಅವಳ ಸಂಗಡ ಬಂದಿದ್ದಾನೆ!

ಅಲೆಕ್ಸಿಸ್ ಕಂಬದ ಮರೆಯಿಂದ ಈಚೆ ಬಂದ. ಅವನನ್ನು ಕಂಡ ಡಾಫ್ನೆಯ ಸಂತೋಷಕ್ಕೆ ಪಾರವೇ ಇರಲಿಲ್ಲ. ಇವನಿಗೆ ಸಂತೋಷ, ಅಪಮಾನ. ದೇವತೆಗೆ ನಮಸ್ಕರಿಸಿ, ಇಬ್ಬರೂ ಪ್ರಾರ್ಥನೆ ಮಾಡಿದರು. ○

○ ಗಾಟ್‌ಫ್ರೀಡ್ ಕೆಲರ್

ನರ್ತನದ ದಂತಕಥೆ

ಸಂತ ಗ್ರಿಗೊರಿಯ ಪ್ರಕಾರ ಸಂತರಲ್ಲಿ ಪ್ರಥಮ ನರ್ತಕಿ ಮೂಸಾ. ಅವಳು ಗೌರವಸ್ಥ ಕುಟುಂಬದಲ್ಲಿ ಹುಟ್ಟಿದವಳು; ಬುದ್ಧಿವಂತಳು: ದೈವ ಭಕ್ತೆ; ಅವಳಲ್ಲಿ ಇದ್ದ ಒಂದೇ ದೌರ್ಬಲ್ಯ ನರ್ತನದ ಗೀಳು. ಮಗುವಾಗಿದ್ದಾಗಲೂ ಅವಳು ಪ್ರಾರ್ಥನೆಯ ವೇಳೆಯೊಂದನ್ನು ಬಿಟ್ಟು ಯಾವಾಗಲೂ ಕುಣಿಯುತ್ತಿದ್ದಳು! ಇಂಥ ಸಮಯ ಎಂಬ ಕಟ್ಟುನಿಟ್ಟು ಇರಲಿಲ್ಲ. ಕುಣಿಯಲು ಯಾರ ಜತೆಯಾದರೂ ಆಯಿತು: ಆಟದ ಸಂಗಾತಿಗಳು, ದೊಡ್ಡವರು, ವೃದ್ಧರು; ಕಡೆಗೆ ಯಾರೂ ಸಿಕ್ಕದಿದ್ದರೆ ತನ್ನಷ್ಟಕ್ಕೆ ತಾನೇ ಕುಣಿಯುವಳು. ತನ್ನ ಕೋಣೆ, ಬೇರೆಯವರ ಕೋಣೆ, ತೋಟ, ಹುಲ್ಲುಗಾವಲು- ಯಾವ ಸ್ಥಳವೂ ಅವಳ ಕುಣಿತಕ್ಕೆ ಸರಿ! ಪ್ರಾರ್ಥನಾ ಮಂದಿರಕ್ಕೆ ಹೋಗುವಾಗಲೂ ಅವಳು ತಾಳ ಬದ್ಧವಾಗಿ ಹೆಜ್ಜೆ ಇಡುತ್ತಿದ್ದಳು. ಅವಸರ ಅವಸರವಾಗಿ ಎಂದೂ ಹೆಜ್ಜೆ ಇಟ್ಟವಳಲ್ಲ.

ಒಂದು ಸಲ ಇಗರ್ಜಿಯಲ್ಲಿ ಒಬ್ಬಳೇ ಇದ್ದಾಗ ಅವಳಿಗೆ ಕುಣಿಯಬೇಕೆನಿಸಿತು. ಕನ್ಯೆ ಮೇರಿಗೆ ಪ್ರಾರ್ಥನೆಯ ರೂಪದಲ್ಲಿ ಅಭಿನಯಿಸಿ ಕುಣಿಯಲಾರಂಭಿಸಿದಳು. ತನ್ನ ಕುಣಿತದಲ್ಲಿ ತಲ್ಲೀನಳಾದಳು. ವೃದ್ಧನಾದರೂ ನೋಡಲು ಸುಂದರನಾಗಿದ್ದ ವ್ಯಕ್ತಿಯೊಬ್ಬ ತನ್ನೆದುರು ತನ್ನ ಅಭಿನಯಕ್ಕೆ ಪ್ರತಿಯಾಗಿ ಅಭಿನಯಿಸಿದಾಗ ಅದು ಕನಸೆಂದೇ ಆಕೆ ಭಾವಿಸಿದಳು. ಇಬ್ಬರೂ ಜತೆಯಾಗಿ ನರ್ತಿಸಿದರು. ಅವನು ಕೆಂಪು ನೀಲಿ ಬಣ್ಣದ ರಾಜ ಉಡುಪು ಧರಿಸಿದ್ದ; ತಲೆಯ ಮೇಲೆ ಚಿನ್ನದ ಕಿರೀಟವಿತ್ತು; ಅವನ ಗುಂಗುರು ಗಡ್ಡದ ಅಚ್ಚ ಕಪ್ಪು ಮಿರುಗುತ್ತಿತ್ತು – ಅದರಲ್ಲಿ ಅಲ್ಲಲ್ಲಿ ಬಿಳಿ ರೇಖೆಗಳು ನಕ್ಷತ್ರಗಳಂತೆ ಥಳಥಳಿಸುತ್ತಿದ್ದವು.

ಅವರ ನರ್ತನಕ್ಕೆ ಸರಿಯಾಗಿ ಸಂಗೀತ ಆರಂಭವಾಯಿತು: ಆರು ದೇವತೆಗಳು ತಮ್ಮ ಪುಟ್ಟ ಕಾಲುಗಳನ್ನು ಇಳಿಬಿಟ್ಟು ಕುಳಿತಿದ್ದುದು ಕಾಣಿಸುತ್ತಿತ್ತು. ಅವರ ಬೆರಳುಗಳು ಆಡುತ್ತಿದ್ದವು, ಇಲ್ಲ ಅವರ ಬಾಯಿಗಳು ವಾದ್ಯಗಳನ್ನು ನುಡಿಸುತ್ತಿದ್ದವು. ಅವರು ಈ ಕಲೆಯಲ್ಲಿ ತುಂಬ ಪರಿಣತರು; ಕೇಳಲು ಮಧುರವಾದ ಸ್ವರಮೇಳವೊಂದನ್ನು ಅವರು ಸೃಷ್ಟಿಸಿದರು.

ಈ ಯಾವುದರ ಬಗ್ಗೆಯೂ ಮೂಸಾ ಬೆರಗಾಗಲಿಲ್ಲ– ತನ್ನ ನರ್ತನ ಮುಗಿಯುವವರೆಗೆ. ಅದು ಮುಗಿದದ್ದು ದೀರ್ಘಕಾಲದ ಅನಂತರ. ಆ ಸೊಗಸುಗಾರನೂ ನರ್ತನದಲ್ಲಿ ಇವಳಷ್ಟೇ ತಲ್ಲೀನನಾಗಿದ್ದ. ಇವಳಿಗೋ ತಾನು ಸ್ವರ್ಗದಲ್ಲಿ ನರ್ತಿಸುವಂತೆ ಭಾಸವಾಯಿತು. ಸಂಗೀತ ನಿಂತು ಮೂಸಾ ಏದುಸಿರು ಬಿಡುತ್ತ ನಿಂತಾಗಲೇ ಅವಳಿಗೆ ಅರಿವು ಬಂದದ್ದು. ಅವಳು ಭೀತಳಾದಳು; ವೃದ್ಧನನ್ನು ಕಂಡು ಅಚ್ಚರಿಗೊಂಡಳು. ಅದಕ್ಕೆ ಇನ್ನೊಂದು ಕಾರಣವೂ ಇತ್ತು. ಅವನು ಸಹಜವಾಗಿ ಉಸಿರಾಡುತ್ತಿದ್ದ; ಒಂದು ಹನಿ ಬೆವರಿರಲಿಲ್ಲ. ಅವನು ಯಾರು? ವೃದ್ಧ ತನ್ನ ಪರಿಚಯ ಹೇಳಿದ– ಮೇರಿಯ ಪೂರ್ವಜ ಡೇವಿಡ್ ದೊರೆಯಂತೆ, ಆಕೆಯ ಪ್ರತಿನಿಧಿಯಂತೆ. ಮುಗಿಯದ ನರ್ತನದಿಂದ ಅನಂತ ಆನಂದ ಅನುಭವಿಸಲು ಅವಳಿಗೆ ಇಷ್ಟವೆ ಎಂದು ಆತ ಕೇಳಿದ. ಈಗ ಅವಳು ಕುಣಿದು ಪಟ್ಟ ಸುಖ ಕೇವಲ ಒಂದು ಹನಿಯಂತೆ ಆ ಆನಂದಕ್ಕೆ ಹೋಲಿಸಿದರೆ!

ಮೂಸಾ ತಕ್ಷಣ ಒಪ್ಪಿದಳು– ಅದಕ್ಕಿಂತ ಹೆಚ್ಚಿನದೇನಿದೆ? ಡೇವಿಡ್ ದೊರೆ ಅವಳು ಪರಿಪಾಲಿಸಬೇಕಾದ ಒಂದು ವ್ರತವನ್ನು ತಿಳಿಸಿದ– ಇನ್ನು ಮುಂದೆ ನರ್ತನ ನಿಷಿದ್ಧ; ತನ್ನ ಕಾಲವನ್ನು ಪ್ರಾರ್ಥನೆ, ತಪಸ್ಸಿಗೆ ಮೀಸಲಾಗಿಡಬೇಕು. ಅಷ್ಟೇ ಅಲ್ಲ– ಈ ವ್ರತವನ್ನು ಮನಃಪೂರ್ತಿಯಾಗಿ ಆಚರಿಸಬೇಕು, ವಿಷಾದದ ಸೋಂಕಿಲ್ಲದೆ. ಇದನ್ನು ಕೇಳಿ ಮೂಸಾಳಿಗೆ ಆಘಾತವಾಯಿತು. ತಾನು ಇನ್ನು ಮುಂದೆ ಕುಣಿಯಲೇಬಾರದೆ? ಸ್ವರ್ಗದಲ್ಲಿ ನಿಜವಾಗಿಯೂ ನರ್ತನ ಉಂಟೆ? ಈ ಭೂಮಿ ನರ್ತನಕ್ಕೆ ಹೇಳಿ ಮಾಡಿಸಿದಂತಿದೆ. ಸ್ವರ್ಗವೊ? ಅಲ್ಲಿ ನರ್ತನದ ಅಗತ್ಯವೇನು? ಭೂಮಿಗೂ ಸ್ವರ್ಗಕ್ಕೂ ವ್ಯತ್ಯಾಸವಾದರೂ ಎಲ್ಲಿ?

ಡೇವಿಡ್ ದೊರೆ ಅವಳ ಕಲ್ಪನೆ ತಪ್ಪೆಂದು ಹೇಳಿದ; ಬೈಬಲ್‌ನಿಂದ ಉಲ್ಲೇಖಿಸಿದ; ತನ್ನ ನರ್ತನವೇ ಅದಕ್ಕೆ ಉದಾಹರಣೆ ಎಂದ; ಸ್ವರ್ಗದಲ್ಲಿ ನರ್ತನ ದೈವಾನುಗ್ರಹ ಪಡೆದವರ ಪವಿತ್ರ ಹವ್ಯಾಸ ಎಂದ. ಈ ಕ್ಷಣದಲ್ಲಿ ನಿರ್ಧರಿಸು: ಹುಂ, ಅಥವಾ ಉಹುಂ. ಅವಳಿಗೆ ಇಷ್ಟವಿಲ್ಲದಿದ್ದಲ್ಲಿ ಇನ್ನೊಬ್ಬಳನ್ನು ಹುಡುಕಿಕೊಂಡು ಹೋಗುತ್ತೇನೆಂದ– ಸ್ವರ್ಗದಲ್ಲಿ ನರ್ತಕಿಯರ ಅಗತ್ಯವಿತ್ತು.

ಯಾವ ನಿರ್ಧಾರ ತೆಗೆದುಕೊಳ್ಳಬೇಕು? ಮೂಸಾ ಒಂದು ಕ್ಷಣ ಗೊಂದಲಕ್ಕೊಳಗಾದಳು. ಅವಳ ಬೆರಳುಗಳ ತುದಿ ತುಟಿಗಳೊಡನೆ ಆಡುತ್ತಿದ್ದವು. ನೃತ್ಯವನ್ನು ತ್ಯಜಿಸುವುದು ಘೋರ ಶಿಕ್ಷೆ ಎನಿಸಿತು– ಅದೂ ನಿಶ್ಚಿತವಲ್ಲದ ಸುಖಕ್ಕಾಗಿ. ಆಗ ಡೇವಿಡ್ ದೊರೆ ಗಾಯಕರಿಗೆ ಸೂಚನೆ ಇತ್ತ; ಅವರು ಆರಂಭಿಸಿದ ಅಮೋಘ ಸಂಗೀತಕ್ಕೆ ಮೂಸಾ ಮನಸೋತಳು. ಅವಳ ಅಂಗಾಂಗಗಳು ನೃತ್ಯಕ್ಕಾಗಿ ತುಡಿದವು, ಆದರೆ ಅವು ಸೆಟೆದುಕೊಂಡಂತೆ, ಭಾರವಾದಂತೆ ಅನುಭವವಾಯಿತು. ಈಗ ಅವಳ ಆಯ್ಕೆ ನಿಶ್ಚಯವಾಯಿತು: ಡೇವಿಡ್ ದೊರೆಯ ಹಸ್ತ ಹಿಡಿದು ಪ್ರಮಾಣ ಮಾಡಿದಳು.

ಮರುಕ್ಷಣ ಅವನು ಅದೃಶ್ಯನಾದ: ಗಾಯಕರು ಪಾರಿವಾಳಗಳಂತೆ ಕಿಟಕಿಗಳ ಮೂಲಕ ಹಾರಿಹೋದರು– ಹೋಗುವ ಮುನ್ನ ಅಲ್ಲಿದ್ದ ದೇವತೆಗಳ ಮೂರ್ತಿಗಳ ಕೆನ್ನೆಗಳಿಗೆ ತುಂಟತನದಿಂದ ಛಟೀರೆಂದು ಹೊಡೆದರು.

ಮೂಸಾ ಮನೆಗೆ ಹಿಂತಿರುಗಿದಳು; ಅವಳ ಕಿವಿಯಲ್ಲಿ ತಾನು ಕೇಳಿದ ಮಧುರ ಗಾನದ ನಿನಾದವಿತ್ತು. ಅವಳು ತನ್ನ ಬೆಲೆಬಾಳುವ ಉಡುಪನ್ನು ತ್ಯಜಿಸಿ, ಒರಟಾದ ವಸ್ತ್ರಗಳನ್ನು ಧರಿಸಿದಳು. ತೋಟದ ಒಂದು ಮೂಲೆಯಲ್ಲಿ ಒಂದು ಗುಡಿಸಲನ್ನು ನಿರ್ಮಿಸಿಕೊಂಡಳು.

ಹುಲ್ಲಿನ ಹಾಸಿಗೆಯಲ್ಲಿ ಮಲಗಿದಳು. ತಂದೆ ತಾಯಿ, ಬಂಧು ಬಳಗದಿಂದ ದೂರವಾದಳು. ವಿರಾಗಿಣಿಯಂತೆ ತನ್ನ ಕಾಲವನ್ನು ಪ್ರಾರ್ಥನೆಯಲ್ಲಿ ಕಳೆದಳು; ಕಠಿಣ ವ್ರತಗಳನ್ನು ಆಚರಿಸಿದಳು. ದೇಹವನ್ನು ದಂಡಿಸಲು ಅವಳು ಅನುಸರಿಸಿದ ಕ್ರಮಗಳಲ್ಲಿ ಅತ್ಯಂತ ಕ್ರೂರವಾದುದು ತನ್ನ ಅಂಗಾಂಗಗಳನ್ನು ನಿಶ್ಚೇಷ್ಟಿತವಾಗಿ ಹಿಡಿತದಲ್ಲಿಡುವುದು – ಹಕ್ಕಿಯ ಕೂಗು, ಗಾಳಿಯ ಸದ್ದು, ಏನೊಂದು ಕಿವಿಗೆ ಬಿದ್ದರೂ ಅವಳ ಅಂಗಾಂಗಗಳು ನರ್ತಿಸಲು ತುಡಿಯುತ್ತಿದ್ದುದೇ ಇದಕ್ಕೆ ಕಾರಣ.

ಏನೇ ಆದರೂ ಹೆಜ್ಜೆಗಳ ಹಠ ನಿಲ್ಲದು – ಅವುಗಳನ್ನು ಅಂಕೆಯಲ್ಲಿಡಲು ಬೇಡಿ ತೊಡಿಸಿದಳು. ಅವಳ ಬಂಧು ಬಳಗಕ್ಕೆ ಆಶ್ಚರ್ಯ, ಹೆಮ್ಮೆ; ಅವಳ ಕುಟೀರವನ್ನು ನಿಧಿಯಂತೆ ಕಾದರು. ಅವಳ ಬಳಿ ಜನರು ಹಿತವಚನಕ್ಕಾಗಿ, ಸಮಸ್ಯೆಗಳ ಪರಿಹಾರಕ್ಕಾಗಿ ಬರಲಾರಂಭಿಸಿದರು. ಅವಳ ಅಮೃತ ಹಸ್ತ ತಗಲಿದ ಹುಡುಗಿಯರ ಕಾಯ ಹಗುರವಾಗಿ, ಅವರು ನಯವಾಗಿ ಹೆಜ್ಜೆ ಇಡುತ್ತಿದ್ದರಂತೆ – ಆದ ಕಾರಣ ತಂದೆ ತಾಯಿಯರು ಸ್ಥೂಲಕಾಯದ ಹೆಣ್ಣು ಮಕ್ಕಳನ್ನು ಅವಳ ಬಳಿ ತರುತ್ತಿದ್ದರು.

ಮೂರು ವರ್ಷಗಳು ಕಳೆದವು. ಮೂಸಾ ಸೊರಗಿ ಹಂದರವಾದಳು. ಹುಲ್ಲಿನ ಹಾಸಿಗೆಯಲ್ಲಿ ಮಲಗಿ, ಸದಾ ಬಾನಿನತ್ತ ದೃಷ್ಟಿ ನೆಟ್ಟು, ಸ್ವರ್ಗದ ಕನಸು ಕಾಣುತ್ತಿದ್ದಳು.

ಅವಳ ಸಾವು ಸಮೀಪಿಸುತ್ತಿದೆ ಎಂದು ಸುದ್ದಿ ಹರಡಿತು. ಅವಳು ವಿರಾಗಿಣಿಯ ವಸ್ತ್ರಗಳ ಬದಲು ಮದುವಣಗಿತ್ತಿಯಂತೆ ಅಚ್ಚ ಬಿಳಿ ವಸ್ತ್ರ ತೊಟ್ಟಿದ್ದಳು. ಧ್ಯಾನದಲ್ಲಿ ಕೈ ಮುಗಿದು, ಸಾವನ್ನು ಎದುರು ನೋಡುತ್ತಿದ್ದಳು. ತೋಟದಲ್ಲಿ ದೈವಭಕ್ತರು ಸೇರಿದ್ದರು. ಗಾಳಿ ಮರಮರ ಸದ್ದು ಮಾಡುತ್ತಿತ್ತು; ಎಲೆಗಳು ಉದುರಿ ಬೀಳುತ್ತಿದ್ದವು. ಇದ್ದಕ್ಕಿದ್ದಂತೆ ಗಾಳಿಯ ಸುಯ್ಲು ಸಂಗೀತವಾಯಿತು. ಎಲ್ಲರೂ ಮರಗಳತ್ತ ನೋಡಿದರು – ಸಂಗೀತ ಅತ್ತ ಕಡೆಯಿಂದ ಬರುತ್ತಿತ್ತು. ಅವರಿಗಾದ ಆಶ್ಚರ್ಯ ಅಷ್ಟಿಷ್ಟಲ್ಲ – ಗಿಡಗಳ ತುಂಬ ಹಸಿರೆಲೆ, ಹೂವು, ಸುಗಂಧ, ಸಾಯುತ್ತಿದ್ದ ಯೋಗಿನಿಯ ಬಿಳಿಚಿದ ಮುಖ ಗುಲಾಬಿಯಂತೆ ಕೆಂಪಾಯಿತು.

ಆಗ ಅವಳ ಪ್ರಾಣಪಕ್ಷಿ ಹಾರಿಹೋಯಿತು. ಕಾಲುಗಳಿಗೆ ಹಾಕಿದ ಬೇಡಿ ಮುರಿದು ಬಿತ್ತು. ಬಾನಿನ ಬಾಗಿಲು ತೆರೆದಂತೆ ದಿವ್ಯ ಬೆಳಕು ಆವರಿಸಿತು. ಜೋಡಿ ಜೋಡಿಯಾಗಿ ಗಂಡು ಹೆಣ್ಣುಗಳು ಸಹಸ್ರ ಸಂಖ್ಯೆಯಲ್ಲಿ ನರ್ತಿಸುವ ದೃಶ್ಯ ಕಣ್ಣು ಹಾಯುವವರೆಗೆ ಗೋಚರಿಸಿತು. ಭವ್ಯರೂಪದ ದೊರೆಯೊಬ್ಬ ಮುಗಿಲೇರಿ ಭೂಮಿಯತ್ತ ಬರುತ್ತಿರುವುದು ಕಾಣಿಸಿತು; ಅವನ ಸುತ್ತ ಮುಗಿಲಂಚಿನಲ್ಲಿ ದೇವ ಗಾಯಕರು ಕಂಡುಬಂದರು. ಎಲ್ಲರೂ ನೋಡುತ್ತಿದ್ದಂತೆ ದೊರೆ ಮೂಸಾಳನ್ನು ಆದರದಿಂದ ಬರಮಾಡಿಕೊಂಡ. ಸ್ವರ್ಗದ ಸೀಮೆಯನ್ನು ಪ್ರವೇಶಿಸಿದ ಕೂಡಲೇ ಅವಳು ನರ್ತಿಸಲಾರಂಭಿಸಿದಳು. ನರ್ತಿಸುತ್ತಾ ಅನಂತ ಬಾನಿನಲ್ಲಿ ಕಣ್ಮರೆಯಾದಳು.

ಸ್ವರ್ಗದಲ್ಲಿ ಅಂದು ದೊಡ್ಡ ಹಬ್ಬ. ಸಂಪ್ರದಾಯದಂತೆ ನರಕದಿಂದ ನವ ಸೋದರಿಯರೆಂದು ಖ್ಯಾತರಾಗಿದ್ದ ಒಂಭತ್ತು ಮಂದಿ ಕಲಾಭಿಮಾನಿ ದೇವತೆಗಳನ್ನು ಕರೆಸಲಾಗಿತ್ತು: ಆ ದಿನದ ವಿನಾ ಅವರಿಗೆ ಸ್ವರ್ಗದಲ್ಲಿ ಪ್ರವೇಶವಿರಲಿಲ್ಲ. ಅವರಿಗೆ ಊಟೋಪಚಾರಗಳಾದವು. ಅವರು ಊಟ ಮಾಡುತ್ತಿದ್ದ ಕಡೆ ಮೂಸಾಳನ್ನು ಕರೆದೊಯ್ಯಲಾಯಿತು. ಮೂಸಾಳತ್ತ ಅವರು ಕುಡಿನೋಟ ಬೀರಿದರು. ಅವರಿಗೆ ಬಡಿಸುತ್ತಿದ್ದ ಮಾರ್ಥಾ ಉಪಚಾರ ಮಾಡಿದ್ದೇ ಮಾಡಿದ್ದು. ನಿಧಾನವಾಗಿ ಅವರೆಲ್ಲ ಸರಸಿಗಳಾದರು. ಅವರ ಜತೆ ಬೇರೆ ದೇವತೆಗಳು ಸೇರಿದರು. ಕಡೆಗೆ ದೊರೆ ಡೇವಿಡ್ ಸ್ವತಃ ಬಂದ. ಅವನು ಚಿನ್ನದ ಬಟ್ಟಲಲ್ಲಿ ತಂದ ಅಮೃತವನ್ನು ಎಲ್ಲರೂ

ಸೇವಿಸಿದರು. ಅವರಿಗೆ ಹೊಸ ಉತ್ಸಾಹ ಬಂತು. ಡೇವಿಡ್ ದೊರೆ ಯಾರನ್ನೂ ಮರೆಯದೆ, ಮಧ್ಯೆ ಮಧ್ಯೆ ಕಲಾದೇವತೆಗಳ ಕೆನ್ನೆ ನೇವರಿಸುತ್ತಾ, ಸಾಗಿದ. ಆಮೇಲೆ ನಮ್ಮ ಪರಮಪೂಜನೀಯ ಮೇರಿಯೇ ಸ್ವತಃ ಬಂದಳು. ನೋಡಲು ಎರಡು ಕಣ್ಣು ಸಾಲದು – ಅಂಥ ರೂಪ. ಅವಳು ಸ್ವಲ್ಪ ಹೊತ್ತು ಕೂತು, ಸರಸವಾಗಿ ಸಂಭಾಷಿಸಿ, ಕಲಾದೇವತೆಗಳನ್ನು ಮುದ್ದಿಸಿ, ಬೀಳ್ಕೊಟ್ಟು ಹೋಗುವಾಗ ಪಿಸುಮಾತಿನಲ್ಲಿ ಹೇಳಿದಳು;

"ನೀವು ಯಾವಾಗಲೂ ಇಲ್ಲೇ ಇರುವಂತೆ ಮಾಡುವವರೆಗೆ ನಾನು ಸುಮ್ಮನಿರೋದಿಲ್ಲ!"

ಆದರೆ ಅದು ಆಗದ ಮಾತು. ತಮ್ಮ ಕೃತಜ್ಞತೆಯನ್ನು ತೋರಿಸಲು ಅವರು ನರಕದ ಒಂದು ಮೂಲೆಯಲ್ಲಿ ಸೇರಿ ಹಾಡಿ ಹೊಗಳಿದರು. ಸ್ವರ್ಗದ ಮಾದರಿಯಲ್ಲಿ ಅದಕ್ಕೆ ಗೀತೆಯ ರೂಪಕೊಟ್ಟರು. ಈ ಗೀತೆಯನ್ನು ಸ್ವರ್ಗದಲ್ಲಿ ಹಾಡಿ ತೋರಿಸುವ ಅವಕಾಶ ಅವರಿಗೆ ಮುಂದಿನ ವರ್ಷ ಲಭಿಸಿತು. ನಿಧಾನವಾಗಿ ಆರಂಭವಾಗಿ, ಆಮೇಲೆ ಅದು ಮೊಳಗಿತು; ಕಿವಿಗೆ ಅಪ್ರಿಯವಾಗಿ ಬಡಿಯಿತು; ಸಭೆಯಲ್ಲಿ ನೀರವತೆ ನೆಲೆಸಿತು; ಭೂಮಿಗೆ ಮರಳುವ ಬಯಕೆ ತೀವ್ರವಾಗಿ, ಎಲ್ಲರೂ ಅಳಲಾರಂಭಿಸಿದರು.

ಸ್ವರ್ಗದಲ್ಲಿ ನಿಟ್ಟುಸಿರು ಬಿಸುಸುಯ್ದಿತು. ಹಿರಿಯರು, ಪ್ರವಾದಿಗಳು ನಿರಾಶೆಯಲ್ಲಿ ಎಚ್ಚೆತ್ತರು. ಆದರೆ ಗಾಯನ ಅಡೆ ತಡೆ ಇಲ್ಲದೆ ಮುಂದುವರಿದಿತ್ತು. ಸ್ವರ್ಗದಲ್ಲಿ ಅರಾಜಕತೆ ತಲೆದೋರಿತು: ಎಲ್ಲರೂ ಸಂಯಮ ಕಳೆದುಕೊಂಡರು. ಕಡೆಗೆ ತ್ರಿಮೂರ್ತಿಯೇ ಬಂದು ಸರಿಪಡಿಸಬೇಕಾಯಿತು: ಗುಡುಗುಡಿಸುವ ಒಂದು ಸಿಡಿಲು ಗಾಯಕಿಯರನ್ನು ಸ್ತಬ್ಧಗೊಳಿಸಿತು.

ಆಮೇಲೆ ಚಿರಶಾಂತಿ ನೆಲೆಸಿತು. ಅಂದು ಸ್ವರ್ಗದಿಂದ ನಿರ್ಗಮಿಸಿದ ನವ ಸೋದರಿಯರು ಮತ್ತೆ ಸ್ವರ್ಗದ ಮುಖ ನೋಡಲಿಲ್ಲ. ○

ವಿಶೇಷ ಕೃತಜ್ಞತೆ

~~~~~~~~~~~~~~~~~

ಈ ಸಂಪುಟದ ಕಥೆಗಳ ಆಯ್ಕೆಗಾಗಿ ಆಕರ ಸಾಮಗ್ರಿ ದೊರಕಿಸುವ ಕಾರ್ಯದಲ್ಲಿ ನೆರವು ನೀಡಿದ

— ನವದೆಹಲಿಯ ಶ್ರೀ ಶಾ. ಬಾಲುರಾವ್
  (ಕೇಂದ್ರ ಸಾಹಿತ್ಯ ಅಕಾದೆಮಿ)
— ಬೆಂಗಳೂರಿನ ಇಂಡಿಯನ್ ಇನ್ಸ್ಟಿಟ್ಯೂಟ್ ಆಫ್ ವರ್ಲ್ಡ್
  ಕಲ್ಚರ್ ಗ್ರಂಥ ಭಂಡಾರ
— ಇತರ ಗ್ರಂಥ ಭಂಡಾರಗಳು

ಸಂಪುಟದ ಮೂಲ ಆಂಗ್ಲರೂಪದ ಬೆರಳಚ್ಚು ಪ್ರತಿಗಳ ತಯಾರಿಕೆ ಮತ್ತಿತರ ಸಂಪಾದಕೀಯ ನೆರವಿಗಾಗಿ
— ಕುಮಾರಿ ಸೀಮಂತಿನೀ ನಿರಂಜನ

ಇವರಿಗೆಲ್ಲ ನಾವು ವಿಶೇಷವಾಗಿ ಕೃತಜ್ಞರು

ವಿಶ್ವಕಥಾಕೋಶ
ಸಂಪುಟ - ೧೭

ತಾತನ ಹುಟ್ಟುಹಬ್ಬ

ಲೇಖಕರ ಪರಿಚಯ

ತಾತನ ಹುಟ್ಟು ಹಬ್ಬ

ಹೆರ್ಮನ್ ಹೀಜರ್ ಮಾನ್ಸ್ (1864–1924)

ಡಚ್ ಸಣ್ಣಕಥೆಗಾರ, ನಾಟಕಕಾರ, ಕಾದಂಬರಿಕಾರ ಮತ್ತು ಪತ್ರಕರ್ತ. ರಾಟರ್‌ಡಾಮ್‌ನಲ್ಲಿ ಕೆಳಮಧ್ಯಮವರ್ಗದ ಕುಟುಂಬದಲ್ಲಿ ಜನನ. 28ನೆಯ ವಯಸ್ಸಿನಲ್ಲಿ ರೈತರ ಬಗ್ಗೆ ಕಾದಂಬರಿಯೊಂದರ ಮೂಲಕ ಸಾಹಿತ್ಯ ಜೀವನಾರಂಭ. ಅನಂತರದ ದಿನಗಳಲ್ಲಿ ಆಮ್‌ಸ್ಟರ್‌ಡಾಮ್‌ನಲ್ಲಿ ಸ್ವಂತ ರಂಗಮಂದಿರ. ಮೀನುಗಾರರ ಶೋಷಣೆ ಕುರಿತ ನಾಟಕಕ್ಕೆ ಖ್ಯಾತಿ. ಅನೇಕ ಕಾವ್ಯನಾಮಗಳಲ್ಲಿ ಸಾಹಿತ್ಯ ರಚನೆ. ಬಡಜನರ ಬವಣೆಗಳ ಬಗ್ಗೆ ಪತ್ರಿಕಾ ಬರಹಗಳಲ್ಲಿ ಪ್ರಸ್ತಾಪ.

ಚಂಡಿ ಹೆಂಡತಿಯನ್ನು ದಾರಿಗೆ ತರುವುದು ಹೇಗೆ ?

ಜಸ್ಟಸ್ ವಾನ್ ಎಫೆನ್ (1684–1735)

ಸಣ್ಣಕಥೆಗಾರ, ಪ್ರಬಂಧಕಾರ ಮತ್ತು ಪತ್ರಿಕಾ ಬರಹಗಾರ. ವಾಸ್ತವವಾದಿ ಶೈಲಿಯ ಗದ್ಯವನ್ನು ಮನೆಮಾತಿನ ಡಚ್ ಭಾಷೆಯಲ್ಲಿ ಬರೆದು ಅಂದಿನ ಡಚ್ ಸಾಹಿತ್ಯಲೋಕದ ಅಲಿಖಿತ ನಿಯಮವನ್ನು ಉಲ್ಲಂಘಿಸಿದ ಬಂಡಾಯ ಬರಹಗಾರ. ಫ್ರೆಂಚ್ ಭಾಷೆಯಲ್ಲೂ ಬರೆದು ಅಂತರ ರಾಷ್ಟ್ರೀಯ ಖ್ಯಾತಿ. ಸಣ್ಣ ಕೃತಿಗಳು ಸ್ವಂತ ವಾರಪತ್ರಿಕೆಯಲ್ಲಿ ಪ್ರಕಟ. ಇಂಗ್ಲೆಂಡ್‌ಗೆ ಪ್ರವಾಸ ಕೈಗೊಂಡು ವಿಜ್ಞಾನಿ ನ್ಯೂಟನ್, ಸಾಹಿತಿಗಳಾದ ಪೋಪ್ ಮತ್ತು ಸ್ವಿಫ್ಟ್ ಭೇಟಿ. ಇಂಗ್ಲಿಷ್‌ನಿಂದ ಫ್ರೆಂಚ್ ಭಾಷೆಗೆ ಕೃತಿಗಳ ಅನುವಾದ. ಲಂಡನ್‌ನಲ್ಲಿ ಕೆಲಕಾಲ ನೆದರ್ಲೆಂಡ್ಸ್ ರಾಯಭಾರ ಕಚೇರಿಯಲ್ಲಿ ಕಾರ್ಯದರ್ಶಿ.

ಕೀಸ್ಜೆ ಹೇಳಿದ ಕಥೆ

ನಿಕೊಲಸ್ ಬೀಟ್ಸ್ (1814–1903)

ಸಣ್ಣಕಥೆಗಾರ, ಪ್ರಬಂಧಕಾರ, ಕವಿ. ಕ್ರೈಸ್ತ ಧರ್ಮಗುರುವಾಗಲು ತರಬೇತಿ ಪಡೆಯುತ್ತಿದ್ದಾಗ ಧರ್ಮಶಾಸ್ತ್ರಕ್ಕಿಂತ ಹೆಚ್ಚಾಗಿ ಸಾಹಿತ್ಯದ ಬಗ್ಗೆ ಒಲವು.

ಇಂಗ್ಲಿಷ್ ಬರಹಗಾರರಾದ ಡಿಕನ್ಸ್ ಮತ್ತು ಲ್ಯಾಂಬ್ ಪ್ರಭಾವ. ಡಚ್ ಮಧ್ಯಮವರ್ಗದ ಜೀವನ ಬಗ್ಗೆ ವ್ಯಂಗ್ಯ ಬರಹಗಳು ಅತ್ಯಂತ ಜನಪ್ರಿಯ. ಹಿಲ್ಡ್‌ಬ್ರಾಂಡ್ ಎಂಬ ಕಾವ್ಯನಾಮದಲ್ಲಿ ಬರಹಗಳ ಪ್ರಕಟನೆ. ಹತ್ತು ವರ್ಷಗಳ ಕಾಲ ವಿಶ್ವವಿದ್ಯಾನಿಲಯದಲ್ಲಿ ಪ್ರಾಧ್ಯಾಪಕ.

ಜಾತ್ರೆ – ಪ್ರೇಮಿ

ಮಾರ್ಟೆನ್ ಮಾರ್ಟೆನ್ಸ್ (1858–1915)

ಮೂಲ ಹೆಸರು ಜೋಷುವ ಮಾರಿಯಸ್ ವಿಲ್ಲೆಂ ಸ್ಕ್ವಾರ್ಟ್ಸ್. ಸಣ್ಣಕಥೆಗಾರ, ಕಾದಂಬರಿಕಾರ, ಪ್ರಬಂಧಕಾರ, ಆಮ್‌ಸ್ಟರ್‌ಡಾಮ್‌ನಲ್ಲಿ ಜನನ. ಕಾನೂನು ಅಧ್ಯಯನ. ಮೂವತ್ತನೆಯ ವರ್ಷದ ಅನಂತರ ಇಂಗ್ಲಿಷ್‌ನಲ್ಲಿ ಬರವಣಿಗೆ. ಹಲವಾರು ಕಾದಂಬರಿಗಳ ಪ್ರಕಟನೆ. ಡಚ್ ರೈತ ಜೀವನದ ಸೂಕ್ಷ್ಮ ಹಾಗೂ ಸ್ಫೂರ್ತಿಯುತ ಚಿತ್ರಣಗಳಿಂದ ಪ್ರಸಿದ್ಧ. ಡಚ್ ಭಾಷೆಯಲ್ಲಿ ಕವಿತಾಸಂಗ್ರಹ. 1930ರಲ್ಲಿ ಮಗಳಿಂದ ಆತನ 'ಪತ್ರಗಳು' ಪ್ರಕಟನೆ.

ಸಂಶಯ

ಜೊಹಾನ್ಸ್ ವಾಲ್ಟ್ (1879–1946)

ಸಣ್ಣಕಥೆಗಾರ ಮತ್ತು ಸಾಹಿತ್ಯದ ಬಗ್ಗೆ ಪ್ರಬಂಧಕಾರ. ಹೇಗ್ ನಗರದಲ್ಲಿ ಜನನ. ಲೈಡನ್ ವಿಶ್ವವಿದ್ಯಾನಿಲಯದ ಡಾಕ್ಟರೇಟ್. ಫ್ರಾನ್ಸ್‌ನ ಸಾರ್ಬೋರ್ನ್ ವಿಶ್ವವಿದ್ಯಾನಿಲಯದಲ್ಲಿ ಸಾಹಿತ್ಯ ಶಿಕ್ಷಕ. ಸಣ್ಣಕಥೆಗಳಲ್ಲಿ ಮನುಷ್ಯ ಸಂಬಂಧಗಳ ಅನ್ವೇಷಣೆಯಲ್ಲಿ ಆಸಕ್ತಿ.

ನೆರಳು

ಎಮ್ಮಾ ವಾನ್ ಬರ್ಗ್

ಡಚ್ ಸಾಹಿತ್ಯದ ಖ್ಯಾತ ಸಣ್ಣಕಥೆಗಾರ್ತಿ. ಅಮೋಘ ಕಲ್ಪನೆಯ ಸಣ್ಣ ಕಥೆಗಳಿಗೆ ಹೆಸರುವಾಸಿ. ಆದರೆ ದುರಂತ ಛಾಯೆಯ ಬರಹಗಳಿಗೂ ಖ್ಯಾತಿ. ತನ್ನ ಕಾಲದ ಲೇಖಕಿಯರಲ್ಲಿ ವಿಶಿಷ್ಟ ಸಂವೇದನೆಗೆ ಗಮನಾರ್ಹ.

ನನ್ನ ವೀರ

ಕಾನ್‌ರಾಡ್ ವಾನ್ ಡರ್ ಲೀಡ್

ಸಣ್ಣ ಕಥೆಗಾರ ಮತ್ತು ಪ್ರಬಂಧಕಾರ. ತನ್ನ ಕಾಲದ ಆಡಳಿತ ಮತ್ತು ಸಮಾಜದ ಓರೆಕೋರೆಗಳ ಬಗ್ಗೆ ವಿನೋದ ಲೇಪಿತ ಸೂಕ್ಷ್ಮ ಬರಹಗಳಿಗೆ ಪ್ರಸಿದ್ಧ.

ವಿಚಿತ್ರ ಚಿತ್ರ

ಚಾರ್ಲ್ಸ್ ಡಿ ಕಾಸ್ಟರ್ (1827–1879)

ಕವಿ, ಸಣ್ಣ ಕಥೆಗಾರ ಮತ್ತು ಕಾದಂಬರಿಕಾರ. ಮ್ಯೂನಿಕ್‌ನಲ್ಲಿ ಜನನ. ಬೆಲ್ಜಿಯಂನಲ್ಲಿ ಶಿಕ್ಷಣ. ಬಾಲ್ಯದಲ್ಲೇ ಸಾಹಿತ್ಯದಲ್ಲಿ ಆಸಕ್ತಿ. 'ಟೈಲ್ ಉಲೆನ್‌ಸ್ಪೀಗಲ್' ಅತ್ಯಂತ ಜನಪ್ರಿಯ ಕೃತಿ. ಆದರೆ ಗದ್ಯಶೈಲಿಯ ಸೊಗಸಿನ ಬಗ್ಗೆ ಮರಣೋತ್ತರ ಕೀರ್ತಿ. ಪ್ರಸ್ತುತ ಕಥೆ 'ಟೈಲ್ ಉಲೆನ್‌ಸ್ಪೀಗಲ್'ನಿಂದ ಆಯ್ದದ್ದು. ಫ್ರೆಂಚ್ ಭಾಷೆಯಲ್ಲೂ ಬರವಣಿಗೆ. ಆದರೆ ಈ ಲೇಖಕನ ಪ್ರಯತ್ನದಿಂದಾಗಿ ಬೆಲ್ಜಿಯಂನಲ್ಲಿ ದೇಸಿ ಸೊಗಡಿನ ಸಾಹಿತ್ಯಕ್ಕೆ ನಾಂದಿ. ಮಿಲಿಟರಿ ಶಾಲೆಯಲ್ಲಿ ಇತಿಹಾಸ ಮತ್ತು ಫ್ರೆಂಚ್ ಸಾಹಿತ್ಯದ ಅಧ್ಯಾಪಕನಾಗಿ ಕೆಲಸ. ○

ಹಿಯೆಪ್ – ಹಿಯುಪ್

ಜಾರ್ಜಸ್ ಈಕ್‌ಹೌಡ್ (1854–1927)

ಬೆಲ್ಜಿಯಂನ ಪ್ರಾದೇಶಿಕ ಬರಹಗಾರರಲ್ಲಿ ಗಣ್ಯ. ಸಣ್ಣಕಥೆಗಾರ, ಕಾದಂಬರಿಕಾರ, ನಾಟಕಕಾರ ಮತ್ತು ವಿಮರ್ಶಕ. ಆಂಟ್‌ವರ್ಪ್‌ನಲ್ಲಿ ಜನನ. 1877ರಲ್ಲಿ ಸಾಹಿತ್ಯ ಜೀವನದ ಆರಂಭ. ಆಂಟ್‌ವರ್ಪ್ ಬಳಿ ಸ್ವಂತ ಜಮೀನಿನಲ್ಲಿ ಕೃಷಿ ಪ್ರಯತ್ನ. ಅನಂತರ ಪತ್ರಕರ್ತ. ○

ನಿರಪರಾಧಿಗಳ ಸಮೂಹ ಹತ್ಯೆ

ಮಾರಿಸ್ ಮೇಟರ್‌ಲಿಂಕ್ (1862–1949)

ಸಣ್ಣಕಥೆಗಾರ, ಪ್ರಬಂಧಕಾರ, ನಾಟಕಕಾರ ಮತ್ತು ಕವಿ. ಬೆಲ್ಜಿಯಂನ ಶ್ರೀಮಂತ ಕುಟುಂಬದಲ್ಲಿ ಜನನ. ನ್ಯಾಯಶಾಸ್ತ್ರದ ಅಧ್ಯಯನ, ವಕೀಲನಾಗಿ ಸ್ವಲ್ಪ ಕಾಲ ಜೀವನದ ನಂತರ ಪ್ಯಾರಿಸ್‌ಗೆ ಪ್ರಯಾಣ. ಹಲವು ಬರಹಗಾರರೊಂದಿಗೆ ಸಂಪರ್ಕ. ಸ್ವಂತ ಸಾಹಿತ್ಯ ರಚನೆಯ ಬಗ್ಗೆ ಆಸಕ್ತಿ. ಪ್ರಸ್ತುತ ಕಥೆ 1886ರಲ್ಲಿ ಪ್ರಥಮ ಬಾರಿಗೆ ಪ್ರಕಟ. ಕಾವ್ಯಾತ್ಮಕ ನಾಟಕಗಳ ರಚನೆಯಿಂದ ಪ್ರಸಿದ್ಧಿ. 1911ರಲ್ಲಿ ನೊಬೆಲ್ ಸಾಹಿತ್ಯ ಪ್ರಶಸ್ತಿಯ ಗೌರವ ○

ಅಸೂಯೆ

ಸಾಲೊಮನ್ ಗೆಸ್ನರ್ (1730–1788)

ಸಣ್ಣಕಥೆಗಾರ ಮತ್ತು ಕವಿ. ಅಲ್ಲದೆ ನಿಸರ್ಗ ದೃಶ್ಯಗಳ ಚಿತ್ರಕಾರ. ಸ್ವಲ್ಪಕಾಲ ಸ್ವಂತ ಪ್ರಕಾಶನ ಸಂಸ್ಥೆ ನಿರ್ವಹಣೆ. ವಾರ್ತಾಪತ್ರಿಕೆಯ ಸ್ಥಾಪನೆ. ಜೊತೆಗೆ

ಪೋರ್ಸಲಿನ್ ಕಾರ್ಖಾನೆಯ ಅರಂಭ. ಅನಂತರ ಸರ್ಕಾರಿ ಅಧಿಕಾರಿ. ತನ್ನ ಜೀವಿತಕಾಲದಲ್ಲೇ ತನ್ನ ಒಂದು ಕೃತಿ 21 ಭಾಷೆಗಳಿಗೆ ಅನುವಾದಗೊಂಡದ್ದನ್ನು ಕಂಡ ಲೇಖಕ. ಯೂರೋಪ್‌ನ ಗಣ್ಯ ಸಾಹಿತಿಗಳಲ್ಲೊಬ್ಬನೆಂದು ಮನ್ನಣೆ.

ನರ್ತನದ ದಂತ ಕಥೆ

ಗಾಟ್‌ಫ್ರೀಡ್ ಕೆಲರ್ (1819–1890)

ಸಣ್ಣಕಥೆಗಾರ ಮತ್ತು ಕವಿ. ತಂದೆಯ ಸಾವಿನ ನಂತರ ಕಷ್ಟದ ಜೀವನ. ಹಗಲುಗನಸುಗಳ ಉದ್ದೇಶರಹಿತ ಯೌವನ. ಅನಂತರ ಸಾಹಿತ್ಯ ಜೀವನದ ಬಗ್ಗೆ ಆಸ್ಥೆ. ಅದರಲ್ಲಿ ಯಶಸ್ಸು. ಜರ್ಮನರು ತಮ್ಮವನೇ ಎಂದು ಭಾವಿಸುವಷ್ಟರ ಮಟ್ಟಿಗೆ ಆ ಭಾಷೆಯಲ್ಲಿ ಪ್ರಾವೀಣ್ಯ. ಆದರೆ ಈ ಮನ್ನಣೆ ಬಂದದ್ದು ಮರಣದ ಅನಂತರ. 'ಗ್ರೀನ್ ಹೆನ್ರಿ' ಅರೆ ಆತ್ಮಕಥಾನಕ ಬರಹ ತುಂಬ ಪ್ರಸಿದ್ಧ.

ಈ ಸಂಪುಟದ ಅನುವಾದಕರು

ಸಿ. ಎಚ್. ಪ್ರಹ್ಲಾದ ರಾವ್ (1923–2002)

ಶಿವಮೊಗ್ಗದಲ್ಲಿ ಜನನ. 1948ರಲ್ಲಿ ಬಿ.ಎ. ಪದವಿ ಪರೀಕ್ಷೆಯಲ್ಲಿ ಮೈಸೂರು ವಿಶ್ವವಿದ್ಯಾನಿಲಯಕ್ಕೆ ಪ್ರಥಮ, ಮೂರು ಸ್ವರ್ಣ ಪದಕಗಳು. 'ಫೋರಂ' ಪತ್ರಿಕೆಯ ಬೆಂಗಳೂರು ಪ್ರತಿನಿಧಿಯಾಗಿ 1944ರಿಂದ ಪತ್ರಕರ್ತ. 'ದಿ ಹಿಂದೂ' ಪತ್ರಿಕೆಯಲ್ಲಿ ಇಪ್ಪತ್ತು ವರ್ಷಗಳ ಕಾಲ ಅಂಕಣ ಬರಹಗಾರ. ಶೂನ್ಯ ಸಂಪಾದನೆಗೆ ಸಂಬಂಧಿಸಿದ 'ಮ್ಯಾನ್ ದಿ ಡಿವೈನ್' ಅನುವಾದ. ಎರಡು ಸ್ವತಂತ್ರ ಕಿರುಕಾದಂಬರಿಗಳು. ಮಕ್ಕಳಿಗಾಗಿ ಪುಸ್ತಕಗಳ ಭಾಷಾಂತರ. ಕನ್ನಡದ ಹಲವು ಕಥೆಗಳು, ಕೃತಿಗಳು ಇಂಗ್ಲಿಷ್‌ಗೆ ಅನುವಾದ. ಅನೇಕ ಇಂಗ್ಲಿಷ್ ಪತ್ರಿಕೆಗಳಿಗೆ ಪುಸ್ತಕ ವಿಮರ್ಶೆ.